BỒ TÁT VÀ TÁNH KHÔNG TRONG KINH TẠNG PALI VÀ ĐẠI THỪA

Luận án Tiến Sĩ của Tỳ Kheo Ni **Thích Nữ Giới Hương**

Tủ Sách Bảo Anh Lạc 2

BỒ TÁT VÀ TÁNH KHÔNG
TRONG KINH TẠNG PALI VÀ ĐẠI THỪA

Luận án Tiến Sĩ của

Tỳ Kheo Ni Thích Nữ Giới Hương

Nhà Xuất Bản
HƯƠNG SEN

Huong Sen Buddhist Temple

19865 Seaton Avenue, Perris, CA 92570, USA

Tel: (951) 657-7272, Cell: (951) 616-8620

Email: huongsentemple@gmail.com,

thichnugioihuong@yahoo.com

https://www.facebook.com/Huong.Sen.Riverside/

Web: www.huongsentemple.com

MỤC LỤC

LỜI GIỚI THIỆU 11

THƠ CỦA ÔN 14

LỜI GIỚI THIỆU 15

LỜI TRI ÂN 18

BẢNG VIẾT TẮT & BIỂU ĐỒ 20

Chương 1 - GIỚI THIỆU 25

LÝ DO CHỌN ĐỀ TÀI 25

1. Khủng hoảng Chiến tranh 27
2. Khủng hoảng về gia tăng Dân số 28
3. Khủng hoảng sinh thái 30
4. Khủng hoảng nền Đạo đức Con người 33
5. Tốc độ Tiến triển đến Thế giới hiện đại 36
6. Vấn đề Trao đổi Tư duy 36

HƯỚNG ĐỀ NGHỊ 39

1. Trách nhiệm Thế giới 39
2. Khuynh hướng Tôn giáo 40
3. Khuynh hướng Cụ thể của Phật giáo 43
   a. Quan điểm không Giáo điều 44
   b. Quan điểm Trí tuệ 46
   c. Lòng Tin 47
   d. Quan điểm về Con người 49
4. Biện pháp Giải quyết 53

Chương 2 - KHÁI NIỆM BỒ TÁT **55**

ĐỊNH NGHĨA TỪ BỒ TÁT 58

Ý NGHĨA CỦA THUẬT TỪ CÁC BẬC THÁNH KHÁC 65
1. Chư Thiên 65
2. A-La-Hán 70
3. Thanh-Văn 72
4. Bích-Chi Phật 73
5. Đức Phật 74

KHÁI NIỆM BỒ TÁT TRONG KINH ĐIỂN PALI 77
1. Từ thời gian thái tử Sĩ-đạt-đa xuất gia đến trước khi Ngài giác ngộ 77
2. Từ thời gian thái tử Sĩ-đạt-đa nhập thai đến trước khi Ngài giác ngộ 80
3. Từ các Đức Phật nhập thai đến trước khi Ngài giác ngộ 83
4. Tiền thân của các Đức Phật 95

Chương 3 - PHƯƠNG PHÁP TU TẬP CỦA BỒ TÁT TRONG KINH TẠNG PĀLI **100**

THỨC TỈNH BẢN CHẤT CUỘC ĐỜI 100

TÌM CẦU CHÂN LÝ 102

TRUNG ĐẠO 107

THIỀN ĐỊNH 109

BA TRÍ (BA MINH) 120

Chương 4 - NGUỒN GỐC VÀ SỰ PHÁT TRIỂN HỌC THUYẾT BỒ TÁT ĐẠI THỪA **127**

KHỞI NGUYÊN DẪN ĐẾN HỌC THUYẾT BỒ TÁT 127
1. Các Khuynh hướng phát triển trong Phật Giáo 127
   a. Đại thừa 127
   b. Khái niệm mới về Đức Phật 141

c. Tín (Bhakti) 144
2. Ảnh hưởng của những Truyền thống khác 146
a. Bà-la-môn giáo: Bhāgavatas và Śaivas 146
b. Đạo thờ lửa 149
c. Tôn giáo cổ đại: Thờ Rồng (Nāga) 150
d. Nghệ thuật Hy lạp 151
e. Văn hóa và Tôn giáo Ba tư 151
f. Sự truyền đạo giữa các Bộ lạc mới 152

SỰ THĂNG HOA HỌC THUYẾT BỒ TÁT 152

Ý NGHĨA VÀ VỊ TRÍ CỦA MA-HA-TÁT 159

Chương 5 - KHÁI NIỆM 'KHÔNG' TRONG KINH TẠNG PĀLI 162

1. 'Không' như Không Vật Thể 163
2. 'Không' như là một Thực Tại 167
3. 'Không' như là Vô Ngã 173
4. 'Không' như là Lý Duyên-Khởi hoặc Con Đường Trung Đạo 188
5. 'Không' như Niết-Bàn 196

Chương 6 - KHÁI NIỆM TÁNH KHÔNG TRONG KINH ĐIỂN ĐẠI THỪA 207

GIỚI THIỆU KINH ĐIỂN ĐẠI THỪA 207
1. Văn học Bát-nhã Ba-la-mật 207
a. Kinh Kim-cang Bát-nhã ba-la-mật 210
b. Tâm-kinh 211

KHÁI NIỆM TÁNH KHÔNG TRONG KINH ĐIỂN ĐẠI THỪA 214
1. Định nghĩa Tánh Không 220
2. Những So sánh về Tánh Không 221
3. Ý nghĩa của Khái niệm Tánh Không 223
a. Tánh Không như Bản chất đích thực của Thực tại kinh nghiệm 223
b. Tánh Không như là lý Duyên khởi 228
c. Tánh Không như Trung đạo 234

d. Tánh Không là Niết-bàn 242
e. Tánh Không vượt ra ngoài Phủ định
và không thể mô tả được 258
f. Tánh Không như Phương tiện của Tục đế và Chân đế 262

MỐI LIÊN QUAN GIỮA KHÔNG VÀ TÁNH KHÔNG 267

Chương 7 - BỒ TÁT HẠNH **286**

KHỞI TÍN TÂM PHÁT BỒ-ĐỀ-TÂM TU TẬP BA-LA-MẬT 303
1. Mười Ba-la-mật trong Kinh điển Pali 306
2. Mười Ba-la-mật trong Kinh tạng Sanskrit 311

VAI TRÒ CỦA TÁNH KHÔNG TRONG BỒ TÁT HẠNH 313
1. Bố-thí ba-la-mật 313
2. Trì-giới ba-la-mật 321
3. Nhẫn nhục Ba-la-mật 323
4. Tinh tấn Ba-la-mật 328
5. Thiền định Ba-la-mật 331
6. Trí tuệ Ba-la-mật 335
7. Phương tiện Ba-la-mật 341
8. Nguyện Ba-la-mật 343
9. Lực Ba-la-mật 348
10. Trí Ba-la-mật 348

GIỚI-ĐỊNH-TUỆ 355

PHẨM HẠNH CỦA BỒ TÁT 359

MỐI LIÊN QUAN GIỮA MƯỜI BA-LA-MẬT
VÀ MƯỜI ĐỊA 368

Chương 8 - ĐỨC PHẬT QUA KHÁI NIỆM PHẬT THÂN **375**

KHÁI NIỆM PHẬT THÂN TRONG KINH TẠNG PALI 375

QUAN ĐIỂM PHẬT THÂN

TRONG THỜI KỲ PHÂN CHIA BỘ PHÁI 379

KHÁI NIỆM PHẬT THÂN TRONG ĐẠI THỪA 393
1. Ứng thân 398
2. Báo thân 401
3. Pháp thân 405

Chương 9 - KẾT LUẬN 410

TÍNH ĐỒNG NHẤT TRONG KINH TẠNG PALI VÀ ĐẠI THỪA 410

ỨNG DỤNG KHÁI NIỆM BỒ TÁT 413
1. Bồ-tát trong sự Cải thiện Cá nhân và Xã hội 413
2. Học thuyết Bồ-tát trong sự nghiệp Hoằng pháp 414

ỨNG DỤNG HỌC THUYẾT TÁNH-KHÔNG 414
1. Học thuyết Tánh-không và Quan điểm Cá nhân cũng như Xã hội 414
2. Học thuyết Tánh-không và Khoa học 415
3. Học thuyết Tánh-không trong sự Trao đổi lẫn nhau giữa các Tôn giáo 417

DANH HIỆU BỒ TÁT TRONG TIẾNG PHẠN VÀ TRUNG HOA 419

SÁCH THAM KHẢO 423

TỦ SÁCH BẢO ANH LẠC 438

LỜI GIỚI THIỆU

Hòa thượng Thích Mãn Giác

Có hai khái niệm sâu sắc, tinh tế và phổ biến trong tất cả các kinh điển Đại thừa (*Truyền thống Phật giáo Phát triển*) là *Bồ Tát* và *Tánh không*. Thật ra, hai khái niệm này có nguồn gốc từ kinh tạng Pali (*Truyền thống Phật giáo Nguyên thủy*). Nói cách khác, tác phẩm này nhằm giới thiệu quan điểm sống và phương pháp tu tập thực tiễn để tuệ giác *Tánh không* và minh chứng với các đọc giả những học thuyết trong Phật giáo Đại thừa và Nguyên thủy thực chất là cùng nguồn gốc, bản chất và mục đích. Đọc giả cũng sẽ cảm nhận thế nào mà thuật từ *Tánh không* nghe có vẽ như phủ định, bi quan nhưng chân ý nghĩa của *Tánh không* lại là năng lực chính khiến vị Bồ Tát trở nên tích cực và tận lòng trong việc xây dựng một thế giới nhân tâm tại đây.

oOo

Trong kinh tạng Pāli, khái niệm Bồ Tát (*Bodhisatta*) là chỉ cho từ lúc thái tử Sĩ-đạt-đa xuất gia đến trước khi ngài chứng ngộ, hoặc từ khi Ngài (hay các Bồ Tát) nhập thai đến trước khi Ngài (hay các Bồ Tát) giác ngộ hoặc Bồ Tát là kiếp trước của các Đức Phật. Vài thế kỷ trôi qua, khi đại thừa xuất hiện, khái niệm Bồ Tát trong kinh điển Pāli phát triển trở thành học thuyết Bồ Tát (*Boddhisattva*) với lý tưởng chủ đạo đóng vai trò chính trong phong trào đại thừa.

Trong các tôn giáo hữu thần như Thiên chúa giáo hay Hindu giáo thì Thượng đế hay thần Shiva được xem là đấng tối thượng, đấng sáng tạo tối cao có năng lực thưởng phạt và chúng sanh đau khổ cần phải được năng lực siêu nhiên cứu rỗi... Trong Phật giáo, Bồ Tát được xem như bậc đại nhân, các Ngài cũng là con người bình thường vẫn bị chi phối bởi luật sinh diệt, nhân quả... tuy nhiên, Bồ Tát nỗ lực chuyển hoá nghiệp xấu, đau khổ của chính mình và chỉ con đường giải thoát, lợi lạc cho chúng sanh bằng tất cả tấm lòng từ bi hỉ xả vô lượng, chứ các Ngài không phải bất tử hay thống lĩnh, làm chủ định mệnh của nhân loại.

Một trong những phương pháp tu tập của Bồ Tát hay động cơ chính khiến Bồ Tát hành Bồ Tát hạnh (*Boddhisattvā-cāryā*) không mệt mõi là tuệ giác tánh không. Kế thừa khái niệm không (*Sunnatā*) trong kinh điển Pali, tánh không (*Sūnyatā*) trong đại thừa được xem như là một thực tướng Bát-nhã, là con đường dẫn đến sự toàn tri đó là duyên khởi, trung đạo, niết-bàn và nhị đế. Với ý nghĩa đó, tánh không được xem như ý niệm căn bản của đại thừa, là một khái niệm tích cực mà Ngài Long-thọ đã khẳng định:

'*With Sūnyatā, all is possible; without it, all is impossible*'.[1]

Nghĩa là 'Do Tánh không mà các pháp được thành lập, nếu không có Tánh không, thì tất cả pháp không thể hình thành'.

Edward Conze cũng đã nói rằng có hai điều cống hiến lớn mà đại thừa đã cống hiến cho tư tưởng nhân loại, đó là việc sáng tạo ra lý tưởng Bồ Tát và chi tiết hoá học thuyết Tánh không.[2]

Trong tác phẩm '*Bồ Tát và Tánh không trong kinh tạng Pāli và Đại thừa*' dịch từ luận án Tiến sĩ '*Boddhisattva and Sūnyatā*

---

1. The Middle Treatise, T 1564 in Vol. 30, tr. By Kumarajiva in 409 A.D., XXIV: 14; Nagarjuna's Twelve Gate Treatise, viii, Boston: D. Reidel Publishing Company, 1982.

2. Edward Conze, Thirty years of Buddhist Studies, London, 1967, tr. 54.

in the Pāli Nikāyas and Mahāyāna Sūtras: An Analysis' của tỳ-kheo-ni Giới Hương, tác giả đã nỗ lực nghiên cứu và đưa ra nhiều dẫn chứng từ nguyên bản kinh Pāli cũng như Hán tạng để so sánh, chứng minh mối liên quan giữa hai khái niệm Bồ Tát và Tánh không. Thiết tưởng đây là một tác phẩm nghiên cứu nghiêm túc sẽ giúp ích nhiều cho các học giả có tâm huyết muốn tìm hiểu sâu về đạo Phật, đặc biệt về lãnh vực này.

Xin trân trọng giới thiệu.

Ngày 28, tháng 3, năm 2006

Hoà Thượng Thích Mãn Giác

Viện chủ chùa Việt-nam tại Los Angeles, Hoa Kỳ

THƠ CỦA ÔN

(Hòa thượng Thích Mãn Giác)

Tánh Không nhổ sạch vào lòng
Trần gian còn lại đóa hồng cho con
Tháng ngày tu học mỏi mòn
Cười lên một tiếng vững bền ngàn năm.
(Bồ Tát và Tánh Không)

Ngày 29 tháng 03 năm 2006

LỜI GIỚI THIỆU

(Hòa thượng Thích Như Điển)

Vào tháng 10 năm 2005 tại Trung Tâm Tu Học Viên Giác ở Bồ Đề Đạo Tràng, Ấn Độ, tôi đã nhận được những quyển sách gởi biếu và đề tặng của Sư Cô Giới Hương, gồm: ***Boddhisattva and Sunyata in the Early and Developed Buddhist Traditions*** phiên bản ấn hành lần thứ 2 của nhà xuất bản Eastern Book Linkers, Delhi; tiếp theo là quyển ***Bồ Tát và Tánh Không*** trong kinh tạng Pali và Đại Thừa; quyển ***Ban Mai Xứ Ấn*** gồm 3 tập; quyển *Vườn Nai, Chiếc Nôi Phật Giáo* và quyển *Xá Lợi của Đức Phật* sách dịch từ tiếng Anh.

Quyển Bồ Tát và Tánh Không tôi chọn đọc trước. Đọc suốt mấy ngày mới xong của hơn 500 trang sách và khi gấp sách lại, tôi có nói với quý Thầy, quý Cô tại Bồ Đề Đạo Tràng lúc ấy rằng: "Đây là một luận án Tiến Sĩ đáng cho điểm tối ưu". Tôi không biết khi Sư Cô ra trường điểm mấy, không thấy đề cập nơi tiểu sử; nhưng theo tôi, sau khi đọc sách xong, mọi người chắc có thể cũng cảm nhận được như tôi vậy. Đây là những lý do:

Thứ nhất đa phần những luận án nghiên cứu như thế có tính cách khô khan; nhưng ở đây chỉ trong vòng 2 năm mà sách đã xuất bản và tái bản 2 lần (2004 và 2005). Như thế phải là một loại sách lạ, chưa có ai viết và vì thế mà nhiều nhà nghiên cứu đã mua để tham khảo.

Thứ hai - Khi đi vào nội dung mới thấy cả tiếng Anh lẫn tiếng Việt, tác giả đã so sánh Tánh Không theo hai truyền thống Pali và Đại Thừa rất chặt chẽ, hợp lý; khiến thu hút được thị hiếu của người đọc.

Tánh Không hay Không Tánh (Sunyata) vốn là tên gọi khác của Chân Như, mà Chân Như thì đã lìa sự chấp ngã và chấp pháp; thế mà ngôn ngữ vẫn còn dùng được để chuyển tải Chân Như, quả là một ngòi bút tài tình. Tuy ngôn ngữ dùng một cách dung dị cả tiếng Anh lẫn tiếng Việt; nhưng nội dung thì vượt thoát cả tam giới. Đây là một luận án, một tác phẩm hay.

Bát Bất Trung Đạo của Ngài Long Thọ (Nagajuna) như bất sanh bất diệt; bất thường bất đoạn; bất khứ bất lai và bất nhất bất dị để đối chọi lại với 8 sự si mê của: Sinh diệt, thường đoạn, khứ lai và nhân dị. Vốn đã không một và chẳng khác - nghĩa là trong cái nầy có cái kia và trong cái kia hàm chứa cái nầy. Điều ấy nhất nguyên luận, nhị nguyên luận và Tam Đoạn Luận của Tây Phương khó bề mà sánh nổi với tư tưởng của Trung Đạo ấy. Nếu có, chỉ nằm ở phần hình nhi hạ học mà thôi; chứ không thể so sánh ở phần hình nhi thượng học và ở cõi vô sinh hay vô học được.

Phật Học vốn sáng ngời ở cõi trời Đông qua mấy ngàn năm lịch sử, dưới sự giác ngộ của Đức Phật, rồi đến các bậc Tổ Sư truyền thừa từ Ấn Độ như Mã Minh, Long Thọ, Vô Trước, Thế Thân rồi đến Trung Hoa như Huệ Viễn, Lâm Tế, Bách Tượng và Việt Nam như Vạn Hạnh, Khuông Việt, Trần Thái Tông, Tuệ Trung Thượng Sĩ v.v... đều là những bậc Tổ Sư đã một thời khơi ngọn đèn chánh pháp, giương cao tư tưởng của Tánh Không để nhập thế; nhưng không bị đời biến ảo cải hóa; mà ngược lại đã chuyển hóa cuộc đời nầy từ khổ đau để đi đến an lạc, giải thoát, giác ngộ, giống như phẩm Thiên Nữ Hiến Hoa trong kinh Duy Ma Cật. Khi hoa rơi, hoa chỉ đọng lại nơi vai của Thanh Văn; còn Bồ Tát thì mặc cho hoa rơi; nhưng tâm của Bồ Tát thì không đắm nhiễm; nên hoa tự động phải lăn đi nơi khác.

Ở đây tinh thần Bất nhị, tinh thần Bát nhã, tinh thần tánh Không của hai truyền phái lớn trong Phật Giáo tự ngàn xưa đã được Sư Cô Thích Nữ Giới Hương giới thiệu qua nhiều chương sách khác nhau. Khi quý vị đi vào sâu nội dung của từng trang sách, sẽ rõ biết điều đó. Nay Sư Cô định cho tái bản, bản tiếng Việt tại Hoa Kỳ và mong tôi viết lời giới thiệu và tôi đã tùy hỷ. Vì lẽ trong suốt những năm mà Sư Cô học tại Ấn Độ cho đến năm 2003 để ra Tiến Sĩ Triết Học tại đó, tôi và Chùa Viên Giác tại Hannover Đức quốc đã bảo trợ cho Sư Cô là một trong hàng trăm vị đã học và đương cũng như sẽ ra trường. Do nhân duyên ấy mà tôi có cơ hội để viết lời giới thiệu cho Sư Cô về tác giả và tác phẩm nầy.

Giáo Dục vốn là vấn đề nhân bản của con người. Cây giáo dục phải trồng trong hàng 10 hay 20 năm mới có thể gặt hái được kết quả và đó là lối đầu tư của rất nhiều người; nếu muốn Phật Giáo và xã hội nầy phát triển một cách đồng bộ. Tôi vẫn thường hay nói: "*Sự học nó không làm cho con người giải thoát được; nhưng nếu muốn mở cánh cửa giải thoát kia không thể thiếu sự tu và sự học được*". Đó chính là nguyên lý và cứu cánh. Nay tôi tuổi gần 60 nhưng vẫn còn ham học hỏi. Do vậy rất vui khi thấy quý Thầy, quý Cô tuổi trên dưới 40 vừa mới ra trường, mang khả năng, sự học hỏi, sự tu luyện, trau giồi giới đức để đi vào Đời qua con mắt từ bi và trí tuệ trong tinh thần Tánh Không của Đạo Phật, thì mong rằng một mai đây hương hoa giải thoát sẽ lan tỏa khắp chốn trần gian nầy.

Tôi có đôi lời giới thiệu và mong rằng khi đi sâu vào phần nội dung, quý độc giả sẽ thấu hiểu nhiều hơn và mong rằng có được nhiều tâm hồn vị tha để cho Đời và cho Đạo được sáng ngời trên cõi thế của ngày nay và mai hậu.

Mong được như vậy.

Viết xong vào một sáng mùa Xuân năm 2006
tại thư phòng chùa Viên Giác Đức Quốc.

Thích Như Điển

Phương Trượng chùa Viên Giác,

Hannover, Đức Quốc

LỜI TRI ÂN

Trong thời gian lưu trú tại Ấn-độ để theo học khoá Tiến-sĩ Phật-học (Ph.D.) tại trường Đại-học Delhi, Cố Hoà-thượng Tịnh-Viên, HT Trí-Quảng, TT Như-Điển, TT Minh-Chơn, Cố TT Minh-Thành... không chỉ ủng hộ con bằng vật chất và cả tinh thần để con tạm có đủ hành trang mà yên tâm theo đuổi toàn khoá học cho đến ngày thành tựu. Thật không sao diễn tả cho hết lòng mang ơn của con đối với các Ngài.

Trong quá trình nghiên cứu luận-án, tôi cũng muốn bày tỏ lòng biết ơn đến Tiến sĩ I.N. Singh, vị Giáo sư cố vấn luận án với phương pháp hướng dẫn khoa học đã giúp cho tôi có tầm nhìn khách quan, tự tin và tinh thần tự lực.

Tôi cũng muốn bày tỏ lòng biết ơn đến các vị Giáo-sư của Phân khoa Phật-học đã trực tiếp hoặc gián tiếp hướng dẫn tôi trong suốt thời gian từ khoá học Cao-Học Phật-học (M.A.) cho đến nay.

Cũng xin cảm niệm công đức tất cả quý thầy cô, thiện-hữu tri-thức và quý Phật-tử đã giúp tôi hoặc bằng cách này hay cách khác để luận án được hoàn thành tốt đẹp mà quý danh rất nhiều, nơi đây không thể liệt kê hết.

Cuối cùng, tôi cũng chân thành mang ơn các tác giả của những quyển kinh sách hay mà tôi đã đọc, trích dẫn và tham khảo trong tác phẩm nghiên cứu của mình.

Đây là tác phẩm Luận-án Tiến-sĩ tại trường Đại học Delhi,

trong lúc dịch ra Việt văn, tôi có sửa chữa, thêm bớt chút ít nhằm làm sáng tỏ ý nghĩa. Mặc dù tôi có cố gắng rất nhiều nhưng kiến thức và khả năng dịch thuật còn yếu kém, tập sách vẫn không sao tránh khỏi những thiếu sót và hạn chế nhất định. Kính mong nhận được những lời góp ý chân tình để những lần tái bản sau tập sách được hoàn hảo và có ý nghĩa hơn.

Mùa thu tại ký-túc-xá WUS, Delhi, Ấn Độ, 2005

Kính bút,

Tỳ-kheo-ni Giới Hương

(thichnugioihuong@yahoo.com)

BẢNG VIẾT TẮT & BIỂU ĐỒ

BẢNG VIẾT TẮT

A	AṄGUTTARA NIKĀYA (Kinh Tăng Chi)
BB	BODHISATTVABHŪMI (Bồ Tát Địa)
BDBSL	THE BODHISATTVA DOCTRINE IN BUDDHIST SANSKRIT LITERATURE (Bồ Tát trong Kinh điển tiếng Phạn)
BGS	THE BOOK OF THE GRADUAL SAYINGS (Kinh Tăng Chi)
BIHP	BUDDHIST IMAGES OF HUMAN PERFECT (Hình tượng Con người Siêu việt của Đức Phật)
BKS	THE BOOK OF THE KINDRED SAYINGS (Kinh Tương ưng)
Bs	BUDDHIST SCRIPTURE (Kinh điển Phật giáo)
CPB	THE CENTRAL PHILOSOPHY OF BUDDHISM (Tinh hoa Triết lý Phật giáo)
D	DĪGHA NIKĀYA (Kinh Trường bộ)
DB	THE DIALOGUE OF THE BUDDHA (Trường bộ)

DCBT	A DICTIONARY OF CHINESE BUDDHIST TERMS (Tự điển Phật học Trung-Anh)
DPPN	DICTIONARY OF PĀLI PROPER NAMES (Tự điển Pali)
Dha	DHAMMAPADA (Kinh Pháp cú)
EB	ENCYCLOPAEDIA OF BUDDHISM (Bách khoa Phật học)
EE	THE EMPTINESS OF EMPTINESS (Tánh Không của Tánh không)
EL	THE ETERNAL LEGACY (Gia tài bất diệt)
GBWL	A GUIDE TO THE BODHISATTVA'S WAY OF LIFE (Bồ Tát Hạnh)
GD	THE GROUP OF THE DISCOURSES (Kinh Tập của Tiểu bộ)
I	THE ITIVUTTAKA (Kinh Phật thuyết Như vậy)
J	JĀTAKA (Kinh Bổn sanh)
LS	THE LOTUS SUTRA (Diệu Pháp Liên Hoa kinh)
LSPW	THE LARGE SŪTRA ON PERFECT WISDOM (Kinh Đại Bát-nhã)
Mt	MAJJHIMA NIKĀYA (Kinh Trung bộ)
Mhvu	MAHĀVASTU (Kinh Đại-sự)
MK	MĀDHYAMIKA KĀRIKĀS OF NĀGĀRJUNA (Trung quán luận của Long thọ)
MLS	THE MIDDLE LENGTH SAYINGS (Kinh Trung bộ)

PED	PĀLI-ENGLISH DICTIONARY (Tự điển Pali-Anh văn)
PP	THE PATH OF PURIFICATION (VISUDDHIMAGGA) (Luận Thanh-tịnh đạo)
S	SAṀYUTTA NIKAYA (Kinh Tương ưng)
SBFB	STORIES OF THE BUDDHA'S FORMER BIRTHS (Kinh Bổn sanh)
Sn	SUTTA NIPATA (Kinh tập)
SSPW	SELECTED SAYINGS FROM THE PERFECTION OF WISDOM (Pháp thoại trong Kinh Đại Bát-nhã)
Ś	ŚIKṢĀSAMUCCAYA (Luận Đại thừa tập Bồ Tát học)
Vi	VISUDDHIMAGGA (Luận Thanh tịnh đạo)

BIỂU ĐỒ

1. Tiến trình Phát triển nền Văn minh Phương tây
2. Tiến trình thiền chứng (*Jhānas*)
3. Ba Trí
4. Mười hai Nhân duyên (*Pratītya-samutpāda*)
5. Mối liên quan giữa Duyên quán, Không quán, Giả quán và Trung quán
6. Bốn loại Biện luận Phủ định (*Chatuskoti vinirmukta*)
7. Chân đế
8. Nhị đế qua ba Trình độ khác nhau
9. Tục đế (*Saṁvṛti-satya*) và Chân đế (*Pāramārtha-satya*)

10. Vai trò Tánh không (*Śūnyatā*) trong mười Ba-la-mật (*Pāramitās*)
11. Mối liên quan Giới-định-tuệ với sáu Ba-la-mật
12. Mối Liên quan giữa Công đức, Trí tuệ, Tư lương với Giới-định-tuệ
13. Mối liên quan giữa mười Ba-la-mật và mười Địa (*Bhūmis*)

Chương 1
GIỚI THIỆU

LÝ DO CHỌN ĐỀ TÀI

Con người đã quên rằng mình có một trái tim. Nếu mình đối xử thế giới ân cần thì thế giới sẽ đáp lại như vậy.

Ngày nay, sự định nghĩa về nền phát triển và tăng trưởng cần phải được xem xét lại. Giả thiết cho rằng xã hội càng văn minh hơn thì con người càng trở nên đơn độc, lo lắng, căng thẳng, sợ hãi và bất an hơn. Khoa học đã có những khả năng để tạo ra cả về chất lượng lẫn số lượng nhưng cũng còn có vô số người đi ngủ với dạ dày trống rỗng, vô số người đã chết mà không có thuốc men, vô số trẻ con đã phải sớm dấn thân đi làm và ngừng bớt bước chân đến cổng nhà trường. Thế giới con người càng nghe thông báo nhiều hơn về hậu quả của sự thoái hoá giảm phẩm chất môi trường, ô nhiễm... Nhưng trong khi đó, cơ chế đầu tư phòng thủ về những cuộc thử nghiệm hạt nhân ngày càng tăng nhanh, số lượng xe cộ cơ giới được sản xuất và sử dụng càng tăng nhanh thì diện tích của rừng rậm nhiệt đới càng bị xâm lấn phá hoại trầm trọng. Tóm lại, có thể nói ngắn gọn rằng thế giới hiện nay tràn đầy những khủng hoảng.

Trong kỷ nguyên của vệ tinh-truyền thông và kỹ thuật tiến triển, con người đã gặt hái những tiến bộ lớn trong lãnh vực khoa học để có thể giải quyết nhiều vấn đề vật chất nhưng cũng để lại nhiều vấn đề không giải quyết được như sự đau khổ, nghèo nàn, bịnh tật, bất đồng quan điểm, lòng thù ghét, lòng ghen tỵ, nghi ngờ và chiến tranh. Trevor Ling trong cuốn *Buddha, Marx và God* (Đức Phật, Marx và Chúa trời)[3] đã nói rằng người phương Tây đã tạo nhiều của cải vật chất giàu có, nhưng họ cũng đã giết hàng triệu người trong những cuộc bùng nổ tuần hoàn của những cuộc bạo động mà họ thường đề cao với những mệnh danh của chiến tranh và đây cũng là lần đầu tiên trong lịch sử loài người, con người đã phải giáp mặt với sự hăm doạ tiêu diệt chủng tộc con người và tất cả những đời sống trên hành tinh này bằng những chiến tranh hạt nhân, bom nguyên tử và những đại loại khác.

Và hôm nay chúng ta cũng đã thừa nhận rằng xã hội chúng ta như một tổng thể, một khối chìm ngập đầy những khủng hoảng. Chúng ta có thể đọc và nghe thấy những biểu hiện vô số của nó mỗi ngày ở trên báo chí và đài radio. Chúng ta đang giáp mặt với sự lạm phát và nạn thất nghiệp cao, chúng ta bị khủng hoảng về năng lực, về vấn đề y tế, ô nhiễm, về làn sóng khởi dậy của những bạo động, tội ác và vô số những tai họa môi trường khác. Chúng ta đang sống trong một thế giới có mối liên hệ toàn cầu trong đó tất cả những hiện tượng môi trường, xã hội, tâm lý và sinh vật học đều phụ thuộc lẫn nhau. Và ngày nay chúng ta tìm thấy mình trong tình trạng khủng hoảng ảnh hưởng sâu sắc đến toàn thế giới. Chính là sự khủng hoảng đa chiều và sâu sắc mà những khía cạnh này có liên quan đến mỗi mặt trong đời sống của chúng ta như sức khoẻ, sinh kế, chất lượng của môi trường, kinh tế, kỹ thuật và chính trị... Nói cách khác, trong kỷ nguyên này con người chính đang giáp mặt với những vấn đề như chiến tranh, tăng dân số, ô nhiễm môi trường, suy thoái đạo đức, ảnh hưởng từ sự trao đổi tư tưởng Đông và Tây, sự chuyển đổi nhanh đến thế giới hiện đại...

---

3 Trevor Ling, Buddha, Marx and God, London, 1979, trang 5-6.

1. Khủng hoảng Chiến tranh

Fritjof Capra, tác giả nổi tiếng của cuốn '*The Tao of Physic*' (Đạo Vật lý) và '*The Turning Point*' (Bước Ngoặc)[4] đã đề cập về cuộc khủng hoảng chiến tranh rằng con người đã dự trữ hàng ngàn những vũ khí hạt nhân đủ để phá huỷ toàn bộ thế giới vài lần và cuộc chạy đua lực lượng vũ trang đang tiếp tục với một tốc độ khủng khiếp.

Vào tháng 11, 1978 trong khi Hoa kỳ và Liên bang Sô Viết đang hoàn thành cuộc thương lượng thứ hai của họ về Hiệp ước *Giới hạn Chiến lược Vũ khí*, Pentagon đã tung ra một chương trình sản xuất vũ khí hạt nhân đầy tham vọng nhất trong hai thập niên. Hai năm sau đó, chương trình này đã phát triển lên đến cực điểm trong sự bùng nổ quân đội lớn nhất trong lịch sử: Ngân sách 1,000 tỷ đô la cho sự phòng thủ. Chi phí cho chương trình hạt nhân này thật sự đã gây đầy sững sốt.

Trong khi đó, mỗi năm hơn 15 triệu người hầu hết là trẻ con đã chết đói vì thiếu ăn, 500 triệu người khác đã suy dinh dưỡng trầm trọng. Gần 40% dân số thế giới đã không có những cơ sở y tế chuyên nghiệp. 35% nhân loại thiếu nước sạch uống, thì hơn một nửa những nhà khoa học và kỹ sư trên thế giới đã dấn mình vào kỹ thuật sáng tạo vũ khí.

Sự hăm doạ của chiến tranh hạt nhân là mối nguy hiểm nhất mà nhân loại ngày nay đang giáp mặt... 360 lò vũ khí hạt nhân đang hoạt động toàn cầu và hơn hàng trăm những kế hoạch tương tự đã trở thành mối đe doạ chính cho hành tinh chúng ta.[5]

Thực tế, ngày nay thế giới chia con người thành nhiều ý thức hệ khác nhau theo khối quyền lực của chính họ, họ đã cống hiến hầu hết những tâm trí và năng lực vào cuộc chiến tàn khốc, tiêu cực và vô ích. Thế giới không thể nào có hòa bình cho đến khi nào con người và quốc gia từ bỏ lòng tham muốn ích

---

4 Fritjof Capra, The Turning Point, London, 1982, trang 1.

5 Như trên, trang 2-3

kỷ, từ bỏ tính ngạo mạn chủng tộc và tẩy sạch những tham vọng ích kỷ về quyền sở hữu và sức mạnh của chính bản thân họ. Sự chia chẻ ý thức hệ đã dẫn đến mâu thuẫn. Ý thức hệ dưới những hình thức đa dạng như chính trị, tôn giáo, kinh tế, xã hội và giáo dục. Ýù thức hệ là một sự né tránh khỏi thực tế. Nó làm con người thành hung ác và giữ anh ta trong tình trạng nô lệ của sự cuồng tín và bạo động.

Vì thế, họ tin rằng cách duy nhất để '*đấu tranh lại quyền lực là ứng dụng nhiều quyền lực nữa*' đã dẫn đến những cuộc chạy đua lực lượng vũ trang giữa các cường quốc. Và cuộc cạnh tranh để nâng cao vũ khí chiến tranh đã mang nhân loại đến chính bờ vực thẳm nhanh chóng của sự tự huỷ diệt hoàn toàn. Nếu chúng ta không làm gì cả đối với vấn đề này, thì chiến tranh sắp tới sẽ chấm dứt thế giới, con người và mọi vật trên hành tinh này bị tiêu huỷ và thế giới sẽ không có kẻ chiến thắng mà cũng không có những nạn nhân – duy có những thây chết.

Chúng ta cần ý thức mối thiệt hại lớn lao ở đây, nếu chúng ta giải quyết những vấn đề của chúng ta và mang hạnh phúc cũng như hòa bình đến bằng cách chấp nhận phương pháp có văn hoá này và bằng cách hy sinh lòng tự hào kiêu hãnh nguy hiểm của chúng ta.

Khi Liên hiệp quốc được hình thành sau những cơn rùng mình của chiến tranh thế giới thứ hai, lãnh tụ của những quốc gia đã họp lại để ký hiệp ước với lời nói khai mạc là:

"Từ chính tâm con người mà chiến tranh bắt đầu, thì cũng chính từ tâm con người mà thành luỹ của hòa bình được xây đắp."[6]

2. Khủng hoảng về gia tăng Dân số

Thật không thể tưởng tượng rằng chỉ trong một thời gian ngắn mà dân số của thế giới đã tăng khủng khiếp. Không

---

6 Xem Hoà thượng K. Sri Dhammananda, 'What Buddhists Believe', CBBEF, Taipei, 1999, trang 285.

thể so sánh với bất cứ thời kỳ nào của lịch sử cổ đại. Những nền văn minh rộng lớn hiện hữu và đã biến mất ở Trung á, Trung đông, Châu phi và Châu mỹ cổ đại. Không có những điều tra dân số của những nền văn minh này thậm chí là ở mức rất ít. Dân số cũng như mọi thứ khác trong vũ trụ bị chi phối bởi chu trình của vòng sanh và diệt. Trong vài ngàn năm vừa rồi, không có bằng chứng để chứng minh rằng ở vài nơi trên trái đất đã có nhiều người ở hơn bây giờ. Số lượng con người hiện hữu trong nhiều hệ thống thế giới khác nhau thật sự là vô tận.

Một trong những nguyên nhân chính của sự khủng hoảng này là dục vọng mạnh mẽ của con người như Hoà thượng K.Ri. Dhammananda trong tác phẩm '*What the Buddhist believe*'(Phật tử chánh tín) đã chỉ ra nguyên nhân chính của việc tăng nhanh tỷ lệ sanh sản là dâm dục hoặc khát ái và Hoà thượng đưa ra một giải pháp cho vấn đề này là:

"Dân số sẽ tăng nhanh hơn, trừ khi nếu con người biết chế ngự lòng khát ái của chính mình."[7]

Như thế, sự ảnh hưởng hoặc trách nhiệm của tăng dân số hầu như được quy cho là sự hưởng thụ dục lạc thái quá, hoặc không biết các kiến thức khác hoặc những môn giải trí tiêu khiển lành mạnh có sẵn khác. Sự ảnh hưởng hoặc trách nhiệm của tăng dân số là không phải định phần cho bất cứ một tôn giáo riêng biệt nào hoặc bất cứ một năng lực bên ngoài nào như quần chúng tin rằng con người được Chúa trời hoặc Thượng đế tạo ra. Nếu tin rằng Chúa trời sanh ra tất cả, thế thì tại sao lại có nhiều đau khổ như nghèo nàn, buồn rầu, chiến tranh, đói thiếu, bịnh tật, tai hoạ... giáng cho những chúng sanh do Ngài tạo? Tất cả những biến cố không may này đã phá huỷ mạng sống con người là không liên quan đến ý của Chúa trời hoặc ý thích bất thường của một số ma quỷ, thay vì vậy tại sao Chúa trời không điều khiển dân số cho giảm xuống?[8]

---

7 Cùng trang sách đã dẫn.

8 Như trên.

3. Khủng hoảng sinh thái

Một nguyên nhân khác đã làm cho nhiều người lo lắng là những tai họa mà con người trên khắp thế giới phải chịu trong khoảng thời gian gần đây. Điều này đã chứng minh rằng bây giờ bản thân thiên nhiên đã để sự giận dữ tự vệ của mình chống lại con người với những hình thức như bão lụt, hạn hán, động đất, núi lửa... Đây là kết quả của sự huỷ diệt với nhiều hình thức đa dạng của hệ thực vật và hệ động vật đã làm cho môi trường bị ô nhiễm và tương lai bản thân quả đất này không an toàn.

Như chúng ta biết, khủng hoảng nền sinh thái hiện tại là khủng hoảng môi trường bao gồm: không khí, nước, đất do những thử nghiệm chất nguyên tử, thử nghiệm những vũ khí hoá học, những ga độc từ những xí nghiệp công trình và do bởi sự tăng nhanh của dân số v.v...

Giám đốc của Bộ Ô-nhiễm nền sinh thái trong bản báo cáo '*Hồi phục lại chất lượng của nền sinh thái chúng ta*' (Restoring the Quality of our Environment) tại Ủy ban Tư vấn Nền sinh thái đã tổ chức vào tháng 11, 1965 đã định nghĩa thuật từ 'ô nhiễm' như sau:

"Ô nhiễm nền sinh thái là một sự thay đổi bất lợi cho môi trường xung quanh chúng ta, toàn thể hoặc phần lớn - sản phẩm của con người qua những hiệu ứng thay đổi trực tiếp hay gián tiếp trong những mẫu năng lượng, những tầng phóng xạ, cơ chế vật lý hay hoá học và những tổ chức đa dạng khác. Những sự thay đổi này có thể ảnh hưởng trực tiếp đến con người hoặc ngang qua việc cung cấp nước, hợp chất sinh vật học và nông nghiệp của con người, những sở hữu hoặc đối thể vật lý của con người hoặc những cơ hội giải trí và thưởng thức thiên nhiên của con người."[9]

Đề cập vấn đề '*Năng lượng nguyên tử*', nhà vật lý học nổi tiếng Fritjof Carpa nói rằng:

---

9 Edward J. Kormondy, Concept of Ecology, New Delhi, 1991, trang 246.

"Năng lực phóng xạ tiết ra từ những lò phản ứng hạt nhân thì cũng giống như những lò sản xuất bụi phóng xạ bom nguyên tử. Hàng nghìn tấn những chất độc thải ra trong nền sinh thái do những cuộc bùng nổ hạt nhân và lò phản ứng hạt nhân tràn ra. Khi chúng được tích luỹ trong không khí chúng ta thở, thực phẩm chúng ta ăn và nước chúng ta uống đã tạo thành bịnh ung thư và những bịnh di truyền học tiếp tục tăng nhanh. Hầu hết chất độc nhất của chất độc phóng xạ, chất hoá học Pluton là có thể phân hạch, có nghĩa là nó được dùng để tạo bom nguyên tử. Vì vậy, công suất hạt nhân và vũ khí hạt nhân đã có liên hệ chặt chẽ, đã xuất hiện với nhiều hình thức khác nhau nhưng đều cùng ảnh hưởng đến mạng sống con người. Với sự tiếp tục phát triển của chúng, rất có khả năng sự tiêu diệt toàn cầu mỗi ngày trở thành lớn hơn."[10]

Đối với vấn đề ô nhiễm nước và thực phẩm, Fritjof Capra đã thêm vào như sau:

"Cả nước chúng ta uống và thực phẩm chúng ta dùng đã bị ô uế bởi một số lượng chất độc. Ở Hoa kỳ, sự gia tăng thực phẩm tổng hợp, thuốc trừ sâu, chất dẽo và những chất hoá học khác đã đánh dấu tỷ lệ hiện nay mỗi năm có tới hàng ngàn hợp chất hoá học mới. Như là hậu quả, chất độc hoá học đã trở thành một phần tăng nhanh của đời sống phong phú của chúng ta. Hơn nữa, sự đe dọa đến sức khoẻ chúng ta qua sự ô nhiễm không khí, nước và thực phẩm là thấy rõ ràng nhất, hiệu ứng trực tiếp của công nghệ con người trên nền sinh thái tự nhiên. Ít thấy nhưng hậu quả hiệu ứng vô cùng nguy hiểm này, con người chỉ nhận ra mới đây và vẫn chưa được hiểu hoàn toàn."[11]

Thêm vào đó, việc sử dụng xăng dầu thái quá mới đây đưa đến việc buôn bán lậu, các tàu chở dầu với những sự cố va chạm thường xuyên, khiến cho một số lớn xăng dầu bị đổ tràn

---

10 Fritjof Capra, The Turning Point, London, 1982, trang 3.

11 Paul R Ehrlich and Anna H. Ehrlich, Population Resources Environmental, San Francisco, 1972, trang 147.

ra biển. Những dầu bị đổ này không chỉ làm ô nhiễm những bờ và bãi biển ở Châu Âu mà còn phá hoại những sinh vật dưới biển và vì vậy đã tạo nên mối nguy sinh thái học mà những điều này con người vẫn chưa hiểu hoàn toàn. Việc tạo điện từ than thì nguy hiểm hơn và ô nhiễm hơn điện được làm ra từ dầu. Những mỏ dầu dưới đất tạo ra nhiều sự nguy hại cho những thợ mỏ và sự khai mỏ bằng máy tạo ra hậu quả môi trường trầm trọng, từ đó những mỏ thường bị huỷ bỏ, một khi than đã hết hạn, với hậu quả là số lượng đất đai để lại đã bị tan hoang. Sự nguy hại trầm trọng hơn tất cả do việc đốt than là ảnh hưởng đến môi trường và sức khoẻ con người. Những kế hoạch đốt than đá đã tải ra một số lượng khói, tro, khí và những hợp chất hữu cơ, nhiều loại trong chúng được biết là chất độc hoặc chất gây ung thư. Sự nguy hiểm của khí là chất đioxyt lưu huỳnh có thể làm suy yếu phổi trầm trọng. Một chất thải ô nhiễm khác từ việc đốt than là chất Oxit Nito, nó cũng là thành tố chính làm ô nhiễm không khí từ khói ô tô. Kế hoạch đốt than có thể loại ra nhiều chất Oxit Nito như là vài trăm ngàn xe hơi tải ra... Nguyên nhân chính thường là quy cho sự hiểu biết quá thiển cận về hệ sinh thái, kết hợp với lòng tham vọng tột độ của con người.

Ở Los Angeles, 60 thành viên của trường Đại học Y khoa California[12] đã đề cập như sau: ”*Sự ô nhiễm không khí đã trở thành mối nguy cho sức khoẻ đối với hầu hết cộng đồng này suốt trong nhiều năm*”. Sự ô nhiễm không khí liên tục không chỉ ảnh hưởng con người mà còn phá vỡ những hệ thống sinh thái. Nó đã gây thương tổn và giết nhiều cây cối và những sự thay đổi trong đời sống thực vật này có thể tạo ra sự thay đổi mạnh mẽ về tỷ số động vật mà sống tuỳ thuộc vào những thực vật này.

Và họ đã tuyên bố rằng không tính đến sự đe dọa của những thảm hoạ hạt nhân, nền sinh thái toàn cầu và sự thăng hoa đời sống hơn nữa trên hành tinh của chúng ta đã bị nguy hiểm nghiêm trọng và có thể kết thúc tốt đẹp trong một quy mô

12 Cùng trang sách đã dẫn.

lớn của tai họa sinh thái giáng xuống. Dân số tăng nhanh và kỹ thuật công nghiệp góp phần trong nhiều cách làm suy thoái trầm trọng nền sinh thái tự nhiên mà trong đó chúng ta hoàn toàn tuỳ thuộc vào. Hậu quả mang đến là sức khoẻ của chúng ta và những người khác đang bị nguy hiểm nghiêm trọng.

Điều rõ ràng và chắc chắn là công nghệ của chúng ta đang quấy rầy dữ dội và có thể thậm chí tiêu diệt những hệ sinh thái mà chúng ta đang tồn tại trong đó. Chúng ta có thể hình dung sự nguy hiểm biết bao cho vấn đề ô nhiễm môi trường hiện tại trên hành tinh này! Không có sự an toàn cũng không có sự công bằng được tìm thấy ở khắp nơi. Sự không bảo đảm và không an toàn đã trở thành một tai ương cùng khắp. Khát vọng '*chinh phục thiên nhiên*' đã không thành công trong việc đem sự sung túc hoặc hòa bình đến cho mọi người. Sự ô nhiễm này hẳn là một hậu quả hiển nhiên của một nền văn minh khoa học hiện đại với vận tốc khủng khiếp, không thể kiểm soát được của nền phát triển công nghiệp và kinh tế. Trong vòng quay ngược lại, nền văn minh là kết quả của đỉnh cao tư duy, cách nghĩ và hưởng thụ niềm vui. Như vậy, những nguyên nhân chính gây ra khủng hoảng môi trường như đã được cảnh báo chính là tham vọng và vô minh của con người.

4. Khủng hoảng nền Đạo đức Con người

Một trong những cuộc tranh luận khá sôi nổi ở phương tây hiện nay, đặc biệt ở nước Hoa kỳ là liên quan đến vấn đề suy thoái nền đạo đức.

Thật sự rằng những nước phát triển đã chuyển biến nhanh để thoả mãn tham vọng của họ, để mang sự giàu có thịnh vượng ngang qua sự tiến bộ của tất cả thành đạt kỹ thuật-khoa học-vi tính-không gian, họ được gọi là những xã hội lành mạnh, nhưng với sự nghiên cứu đúng đắn, chúng ta sẽ thấy rằng chính những xã hội này đã bị bịnh hoạn, với tỷ lệ cao của những vấn đề tự tử, giết người, du côn, bài bạc, cần sa, tệ nghiện rượu, côcain và những hình thức trụy lạc trác táng khác v.v... Sự ảnh hưởng đã tăng nhanh cùng với việc tăng số lượng của rượu, tự tử... và những tiến bộ của khoa học và kỹ thuật đã phá huỷ cơ sở vững chắc của đời sống có tính cách đạo đức của chính nó... Sự giáo dục đạo đức ở xã hội công nghiệp thì không được coi trọng. Hầu hết mọi người chỉ có coi trọng làm thế nào đạt được nhiều tiền. Họ đánh giá con người qua bao nhiêu tiền mà người ấy có được, bất kể nghề nghiệp và phương tiện gì. Trong những đất nước xã hội nơi mà tính chuyên chế, chủ nghĩa giáo điều, chủ nghĩa cá nhân và tư tưởng bè phái thịnh hành, thì phúc lợi phần lớn của quần chúng bị chuyên chế và tộc người thiểu số bị loại ra, tất cả những nguồn kinh tế đều nằm trong tay những người có quyền lực. Các khuynh hướng xã hội trên đã đề cao giá trị vật chất, đã chuyển con người thành những cái máy cho sự sản xuất và tiền thù lao mà không màng đến lý tưởng hoặc đạo đức.

Nói một cách khác, những đất nước mà cho là "*dân chủ, hòa bình và thịnh vượng nhất*" đang trở nên bị khổ sở với những bịnh tật nguy hiểm. Nhà tâm lý học Mỹ nổi tiếng Erich Fromn, trong tác phẩm '*The Sane Society*' (Xã hội lành mạnh) đã cho rằng bức tranh đơn giản của một xã hội điên cuồng liên quan phần lớn đến nước Hoa kỳ hơn những nước ở Châu Âu.[13]

Để khẳng định điều này, Erich Fromn thêm rằng:

"Con người đã thống lĩnh thiên nhiên và sản xuất ngày càng nhiều những của cải vật chất đã trở thành một mục đích tối cao trong đời sống. Trong tiến trình này, con người đã chuyển mình thành vật, đời sống đã trở thành phụ thuộc với vật chất, 'là' đã bị 'có' thống trị. Nguồn gốc của văn hoá phương Tây, kể cả Hy-lạp và Do- thái, đã coi trọng mục đích của đời sống, sự hoàn thiện con người, con người hiện đại qua sự hoàn thiện của vật chất và kiến thức thế nào để sản xuất vật chất."[14]

Và Erich Fromn đã đi đến kết luận rằng tuy nước Hoa kỳ

---

13 Trevor Ling, Buddha, Marx and God, London: 1979, trang 5.

14 Erich Fromm, Psychoanalysis and Zen Buddhism, trang 79.

là cường quốc, thịnh vượng và tiến bộ nhất nhưng lại cho thấy mức độ lớn nhất về nạn tinh thần suy sụp và mất thăng bằng.[15]

Đứng về mặt tâm lý học, khi đối mặt với những mặt khó khăn ngày càng tăng nhanh, con người cảm thấy hồi hộp, lo lắng, hoài nghi hơn và vì muốn lãng quên thực tế đó, bằng cách họ đã lao vào thọ hưởng khoái lạc đời sống và chôn vùi mình trong tệ nghiện rượu, thuốc phiện, giết người và tự vẫn... Thật là hợp lý, khi Erich Fromn đã gợi ý rằng mặc dù có sự tăng nhanh trong sản xuất, tiện nghi, kỹ thuật, khoa học... ở phương Tây, nhưng thật ra hạnh phúc của phương Tây chỉ dựa trên vọng tưởng của đầy vật chất và tiền bạc, từ từ con người cảm thấy mất bản thân họ và cảm thấy sống không mục đích, trống lỗng, đơn độc đến nỗi họ đã than lên rằng thế kỷ XX là thế kỷ con người đã chết.[16]

Rõ ràng cuộc khủng hoảng chiến tranh, tăng nhanh dân số và ô nhiễm môi trường tạo ra sự nguy hiểm cho con người trên hành tinh và làm suy thoái đạo đức dẫn đến khủng hoảng xã hội trong nhiều cách. Những cuộc khủng bố tấn công, những chiến tranh, tham nhũng, tội ác với trẻ con, phụ nữ và người già đã xảy ra trong thế giới này thật sự là một nơi đau khổ, không có hạnh phúc để sống và con người trở thành xa lạ, trung lập với mọi điều xảy ra trên thế giới này. Thái độ trung lập, lãnh đạm, tàn bạo đã lót một con đường cho một kiểu đời sống nhẫn tâm, không bình đẳng và bạo động ngay cả có nhiều tiến bộ khoa học nhưng vẫn không quản lý được như J. Krishnamurti trong tác phẩm nổi tiếng '*Education and Signification of Life*' (Giáo dục và Ý nghĩa của cuộc sống) đã viết rằng:

"Những tiến bộ kỹ thuật đã giải quyết tức thì vài loại vấn đề nào đó của con người ở một trình độ nào đó, nhưng nó cũng làm cho vấn đề trở nên phức tạp và sâu hơn. Để sống ở một mức

15 Trover Ling, như trên, trang 6.

16 Minh Chi-Hà Thúc Minh, Đại Cương Triết Học Đông Phương, Trường Đại học Tổng Hợp, TPHCM, 1993, trang 32-3.

độ nào đó mà không quan tâm đến tổng thể đời sống là tự tạo thêm sự đau khổ và huỷ diệt. Nhu cầu lớn nhất và vấn đề đè nén nhất của từng cá nhân là hội nhập vào tổng thể đời sống để có thể giúp cho vị ấy đương đầu với những phức tạp đang gia tăng không ngừng.

Tất nhiên, kiến thức công nghệ sẽ không có phương hướng để giải quyết vấn đề bên trong chúng ta, những sức ép, xung đột tâm lý và chính vì chúng ta thu nhận kiến thức công nghiệp mà không có sự hiểu thấu tiến trình tổng thể của đời sống nên công nghệ đã trở thành một phương tiện để tự tiêu diệt chúng ta. Con người biết làm thế nào để chia chẻ bom nguyên tử nhưng nếu không có tình thương hiện hữu trong trái tim thì người ấy sẽ trở thành một quái vật."[17]

5. Tốc độ Tiến triển đến Thế giới hiện đại

Thế giới bây giờ chuyển nhanh với một tốc độ không thể tưởng tượng được trong thời hiện đại. Chúng ta thấy một sự chuyển đổi nhanh trong hoạt động và tổ chức của con người đến nỗi những vấn đề đã trở thành vấn đề quốc tế. Nhưng có một sự kiện không thể chối bỏ là những thành đạt trong khoa học và kỹ thuật đã phá huỷ nếp sống đạo đức vững chắc và đã chuyển con người trôi dạt tới một thế giới xa lạ và khó khăn. Thế giới đang thay đổi nhanh đến không ngờ.

Thật ra, những thuận lợi trong khoa học đã mang sự giải phóng đến cho loài người và đã làm giàu thêm nền văn hoá của chúng ta chẳng hạn nó đã làm cho chân trời kiến thức rộng ra nhưng nó cũng làm cho cuộc sống chúng ta trở nên phức tạp và khó khăn ở nhiều lãnh vực nào đó.

6. Vấn đề Trao đổi Tư duy

Sự thành đạt của cái gọi là '*Văn minh kỹ thuật khoa học*' của thế kỷ XXI đã làm cho các xã hội trên thế giới gần với nhau hơn

---

17 J. Krishnamurti, Education and the Signification of Life, 1994, trang 19.

trước đó và có thể đáp ứng những nhu cầu và đòi hỏi của nhau hơn. Đặc biệt với sự thành đạt cao của kỹ thuật - khoa học - vi tính - không gian, phương Tây và Đông, phương Nam và Bắc đã có thể trao đổi lẫn nhau về tư duy, ý kiến, cũng như các mặt của đời sống như tôn giáo, chính trị, kinh tế, xã hội, tâm lý và văn hoá... Họ có thể gặp nhau và trao đổi lẫn nhau trong một phạm vi rất lớn và sâu sắc mà trước đó chưa từng có và chính vì lý do đó mà nhà vật lý học Fritjof Capra thường gọi là 'Hệ biến hoá'- một sự chuyển đổi sâu sắc trong tư duy, khái niệm và giá trị đã hình thành một cái nhìn đặc biệt về thực tế và ông đã cho một sự ghi chú ngắn về lịch sử của sự trao đổi như sau:

"Hệ biến hoá bây giờ đang chuyển đổi đã thống trị nền văn hoá của chúng ta vài hàng trăm năm, suốt trong thời kỳ đó nó đã hình thành xã hội phương Tây hiện đại và đã có ảnh hưởng đáng kể đến những phần còn lại của thế giới. Mô hình hệ biến hoá này bao gồm một số những ý tưởng, giá trị đã kết hợp với những dòng khác nhau của nền văn hoá phương tây, bao gồm sự Cách mạng khoa học, sự Khai sáng và Cách mạng công nghiệp. Chúng bao gồm lòng tin trong phương pháp khoa học như là một sự tiếp cận đúng đắn duy nhất đối với kiến thức, lòng tin về vũ trụ quan như là một hệ thống cơ khí bao gồm những khối hợp nhất vật chất cơ bản, sự tồn tại và lòng tin qua sự phát triển kỹ thuật và kinh tế để đạt được vật chất vô tận."[18]

Nhà xã hội học Pitirim Sorokin[19] đã chú giải mô hình hệ biến hoá hiện đại như là một phần của tiến trình nhất quán, một giao động liên tục của những hệ thống giá trị có thể thấy trong xã hội phương Tây. Sorokin đã bắt đầu thảo luận về việc đánh giá lại các giá trị mà không gì ngoài quỹ đạo thuyết động lực của văn hoá và xã hội.

---

18 Như trên, trang 17.

19 Pitirim A. Sorokin, Social and Cultural Dynamics, 4 tập, New York, 1937-41.

Bảng I

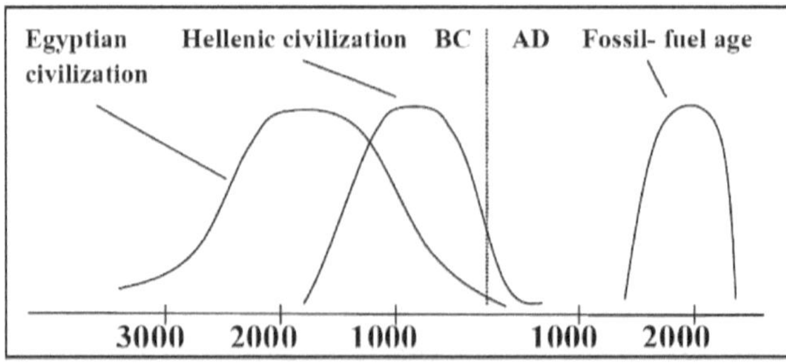

Fossil-fuel age in the context of cultural evolution

Tuy nhiên, ngày nay trong quá trình biến đổi tìm hiểu lẫn nhau giữa những nền văn hoá đang tiếp tục ở vài nơi, thì sự hợp nhất của thế giới đã làm cho nhiều xã hội con người và ý thức hệ đa dạng càng nổi bật hơn, gây ra sự căng thẳng và đối kháng chưa hề thấy trong tất cả lãnh vực của đời sống. Thời đại toàn cầu sắp đến đang tạo ra mối bất đồng, tạo ra sự truy tìm cái gọi là đồng nhất hơn và hoà hợp hơn. Sự khác biệt, đối lập và mâu thuẫn giữa các ý thức hệ, những hệ thống giá trị và cách suy nghĩ đa dạng đã trở nên càng nhiều hơn trên khắp thế giới. Mỗi nền văn minh hay văn hoá được kết cấu với nhiều giá trị đa dạng, một số giá trị căn bản và một số thường thay đổi. Những giá trị và ý tưởng này có thể khác nhau thậm chí trong cùng một nền văn hoá ở bất cứ giai đoạn nào theo sự thay đổi bất thường của vị trí địa lý hoặc sự thay đổi thời gian theo hệ tư tưởng nổi bật của thời đại.

Xã hội con người một khi đã duy trì những mẫu tri thức và văn hoá của chính họ mà bây giờ đã kết hợp với nhau trong một dòng lớn mạnh xô đẩy của lịch sử thế giới, tạo thành những làn sóng vỗ hăm hỡ va mạnh dội ngược lại nhau. Sự đồng bộ hoá toàn cầu bằng những công nghệ vận chuyển và thông tin đòi hỏi tất cả mọi người đóng vai trò quan trọng trong diễn đàn chung của lịch sử thế giới và hy vọng rằng họ ý thức được vai tuồng của họ trên nghệ thuật sân khấu này. Tuy nhiên, chỉ sau khi những phân chia và đối lập được khắc phục thì chân trời tinh thần mới của nhân loại được mở ra: một cuộc sống chân thật hoà hợp với nhau.

Chúng ta biết rõ ràng lịch sử thế giới sẽ không đơn giản được thành lập nếu không có những lực lượng lao động của sự tiến bộ kỹ thuật khoa học và lực lượng hoạt động của tinh thần bên trong thâm tâm con người.

Làm thế nào để chúng ta tìm thấy một nền tảng tinh thần chung trong thế giới đa nguyên mà không làm tổn hại những đặc trưng độc đáo của mỗi truyền thống văn hoá và tinh thần? Đây cũng là một trong những vấn đề khẩn cấp mà nhân loại ngày nay đối mặt.

HƯỚNG ĐỀ NGHỊ

1. Trách nhiệm Thế giới

Sự khủng hoảng của con người quá sâu sắc và gây kinh sợ đến nỗi đã ảnh hưởng tất cả những lãnh vực xã hội trong những mối liên quan từ cá thể trong gia đình đến cộng đồng của cá thể đó, không nơi nào trên trái đất này thoát khỏi sự nguy hiểm của những vấn đề không thể rút lui đang đe dọa chính sự hiện hữu trên trái đất như vậy. Điều này bao gồm nhiều khái niệm mới của những mối quan hệ và ràng buộc trong xã hội đã tác động đến quan điểm giáo dục toàn cầu và chỉ điều này mới có thể làm giảm đi tính chất hạn hẹp của chủ nghĩa dân tộc và chủ nghĩa bá quyền của cường quốc bắt nguồn từ những vòng lẩn quẩn của mối thù hận, nạn phân biệt chủng tộc và những thành kiến bóp chết bản chất thiện trong chúng ta, trong tất cả tôn giáo và trong văn hoá (góp phần hình thành những di sản phong phú cho mọi thời đại). Nếu chúng ta hy vọng mang hòa bình đến cho chính mình và người khác, thì chúng ta nên khép mình vào kỷ luật trong một cách nào đó để mang lại hạnh phúc và hòa bình chân thật.

Để hiểu những khủng hoảng văn hoá đa dạng, chúng ta cần phải chấp nhận một tầm nhìn rộng lớn và thấy chính mình trong ngữ cảnh của sự tiến hóa văn minh con người. Chúng ta phải chuyển quan điểm của chúng ta tới một hướng tốt đẹp hơn.

2. Khuynh hướng Tôn giáo

Như chúng ta thấy mặc dù kỹ thuật và khoa học đã có tiến bộ nhiều nhưng không thể chuyển đổi cảm hoá tâm trí con người. Khoa học có thể giải quyết những vấn đề tức thời, có thể nuôi dưỡng nhiều người, để mà có nhiều người hơn để nuôi dưỡng; Khoa học có thể kéo dài mạng sống con người nhưng ngược lại khoa học cũng có nhiều phương pháp hiệu quả hơn để phá huỷ mạng sống con người. Theo Robert F. Spencer trong tác phẩm '*The Relation of Buddhism to Modern Science*' (Mối quan hệ Phật giáo với Khoa học hiện đại) nói rằng:

"Quan điểm ngày nay cho rằng khoa học không gì khác hơn là một phương pháp và tìm cách đào sâu để đáp ứng những vấn đề và câu hỏi về trạng thái tuyệt đối của vận mệnh con người. Đây là quan niệm lầm lạc, vì nó hình thành một khoa học giáo điều mà nơi đó không có mặt của tác động tôn giáo."[20]

Vì vậy, mục đích của khoa học là vật chất để thỏa mãn tham vọng của con người hơn là tinh thần để cải thiện đạo đức con người. Để giải quyết những sự không thăng bằng hiển nhiên này giữa khoa học, công nghệ, đạo đức và tinh thần, thì không có cách nào khác là trở lại nền tảng của triết học đời sống mà A.J. Toynbee đã diễn tả như sau:

"Tôi tin rằng hình thức của một nền văn minh là sự biểu hiện tôn giáo của nó và đó là một nền văn minh được quyết định trên nền tảng tôn giáo."[21]

Nghĩa là tôn giáo ứng dụng cho những nhu cầu tinh thần của con người và là cơ sở của nền văn hoá nước đó như H.G. Wells đã trình bày rằng:

"Tôn giáo là phần trung tâm của nền giáo dục đã xác định tư cách đạo đức của chúng ta."[22]

---

20 Ed. Buddhadasa P. Kirthisinghe, Buddhism and Science, Delhi, 1996, trang 18.

21 A. Toynbee - Daisaku-Ikeda, Man Himself Must Choose, Tokyo, 1976, trang 288-0.

22 Hoà thượng Dr. K. Sri Dhammananda, Buddhism as a Religion, Malaysia,

Kant, nhà triết học Đức nổi tiếng phát biểu rằng:

"Tôn giáo là những nguyên lý đạo đức như là luật lệ không được vi phạm."[23]

Và thông điệp của Đức Phật về đời sống đạo đức tôn giáo như sau:

"Không làm các điều ác,

Gắng làm các việc lành,

Giữ tâm ý trong sạch.

Đó lời chư Phật dạy."

(Sabba pāpassa akaraṇam, kusalassa upasampadā, sacittapariyodapanaṁ, etaṁ buddhāna sāsanaṁ).[24]

Nói rộng hơn, chúng ta nên hiểu rằng tôn giáo nếu thật sự là tôn giáo cần phải lấy toàn con người làm trung tâm chớ không phải lấy một lãnh vực nào đó của đời sống con người. Con người tốt nghĩa là một người phải theo tôn giáo của mình, biết rằng sẽ không có hạnh phúc và hòa bình nào trên trái đất, khi nơi đó còn có sự nghèo nàn, đói khát, bất bình đẳng và đàn áp, nạn phân biệt chủng tộc, sự bất lực, sự không công minh, nỗi sợ hãi, sự không tin cậy và nghi ngờ lẫn nhau. Lòng tự trọng không gây chiến tranh với kẻ khác là cần thiết đối với hạnh phúc như thực phẩm và nếu ở đó không còn có sự tự trọng thì họ không thể đạt được sự tiến triển đầy đủ nhân cách của họ.

Tuy nhiên, một sự kiện không thể phủ nhận rằng không phải tất cả tôn giáo đều hữu dụng và tốt cho mọi người. Nhưng lịch sử là một bằng chứng khi một tôn giáo nào đó thành công trong việc đáp ứng nhu cầu tín ngưỡng, tu tập có thể thật sự dẫn con người đến thân và tâm an lạc, thì tôn giáo đó tồn tại và sống lâu dài. Tôn giáo đa nguyên cũng là một hiện tượng tôn giáo và

2000, trang 7.

23 Hoà thượng Dr. K. Sri Dhammananda, Buddhism as a Religion, Malaysia, 2000, trang 7.

24 Dhammapala, câu 183, trang 97-8.

văn hoá nổi bật trong thời đại chúng ta và một trong những vấn đề quan trọng được các nhà tôn giáo và nhà tư tưởng của mọi truyền thống đề cập đến. Tôn giáo đa nguyên là một vấn đề thông thường thách thức với mọi tôn giáo trong kỷ nguyên của chúng ta nhưng mức độ nghiêm trọng và sự thách thức của nó thì không phải là đồng nhất tất yếu với tất cả tôn giáo.

Tuy nhiên, đứng về phương diện khác biệt giữa Thiên chúa giáo và Phật giáo, mặc dù trong vài thế kỷ trước kia, Thiên chúa giáo đã đương đầu với vấn đề tôn giáo đa nguyên, và trong vài thế kỷ gần đây, hưởng được sự độc quyền tôn giáo ở Châu Âu và Châu mỹ. Chỉ mới đây, với sự sụp đổ quan điểm Châu Âu trung tâm thế giới và sự phát triển nhanh của quan hệ tương tác quốc tế trong nhiều lãnh vực của cuộc sống con người, những tín đồ Cơ đốc đến và lần nữa thấy thực tế mạnh mẽ của tôn giáo đa nguyên. Họ mới nhận ra sự tồn tại tín ngưỡng và giá trị của những hệ thống tôn giáo-không phải Thiên chúa giáo, không chỉ ở các nước ngoài mà còn ở Châu Âu và Châu mỹ. Thế là đối với những tín đồ Cơ đốc, tôn giáo đa nguyên bấy giờ đã xuất hiện như là một thách đố trầm trọng đối với thuyết một thần của Thiên chúa giáo.

Mặc khác, Phật giáo ngang qua lịch sử lâu dài đã tồn tại và trải rộng khắp Châu á trong một bối cảnh đa tôn giáo: ở Ấn độ, Phật giáo đã cùng tồn tại với Bà-la-môn giáo, đạo Loã thể và nhiều hình thức khác của đạo Hindu; ở Trung hoa, Phật giáo kết hợp với Khổng giáo và Lão giáo; ở Nhật bản, Phật giáo hoà nhập với Shinto và Khổng giáo... Vì vậy, đối với hầu hết các Phật tử, '*đa tôn giáo*' đã không làm chấn động như các con chiên Thiên chúa giáo.[25]

Trong sự nối kết để giải quyết những vấn đề không thăng bằng trong tôn giáo, khoa học, kinh tế... ở trên, Albert Einstein - nhà khoa học nổi tiếng với *Thuyết Tương đối* của thế kỷ XX đã có lời khuyên rất khôn ngoan

---

25 Masao Abe, Buddhism and Interfaith Dialogue, ed. by Steven Heine, Hong Kong, 1995, trang 17-8.

rằng chúng ta nên kết hợp tôn giáo và khoa học như sau:

"Khoa học chỉ được sáng tạo từ những người hoàn toàn hướng đến chân lý và hiểu biết. Song điều này xuất phát từ phạm trù tôn giáo và từ niềm tin về những quy luật giá trị phù hợp với cuộc sống thực tại, nghĩa là có thể lý giải để suy luận. Tôi không thể hiểu một nhà khoa học chân chính lại không có lòng tin sâu sắc đó. Trạng thái này có thể diễn tả qua hình ảnh: khoa học không có tôn giáo thì què quặt, tôn giáo không có khoa học thì mù lòa."[26]

Trong khi Trevor Ling, giáo sư dạy môn Tôn-giáo-học ở trường đại-học Manchester tự hỏi rằng: "*Sau cuộc chạm trán này, tôn giáo nào có thể thích hợp nhất*?" Theo ông ta, thật là rất hữu dụng để trả lời câu hỏi này với sự tham khảo về Phật giáo. Một, bởi vì Phật giáo là một mẫu tôn giáo được nhiều người công nhận là tương hợp với xu hướng thế tục hiện đại hơn là các tôn giáo khác và mặt khác, cuộc gặp gỡ với chủ nghĩa thế tục, sự biến cải tư tưởng của nó đối với Phật giáo như là sự thử thách và điều này đối với các tín đồ tôn giáo khác kể cả Phật tử có vẽ có ý nghĩa đáng kể.[27] Cũng cùng ý này, Tiến sĩ Radhakrishman đã nhấn mạnh rằng:

"Phật giáo thu hút được tư tưởng hiện đại, bởi lẽ Phật giáo là khoa học thực nghiệm và không dựa trên bất cứ giáo điều nào."[28]

3. Khuynh hướng Cụ thể của Phật giáo

Thiết nghĩ, điều mà chúng ta cần để khắc phục những khủng hoảng đa dạng là không chỉ bằng năng lực mà còn là sự thay đổi sâu sắc về giá trị, thái độ và cách sống tương ứng với hoàn cảnh hiện tại, Phật giáo (佛 教) đặc biệt Đại thừa (大 乘) hoặc

---

26 Albert Einstein, Ideas and Opinions, London, 1973, trang 46.

27 Xem chi tiết trong 'Buddha, Marx and God', như trên, trang 8-9.

28 Wang Chi Buu, "A Scientist's Report on Study of Buddhist Scripture", CBBEF, Taipei, R.O.C.

Bồ Tát thừa (菩 薩 乘) với học thuyết Tánh Không (空 性) và Từ bi (慈 悲) dường như là thích hợp với điều này. Nhìn vào lịch sử, chúng ta có thể thấy có hai khái niệm rất sâu sắc, tế nhị và ảnh hưởng rất nhiều đến các kinh điển Đại thừa (大 乘 經), đó là khái niệm Bồ Tát (菩 薩) và Tánh Không (空 性) như kinh Kim-cang bát-nhã ba-la-mật (金 剛 般 若 波 羅 密 經) dạy rằng: *"Chưa bao giờ rời bỏ tất cả chúng sanh và thấy như thật các pháp là không."*[29]

Vào khoảng thế kỷ I, II trước tây lịch (sau khi Đức Phật nhập niết bàn 3, 4 thế kỷ), Đại thừa đã bắt đầu phát triển và học thuyết Bồ Tát (Bodhisattva) được kế thừa từ khái niệm Bồ Tát (Bodhisatta) trong kinh điển Pāli trở thành lý tưởng chủ đạo đóng vai trò chính trong phong trào Đại thừa này. Học thuyết Bồ Tát được từ từ chuyển đến phía Đông-bắc như Châu á, Đại hàn, đặc biệt là ở Trung hoa, Nhật bản và Việt nam... Và quan điểm của lý tưởng Bồ Tát (菩 薩 理 想), một hình thức của Đại thừa Phật giáo được chào đón và ảnh hưởng rộng đến mọi tầng lớp của đời sống qua các mặt tôn giáo, chính trị, kinh tế, xã hội, tâm lý và văn hoá từ thời cổ đại đến thời hiện đại như Edward Conze đã nói rằng có hai điều cống hiến lớn mà Đại thừa đã cống hiến cho tư tưởng nhân loại là việc sáng tạo ra lý tưởng Bồ Tát và chi tiết hóa học thuyết Tánh Không.[30]

Tuy nhiên, có nhiều điều mà chúng ta cần phải khẳng định để hiểu sâu hơn về mục đích của Phật giáo cũng như ý nghĩa và sự thích ứng của khái niệm Bồ Tát và Tánh Không này như sau:

a. Quan điểm không Giáo điều

Như chúng ta biết, Thiên chúa giáo là một tôn giáo cứu rỗi trong khi đạo Phật là con đường tuệ giác. Nói một cách khác, sự giải thoát của Thiên chúa giáo là cứu giúp khỏi tội lỗi ngang qua vị Cứu tinh, dựa trên những giáo điều nào đó mà tín đồ phải tin

---

29 Edward Conze, Buddhism: Its Essence and Development, Delhi, 1994, trang 130.

30 Edward Conze, Thirty Years of Buddhist Studies, London, 1967, tr. 54.

tưởng nếu họ ước mơ được lên thiên đàng sau khi chết. Trong tín điều của Apostle đã liệt kê những lòng tin như vậy và trong '*Crossing the Threshold of Hope*', John Paul II đã đưa ra nhiều tín điều và tuyên bố rằng chúng là tối hậu mà những con chiên Thiên chúa giáo chỉ phải tuân theo hoặc từ chối.

Và cũng trong những tôn giáo phương Tây, người ta tin rằng Chúa trời có những thuộc tính của công lý, hoặc sự công bằng như quan toàn, hoặc tình yêu hoặc lòng nhân từ, tha thứ. Chúa trời là suối nguồn công lý, như vậy mọi điều Chúa trời làm đều được tin cậy là đúng đắn. Lời phán quyết hoặc giáo điều của Chúa trời là hoàn toàn đúng tuyệt đối, nhân quyền chỉ được định nghĩa dưới sự phán xử của Chúa trời.

Khái niệm công lý hoặc sự công bằng là một thanh gươm hai lưỡi. Một mặt, nó giúp mọi thứ phải đúng theo thứ tự, nhưng mặt khác nó phân biệt rõ ràng giữa chính và bất chính, hứa hẹn cho người chân chính một hạnh phúc vĩnh viễn, nhưng sẽ kết án người bất chính bị sự trừng phạt vĩnh cửu. Hơn nữa, Chúa trời trong những tôn giáo Xê-mít không chỉ là một Chúa trời tuyệt đối trong ý nghĩa bản thể học mà còn là một vị Chúa trời đích thực và sống động, người đã dạy con người qua sách Phúc âm của Chúa và yêu cầu con chiên phải đáp lại.

Theo học thuyết của một số tôn giáo, ngang qua lòng tin tuyệt đối vào đấng Sáng tạo hoặc Chúa trời, sự truyền thông giữa những tín đồ và Chúa trời hoặc đấng sáng tạo được thành lập và những con chiên sẽ được Ngài ban ân cho may mắn hay hạnh phúc trong hiện tại cũng như tương lai.

Đức Phật không ủng hộ quan điểm cho rằng những nghi lễ và nghi thức của tôn giáo là phương tiện duy nhất cho con người giải thoát.

Theo Đức Phật, sự phát triển giới-định-tuệ là những yếu tố quan trọng trong đời sống phạm hạnh đưa đến giải thoát tối hậu.

Ngài đã chỉ ra rằng người có đạo phải sống một đời sống vô hại, không thể chê trách, kính trọng, đứng đắn, cao thượng và thanh tịnh. Hành động cầu nguyện dâng cúng lễ vật hoặc tuân theo tín điều bản thân nó không làm cho con người thành có đạo hoặc đạt được sự hoàn thiện giải thoát.

Đức Phật khuyên chúng ta tránh xa những hành động tội lỗi. Như thế sẽ mang lại an lạc cho các chúng sanh chớ không phải bởi vì sợ Chúa trời hay sợ bị phạm vào những giới điều của Chúa.

Đức Phật chỉ là bậc đạo sư, người đã chỉ cho con người có lòng tin vào trí tuệ của chính mình. Người đã khuyên chúng ta không nên trở thành nô lệ cho những đối tượng bên ngoài, trái lại phải phát triển những năng lực ẩn tàng bên trong chúng ta với lòng tự tin.

b. Quan điểm Trí tuệ

Điều mà chúng ta gọi là trí tuệ, đó là sự hiểu và suy nghĩ đúng để thấy các pháp như thật. Trong kinh Pháp-cú, Đức Phật đã nhận thức về hậu quả của người không có trí tuệ như sau:

"Đêm dài đối với kẻ mất ngủ, đường xa đối với lữ khách mỏi mệt. Cũng thế, vòng luân hồi vô tận đối với người ngu không hiểu chánh pháp tối thượng."

(Dīghā jāgarato ratti, dīghaṁ santassa yojanaṁ,

dīgho bālānaṁ saṁsāro, saddhammaṁ avijānatam).[31]

Đây là tiếng than van thống thiết của người tìm cầu hạnh phúc, chân lý tối hậu vĩnh viễn. Chính sự khát ngưỡng này là một cảm hứng sống động cho sự xuất hiện các nguyên lý triết học, đạo đức, tâm lý cũng như những tư tưởng tôn giáo trên thế giới.

Nếu ý nghĩa của trí tuệ này là vâng theo ý Chúa trời nghĩa là lòng tin, là tín điều căn bản của các tôn giáo khác thì Đức Phật dạy rằng lòng tin như vậy không hướng dẫn Phật tử tiêu diệt các phiền não, hoài nghi, khát ái, phiền não và đau khổ, cũng không dẫn con người đi đến hạnh phúc chân thật. Lòng

---

31 Dha, câu 60, trang 33-4.

tin mà chỉ dựa vào trí tuệ, tu tập, tự kinh nghiệm và nỗ lực của chính bản thân thì vị ấy mới có thể tự từ bỏ đau khổ để duy trì thế giới hạnh phúc, thịnh vượng và hòa bình cho vị ấy và mọi người trên hành tinh này. Đó là lý do K.N. Jayatillaka trong tác phẩm nổi tiếng '*Early Buddhist Theory of Knowledge*' (Tri thức luận trong Phật giáo Nguyên thủy) đã viết rằng:

"Đối với người có trí, Đức Phật dạy rằng không nên chấp nhận lời tuyên bố của bất cứ ai dựa trên quyền lực mà không xem xét nó trước. Vị ấy hãy nên quán sát nó bằng chính trí tuệ và kinh nghiệm của chính mình với mục đích quán chiếu mối quan hệ của chúng đối với chân lý, rồi mới chấp nhận. Và nhất định chỉ trả lời bằng kinh nghiệm của chính mình."[32]

Trong kinh Trung bộ có một câu rất hay để biện chứng cho vấn đề trí tuệ như sau: '*Chánh pháp của ta không phải là đến để tin mà đến để thấy và tu tập*'. Rõ ràng rằng thông điệp này rất đơn giản, đầy ý nghĩa và thực tiễn, đã chứng minh Đức Phật đánh giá cao khái niệm '*biết và thấy*' hơn là '*thuần lòng tin*' và đây là một trong những điểm khác nhau giữa Phật giáo và các tôn giáo khác. Đức Phật dạy thêm rằng:

"Ai đầy đủ trí và hạnh sẽ là bậc tối cao giữa trời và người." (Vijjācaraṇa-sampanno so seṭṭho devamānuse).[33]

c. Lòng Tin

Trong Phật giáo, không có nghi thức trang trọng của 'lễ rửa tội' mặc dù có hơi giống với hình thức 'quy y' của Phật giáo. Thật ra, lễ quy y cũng chỉ là phương tiện để những Phật tử chấp nhận Đức Phật như một bậc thầy chỉ đường, chánh pháp như chân lý như thật hay con đường đi đến đời sống giải thoát an ạc và tăng chúng là những vị đi theo con đường phạm hạnh đó.

---

32 K.N. Jayatillaka, Early Buddhist Theory of Knowledge, 1963, trang 391.

33 Trích trong The Nature of Buddhist Ethics, Damien Koewn, London, 1992, p. vii.

Niềm tin (*Saddhā,* 信 心) của Phật tử đồng nghĩa với niềm tin có trí tuệ dẫn dắt tin tưởng ba ngôi báu (Tam bảo) là nơi xứng đáng nương tựa. Nơi đây không có lòng tin mù quáng, cũng không có phải 'tin hoặc bị đọa đày'. Thật ra, có những trường hợp khi đệ tử của những đạo sư này từ bỏ thầy của họ và hướng lòng trung thành của họ muốn đến quy y với Đức Phật. Đức Phật đã can ngăn và khuyên họ nên suy nghĩ kỹ hơn nữa. Khi họ cứ khăng khăng theo ý họ thì Đức Phật khuyên họ nên tiếp tục gieo trồng công đức và tín tâm vào các bậc thầy của họ.

Đoạn văn bất hủ trong kinh Kālāma đã dạy bài học đáng ghi nhớ như sau:

"Này Kālāma, ông có thể nghi ngờ, có thể lưỡng lực. Hãy để vấn đề nghi ngờ khởi lên. Này Kālāmas hãy tự hỏi mình: Chớ có tin vì nghe theo lời người ta nói, hoặc do đồn đại, hoặc do kinh tạng truyền tụng. Chớ có tin vì đó là sự bắt chước, hợp lý hoặc sự suy diễn cạn cợt. Chớ có tin vì đó là sự phù hợp với chủ trương, hoặc xuất phát nơi có quyền uy hoặc vì bậc sa môn là thầy của mình. Nhưng Kālāmas, khi chính ông tự biết: những điều này là không ích lợi, đáng khiển trách, bị người trí phê bình; những điều này khi thực hành sẽ góp phần sinh ra sự mất mát và đau buồn thì thật sự nên từ bỏ chúng, Kālāmas."[34]

(Alaṁ hi vo Kālāmā kaṇkhituṁ alaṁ vicikicchituṁ. Kaṇkhāniye va pana vo ṭhāne vicikicchā uppannā. Etha tumhe Kālāmā mā anussavena mā paramparāya mā itikirāya mā piṭakasampadānena mā takkahetu ma nayahetu mā ākāraparivitakkena mā diṭṭhinijjhānakkhantiyā, mā bhavyarūpatāya mā samaṇo no garū ti, yadā tumhe Kālāmā attanā va jāneyyātha—ime dhammā akusalā ime dhammā sāvajjā ime dhammā viññgarahitā ime dhammā samattā samādinnā ahitāya dukkhāya saṁvattantī ti—atha tumhe Kālāmā pajaheyyātha).[35]

---

34 BGS, tập I, Chương Ba pháp, Phẩm 5, Mục 66. Salha, số 7, trang 171-2.

35 A, tập I, trang 189.

Một bằng chứng không thể tranh cải được là con người có quyền tự do lựa chọn. Điều này đã trình bày khá dứt khoát, ở đây không có sự chấp nhận do dựa trên nền tảng của truyền thống, hoặc quyền lực của bậc đạo sư, hoặc bởi vì quan niệm này được số đông hay những người nổi tiếng... chấp nhận. Mọi vấn đề đều phải được cân nhắc, thực nghiệm và đánh giá liệu là nó thật hay sai trong ánh sáng của chính sự tin chắc của mình. Nếu điều đó là sai thì chúng ta không nên chối bỏ thẳng thừng mà để xem xét lại. Chẳng những nghi ngờ không coi là một cái tội trầm trọng mà còn được khuyến khích một cách tích cực.

Đó là quan điểm về lòng tin của Phật giáo.

d. Quan điểm về Con người

Thật ra, thế giới ngày nay rối rắm với những sự hiểu sai về ý thức hệ, chủng tộc, tôn giáo, chính trị và xã hội. Để giải quyết những vấn đề phức tạp này, con người (我) đóng vai trò trung tâm và chủ yếu. Con người hẳn phải biết mình và chính mình là kiến trúc sư xây dựng vận mệnh của mình chớ không ai khác như kinh Pháp cú minh hoạ như sau:

"*Chính mình là chỗ nương cho mình, chứ làm sao nương người khác được? Tự mình tu tập đầy đủ sẽ đạt đến chỗ nương tựa cao quý.*"

(Attā hi attano nātho, ko hi nātho paro siyā?

attanā 'va sudantena nātham labhati dullabhaṁ.)[36]

Cũng giống ý trên, một bài kệ khác trình bày như sau:

"Bởi chính ta làm điều ác, bởi chính ta làm ô nhiễm. Bởi chính ta mà điều lành được làm, bởi chính ta mà thanh tịnh. Thanh tịnh hay ô nhiễm đều do mình, chớ không ai có thể làm cho người khác thanh tịnh được."

(Attanā 'va kataṁ papaṁ attanā saṇkilissati;

---

36 Dha, câu 160, trang 83-4.

attanā akataṁ papaṁ attanā 'va visujjhati;

Suddhī asuddhī paccattaṁ; nāñño aññaṁ visodhaye).[37]

Vì vậy, con người có khả năng tạo ra mọi điều tốt đẹp nếu vị ấy biết thế nào để phát triển và điều khiển tâm đúng đắn. Nhiều người vẫn cứ khư khư chấp lấy quan niệm sai lầm, đặc biệt là đạo Bà-la-môn và Thiên chúa giáo đã tuyên bố rằng mọi vật trên thế giới này liệu là tồn tại hay không tồn tại, tốt hoặc xấu, may mắn hoặc không may mắn... tất cả đều từ năng lực của Đấng sáng tạo tối cao. Đấng sáng tạo duy nhất này có năng lực thưởng phạt, hoặc con người trên hành tinh này là những chúng sanh đau khổ cần phải được năng lực siêu nhiên cứu rỗi.

Và dường như rằng theo các tôn giáo hữu thần như Thiên chúa giáo và Hindu giáo, Bồ Tát trong Phật giáo được xem giống như Chúa trời là người có thể cứu và giải thoát đau khổ của chúng sanh trên hành tinh này. Đây là sự hiểu sai lầm trong pháp thoại của Đức Phật sẽ đưa đến sự suy giảm Phật giáo nếu không có sự điều chỉnh kịp thời. Giải pháp chính yếu nhấn mạnh rằng chúng ta phải điều chỉnh quan điểm và lòng tin rằng vị trí con người trong Phật giáo là tối thượng bởi vì con người có ba phẩm chất: trí nhớ, cách đối xử tốt và tính kiên nhẫn. Trí nhớ của con người mạnh hơn các loài khác. Biết kềm chế nhục dục tham đắm, thực hiện hành động đạo đức vì lợi ích của người khác, thường hy sinh lợi ích bản thân mình là điều đặc biệt trong cách cư xử của con người. Con người có khả năng chịu đựng nhiều đau khổ và khắc phục hầu hết bất cứ khó khăn nào tồn tại trong thế gian này. Ý chí và kiên nhẫn là phẩm chất tối cao khác mà con người sở hữu. Nói một cách khác, con người là chủ nhân ông của chính mình và không có chúng sanh hoặc năng lực nào cao hơn có thể phán xét vận mệnh của vị ấy.

Bởi vì những tánh cách này, Đức Phật dạy, khuyến khích và khuyên chính mỗi con người phải phát triển bản thân mình để đưa đến sự giải thoát của chính mình. Con người có năng

37 Dha, câu 165, trang 87-8.

lực giải thoát mình khỏi những ràng buộc qua sự nỗ lực và trí tuệ của chính mình.

Từ nền tảng ấy, chúng ta nhớ rằng Phật giáo không phải là một tôn giáo trong ý nghĩa như mọi người hiểu, vì Phật giáo không phải là hệ thống của lòng tin và thờ phượng. Trong Phật giáo, không có những điều như lòng tín trong giáo điều, lòng tin vào Đấng cứu rỗi, Đấng sáng tạo ra vũ trụ, thực thể của một linh hồn bất tử hoặc thiên sứ - người thực hiện theo mệnh lệnh của Chúa. Trong Phật giáo, có nhiều Bồ Tát (菩 薩) được xem như là chư thiên (諸 天) hoặc thánh thần, nhưng Bồ Tát là những chúng sanh giống như chúng ta bị chi phối bởi luật sanh và diệt, nhân và quả. Bồ Tát không phải bất tử, cũng không phải thống lĩnh và làm chủ định mệnh của nhân loại. Đức Phật đã không yêu cầu chúng ta chấp nhận lòng tin vào bất cứ đấng tối cao nào hoặc bất cứ điều gì mà không trải qua sự thực nghiệm của chính mình. e. Quan điểm Tánh Không

Giáo sư Masao trong tác phẩm Buddhism and Interfaith Dialogue (Đối thoại về Đạo Phật và Lòng tin) đã kịch liệt phản đối những suy luận không hoàn chỉnh của đa số các nhà phê bình phương Tây khi bàn luận về tôn giáo trong một cách tương phản giữa thần học tự nhiên và đạo đức (C.P.Tile), giữa tôn giáo huyền bí và tiên tri (F.Heiler) và giữa tôn giáo phiếm thần và một thần (W.F. Albright A. Lang). Đưa ra những sự tương phản như vậy, những nhà phê bình phương Tây nói chung đã bàn luận về những đặc điểm lớn của Đạo Do thái-Thiên chúa giáo-Hindu giáo và ngược lại, tất cả tôn giáo khác có nguồn gốc xuất phát ở phương đông.

Bằng phương pháp này, các học giả phương Tây đã tìm thấy sự khuây khoả trong việc hình thành một cuộc đánh giá tương đối để ước lượng những phẩm chất của một tôn giáo, mà ít quan tâm đến liệu sự tiếp cận này đã làm xáo trộn họ khi tìm hiểu những tôn giáo trong tinh thần xác thật của những nhà sáng lập đề xướng và sự phong thánh được truyền đạt qua phương tiện truyền khẩu. Sự kết tập kinh điển ở thời điểm sau khi Đức Phật nhập diệt, trước hết trong hình thức kinh tạng, rồi luật tạng. Khoảng thời gian giữa cuộc kiết tập lần thứ nhất và sự thành lập kinh điển, giữa kinh tạng tồn tại hiện nay và như khi được biên tập ở thời ban đầu là hoàn toàn không rõ ràng. Kinh và luật tạng là những nguồn tài liệu chính của việc nghiên cứu hiện đại về Phật giáo Nguyên thủy.

Thật ra, về bản chất Phật giáo không chủ trương Đấng tuyệt đối là siêu việt hơn con người. Thay vì vậy, Đức Phật dạy lý 12 Nhân duyên hoặc gọi là Duyên khởi (緣 起, 因 緣 生 起). Lý Duyên khởi nhấn mạnh tất cả các pháp trong và ngoài vũ trụ này là tuỳ thuộc lẫn nhau, cùng đồng sanh và đồng diệt với tất cả các pháp khác (chẳng những về mặt hiện tượng mà cả về bản thể). Không có gì tồn tại độc lập hoặc có thể nói là tự tồn tại. Cho nên, các pháp là tương đối, liên quan, không thực thể và thay đổi. Ngay cả Đức Phật cũng không tự tồn tại mà phải hoàn toàn có mối liên hệ qua lại với con người và thiên nhiên. Đấy là tại sao mà Đức Phật Cù-đàm (瞿 曇 佛), nhà sáng lập ra Phật giáo đã không chấp nhận Kinh Vệ-đà của Bà-la-môn giáo, vì tin rằng có một thực thể duy nhất trong vũ trụ. Tương tự như vậy, Phật giáo không chấp nhận khái niệm thuyết một thần của Đấng tuyệt đối như là một thực thể tối hậu, thay vì đó chủ trương Tánh Không và Chân như (真 如) như là một thực thể.

Tánh Không (空 性) là một thực tế tối hậu hay là một phương pháp tu tập cụ thể của Phật giáo. Nghĩa đen là 'không' hoặc 'trống rỗng' và có thể biểu thị cho 'Tánh Không tuyệt đối'. Bởi vì Tánh Không là hoàn toàn không có đối thể, không có khái niệm và không thể đạt được do lý luận hoặc ý chí. Nó cũng chỉ ra sự vắng mặt của ngã và pháp. Nó vượt ra ngoài nhị biên mà cũng bao gồm chúng.

Tuệ giác Tánh Không là không chấp vào chúng sanh và Đức Phật, luân hồi (輪 迴) và niết bàn (涅 槃)... Như thế, không có Đức Phật cũng không có niết bàn và cũng không có sự giác ngộ của Tánh Không, bản thể các pháp – đó là tuệ giác Tánh Không tối hậu.

Tuệ giác Tánh Không của các pháp không có chủ thể là không ngoài lý Duyên khởi (緣 起, 因 緣 生 起). Chỉ khi nào hiểu được các pháp thế gian không có thực thể cố định (mặc dù nó có tánh cách tạm thời, biến đổi) và các pháp này tương quan lẫn nhau thì mới giác ngộ được lý nhân duyên. Chúng ta đã lâu đời thực thể hoá các pháp cũng như tự ngã như thực thể chúng ta và các pháp là thường còn vĩnh viễn và không thay đổi, thực thể hoá tự ngã (dẫn đến chấp ngã) và thực thể hoá tôn giáo của tự ngã (đưa đến chủ nghĩa tôn giáo). Thực thể hoá này và những tâm chấp thủ là nguồn gốc tạo ra đau khổ cho chúng ta. Phật giáo nhấn mạnh sự tỉnh thức Tánh Không (空 性), sự không bản thể của mọi pháp bao gồm ngã và ngay cả bản thân Đức Phật để có thể giải thoát khổ đau. Do đó, Đức Phật chủ trương vô ngã (無 我) và tỉnh thức các pháp (法), hơn là lòng tin vào Đức Phật (佛 陀).

Với ý nghĩa đó, tác giả muốn trình bày Phật giáo hiện tại ngang qua tác phẩm với tựa đề: *Bồ Tát và Tánh Không trong Kinh tạng Pāli và Đại thừa*.

3. Biện pháp Giải quyết

Trong phần này, chúng ta cần phải khẳng định một điểm then chốt là khái niệm Bồ Tát được coi như là một con người với nghiệp của chính mình ở cõi đời này như những người khác, nhưng vị Bồ Tát bằng chính sự nỗ lực của mình (không phụ thuộc vào những yếu tố bên ngoài) tu tập theo phương pháp cụ thể và thực tế – Tánh không – do Đức Phật khám phá và hướng dẫn, đã vượt qua những xung đột bên trong tâm (nghiệp xấu, 業 và đau khổ, 苦) và những khủng hoảng bên ngoài (chiến tranh, dân số tăng, ô nhiễm môi trường, tai hoạ, suy thoái đạo đức...) để có thể thay đổi trạng thái mất thăng bằng và để tất cả cùng sống với nhau trong một thế giới bình an, thịnh vượng và hạnh phúc.

Để hiểu vấn đề này, chúng ta không nên xem Bồ Tát như một chư thiên (諸 天), thánh thần hoặc một thực thể vĩnh viễn để có sự hiện hữu thực cho mục đích thờ phượng, mà Bồ Tát chỉ là một tính chất tượng trưng của Phật pháp (佛 法) do các vị tổ sáng suốt tạo ra sau khi Đức Phật nhập niết bàn, để thoã mãn nhu cầu tôn giáo của các Phật tử và để duy trì Phật giáo tương ứng với hoàn cảnh 'thuyết đa thần' hoặc 'đa tôn giáo' xuất hiện trong một hay nhiều xã hội mà ở một giai đoạn lịch sử nào đó tại Ấn độ và các nước Châu á.

Và khái niệm Tánh Không là phương pháp tu tập truyền thống của Bồ Tát trong đạo Phật để giác ngộ thực thể của đời sống và vũ trụ, cá thể và môi trường, tinh thần và vật chất... mà tất cả cùng cộng sanh và cộng diệt bởi lý Duyên khởi. Điều này đã phủ định sự hiện diện của một Đấng sáng tạo và giúp cho chúng ta một cái nhìn khách quan và khoa học hơn về thế giới hiện hữu liên quan tới lý nhân duyên. Nói một cách khác, nơi đây không có một cái gì tự sáng tạo và tự tồn tại, mà pháp này phải tuỳ thuộc với những pháp khác. Tất cả ngã, nhân, pháp, yếu tố... trong thế giới này được định đoạt bởi lý duyên khởi, dưới hình thức của sự sanh, thành, hoại và diệt. Con người là một vũ trụ nhỏ. Con người được tồn tại không chỉ bởi vị ấy mà bởi sự hoạt hoá của luật biến đổi vô thường. Với ánh sáng của Tánh Không, Bồ Tát là một con người, có thể vượt qua mọi chấp thủ của những tà kiến, tà tư duy, những hệ thống chính trị, phong tục, cách sống, tôn giáo, tín ngưỡng, chủng tộc, giới tính và môi trường..., và với tuệ giác Tánh Không, chúng ta có thể trả lời cho những khái niệm sai lầm về Phật giáo, thượng đế, ngã, con người, nghiệp, thế giới... với những câu hỏi chẳng hạn như: '*Tôi là ai*?', '*Con người từ đâu đến và sẽ đi về đâu?*', '*Tại sao con người lại sanh, già, bịnh, chết*?', '*Con người sẽ đi đâu sau khi chết*?', '*Thế giới này là tạm bợ hay thường hằng*?, '*Ai tạo ra thế giới* ?'v.v... và từ đó, con người trong nhiều đất nước hay nhiều tôn giáo có thể liên kết với nhau trong mối quan hệ thân thiết, có thể ngồi lại cạnh nhau, thông cảm và yêu thương lẫn nhau để cùng xây một thế giới tốt đẹp hơn.

Chương 2
KHÁI NIỆM BỒ TÁT

Khi nào, tại sao và thế nào khái niệm Bồ Tát (菩薩) bắt nguồn tại Ấn Độ và tồn tại trong chuỗi lịch sử lâu dài của Phật giáo. Đây là những vấn đề đang được quan tâm trong giới Phật giáo trên khắp thế giới. Khái niệm Bồ Tát đều có xuất hiện trong kinh tạng Nguyên thủy[38] (杷厘經藏) lẫn Đại thừa (大乘經典) nên dễ dàng đưa đến sự khẳng định rằng lý tưởng Bồ Tát sau này gắn liền với lý tưởng Bồ Tát trong Phật giáo Nguyên thủy (源始佛教). Khái niệm Bồ Tát dường như không có xa lạ với truyền thống Nguyên thủy, mặc dù từ thế kỷ thứ V tây lịch ngược lại thời điểm của Nikaya, phạm vi phát triển dần dần thu hẹp lại.

Câu trả lời chính xác cho vấn đề liệu kinh điển thời kỳ đầu (Tiểu thừa)[39] có vay mượn ý tưởng đó từ Đại thừa hay không là tùy thuộc vào việc nghiên cứu các nguồn tài liệu Phật giáo cổ điển. Mặc dù có nhiều trường phái khác nhau nhưng đều căn cứ vào lời dạy căn bản của Đức Phật và không vượt ra khỏi truyền thống chung.[40]

Sự phát triển lý tưởng Bồ Tát (菩薩理想) thật sự là biểu

---

38 Đầu tiên Phật giáo được phân chia thành hai là Phật giáo Nguyên thủy và Đại Chúng bộ. Trải qua nhiều thế kỷ sau này, khi ý thức hệ đã xảy ra thì Phật giáo lại được chia thành hai là Đại thừa (Mahāyāna) và Tiểu thừa (Hinayāna).

39 Từ Tiểu thừa thường dùng trong trường hợp phân chia bộ phái.

40 Tỳ kheo Telwatte Rahula, A Critical Study of the Mahāvastu, trang 49-62.

trưng đặc thù của trường phái Đại thừa (truyền thống Phật giáo Phát triển). Dường như các nhà Nguyên thủy thừa kế lý tưởng Bồ Tát này từ truyền thống trùng tụng cổ xưa nhất hơn là vay mượn nó từ trường phái khác. Cũng như vậy, ông E.J. Thomas[41] có ý kiến rằng không có trường phái Phật giáo nào cho là có người đầu tiên khởi xướng lý tưởng Bồ Tát, cũng không có bất kỳ nguồn thông tin chính xác nào có thể xác nhận các trường phái khác vay mượn khái niệm Bồ Tát.

Khái niệm Bồ Tát trong Đại thừa là một hệ luận sâu sắc trong giới nghiên cứu Phật giáo. Phật tử thuộc Phật giáo Nguyên thủy tin rằng duy nhất có Đức Phật Cồ-Đàm mà những kiếp trước của Ngài là một Bồ Tát. Như kinh Bổn sanh dạy Bồ Tát được tính từ kiếp khởi đầu khi Ngài là một bà-la-môn Tịnh Huệ (*Sumedha*) cho đến kiếp cuối cùng của Ngài trên cung trời Đâu suất (trước khi Ngài giáng xuống trần). Là một vị Bồ Tát, Ngài đã sống một đời như một người bình thường luôn làm điều tốt và tránh điều xấu. Trong nhiều kiếp, Ngài đã hy sinh kể cả thân mạng để thực hành trọn vẹn sáu hạnh ba-la-mật (theo Đại thừa) hoặc mười ba-la-mật (波羅密)(theo Nguyên thủy / Tiểu thừa).

Theo kinh Thuyết Xuất-thế-bộ của Đại-chúng bộ (*Mahāsānghika Lokottaravādis*) dạy rằng trong kiếp cuối cùng Bồ Tát là Thái tử Sĩ-đạt-đa, Ngài đã không có thụ thai trong bụng mẹ và thật sự không sanh ra như những chúng sanh bình thường. Tuy ngài thị hiện như một con người bình thường, vẫn sống đời sống có gia đình nhưng lại nỗ lực truy tìm con đường thoát khổ.[42]

Phật giáo Đại thừa tin rằng họ đã phát triển phong phú khái niệm Bồ Tát của Phật giáo Nguyên thủy. Họ đã chứng minh rằng trong thế giới con người có những Bồ Tát phát bồ đề tâm, tu tập các hạnh nguyện ba-la-mật như vậy và sẽ trở thành Phật.

41 E.J. Thoma, Buddhism, London, trang 256.

42 Indian Buddhism, Meerut, trang 351.

Sự phát bồ đề tâm đòi hỏi Bồ Tát phải hy sinh bản thân trong nhiều đời và khi nào chúng sanh giải thoát hết thì mới đến ngài giải thoát. Bởi vì nếu chỉ giải thoát cho riêng mình trước người khác thì ý nghĩa của bồ đề tâm sẽ không được phát triển đầy đủ.

Theo các nhà Đại thừa, Bồ Tát nhiều vô số như số cát sông Hằng không thể đếm hết được. Thật ra, về bản thể mỗi chúng sanh là một vị Bồ Tát, bởi mỗi con người đều có tiềm năng, chủng tử, bản chất để trở thành Bồ Tát trong đời sống này và nhiều đời kế tiếp. Có nhiều tướng mạo cụ thể và đức hạnh riêng biệt được gán cho một số các Bồ Tát. Trong kinh điển Đại thừa ban sơ nhấn mạnh về phẩm hạnh của Bồ Tát hơn là hình tướng. Trong khi các kinh điển Đại thừa về sau thì ngược lại. Trong kinh Pháp hoa, kinh Đại thừa Trang nghiêm Bảo vương (*Kāraṇḍavyūha)* và nhiều kinh khác... đã mô tả nhiều về đức hạnh và năng lực của các vị Bồ Tát lập nguyện tiếp độ chúng sanh; còn một chúng sanh nào chưa giải thoát thì các Ngài chưa thành Phật. Hoặc nói một cách khác, về mặt siêu hình, tâm của các Ngài đã vượt khỏi vòng đối đãi hai bên giữa công đức và không công đức; nên sự thực hiện tu tập từ bi chỉ là phương tiện để cứu khổ chúng sanh.

Theo dòng thời gian, các vị Bồ Tát được gán cho nhiều hình tướng và nhiều biểu tượng đáp ứng mục đích tín ngưỡng thờ phượng với những nghi thức tôn giáo chi tiết và nhiều khái niệm huyền thoại để thêu dệt các hình tượng Bồ Tát nhiều thân giống như các thần và nữ thần của bà-la-môn giáo. Vì vậy, dường như rằng học thuyết Bồ Tát đã được du nhập và làm mạnh yếu tố của *Bhakti* (tín tâm, 信 心) trong Phật giáo.[43]

Với khái niệm Bồ Tát này, các nhà Đại thừa đã thêm chi tiết hạnh nghiệp của Bồ Tát, trong đó nhấn mạnh không chỉ thực hiện đầy đủ các ba-la-mật mà còn tu tập nhiều phương pháp thiền định hướng đến giác ngộ pháp-không (法 空) hoặc chân như (真 如). Và điều này rõ rằng đã trở thành phương pháp tu tập của các Bồ Tát.

43 Như trên, trang 351.

Khó mà xác định giai đoạn nào khái niệm Bồ Tát được xuất hiện. Muốn rõ điều này chúng ta phải xác định thời gian hình thành kinh Bổn sanh (trong Pali và Sanskrit) và Kinh Thí dụ (*Avadāna*, tiếng Phạn pha trộn) trong đó tường thuật những kiếp trước của Đức Phật như là vị Bồ Tát. Ở đây có thể nói thêm rằng khái niệm Bồ Tát có thể xuất hiện vào khoảng thời gian sau khi kinh Bổn sanh ra đời. Rồi theo dòng thời gian tiến triển, các nhà Đại thừa đã chuyển khái niệm Bồ Tát này thành một thừa riêng biệt được biết là Bồ Tát thừa (菩 薩 乘). Thật ra, Bồ Tát là một thuật từ đã được giải thích, diễn dịch và định nghĩa rộng rãi. Từ đó, từ nguyên của từ Bồ Tát đã gây ra nhiều tranh luận và sự ứng dụng của khái niệm này cũng trở nên rất đa dạng. Điều này có thể được xem như một hiện tượng nổi bật của bước ngoặt lịch sử trong đó ý nghĩa và giá trị của từ Bồ Tát đã trải qua nhiều thay đổi đáng kể trong tiến trình phát triển giáo lý và tiến hóa lịch sử.

Thế nên trước hết, chúng ta cần tìm hiểu ý nghĩa chuyên môn thuật từ của Bồ Tát.

ĐỊNH NGHĨA TỪ BỒ TÁT

Như chúng ta biết khái niệm Bồ Tát là một trong những khái niệm quan trọng nhất trong cả hai truyền thống Phật giáo Nguyên thủy và Đại thừa. Theo từ nguyên học, từ 'Bồ Tát' (*Boddhisatta*) xuất phát từ từ gốc *'budh'* nghĩa là tỉnh thức. Danh từ '*bodhi*' (giác) có ba nghĩa: (i) tri (ii) giác và (iii) trí tuệ của Đức Phật.[44]

Trong Tăng chi bộ kinh từ *bodhi* có nghĩa là tri, giác, bất ưng hành pháp (*Aparihānīyā Dhammā*) và niết bàn (*Nibbāna*).[45]

Thượng-tọa-bộ cho rằng khi '*bodhi*' (giác) kết hợp với '*satta*', thì *bodhi* nghĩa là trí tuệ của bậc thanh tịnh đã vượt

44 PED, tập I, trang 14.

45 A, tập IV, trang 23.

qua tất cả phiền não.[46]

Theo từ nguyên học, '*Buddhi*' là kết hợp với từ '*Bodhi*' như thường thấy trong những hệ thống triết lý Bà-la-môn giáo. Trong triết lý Số Luận Du già phái (*Sāṅkhya-yoga*), '*buddhi*' mang ý nghĩa tâm lý học, là kết quả đầu tiên của sự tiến triển tự tánh (*Prakṛti*).[47]

Vì vậy, từ '*bodhi*' là đưa đến niết bàn và niết bàn là sự an lạc tối hậu.

Theo Bách-khoa Toàn-thư Phật-học,[48] từ nguyên học của từ này được chia làm hai phần *bodhi* và *sattva*: *bodhi* là từ gốc của *budh* nghĩa là thức tỉnh hoặc giác và *sattva* rút từ '*sant*' là phân từ hiện tại của gốc '*as*' có nghĩa là một hữu tình hoặc nghĩa đen là 'một chúng sanh'. Như vậy, *bodhisattva* nghĩa là hữu tình giác, một người đi tìm cầu giác ngộ hay một vị Phật sẽ thành. Và từ Pāli *bodhisatta* được rút từ *bodhi* và *satta* (Sanskrit: *Sakta* xuất phát từ *sañj*) là một hữu tình tìm cầu giác ngộ.

Theo Bách-khoa Toàn-thư của Tôn-giáo và Đạo-đức học,[49] *Bodhisattva* thường được dịch là 'chúng sanh có trí tuệ hoàn hảo' (*sattva*: bản chất, nhất thể, như *svabhāva* là thực thể). Có thể rằng đây là nghĩa chính của từ này, tuy nhiên, về mặt lịch sử, thật ra Bồ Tát là 'một chúng sanh đang trên đường đạt giác ngộ', nghĩa là một vị Phật tương lai như Monier Williams đã nói trong tự điển Sanksrit-English.

Từ *satta* (Sanskrit là *sattva*: tình), rút từ *sat+tva* thường có ba nghĩa (i) hữu tình, chúng sanh và người có lý trí (ii) linh hồn và (iii) bản chất.[50]

---

46 Bs, trang 20.

47 The Sāṅkhya Sūtra I.71, vide S. Chatterjee and D.M. Datta, An Introduction to Indian Philosophy, Calcutta, 1954, trang 272.

48 EB, tập III, trang 224.

49 Encyclopaedia of Religion and Ethics, như trên, tập II, trang 739.

50 PED, tập I, trang 132.

Har Dayal trong tác phẩm nổi tiếng '*The Bodhisattva Doctrine in Buddhist Sanksrit Literature*' (Học thuyết Bồ Tát trong Văn học Phật giáo tiếng Phạn)[51] đã đồng ý rằng *bodhi* nghĩa là 'giác' và đã bàn rộng nghĩa *sattva* theo từ nguyên học[52] đã đưa

51 BDBSL, trang 4-9.

52 1. Sattva nghĩa là 'Wesen, Charakter', 'Bản thể, bản chất, tính chân thật' (Skt. Dicy. Pbg. & Skt. Dicy. M.W). Từ Pāli, satta cũng có nghĩa là 'thực chất' (substance) (Pali Dicy.s.v). Phần lớn những nhà từ điển học thường dịch từ này theo nghĩa này. Monier Williams dịch như sau: 'Người tỉnh thức hoặc trí tuệ' (trang 688b). C. Eliot: 'Hữu tình giác' (Eliot, ii, 7). H. Hackmann: 'Người đang trở nên tỉnh thức' (Buddhism, trang 52). Cũng có thể thêm rằng từ Hindi hiện đại 'sat' là rút từ Sanskrit 'sattva', nghĩa là 'thực chất, nguồn gốc'.
2. 'Sattva' (masculine) có nghĩa là 'Bất cứ chúng sanh hay hữu tình nào' (Skt. Dicy. M.W). Từ Pali, satta là 'Một chúng sanh, sinh vật có tình thức, con người' (Pali Dicy. s.v). Hầu hết các học giả hiện đại chấp nhận sự giải thích này. H. Kern: 'Một chúng sanh hoặc hữu tình có tình thức' (Manual, trang 65, dòng 11). T. W. Khys Davids và W. Stede: 'Một chúng sanh giác ngộ', nghĩa là chúng sanh hướng đến đạt Chánh đẳng Chánh giác' (Pali Dicy. s.v). L. D. Barnett: 'Hữu tình giác' (Path, trang 20). M. Anesaki: 'Một chúng sanh đang tìm cầu giác ngộ' (Ere., v, 450). E. J. Thomas: 'Chúng sanh giác' (Buddha, trang 2, ghi chú I). D.T. Suzuki: 'Chúng sanh có trí' (Outlines, trang 277). Csoma de Kors: 'Tinh thần mạnh mẽ và thanh tịnh' (Csoma, trang 6). Tác giả của Tam-muội-vương kinh (Samsāhi-raja-sutra) đã dịch sattva như 'chúng sanh có tình thức', nhưng cho rằng từ bodhisattva nghĩa là 'Bậc trợ duyên và ủng hộ tất cả chúng sanh' (bodhettisattvan. Sam. Ra., fol. 25a, 4). P. Ghosa dường như dịch sattva như 'chúng sanh', 'bodhihsa casau maha-krp-Sfayena sattv-alambanat sattvaf cet't bodhisattvaḥ.' nghĩa là một chúng sanh có cả giác và tình thức.
3. 'Sattva' có lẽ là 'tinh thần, tâm, tri giác, thức' (Skt. Dicy. M.W. and Pbg). Từ Pali, satta cũng có nghĩa là 'tinh thần' (Pali Dicy. s.v). Theo L. de la Vallee Poussin, những nhà từ điển học Ấn độ cũng giải thích sattva như đồng nghĩa với 'tâm' (citta) hoặc vyavasaya (quyết định, kiên tâm). P. Ghosa trích dẫn từ một nhà bình luận cổ đại đã dịch sattva là abhipraya (dự định, mục đích): 'bodhau sattvam abhiprayo yes am te bodhisattvah' (Prajnaparamita Qata., trang 2, ghi chú 2). Vì vậy, từ này có nghĩa là 'tâm, tư tưởng, dự định hoặc ước nguyện của một người hướng đến giác ngộ'. P. Oltramare chối bỏ ý nghĩa này cho rằng không chính xác, nhưng L. de la Vallee Poussin dường như chấp nhận điều này, trong khi cùng thời ông cũng chấp nhận ý nghĩa gốc của từ này có thể rút từ ý nghĩa 'thực chất, bản chất'.
4. Sattva có lẽ cũng có nghĩa là 'còn phôi thai' (Skt. Dicy. M.W) và H.S. Gour dịch rằng: 'Người mà trí tuệ còn tiềm ẩn và chưa phát triển' (Buddhism, trang XI).
5. Sattva có lẽ cũng giống ý trên như trong Kinh Du-già (Yoga-sūtras), nơi mà nó ngược với Purusa (thần ngã) và có nghĩa là 'tâm, trí'. Đây là do E. Senart

ra nhiều cách khác nhau của nhiều từ điển và học giả để chọn ra ý nghĩa gần nhất của từ *sattva* trong hợp từ *bodhivattva.*

---

dịch vì ông tin rằng Yoga đã ảnh hưởng sâu sắc Phật giáo. Thật sự, sattva thường xuất hiện trong kinh Du-già và G. Jha đã dịch như sau 'gốc hoặc tâm suy nghĩ': (Yoga Sutras, II, 41, trang 109, 'Sattva-fuddhl-saumanasy-aikagry-endrlya-jay-atma-darfana-yogyatvani ca'). E. Senart đã chỉ ra rằng: Sattva là khác biệt với purusa (thần ngã) trong Yoga-Sutras (III, 55, Sattva-purusayoh fuddhi-samye kaivalyam, trang 174). H. Kern có ý kiến bodhi có lẽ liên quan đến buddhi của hệ thống Yoga (Du-già), đặc biệt như từ buddhisattva được tìm thấy trong kinh điển Yoga. Vậy, bodhisattva hẳn phải là một sự hiện thân của trí tuệ tiềm ẩn.
6. Sattva có lẽ là một hình thức sai tiếng Phạn của từ Pāli satta, có thể tương ứng với sakta trong Sanksrit. Vì vậy, từ Pāli bodhisatta là rút từ Sanskrit bodhi-sakta: 'Người hướng đến hoặc gắn bó với giác ngộ'. Sakta (từ từ gốc sanj) nghĩa là 'Trung thành với, yêu mến, hoặc nắm giữ, gia nhập hoặc liên lạc với, dự định, nỗ lực hoặc tận tụy (Skt. Dicy. M.W). Theo tự điển Pāli, từ Pali satta tương ứng với nhiều từ Sanskrit như: sattva, sapta, sakta và sapta. Như từ Pali sutta cũng liên quan đến từ Skt. sukta. Điều này có thể hợp lý rằng từ Skt. bodhi-sakta là có thể tương đương với`từ Pali bodhisatta. Theo ý kiến của các nhà tư tưởng Phật giáo đã chấp nhận dịch là sattva mà không coi trọng vấn đề chúng ta đã có một từ tiếng Phạn sai, chẳng hạn như smrty-upasthana (cho từ Pāli sati-patthana), samyak-prahana (cho từ Pāli sammappadhana)... Bodhisattva cũng có lẽ thuộc về loại tiếng Phạn sai này. P. Oltramare đã từ chối dịch ý này vì động từ sanj không biểu lộ được sự gắn bó với những lý tưởng tinh thần và đạo đức và những nhà tác giả sau này không nên phạm 'lỗi lầm' như vậy trong khi dịch từ Pali ra Sanskrit.
7. Sattva có lẽ có nghĩa là 'Sức mạnh, năng lực, tinh tấn, năng lực và can đãm' (Skt. Dicy. M.W., trang 1052). Từ bodhisattva do đó có nghĩa là 'người có đầy năng lực để hướng đến giác ngộ'. Sattva trong ý nghĩa này thường được thấy trong Ksemendra's Avadana-kalpa-lata: 'sattv-abdhih' (II, trang 713, kệ 42); 'sattv-ojjvalam bhagavataf caritam nifamya' (II, trang 85, kệ 74); 'kumarah sattva-sagarah' (II, trang 723, kệ 21); sattva-nidhir (II, trang 945, kệ 21); 'bodhisattvah sattva-vibhusitah (II, trang 113, kệ 8). Từ này giống như ý nghĩa trong B.C. (IX, 30—'bodhisattvah parlpurna-sattvah'). E. B. Cowell dịch: 'Sự hoàn thiện của vị ấy là tuyệt đối'; nhưng nghĩa này không giải thích chính xác ý của sattva. Những nhà tự điển học Tây tạng đã dịch bodhisattva như là byan-chub sems-dpah. Trong từ phức này, byan-chub nghĩa là bodhi, sems là 'tâm' hoặc 'trái Tim'và dpah có ý nghĩa là 'người anh hùng mạnh mẽ' (= Skt. sura, vira). (Tib. Dicy. Jaschke, 374b và 325b; Tib. Dicy. Das, 883b, 787b và 276b). Sự dịch thuật này dường như đã kết hợp hai nghĩa của saliva., nghĩa là 'tâm' và 'can đãm' (như số 3 và 7 ở trên). Nhưng không làm từ nguyên học của từ ghép bodhisattva trở nên rõ và sáng sủa hơn. Có thể luận ra rằng những nhà dịch thuật Tây tạng kết hợp với ý tưởng của 'tâm' và 'can đãm' với sattva. Theo E. J. Eitel, tiếng Hoa dịch bodhisattva là 'hữu tình giác ngộ' (trang 34a).

Sau khi khảo sát những quan điểm có căn cứ chính xác của nhiều nhà học giả, Har Dayal cho rằng: "Cách tốt nhất là luôn luôn tham khảo từ Pāli không coi trọng nhiều sự dịch thuật của những nhà triết học hoặc những nhà tự điển học sau này". Và ông đi đến kết luận rằng *"sattva"* nghĩa là 'bất cứ chúng sanh hoặc hữu tình nào' (như tự điển Sanskrit của M.W) "ein lebendes Wesen" (Skt. Dicy. Pbg). Từ Pāli *satta* có lẽ là 'một chúng sanh, con người, sinh vật có tình thức (Pāli. Dicy. S.v). Hầu hết các học giả hiện đại chấp nhận sự dịch này."[53] Har Dayal đã chú giải đúng từ '*satta*' trong ngữ cảnh này mà không biểu thị chỉ là một con người bình thường. Har Dayal cũng chứng tỏ thêm rằng rõ ràng liên quan đến từ *Vedic*, '*satvan*' nghĩa là '*kelegar*' 'một thành viên, anh hùng, người can đảm và mạnh mẽ'.[54]

Trong Thanh-tịnh đạo-luận (*Visuddhimagga*) (IX 53) cho rằng *Satta*: "Chúng sanh (*Satta*): những người nắm giữ (*Satta*), chấp thủ (*Visatta*) do khát ái kết tụ với thể chất tạo ra, do đó họ là chúng hữu tình (*Satta*).

Đức Phật đã dạy điều này như sau:

"Này Rādha, bất cứ tham ái nào đối với sắc, bất cứ tham dục nào đối với sắc, bất cứ hỉ lạc nào đối với sắc, bất cứ khát ái nào đối với sắc, nắm giữ (Satta), chấp chặt (Visatta) nó, đó là một chúng sanh (Satta)."[55]

Từ '*Sat*' xuất hiện trong triết lý *Veda* có nghĩa là: (i) thế giới xuất hiện hoặc (ii) bản chất thật hiện hữu của Ngã (*Ātman*).[56] Trong Triết Số-luận Du già (*Sāṅkhya –Yoga*), từ *'Sattva'* biểu thị yếu tố tự tánh (*Prakṛti*) có bản chất của sự an lạc, khinh an và sáng suốt.[57]

---

53 Cùng trang sách đã dẫn.

54 Như trên.

55 Bhikkhu Dāṇamoli (Tr), The Path of Purification (Visuddhi-magga), Sri Lanka, Buddhist Publication Society, 1975, IX, 53, trang 310.

56 Xem chi tiết S.N. Dasgupta, A History of Indian Philosophy, Tập I , Cambridge, 1963, trang 445-52.

57 S. Radhakrishnan, Indian Philosophy, Tập II, London, 1966, trang 475-85.

Từ '*Bodhisattva*' (*Bodhi+sattva*) nói chung là một chúng sanh giác ngộ, chúng sanh hướng đến đạt sự giác ngộ hoàn toàn hoặc Phật quả.[58] Trong lời chú thích của Trường-bộ-kinh[59] đã định nghĩa từ này như sau: "*Bodhisatto ti paṇḍitasatto bujjhanasatto; bodhi-saṁkhātesu vā catūsu maggesu āsatto laggamānaso ti bodhisatto.*" Nghĩa đen của từ Bồ Tát là (i) người có trí, hoặc (ii) người quyết định hoặc nắm giữ bốn con đường đưa đến giác ngộ.[60]

Theo Thượng-toạ-bộ định nghĩa *Bodhisattva* là một người chắc chắn sẽ trở thành Phật. Vị ấy là bậc sáng suốt được người có trí bảo vệ và ủng hộ.[61] Trong luận Bát-nhã Ba-la-mật (*Prajñā-pāramitā Śāstra*) của ngài Long thọ *(Nāgārjuna)* cũng giải thích giống vậy.[62]

Trong Bồ-đề Hạnh kinh luận (*Bodhicaryāvatāra Pañjikā*) và *Ācārya Prajñākaramati*[63] dạy rằng: *Tatra* (*bodhau*) *Sattvaṁ abhiprāyo'syeti bodhisattvaḥ.*[64] Tương tự trong Nhất-bách-thiên-tụng Bát-nhã Ba-la-mật (*Śatasāhasrikā Prajñāpāramitā*)[65] cũng nói rằng: *"bodhau sattvam abhiprāyo yeṣāṁ te bodhisattvāḥ"*[66] tức Bồ Tát là một vị mà tâm, ý nguyện, tư tưởng hoặc ước mơ hướng đến giác ngộ.

Trong Bát-thiên-tụng Bát-nhã Ba-la-mật (*Aṣṭasāhasrikā Prajñāpāramitā*) viết rằng: '*Không có nghĩa nào thật cho từ Bồ Tát, bởi vì Bồ Tát tu tập không chấp thủ đối với tất cả các pháp. Vì Bồ Tát là bậc đã thức tỉnh không tham đắm, đã hiểu tất cả*

---

58 PED, tập I, trang 114.

59 Trường bộ kinh, Tập II, trang 427.

60 DPPN, tập II, trang 322 và tiếp theo.

61 Bs, trang 30.

62 Như trên, trang 20.

63 Thầy đem lại trí tuệ cho đệ tử.

64 BDBSL, trang 6.

65 Trang 2, ghi chú số 2.

66 Cùng trang sách đã dẫn.

các pháp và giác ngộ là mục đích của Bồ Tát'.[67]

T.R.V. Murti quán sát *Bodhisattva* cho rằng không ngoài nghĩa người lương thiện, đạo đức và là cội nguồn tất cả điều lành cho thế gian.[68] Charls Elliot nói rằng Bồ Tát là bậc trí tuệ.[69] H. Kern đồng ý *Bodhisattva* là một chúng sanh giác ngộ.[70]

Tóm lại, từ nguyên học Bồ Tát (菩 薩) nghĩa là một chúng sanh giác ngộ (覺 有 情) một vị Phật sẽ thành hoặc một người khát ngưỡng đạt giác ngộ".

Và từ này biểu thị bất cứ ai tìm cầu giác ngộ (菩 偍) bao gồm chư Phật (諸 佛), Bích-chi Phật (緣 覺)và những đệ tử của Đức Phật hay nói chung là thường dùng để chỉ những người khát ngưỡng trở thành Đức Phật. Trong tập sách này, chúng ta có thể hiểu từ Bồ Tát như một người bình thường, vị anh hùng với chính nghiệp lực của mình trong đời sống này như tất cả người khác, nhưng với lòng quyết tâm và nỗ lực tu tập phương pháp thực tiễn do Đức Phật Cồ-đàm khám phá và hướng dẫn, đã vượt qua những nghiệp xấu và đau khổ để đạt giải thoát an lạc. Ngay cả sau này khái niệm Bồ Tát được phát triển trong kinh điển Đại thừa, Bồ Tát trở thành một người tìm cầu 'chánh đẳng chánh giác'(*Samsak-sambodhi,* 正 等 覺) *Anuttara-Samsak-sambodh* (阿 耨 多 羅 三 藐 三 菩 提, 無 上 正 等 覺),[71] vì lợi ích của tất cả chúng sanh mà ngài tu tập các Ba-la-mật (*pāramitās,* 波 羅 密) thời gian và sự đau khổ đối với Bồ Tát không quan trọng, mục đích chính của Ngài là đem hết tâm lực, ý chí kiên cường tu tập vì lợi ích cho chúng sanh mà tìm cầu giác ngộ và thực hiện các ba-la-mật giúp tất

---

67 Xem Edward Conze (dịch), Astāhasrika Prana-paramita (kinh Thập-bát-thiên-tụng Bát-nhã Ba-la-mật).

68 T.R.V. Murti, The Central Philosophy of Buddhism, London, 1960, trang 264.

69 Charles Elliot, Buddhism and Hinduism, Tập II, London, 1968, tr. 1.

70 H. Kern, Manual of Indian Buddhism, Delhi, rpt. 1974, trang 65.

71 DCBT, trang 337.

cả chúng sanh đạt giác ngộ viên mãn. Tuy nhiên, chúng ta cũng nên nhớ một sự thật rằng Bồ Tát trong kinh điển Đại thừa là những biểu tượng của những đức hạnh kết tinh từ Đức Phật lịch sử, hoặc là sự mô tả thật về các thánh nhân ở các hành tinh khác. Bồ Tát là biểu tượng của những đức hạnh kết tinh từ Đức Phật lịch sử được thánh hoá như những bậc thánh nhằm đáp ứng nhu cầu tín ngưỡng của quần chúng và bối cảnh đa thần của xã hội Ấn độ lúc bấy giờ.

Ý NGHĨA CỦA THUẬT TỪ CÁC BẬC THÁNH KHÁC

Để hiểu Bồ Tát rõ hơn, chúng ta cũng cần phải phân biệt những thuật từ khác trong Phật giáo cũng biểu thị ý nghĩa các bậc thánh như chư thiên (諸 天), A-la-hán (阿 羅 漢), Thanh-văn (聲 聞), bậc Bích-chi Phật (辟 支 佛) và Đức Phật (佛 陀).

1. Chư Thiên

Khái niệm chư thiên (諸 天) mặc dù có trình bày trong kinh Phật nhưng đây không phải là pháp thoại trung tâm, căn bản của tu tập. Phật giáo là hệ thống triết lý vô thần. Điều này có nghĩa là không chấp nhận Chúa trời hoặc Đấng sáng tạo ra con người và thế giới.

Trong kinh *Aggañña* của Trường bộ (*Dīgha Nikāya*)[72] đã trình bày khá rõ ràng thế giới tự nhiên và con người là không phải sản phẩm của bất kỳ mệnh lệnh sáng tạo của một vị Chúa trời nào, mà chúng đơn thuần là những kết quả của tiến trình tiến hóa.

Trong tự điển Pāli-Anh của Hội Pāli Text đã định nghĩa chư thiên theo truyền thống Phật giáo như sau:

"Theo từ nguyên học 'devā' xuất phát từ ý nghĩa chơi, vui; một vị trời, vị thiên thần thường số nhiều của devā là Gods (chư thiên). Khi tước vị này được gán cho bất cứ chúng sanh siêu việt nào thì được xem như là thuộc lãnh vực trên loài người... Chư

72 DB, tập III, trang 77 và tiếp theo.

thiên thường đơn giản biểu thị cho sự sáng chói, linh động, nét đẹp, điều thiện và ánh sáng và những thuộc tính này như đối ngược lại với những năng lực bóng tối của điều xấu và hủy diệt."[73]

Theo Phật giáo, khái niệm thế giới có nghĩa là thế giới của chư thiên và con người. Vì vậy, trong những kinh điển của hai hệ Nguyên thủy (Pāli) và Đại thừa (tiếng Phạn và Hoa) có nhiều thần và nữ thần được mô tả. Trong Đại Kinh Sư tử hống (*Mahā Sihanādā*) thuộc Trung Bộ[74] đã mô tả những cảnh giới khác nhau của sự hiện hữu nhiều loại chư thiên. Thọ mạng của chư thiên cũng tăng từ năm trăm năm trên cõi trời Tứ-đại-thiên vương (*Cātummahārājika*) hoặc mười sáu ngàn năm trên cõi Tha-hoá-tự-tại thiên (*Paranimmitavasavatti*) hoặc... lâu mau tùy theo phước đức gieo trồng của chư thiên. Phật-bản-hạnh Tập kinh dị bản (*Mahāvastu*)[75] và Thần-thông Du-hí kinh (*Lalitavistara*, trang 232) đã mô tả khá rõ ràng những tầng bậc khác nhau của chư thiên và thiên nữ. Chẳng hạn những nữ thần như *Gauri, Laxmi, Durgā, Kāli, Sarasvati* rất được tôn thờ trong thuyết đa thần của đạo Hindu. Điều này cũng ảnh hưởng đến các nhà Đại thừa đã tạo ra những thiên nữ bằng cách thánh hoá các đối tượng của hiện tượng thiên nhiên, những ý tưởng trừu tượng và những đối thể khác. Tuy nhiên trong Phật giáo vị trí của chư thiên và thiên nữ không được coi trọng như các tôn giáo khác, bởi vì chư thiên như vậy được Đức Phật xem như là một trong những loại chúng sanh chưa giải thoát khỏi luật vô thường và vẫn còn bị chi phối bởi luật sống và chết, ngay cả mặc dù họ siêu nhiên hơn người trong lãnh vực năng lực, điều kiện sống và sự hưởng thụ an lạc ở cõi trời như Kinh Tăng chi dạy rằng:

"Này các tỳ-kheo, vào một thời, Sakka, vị chúa tể của chư thiên đang thuyết pháp ở tầng trời thứ ba mươi ba và nhân cơ hội đó đã thốt lên bài kệ rằng:

---

73 EB, tập V, trang 349-0.

74 Trung-bộ, tập I, trang 73.

75 Phật-bản-hạnh Tập kinh dị bản, tập II, trang 282.

Vị ấy có thể giống như tôi nên giữ

Ngày mười bốn, mười lăm và cũng ngày tám

Theo làm lễ bố tát.

Nhưng, các tỳ-kheo, bài kệ này được xướng lên sai, không đúng. Vì cớ sao?

Này các tỳ-kheo, Sakka, vị chúa tể của chư thiên chưa từ bỏ được tham vọng, chưa từ bỏ được sân hận, chưa từ bỏ được si mê: trong khi vị tỳ-kheo là một bậc A-la-hán lậu hoặc đã cởi bỏ, những việc nên làm đã làm, gánh nặng đã đặt xuống, mục đích đã thành đạt, các kiết sử đã đoạn tận, giải thoát hoàn toàn. Này các tỳ-kheo, với vị tỳ-kheo ấy lời nói này mới là thích đáng.

"Này các tỳ-kheo, vào một thời, Sakka, vị chúa tể của chư thiên... và nhân cơ hội đó đã thốt lên bài kệ rằng...

Nhưng, các tỳ-kheo, bài kệ này được xướng lên sai, không đúng. Vì cớ sao?

Này các tỳ-kheo, Sakka, vị chúa tể của chư thiên chưa giải thoát khỏi sanh, già, bịnh, chết, sầu, bi, khổ, ưu, não. Vị ấy chưa cởi bỏ được những thất vọng và nỗi đau khổ. Vị ấy chưa giải thoát khỏi tật bịnh. Ta tuyên bố như vậy. Trong khi tỳ-kheo là một vị A-la-hán... Vị tỳ-kheo là vị giải thoát khỏi sanh, già, bịnh, chết, sầu, bi, khổ, ưu, não. Vị ấy giải thoát khỏi khổ đau. Ta tuyên bố như vậy.[76]

(Bhūtapubbaṁ bhikkhave Sakko devānaṁ indo deve Tāvatiṁse anunayamāno tāyaṁ velāyaṁ imaṁ gātham abhāsi:

Cātuddasī pañcadasī yāva pakkhassa aṭṭhamī

Pāṭihāriyapakkhañ ca aṭṭhaṇgasusamāgataṁ

Uposathaṁ upavaseyya yo p'assa madiso naro ti.

Sā kho pan' esā bhikkhave Sakkena devānaṁ indena gāthā duggītā na sugītā dubbhāsitā na subhāsitā. Taṁ kissa hetu?

---

76 BGD, tập I, Chương Ba Pháp, iv, Phẩm Sứ giả của Trời, trang 127.

Sakko bhikkhave devānaṁ indo avītarāgo avītadoso avītamoho. Yo ca kho so bhikkhave bhikkhu arahaṁ khīṇāsavo vusitavā katakaraṇīyo ohitabhāro anuppatta-sadattho parikkhīṇabhava-samyojano sammadaññāvimutto, tassa kho etaṁ bhikkhave bhikkhuno kallaṁ vacanāya.

Cātudilasī pañcadasī yāva pakkhassa aṭṭhami

Pāṭihāriyapakkhañ ca aṭṭhaṇgasusamāgataṁ

Uposathaṁ upavaseyya yo p'assa māsido naro ti.

Taṁ kissa hetu? So hi bhikkhave bhikkhu vītarāgo vītadoso vītamoho ti.

Bhūtapubbaṁ bhikkhave Sakko devānaṁ indo deve Tāvatiṁse anunayamāno tāyaṁ velāyaṁ imaṁ gāthaṁ abhāsi:—

Cātuddasī pañcadasī yāva pakkhassa aṭṭhamī

Pāṭihāriyapakkhañ ca atthaṇgasusamāgataṁ

Uposathaṁ upavaseyya yo p'assa mādiso naro ti.

Sā kho pan' esā bhikkhave Sakkena devānaṁ indena gāthā duggītā na sugītā dubbhāsitā na subhāsitā. Taṁ kissa hetu? Sakko hi bhikkhave indo devānaṁ aparimutto jātiyā jarāya maranena sokehi paridevehi dukkhehi domanassehi upāyāsehi aparimutto dukkhasma ti vadāmi. Yo ca kho so bhikkhave bhikkhu arahaṁ khīnāsavo vusitavā katakaraṇīyo ohitabhāro anuppattasadattho parikkhīṇabhavasaṁyojano sammadaññāvimutto, tassa kho etaṁ bhikkhave bhikkhuno, kallaṁ vacanāya.

Cātuddasī pañcadasī yāva pakkhassa aṭṭhamī

Pāṭihāriyapakkhañ ca aṭṭhaṇgasusamāgataṁ

Uposathaṁ upavaseyya yo p'assa mādiso naro ti.

Taṁ kissa hetu? So bhikkhave bhikkhu parimutto jātiyā jarāyā maraneṇa sokehi paridevehi dukkhehi domanassehi upāyāsehi parimutto dukkhasmā ti vadāmi).[77]

77 A, tập I, trang 143-5.

Chư thiên là những chúng sanh chỉ hưởng thụ bằng cách dấn mình vào nhiều loại đam mê để thõa mãn giác quan do phước đức tu tập và gieo trồng ở kiếp trước của họ và niềm vui của chư thiên được xem là vui hơn ở cõi người và những cảnh giới đau khổ khác như Đại kinh Sư-tử hống (*Mahāsīhanāda Sutta*) của Trung Bộ[78] nói rằng cõi trời trải qua những cảm giác cực kỳ vui sướng (*ekantasukhā vedanā)* khi so sánh với những đau khổ hành hình triền miên (*ekantadukkhā tibbā kaṭukā)* của những chúng sanh ở cõi địa ngục, cực khổ đang đày đọa ăn nuốt lẫn nhau (*dukkā tibbā kaṭukā)* của cảnh giới súc sanh (*tiracchāna yoni*), cảm giác đau khổ (*dukkhabahulā vedanā)* và vui thú (*sukhabahulā vedanā)* nói chung của cảnh giới con người. Tuy nhiên, chư thiên không biết luật vô thường hoặc sự chấm dứt không thể tránh được của những niềm vui tạm thời đó và sau đó, họ sẽ tái sanh rơi vào cảnh giới ngạ quỷ, địa ngục hoặc súc sanh và do đó vai trò của chư thiên trong Phật giáo được xem như thấp hoặc kém cõi hơn cảnh giới của những vị có tu tập, có chứng đắc ở cõi người.

Cảnh giới trời không phải là những khối, gian trong kiến trúc có tầng trên hoặc ở dưới thế giới loài người mà là những phạm trù hoặc những biểu trưng cho sự phước đức được cấu thành sự hiện hữu tương tự trong môi trường song song và cùng thời gian với cõi người và những cảnh giới khác.

Theo lời dạy trong kinh điển Pāli, chư thiên trong đạo Phật không phải là đối tượng để cầu nguyện hoặc thực hành các nghi lễ tôn giáo nhưng bởi vì trên con đường phát triển tinh thần của con người và y báo cõi trời là kết quả kết hợp với sự tu tập của họ, những điều này được xem tuỳ thuộc hoàn toàn vào con người, chớ không phải yếu tố bên ngoài, chư thiên hoặc ai khác can thiệp và gia hộ cho. Bởi thế, chư thiên là không thích hợp cho sự đạt đến niết bàn. Chư thiên không có chức năng quan trọng và trung tâm trong Phật giáo.

Trong khi Bồ Tát được thánh hoá như là bậc thánh thiêng

---

78 Trung Bộ, Tập 1, trang 73.

liêng đáp ứng với nhu cầu ảnh hưởng của tín ngưỡng đa thần của Hindu giáo, nhưng Bồ Tát nỗ lực đi theo con đường của Đức Phật cho mục đích giải thoát bản thân cũng như dùng vô số phương tiện thiện xảo để giúp con người tự giải thoát đau khổ. Thế nên, bản chất, tính cách và trí tuệ của Bồ Tát được đánh giá cao trong Phật giáo.

2. A-La-Hán

Bách khoa Toàn thư Phật học[79] đã đề cập đến từ '*Arahanta*'(阿羅漢) xuất phát từ gốc '*arh*', nghĩa là đáng, xứng đáng, thích hợp và được dùng để biểu thị cho một người đã đạt được mục đích của đời sống phạm hạnh (theo Phật giáo Nguyên thủy).

Arahanta được hình thành từ hai phần: *Ari* và *hanta*. *Ari* nghĩa là kẻ thù hoặc phiền não. *Hanta* là giết hoặc tiêu hủy. Thế nên, A-la-hán là một vị đã giải thoát tất cả các phiền não như khao khát (*rāga),* sân hận (*dosa*) và vô minh (*moha*). I.B. Horner[80] đã đưa ra bốn mẫu của danh từ A-la-hán như sau:

Arahā, *arahat*, *arahanta* và *arahan*.

Trong Phật giáo Nguyên thủy, từ này chỉ người đã đạt được bản chất thật của các pháp (*yathābhūtañāṇa*) và Đức Phật được coi là vị A-la-hán đầu tiên. Sau khi thuyết bài pháp đầu tiên 'Kinh chuyển Pháp luân' (*Dhammacakkappavattana Sutta*), năm anh em của Kiều-trần-như *Kondañña* (*pañcavaggiya*) cũng trở thành những bậc A-la-hán. Những vị A-la-hán này được mô tả như là *buddhānubuddh*: những người đã đạt được giải thoát sau Bậc giác-ngộ hoàn toàn (Đức Phật).[81] Rồi, khi thời gian trôi qua, khái niệm A-la-hán từ từ được Đức Phật và những đệ tử ngài kế tiếp mở rộng và chi tiết hoá. Do đó, A-la-hán cũng

---

79 EB, tập II, trang 41.

80 Isaline B. Horner, The Early Buddhist Theory of Man Perfected: A Study of the Arahanta, London: Williams & Northgate Ltd., 1979, trang 52.

81 Theragāthā, ed. H. Bendall, JRAS, 1883, trang 111.

có nghĩa là người hiểu lý Duyên sanh (*nidanas*), đã diệt ba lậu hoặc (*asravas),*[82] tu tập thất giác chi (Pali: *sambojjhanga*)[83] cởi bỏ được năm triền cái (*nīvaraṇas*), thoát khỏi căn bản phiền não, mười tà kiến (*samyojana).* Vị ấy đã tu tập giới, định và đạt được nhiều năng lực siêu nhiên và thức tỉnh được bản chất đau khổ của thế giới ta bà. Vị ấy đã tu tập bốn thiền, đạt được bốn định, sáu thắng trí (*abhiññā),*[84] ba minh (*tisso vijjā*)... đưa đến giải thoát an lạc tối hậu. Sự giải thoát này đưa vị ấy thành bậc A-la-hán, thoát khỏi vòng trói buộc của sanh tử luân hồi (sanh, già, bịnh, chết) và an hưởng niết bàn (Pali: *Nibbāna,* Sanskrit: *nirvāṇa*), trở thành bậc xứng đáng được cúng dường ở thế gian... mà chúng ta sẽ thấy đề cập rất nhiều ở các kinh Pāli như Tương ưng bộ kinh,[85] Tăng Chi bộ kinh,[86] Trung bộ kinh...[87]

Cũng cùng ý kiến trên, trong kinh Thanh-tịnh (*Pasādika Sutta*) của Trường bộ kinh, Đức Phật đã đưa ra công thức về A-la-hán như sau:

'Vị ấy là bậc A-la-hán, lậu hoặc đã diệt trừ, những việc nên làm đã làm, gánh nặng đã đặt xuống, đã giải thoát hoàn toàn những trói buộc của tái sanh, vị ấy giải thoát bởi sự thức tỉnh các pháp (sammadaññā)...'[88]

(Yo so āvuso bhikkhu arahaṁ khīṇāsavo vusitavā katakararaṇiyo ahita-bhāro anuppata sedattho pāraikkhīṇa-bhava-saṁyojano sammas-aññā vimutto).[89]

Mục đích tu tập của đệ tử Phật là đạt đến A-la-hán. Nói cách khác, A-la-hán là bậc giác ngộ hay bậc mô phạm đức hạnh đã đạt

82 A, tập III, trang 376.

83 Như trên.

84 S, tập II, trang 217.

85 S, tập I, trang 12; tập II, trang 120-6, tập IV, trang 252.

86 A, tập IV, trang 145.

87 M, tập II, trang 29.

88 DB, tập III, số 29, Kinh Thanh Tịnh (Pasādika Sutta), trang 125.

89 D, tập III, trang 138.

được đỉnh cao nhất trong tiến trình phát triển tâm linh.

Khi chúng ta so sánh A-la-hán với chư thiên, Phật giáo đã đưa ra căn bản rất rõ ràng A-la-hán là bậc vượt ra ngoài phạm vi của chư thiên, ma vương và ngay cả Phạm thiên (*Brahmā*) – vị trị vì một cảnh giới khác của thế giới tà bà (*saṁsāra*), mặc dù cảnh giới này có thể là lâu dài và an vui hơn. Vài Phật tử thành tâm cầu nguyện chư thiên nhưng họ hoàn toàn ý thức rằng chỉ cầu khẩn cho những nhu cầu trần gian như sự giàu có, tình yêu, buôn bán... Theo họ, chư thiên có thể thật sự ban những lợi ích vật chất, nhưng những kết quả tinh thần thì hoàn toàn là vấn đề của sự nỗ lực và tu tập của từng cá nhân.

3. Thanh-Văn

Śrāvaka (聲 聞) nghĩa là 'đệ tử' (*disciple)*'[90] hoặc 'người nghe', người khát ngưỡng trở thành bậc A-la-hán (阿 羅 漢) thường nhờ bậc đạo sư hướng dẫn, sau khi nghe xong, vị ấy thức tỉnh được bản chất của pháp và giác ngộ. Chỉ cần một sự hướng dẫn, gợi ý nhỏ của bậc đạo sư sáng suốt và kinh nghiệm cũng đủ cho vị ấy tinh tấn tu tập tiến trên con đường giác ngộ. Chẳng hạn, tôn giả Xá-lợi-phất (*Sāriputta,* 舍 利 弗) đã đạt quả Tư-đà-hoàn sau khi chỉ nghe nửa bài kệ do A-la-hán Ác-bệ (*Assaji*) đọc. Tỳ-kheo Cula Panthaka trong bốn tháng đã không thể nhớ nổi một bài kệ, nhưng chỉ quán về tánh chất vô thường của một chiếc khăn tay sạch... đã đạt A-la-hán.

A-la-hán là bậc giải thoát khỏi vòng sanh tử và đạt được trạng thái niết-bàn (*Nibbāna*, 涅 槃). Thanh-văn cũng giác ngộ khi nghe pháp và có thể đạt được một trong bốn bậc giải thoát như sau:

1. Tư-đà-hoàn (*Sotāpanna,* 入 流, 七 來),

2. Tu-đà-hoàn (*Sakadāgāmi,* 一 來)

90 BIHP, 259; The Boddhisattva Ideal, Ven. Narada Maha Thera, the Journal 'The Maha Bodhi', tập 80 – Oct. & Nov., Delhi, 1972, trang 481.

3. A-na-hàm (*Anāgāmi,* 不來)

4. A-la-hán (*Arahanta,* 阿羅漢).

A-la-hán hoặc Thanh-văn là bậc đã giải thoát khỏi các phiền não, ô nhiễm, tu tập thiền định, một lòng hướng đến giải thoát. A-la-hán tượng trưng cho mẫu bậc mô phạm đức hạnh thanh tịnh. Thế nên, A-la-hán là một đối tượng đáng kính và ruộng phước cúng dường mà chúng ta có thể tu tập theo và bày tỏ sự kính lễ.

Có những học giả đã xem lý tưởng A-la-hán là thấp, nhỏ hơn Bồ Tát nhưng thật ra cả hai bậc đó đều được đánh giá cao và mỗi lý tưởng có ý nghĩa đặc biệt mà sẽ được bàn bạc trong Chương ba sau.

4. Bích-Chi Phật

Bích-chi Phật (Pāli: *Pacceka-buddha*, Sanskrit: *Pratyeka-buddha*, 緣覺, 辟支佛) còn gọi là Độc giác Phật.

Trong Tự-điển Phật-học Hán-Việt,[91] Bích-chi Phật là vị sanh ra trong đời không có Đức Phật, nên không có chân lý nào được giảng. Bích-chi Phật được coi là bậc cao hơn Thanh-văn (*Śrāvaka*) vì Bích-chi Phật đã tự giác ngộ, đã đạt được mục đích giải thoát bằng chính sự nỗ lực giác ngộ được lý Duyên khởi, chớ không tìm cầu các trợ lực bên ngoài. Do đó, Ngài được mệnh danh là một vị Phật riêng một mình hoặc vị Phật im lặng. Là Phật, vì ngài thức tỉnh được bản chất thật của các pháp, nhưng 'một mình' vì tự ngài nỗ lực chớ không ai hướng dẫn, hoặc 'im lặng' vì ngài thiếu năng lực thuyết pháp để giác tỉnh và phục vụ những chúng sanh khác.

Có hai bậc Bích-chi Phật: (1) tu tập một mình và (2) cùng với bạn đồng tu và cùng giác ngộ.

Vị Phật như vậy – "chỉ tự mình giác ngộ nghĩa là đã đạt được trí tuệ hoàn hảo và tối cao nhưng nhập diệt mà không tuyên

---

91 Tự-Điển Phật-học Hán-Việt (A Dictionary of Vietnamese-Chinese Buddhist Terms), Phân Viện Phật học xuất bản, Việt Nam: Hà Nội, 1992, trang 446.

bố thông điệp giải thoát cho đời"[92] rõ ràng là khác với lý tưởng Bồ Tát. Tuy nhiên, chúng ta cũng thừa nhận rằng biết bao nỗ lực mà vị Bích-chi Phật đã dốc tâm cương quyết để tự giải thoát. Chẳng hạn, trong khi Thanh-văn nghe pháp hướng dẫn mà giác ngộ, còn Bích-chi Phật đạt mục tiêu của mình bằng sự tự tu tập và tinh tấn. Vì vậy, Ngài cũng thật xứng đáng cho chúng ta kính lễ và chiêm ngưỡng. Mặc dù, Đức Phật Cồ-đàm (瞿曇佛) của thời đại này đã nhập diệt, nhưng chúng ta vẫn sống trong thời tượng pháp vì lời dạy của Ngài vẫn còn tồn tại. Và như thế không có Đức Phật Bích-chi nào ra đời trong thời này.

5. Đức Phật

Trong Bách khoa Toàn thư Phật học[93] định nghĩa Đức Phật như là một từ chung, chỉ cho các bậc giác ngộ. Quá khứ phân từ của '*Buddha*' xuất phát từ chữ '*budh*' nghĩa là tỉnh thức, nhận biết và hiểu biết.

Từ Phật (*Buddha,* 佛陀) trong ý nghĩa Phật giáo được ứng dụng bắt đầu với ý nghĩa biểu thị cho Đức Phật Cồ đàm (*Gotama,* Sanskrit: *Gautama,* 瞿曇), tức Đức Thích-ca mâu-ni (*Śākyamuni*) - nhà sáng lập ra Phật giáo. Đức Phật Cồ đàm được sanh ra nơi mà ngày nay gọi là Nepal, cách đây 2600 năm đã đạt giác ngộ và truyền bá thông điệp (Pāli: *Dhamma,* Skt: *Dharma,* 法) mà Ngài đã giác ngộ đến cho loài người và vào lúc tám mươi tuổi nhập niết bàn. Đức Phật Cồ-đàm cũng thường được gọi là Như Lai (*Tathāgata,* 如來), Thế-Tôn (*Bhagavat*, *Bhagavā* 世 尊). Về sau, Đức Phật thường nói Ngài chỉ như bậc đạo sư tối thượng:

"Ta là bậc xứng đáng được tôn kính trên thế gian này. Ta là bậc Đạo sư tối thượng, nhưng Ta chỉ là một người đạt được sự Chánh đẳng Chánh giác thôi."

(Ahaṁ hi arahā loke, ahaṁ satthā anuttaro, eko'mhi

---

92 BDBSL, trang 3 cũng xem Gala-paññatti, trang 14.

93 EB, tập III, trang 357.

sammāsambuddho).[94]

"Ta thật sự không phải là chư thiên, cũng không phải là Càn-thát-bà, không phải là Dạ-xoa, không phải là con người, nên biết Ta là một vị Phật."

(Na kho ahaṁ devo bhavissāmi, na kho ahaṁ gandhabbo bhavissāmi... yakkho... manusso... buddho ti maṁ dhārehi).[95]

Khái niệm Phật trong Phật giáo Nguyên thủy (源始佛教) là người đã hoàn thiện mình bằng cách giác ngộ 'ngã' ở mức độ cao nhất mà con người có khả năng đạt đến. Ngài chỉ là một người khám phá lại chân lý đã bị bỏ quên. Sự vĩ đại của Đức Phật là khám phá lại điều mà các đạo sư đương thời Ngài chưa khám phá hoặc khám phá ra chưa được hoàn toàn. Hiện tượng đản sanh đã cho biết Đức Phật là một thiên tài siêu xuất, bậc đạt được tiến trình tâm linh cao nhất của con người. Đức Phật là bậc có mười lực (*Balāni,* 十力),[96] bốn tín

94 Vinayapitaka, ed. H. Oldenberg, tập I, London, 1879, trang 8.

95 A, tập II, trang 38-9.

96 Mười lực: Mười khả năng trí giác của Đức Phật

1. Thị xứ phi xứ trí lực: Trí lực biết về sự vật nào là có đạo lý, sự vật nào là không có đạo lý;
2. Nghiệp trí lực: Tri tam thế nghiệp báo trí lực: Trí lực biết rõ ba đời nghiệp báo của chúng sanh.
3. Thiền định trí lực: Tri chư thiền giải thoát tam muội trí lực: trí lực biết các thiền định và trí lực biết tám giải thoát, ba tam muội.
4. Căn tính trí lực (Tri chúng sanh tâm tính trí lực): trí lực biết tâm tính của tất cả chúng sanh.
5. Nguyện dục trí lực (Tri chủng chủng giải trí lực): trí lực biết mọi loài trí giải của tất cả chúng sanh.
6. Giới trí lực (Tri chủng chủng giới trí lực): trí lực biết khắp và đúng như thực mọi loại cảnh giới khác nhau của tất cả chúng sanh.
7. Đạo chí xứ trí lực (Tư nhất thiết chí đạo sở trí lực): Trí lực biết hết đạo mà người tu hành sẽ đạt tới, như người tu ngũ giới thập thiện thì được ở cõi người, hoặc lên cõi trời, người tu pháp vô lậu thì sẽ chứng đạt niết bàn.
8. Túc mạng trí lực (Tri thiên nhãn vô ngại trí lực): Trí lực vận dụng thiên nhãn nhìn thấy sự sinh tử và nghiệp thiện ác của chúng sanh, lại còn biết rõ vô lậu niết bàn.
9. Thiên nhãn trí lực (Trí túc mạng vô lậu trí lực): Trí lực biết túc mạng của chúng sanh, lại còn biết rõ vô lậu niết bàn.

(*Vaijāradyāni,* 四信),[97] mười tám pháp bất cộng (*Āveṇika-dharmas,* 十八法不共)[98] để phân biệt Đức Phật khác với Bồ Tát. Bởi những phẩm hạnh này, nên Ngài là một bậc vĩ nhân (*mahāpurisa,* 大人) tối thượng trong đạo đức và trí tuệ.

Theo nghĩa đen, Đức Phật nghĩa là 'bậc giác ngộ' (覺者). Qua định nghĩa và giải thích các bậc A-la-hán (阿羅漢), Thanh-văn (聲聞), Bích-chi Phật (辟支佛), và Đức Phật (佛

Lậu tận trí lực (Trí vĩnh đoạn tập khí trí lực): Trí lực có thể biết rõ được như thực đối với mọi tàn dư tập khí sẽ vĩnh viễn đoạn diệt chẳng sinh. (Xem A, V, từ trang 33.7 trở đi; M, I, trang 69 trở đi; DCBT, 46; BDBSL, 20)

97 Bốn lòng tín (Vaisāradyas):
1. Đức Phật tin rằng Ngài đã đạt Chánh đẳng giác và Nhất thiết trí .
2. Đức Phật tin rằng Ngài đã đoạn diệt tất cả các kiết sử lậu hoặc (āsravas).
3. Đức Phật tin rằng các chướng ngại đối với đời sống cao hơn mà Ngài mô tả, thực sự sẽ tạo ra sở tri chướng thâm sâu.
4. Đức Phật tin rằng con đường mà Ngài chỉ dẫn để đi đến diệt khổ, thực sự là có kết quả. (Xem M, I, 71; A, II, 9)

98 Mười tám Pháp bất cộng (Āveṇika-dharmas) để phân biệt Đức Phật khác với chúng sanh khác.
1. Thân vô thất: Thân không có sai sót.
2. Khẩu vô thất: Miệng không có sai sót.
3. Niệm vô thất: Ý niệm không có sai sót.
4. Vô dị tưởng: Không có tư tưởng khác.
5. Vô bất định tâm: Đức Phật dù đi đứng nằm ngồi đều không lìa thắng định.
6. Vô bất tri dĩ xả: Phật đối với tất cả các pháp đều biết rõ rồi mới xả bỏ.
7. Dục vô giảm: Phật có đủ điều thiện thường muốn độ cho tất cả chúng sanh, tâm không biết chán.
8. Tinh tiến vô giảm: Siêng năng làm các việc thiện không mệt mỏi.
9. Niệm vô diệt.
10. Tuệ vô diệt: Chư Phật ba đời, hết thảy trí tuệ sáng ngời đầy đủ.
11. Giải thoát vô giảm.
12. Giải thoát tri kiến vô giảm.
13. Tất cả thân nghiệp đều làm theo trí tuệ.
14. Tất cả khẩu nghiệp đều làm theo trí tuệ.
15. Tất cả ý nghiệp đều làm theo trí tuệ.
16. Trí tuệ biết đời quá khứ vô ngại.
17. Trí tuệ biết đời vị lai vô ngại.
18. Trí tuệ biết đời hiện tại vô ngại.
(xem Divy-āvadāna, ed. E.B.Cowell & R.A.Neil, Cambridge, 1886, trang 148; DCBT, trang 45)

陀) đã cho thấy tất cả đều là những bậc giác ngộ, nhưng Đức Phật được biểu thị như là bậc tối thượng, hoàn hảo, đạt Chánh đẳng Chánh giác (*Anuttara-Samsak-sambodhi* (阿耨多羅三藐三菩提, 無上正等覺). Một vị Phật như vậy, mỗi người chúng ta đều có thể và sẽ trở thành nếu chúng ta muốn. Đây là mục đích và lý tưởng của Bồ Tát. Các vị Bồ Tát nên biết và hiểu những phẩm chất và tính cách của Đức Phật trước khi vị ấy có thể bắt đầu sự nghiệp Bồ Tát của mình.

KHÁI NIỆM BỒ TÁT TRONG KINH ĐIỂN PALI

Vài thế kỷ sau khi Đức Phật Cồ-đàm nhập niết bàn, khái niệm Bồ Tát có thể coi như là sự gặt quả cuối cùng của những khuynh hướng đang thịnh hành ở Ấn độ và đã đóng góp cho sự sanh khởi và phát triển học thuyết mới về Bồ Tát.

Bồ Tát là một trong những tư tưởng quan trọng nhất của Phật giáo Đại thừa. Tuy nhiên, sẽ là sai lầm nếu cho là khái niệm Bồ Tát là một sáng tạo của Phật giáo Đại thừa. Thuật từ Bồ Tát (*Bodhisatta,* 菩薩) đã được đề cập trong kinh điển Pāli và xuất phát từ Phật giáo Nguyên thủy đã ít nhiều biểu thị đó là Bồ Tát Cồ đàm trước khi giác ngộ. Tuy nhiên, nếu chúng ta khảo sát các nguồn Pāli như kinh Trung bộ, Trường bộ, Kinh tập và kinh Bổn sanh thuộc Tiểu bộ kinh đã cho thấy rằng khái niệm Bồ Tát có bốn ý nghĩa như sau:

1. Từ thời gian thái tử Sĩ-đạt-đa xuất gia đến trước khi Ngài giác ngộ

Trước tiên, từ Bồ Tát (*Bodhisatta*) đã phản ảnh một cách cụ thể cuộc đời Đức Phật từ lúc xuất gia cho đến trước khi ngài giác ngộ, nghĩa là khi Ngài còn là thái tử Sĩ-đạt-đa ở cung thành Ca-tỳ-la-vệ (*Kapilavatthu*) cũng bị chi phối bởi vòng sống và chết như chúng ta. Rồi một ngày khi đi dạo ngoài cổng thành và thấy trực tiếp những cảnh thật của đời sống như cảnh người già hom hem lụ khụ, cảnh người bịnh tật ốm yếu, cảnh một thây chết hôi thúi và cảnh một bậc ẩn sĩ trầm tĩnh thanh cao kinh hành. Ba cảnh đầu tiên đã chứng minh một cách hùng hồn về bản chất vô thường của cuộc sống và sự bịnh tật phổ thông của con người. Cảnh thứ tư biểu thị con đường để vượt qua những đau khổ của đời sống và tìm được sự an lạc tâm hồn. Ngài liền quyết định từ bỏ đời sống gia đình để trở thành một ẩn sĩ đi tìm chân lý.

Rời cha mẹ, vợ đẹp, con thơ và cung điện huy hoàng sau lưng, với trái tim đầy nhiệt huyết cùng với Sa nặc và con ngựa kiền trắc ngài đi vào rừng. Một mình với không đồng xu nào trong tay, Ngài bắt đầu đi tìm chân lý. Vì vậy, đây là cuộc từ bỏ vĩ đại. Đó không phải là cuộc xuất gia của một người nghèo không có gì để lại mà là một cuộc từ bỏ của một hoàng tử đang tuổi thanh xuân trai tráng với đầy đủ sự giàu sang và sung sướng – Một cuộc xuất thế vô song trong lịch sử.

Chính là lúc hai mươi chín tuổi, thái tử Sĩ-đạt-đa đã thực hiện cuộc từ bỏ lịch sử này. Quyết định phi thường của ngài trở thành Bồ Tát đi tìm chân lý ngay khi Ngài vừa hiểu những tình trạng nô lệ trói buộc và tù ngục của đời sống thế gian như Đại kinh Saccaka (*Mahāsaccaka*) thuộc Trung bộ mô tả như sau:

"Này Aggivessana, trước khi giác ngộ, khi ấy ta còn là một vị Bồ Tát, chưa chứng Chánh đẳng giác, Ta suy nghĩ như sau: Chật hẹp là đời sống gia đình, con đường đầy bụi bặm, đi về phía trước là sự mở ra, không phải dễ trong khi trú ngụ trong một căn nhà để đưa đến hoàn thành hoàn toàn con đường phạm hạnh, thanh tịnh tuyệt đối, bóng đẹp như vỏ ốc xà cừ. Hãy cạo bỏ râu tóc, đắp y phấn tảo, xuất gia, từ bỏ gia đình, đi đến chỗ không gia đình? Như vậy, Aggivessana, sau một thời gian, khi ta còn trẻ, tóc ta đen như than biểu hiện của thanh niên cường tráng, thanh xuân... Như vậy, Aggivessana, ngồi xuống vừa trầm ngâm: Thật sự điều này đã cuốn hút sự quan tâm của ta."[99]

(Kim hi no siyā Aggivessana. Idha me Aggivessana pubbe

99 MLS, tập I, số 36, Đại kinh Saccaka, trang 295.

va sambodhā anabhisambuddhassa bodhisattass' eva sato etad - ahosi: Sambādho gharāvāso rajāpatho, abbhokāso pabbajjā, na-y-idaṁ sukaraṁ agāraṁ ajjhāvasatā ekanta-paripuṇṇaṁ ekantaparisuddhaṁ saṅkhalikhitaṁ brahmacariyaṁ carituṁ, yannūnahaṁ kesamassuṁ ohāretvā kāsāyani vatthāni acchādetvā agārasmā anagāriyaṁ pabbajeyyan - ti. So kho ahaṁ Aggivessana aparena samayena daharo va samano susu kāḷakeso... (repeat from p. 163, 1. 28 to p. 167, 1. 8; for bhikkhave substitute Aggivessana)... alam-idaṁ padhanayati).[100]

Hoặc trong kinh Thánh-cầu (*Ariyapariyesana*) tường thuật như sau:

"Này các tỳ-kheo, ta cũng vậy trước khi giác ngộ, trong khi ta còn là vị Bồ Tát, chưa tỉnh thức hoàn toàn, tự mình có khả năng bị sanh, lại tìm cầu cái bị sanh; tự mình có khả năng bị già, lại tìm cầu cái bị già; tự mình có khả năng bị bịnh, lại tìm cầu cái bị bịnh; tự mình có khả năng bị chết, lại tìm cầu cái bị chết; tự mình có khả năng bị ô nhiễm, lại tìm cầu cái bị ô nhiễm. Rồi này các tỳ-kheo, điều này đã xảy ra trong ta: 'Tại sao Ta có khả năng bị sanh, lại tìm cầu cái bị sanh; có khả năng bị già, lại tìm cầu bị già; có khả năng bị bịnh, lại tìm cầu bị bịnh; có khả năng bị chết, tìm cầu cái bị chết; có khả năng bị ô nhiễm, lại tìm cầu cái bị ô nhiễm. Ta nghĩ rằng (mặc dù) tự mình có khả năng bị sanh, sau khi biết rõ sự nguy hại của cái bị sanh, nên tìm sự không sanh, vô thượng an ổn, niết bàn? Tự mình có khả năng bị già, ... không già...; ... bịnh..., ... không bịnh...; ... chết..., ... không chết...; ... sầu..., ... không sầu...; tự mình có khả năng bị ô nhiễm, sau khi biết rõ sự nguy hại của cái bị ô nhiễm, nên tìm sự không ô nhiễm, vô thượng an ổn, niết bàn?"[101]

(Aham-pi Sudaṁ bhikkhave pubbe va sambodhā anabhisambuddho bodhisatto va samāno attanā jātidhammo samāmo jātidhammaññeva pariyesāmi, attanā jarādhammo samāno

---

100 M, tập I, trang 240.

101 MLS, tập I, số 26, kinh Thánh cầu, trang 207.

jarādhammaññeva pariyesāmi, attanā byādhidhammo..., attanā maraṇadhammo..., attanā sokadhammo..., attanā saṅkuesadhammo samāno saṅkilesadhammaññeva pariyesāmi.

Tassa mayhaṁ bhikkhave etad - ahosi: Kin - nu kho ahaṁ attanā jatidhammo samano jatidhamman-neva pariyesami, attana jaradhammo samāno - pe - attanā saṅkilesadhammo samāno saṅkilesadhammaññeva pariyesāmi; yan-nūnāhaṁ attanā jātidhammo samāno jātidhamme ādīnavaṁ viditvā ajātaṁ anuttaraṁ yogakkhemaṁ nibbānaṁ pariyeseyyaṁ, attanā jarādhammo ... ajaraṁ... pariyeseyyaṁ, attanā byādhidhammo... abyādhiṁ... pariyeseyyaṁ, attanā maraṇadhammo... amataṁ pariyeseyyaṁ, attāna sokadhammo... asokaṁ... pariyeseyyaṁ, attanā saṅkilesadhammo samāno saṅkilesadhamme ādīnavaṁ viditvā asankiliṭtham anuttaraṁ yogakkhemaṁ nibbānaṁ pariyeseyyan - ti).[102]

2. Từ thời gian thái tử Sĩ-đạt-đa nhập thai đến trước khi Ngài giác ngộ

Thứ hai, khái niệm Bồ Tát được mở rộng để biểu thị thời kỳ từ khi thái tử Sĩ-đạt-đa nhập thai cho đến trước khi giác ngộ như đã mô tả dưới đây: Vào ngày thọ thai, hoàng hậu Ma-da (*Maya*) đã nguyện giữ chay tịnh và khi bà nghỉ ngơi, bà đã mơ thấy có bốn thiên vương đã tắm cho bà ở hồ nước Anotatta, mặc cho bà những y phục chư thiên và đặt bà trong một lâu đài bằng vàng lộng lẫy. Khi bà vừa đặt lưng xuống thì '*Bồ Tát trong hình thức của con voi trắng đã bước vào bên hông phải bụng của bà*'.[103] Lúc đó, trái đất chấn động và mười nghìn thế giới phát ánh sáng rực. Kinh Vị-tằng-hữu-pháp (*Acchariyabhuta-dhamma Sutta*) thuộc Trung-bộ đã mô tả sống động thời điểm lịch sử này như sau:

"Bạch đức Thế-tôn, chính khi diện kiến với ngài, chính con đã nghe như vậy: Bồ Tát từ cung trời Đâu-suất giáng xuống với

102 M, tập I, trang 163.

103 EB, tập III, trang 229.

tâm sáng suốt, thuần tịnh đã bước vào thai mẹ, khi ấy ánh sáng huy hoàng vô lượng vượt qua ánh sáng của chư thiên chiếu sáng khắp thế giới – bao gồm những thế giới ở trên các cõi trời, thế giới của các ma vương, phạm thiên và những thế giới ở dưới gồm các vị sa môn, những bà-la-môn, những hoàng tử và dân chúng. Cho đến các cảnh giới ở giữa các thế giới, không có nền tảng, tối tăm, u ám, những cảnh giới mà mặt trời, mặt trăng với đại thần lực, đại oai đức như vậy cũng không thể chiếu thấu, trong những cảnh giới ấy một hào quang vô lượng, vượt qua ánh sáng của chư thiên hiện ra và các chúng sanh đang trú ngụ tại đây, nhờ hào quang ấy mới thấy lẫn nhau và cùng nói rằng: 'Cũng có những chúng sanh khác đang sống tại đây'. Và mười ngàn thế giới trong khắp vũ trụ đã chấn động, rung chuyển mạnh. Ánh sáng huy hoàng vô lượng này đã chiếu sáng khắp thế giới, vượt qua ánh sáng của chư thiên. Như thế, bạch Thế tôn, con nhận biết việc này là một hy hữu, một vị tằng hữu của Thế tôn."[104]

(Sammukhā, me taṁ, bhante, Bhagavato sutaṁ sammukhā paṭiggahītaṁ; Sato sampajāno, Ānanda, Bodhisatto Tusitā kāyā cavitvā mātu kucchiṁ okkamīti; yam pi, bhante, sato sampajāno Bodhisatto Tusita kāyā cavitvā mātu kucchiṁ okkami, idam p'ahaṁ Bhagavato acchariyaṁ abbhutadhammaṁ dhāremi).[105]

Hoặc trong kinh Đại bổn (*Mahapadana Sutta*) thuộc Trường bộ kinh cũng tường thuật giống vậy:

"Này các tỳ-kheo, Đức Phật Tỳ-bà-thi (Vipassi) như một vị Bồ Tát đã từ giả cõi trời Đâu-suất thiên, với tâm thuần tịnh và chánh niệm đã bước vào thai mẹ. Trường hợp như vậy là quy luật.

Này các tỳ-kheo, quy luật là như vậy, khi Bồ Tát bước vào thai mẹ, khi ấy ánh sáng huy hoàng vô lượng vượt qua ánh sáng của chư thiên, chiếu sáng khắp thế giới – bao gồm những thế giới ở trên các cõi trời, thế giới của các ma vương, phạm thiên và những thế giới ở dưới gồm các vị sa môn, những bà-la-

---

104 MLS, tập III, số 123, Kinh Vị tằng hữu Pháp, trang 165.

105 M, tập III, trang 119-0.

môn, những hoàng tử và dân chúng. Cho đến các cảnh giới ở giữa các thế giới, không có nền tảng, tối tăm, u ám, những cảnh giới mà mặt trời, mặt trăng với đại thần lực, đại oai đức như vậy cũng không thể chiếu thấu, trong những cảnh giới ấy một hào quang vô lượng, vượt qua ánh sáng của chư thiên hiện ra và các chúng sanh đang trú ngụ tại đây, nhờ hào quang ấy mới thấy lẫn nhau và cùng nói rằng: 'Cũng có những chúng sanh khác đang sống tại đây'. Và mười ngàn thế giới trong khắp vũ trụ đã chấn động, rung chuyển mạnh. Ánh sáng huy hoàng vô lượng này đã chiếu sáng khắp thế giới, vượt qua ánh sáng của chư thiên. Quy luật là như vậy."[106]

(Dhammatā esā bhikkhave, yadā Bodhisatto Tusitā kāyā cavitvā mātu kucchiṁ okkamati atha sadevake loke samārake sabrahmake sassamaṇa- brāhmaṇiyā pajāya sadeva-inamissāya anpamāṇo uḷaro obhāso pātubhavati atikkamma devānaṁ devānubhāvaṁ. Ya pi tā lokan-tarikā aghā asaṁvutā andhakārā andhakāra-timisā, yattha pi 'me candima-suriyā' evaṁ mahiddhikā evaṁ mahānubhāvā ābhāya nānubhonti, tattha pi appamāno uḷāro obhāso pātubhavati atikkamm' eva devānaṁ devānubhāvaṁ. Ye pi tattha sattā upapannā, te pi ten' obhāsena aññaṁ aññaṁ sañjānanti: "Aññe pi kira bho santi sattā idhūpapannā ti." Ayañ ca dasa-sahassi loka-dhātu saṁkampati sampakampati sampavedhati. Appamāṇo ca uḷāro obhāso loke pātubhavati atikkamm' eva' devānaṁ devānubhāvaṁ. Ayam ettha dhammatā).[107]

Bách-khoa Toàn-thư Phật-học[108] cũng tường thuật sự tái sanh sau cùng của Bồ Tát với nhiều phép lạ vì cả hai nguồn kinh điển *Pāli* và *Sanskrit* đã nỗ lực cho thấy sự kiện nhập thai của Bồ Tát lúc đó không có sự kết hợp của tinh cha huyết mẹ.[109]

---

106 DB, tập II, số 14, kinh Đại bổn (Mahapadana Sutta), trang 8-9.

107 D, tập II, trang 12.

108 EB, tập III, trang 229.

109 Điều này dường như có nghĩa là 'thánh thai' (virgin birth). Xem MLS, the Acchariya-abbhuta-dhamma-sutta, tập III, trang 165; Mahāvastu, ed. E.

Sau khi sanh ra, A Tư đàm (*Asita*) - một vị ẩn sĩ đạo cao đức trọng đã chiêm ngưỡng ba mươi hai tướng tốt của thái tử Sĩ-đạt-đa sơ sanh và tiên đoán Ngài sẽ sống đời sống phạm hạnh không nhà, bậc ẩn sĩ đi tìm chân lý và trở thành bậc giác ngộ tối thượng, là thầy của trời người. Lời của ẩn sĩ A-tư-đàm như sau:

"Thái tử sẽ đạt đến đỉnh cao nhất của sự giác ngộ hoàn toàn. Ngài sẽ chuyển bánh xe pháp, thấy cái gọi là sự thuần tịnh siêu việt (niết bàn), mang đến phúc lợi cho số đông và tôn giáo của Ngài sẽ được lan truyền rộng rãi khắp nơi."[110]

(Sambodhiyaggam phusissat' āyam kumāro, so dhammacakkam paramavisuddhadassī vattes' āyam bahujanahitānukampi, vitthārik 'assa bhavissati brahmacariyam).[111]

Có lẽ đó là những nguyên nhân mà khái niệm Bồ Tát được phát triển với ý nghĩa là ngay khi còn trong thai mẹ - hoàng hậu Ma-da hoặc khi còn là thái tử sơ sanh, Ngài cũng đã có những tướng tốt của bậc vĩ nhân – Bồ Tát.

3. Từ các Đức Phật nhập thai đến trước khi Ngài giác ngộ

Thứ ba, khái niệm Bồ Tát với ý nghĩa là tất cả chư Phật nhập thai cho đến trước khi đạt giác ngộ. Văn học Ấn độ đương thời và sớm hơn đã gợi ý rằng khái niệm Bồ Tát cùng với khái niệm Đức Phật và Chuyển-luân-vương (*Cakkavattī / Cakravartin,* 轉論王) đang thịnh hành ở Ấn độ thậm chí trước khi Đức Phật Cồ-đàm xuất hiện. Khi thái tử Sĩ-đạt-đa (*Siddhattha / Sidhārtha,* 士達多) nhập thai, nhà tiên tri đã tiên đoán con trai của vua Tịnh-phạn (*Suddhodana,* 淨梵) sẽ trở thành bậc

Senart, Paris, 1882-97, tập II, trang 6 và Lalitavistara, ed. P.L. Vaidya, PST, tập I, trang 29-0.

110 GD, Nālaka sutta, Kệ số 693, trang 125.

111 Sn, Nālakasuttam Nitthitam, Kệ số 693, trang 125.

Chuyển-luân-vương hoặc Đức Phật.[112] Có một lần khi trả lời câu hỏi của một bà-la- môn (*Brāhma*), chính Đức Phật đã xác nhận rằng Ngài không phải là Chúa trời cũng không phải là chư thiên mà là một đấng giác ngộ, nghĩa là một vị kế thừa chư Phật. Sự kế thừa đó được diễn tả qua bài kệ Pháp-Cú dưới đây:

'Không làm các điều ác,

Gắng làm các việc lành,

Giữ tâm ý trong sạch.

Đó lời chư Phật dạy.'

(Sabba-pāpassa akaraṇaṁ kusalasse upasampadā, Sa-citta-pariyodapanaṁ etaṁ Buddhāna Sāsanaṁ).[113]

Điều đó đã khẳng định không phải chỉ có một Đức Phật mà là có nhiều Đức Phật trên đời (cũng đã từng ban pháp thoại như vậy). Cũng cùng một nội dung này, kinh *Āmagandha*[114] tường thuật rằng còn có Đức Phật Ca-diếp (*Kassapa,* 迦葉) chớ không chỉ Đức Phật Cồ-đàm. Về sau, việc ứng dụng từ Bồ Tát được mở rộng bao gồm cả không chỉ Đức Phật Thích-ca mâu-ni mà còn cho tất cả chư Phật từ lúc nhập thai cho đến trước khi thành đạo. Cũng thế, việc ứng dụng học thuyết nghiệp (*karma*) và tái sanh lúc đầu được chấp nhận một cách chung chung trong Ấn độ trước thời Đức Phật và các nước lân cận, nhưng về sau học thuyết này được mở rộng xa hơn để chỉ cho các đời sống quá khứ không chỉ của Đức Phật Cồ đàm mà còn những vị Bồ Tát nữa.[115]

Trong truyền thống Phật giáo Nguyên thủy sớm nhất, chẳng hạn như kinh Đại bổn (*Mahāpadāna*) thuộc Trường bộ kinh đã kể rất chi tiết sáu vị Phật xuất hiện trước thời Đức Phật Cồ-đàm. Đoạn văn dưới đây mô phỏng như sau:

---

112 EB, tập III, trang 228.

113 Dha, kệ 183, trang 97-8.

114 DPPN, tập II, trang 578.

115 Cùng trang sách đã dẫn.

"Cách đây chín mươi mốt kiếp có Đức Phật Tỳ-Bà-Thi ra đời, bậc A-la-hán Chánh Đẳng Giác. Cách đây ba mươi mốt kiếp có Đức Phật Thi-Khí ra đời, bậc A-la-hán Chánh Đẳng Giác. Trong kiếp thứ ba mươi mốt đó cũng có xuất hiện Đức Phật Tỳ-Xá-Phù, bậc A-la-hán Chánh Đẳng Giác. Trong Hiền kiếp có Đức Phật Câu-Lưu-Tôn ra đời, bậc A-la-hán Chánh Đẳng Giác. Cũng trong Hiền kiếp này có xuất hiện Đức Phật Câu-Na-Hàm Mâu-Ni, bậc A-la-hán Chánh Đẳng Giác. Và cũng trong Hiền kiếp này có Đức Phật Ca-Diếp ra đời, bậc A-la-hán Chánh Đẳng Giác."[116]

(Ito so bhikkhave eka-navuto kappo yaṁ Vipassī bhagavā arahaṁ sammā-sambuddho loke udapādi. Ito so bhikkhave eka-tiṁso kappo yaṁ Sikhī bhagavā arahaṁ sammā-sambuddho loke udapādi. Tasmiṁ yeva kho bhikkhave eka-tiṁse kappe Vessabhū bhagavā arahaṁ sammā-sambuddho loke udapādi. Imasmiṁ yeva kho bhikkhave bhadda-kappe Kakusandho bhagavā arahaṁ sammā-sambuddho loke udapādi. Imasmiṁ yeva kho bhikkhave bhadda-kappe Konāgamano bhagavā arahaṁ sammā-sambuddho loke udapādi. Imasmiṁ yeva kho bhikkhave bhadda-kappe Kassapo bhagavā arahaṁ sammā-sambuddho loke udapādi. Imasmiṁ yeva kho bhikkhave bhadda-kappe ahaṁ etarahi arahaṁ sammā-sambuddho loke uppanno).[117]

Nghĩa là chính Đức Phật trong bài kinh Đại Bổn (*Mahāpadāna*) đã giới thiệu thời gian, đẳng cấp, dòng họ, thọ mạng v.v... của những Đức Phật trước ngài. Các vị Phật đó là Tỳ-Bà-Thi (*Vipassī,* 毘婆施), Thi-Khí (*Sikhī,* 施氣), Tỳ-Xá-Phù (*Vessabhū,* 毘舍浮), Câu-Lưu-Tôn (*Kakusandha,* 拘留尊), Câu-Na-Hàm Mâu-Ni (*Koṇagamana,* 拘那含牟尼) và Ca-Diếp (*Kassapa,* 迦葉).

Trong Trường bộ kinh cũng đưa ra danh sách bảy vị Phật bao gồm Đức Phật Cồ-đàm với những yếu tố mang màu sắc của

---

116 DB, tập II, số 14, kinh Đại bổn (Mahapadana Sutta), trang 5.

117 D, tập II, trang 2.

những sự kiện huyền thoại như sau:

"Này các tỳ-kheo, Đức Phật Tỳ-bà-thi (Vipassi) như một vị Bồ Tát đã từ giả cõi trời Đâu-suất, với tâm thuần tịnh, chánh niệm đã bước vào thai mẹ. Trong trường hợp như vậy là một quy luật."[118]

(Atha kho bhikkhave Vipassī Bodhisatto Tusitā kāyā cavitvā sato Kampajāno mātu-kucchiṁ oldami. Ayam ettha dhammatā).[119]

Trong Phật sử (*Buddhavaṁsa*, số 14 thuộc Tiểu bộ kinh (*Khuddha Nikaya*) liệt kê số lượng gia tăng của các vị Phật đến hai mươi lăm vị và được cố định trong kinh điển: "*Suốt trong thời gian Đức Phật tu tập hạnh Bồ Tát, Ngài đã gặp hai mươi bốn vị Phật này.*" (tính thêm Đức Phật Thích ca nữa là hai mươi lăm vị). Toàn bộ danh sách này như được trình bày dưới đây:

"1. Dīpaṇkara Buddhavaṁso,

2. Koṇḍađđa Buddhavaṁso,

3. Maṅgala Buddhavaṁso,

4. Sumana Buddhavaṁso,

5. Revata Buddhavaṁso,

6. Sobhita Buddhavaṁso,

7. Anomadassī Buddhavaṁso,

8. Paduma Buddhavaṁso,

9. Nārada Buddhavaṁso,

10. Padumuttara Buddhavaṁso,

11. Sumedha Buddhavaṁso,

12. Sujāta Buddhavaṁso,

---

118 DB, tập II, số 14, kinh Đại bổn, trang 8 (cũng xem DB, tập II; số 17, Kinh Đại thiện kiến vương, trang 192; số 19, Kinh Đại điền tôn, trang 253.

119 D, tập II, trang 12.

13. Piyadassī Buddhavaṁso,

14. Atthadassī Buddhavaṁso,

15. Dhammadassī Buddhavaṁso,

16. Siddhattha Buddhavaṁso,

17. Tissa Buddhavaṁso,

18. Phussa Buddhavaṁso,

19. Vipassī Buddhavamso,

20. Sikhī Buddhavaṁso,

21. Vessabhū Buddhavaṁso,

22. Kakusandha Buddhavaṁso,

23. Koṇāgamana Buddhavaṁso,

24. Kassapa Buddhavaṁso,

25. Gotama Buddhavaṁso."[120]

Sáu Đức Phật trước kế cận Đức Phật Cồ-Đàm là Phật Tỳ-Bà-Thi, Thi-Khí, Tỳ-Xá-bà, Câu-Lưu-Tôn, Câu-Na-Hàm Mâu-Ni và Phật Ca-Diếp. Nếu nói đủ là tiền thân của hai mươi tám vị Phật quá khứ. Sở dĩ có nơi nói hai mươi lăm vì tính từ Phật Nhiên-Đăng đến thời Đức Phật Thích-ca. hai mươi lăm vị Phật này tiền thân Đức Phật thích Ca đều có gặp và đã thọ ký cho Ngài sẽ thành Phật tương lai hiệu là Đức Phật Thích-ca mâu-ni. Trước Phật Nhiên-Đăng có ba vị Phật nữa là hai mươi tám vị, tiền thân Đức Phật Thích-Ca có gặp nhưng chưa được thọ ký thành phật tương lai, vì vậy trong kinh tạng Nguyên thủy hay Đại thừa có nơi chỉ nói hai mươi lăm vị (tính từ Phật Nhiên Đăng trở đi). Tóm lại, dù hai mươi lăm hay hai mươi tám vị Phật tính từ lúc nhập thai đến thời gian trước khi giác ngộ đều được xem là những Bồ Tát.

---

120 The Buddhavaṁsa, ed. R. Morris, tập 38, London: PTS, 1882, trang 240-1.

Trong Phật sử (*Buddhavamsa*)[121] kể nhiều sự tích về các vị Phật quá khứ. Câu chuyện của mỗi Đức Phật khá dài, nơi đây chỉ đề cập về thời gian tu hạnh Ba-la-mật, tuổi thọ và đặc biệt là sự giác ngộ của các Bồ Tát đều dưới các gốc cây khác nhau. Đây cũng là điểm đặc thù của Phật giáo. Các bậc giác ngộ rất hoà hợp với môi trường giản dị, tự nhiên và trong sáng của thiên nhiên như Đức Phật Thích-ca Mâu-ni khi Đản sanh, Giác ngộ, Chuyển pháp luân và Nhập Niết-bàn đềâu dưới các bóng cây thiên nhiên, hoặc các dẫn chứng dưới đây cho thấy cả hai mươi tám vị Phật đều giác ngộ dưới các cội cây thiên nhiên.

Truyện bắt đầu như sau: Một hôm, Đức Thích-ca Mâu-ni Phật đã giảng cho tôn giả Xá-Lợi-Phất nghe rằng: Cách đây bốn a-tăng-kỳø kiếp và một trăm ngàn đại kiếp có bốn Đức Phật nối tiếp ra đời trong quả địa cầu này:

1. Đức Phật Tan-han-ca (*Tanhanka Buddha-vaṁso*): Ngài đã tu tập trong mười sáu a-tăng-kỳø và một trăm ngàn đại kiếp. Kiếp cuối cùng tọa thiền bảy ngày và giác ngộ dưới gốc cây Sứ. Tuổi thọ mười muôn năm (khác với Bồ Tát Cồ-đàm, tọa thiền bốn mươi chín ngày và giác ngộ dưới cây Bồ đề, tuổi thọ tám mươi).

2. Đức Phật Mi-đa-ca (*Midhanka Buddhavaṁso*): tu tám a-tăng-kỳø và một trăm ngàn đại kiếp. Kiếp cuối cùng tọa thiền mười bốn ngày và giác ngộ dưới gốc cây Vông Đồng. Tuổi thọ chín muôn năm.

3. Đức Phật Sa-ra-nan-ca (*Sarananka Buddha-vaṁso*): tu tám a-tăng-kỳø và một trăm ngàn đại kiếp. Kiếp cuối cùng tọa thiền ba mươi ngày và giác ngộ dưới gốc cây Cẩm lai. Tuổi thọ bảy ngàn năm.

(*Những tiền thân quá khứ của Đức Phật Thích-ca có gặp ba*

---

121 Xem CD: The Great Chronicle of Buddhas, International Theravada Buddhist Missionary University, Yangon, Mymmar, Developed by CE Technology Co., Ltd, 2002; Tham khảo thêm Buddha Vamsa (Chánh Giác Tông), do Bhikkhu Bửu Chơn soạn dịch, Đà Nẳng, 1966, trang 11-2.

vị Phật này, nhưng chưa được ba ngài thọ ký).

4. Đức Phật Nhiên-đăng (*Dīpaṅkara Buddha-vaṁso*): tu mười sáu a-tăng-kỳø và một trăm ngàn đại kiếp. Kiếp cuối cùng tọa thiền bảy ngày và giác ngộ dưới gốc cây Sơn. Tuổi thọ mười muôn năm. Giáo pháp của Ngài được lưu truyền một trăm ngàn năm.

Sau khi Đức Phật Nhiên-đăng nhập diệt, trải qua một thời gian một a-tăng-kỳø kiếp không có Đức Phật nào ra đời. Rồi Đức Phật kế đó là

5. Đức Phật Kiều-trần-như (Koṇḍañña Buddha- vaṁso): đã tu mười sáu a-tăng-kỳø và một trăm ngàn đại kiếp. Kiếp cuối cùng tu tập mười tháng và giác ngộ dưới gốc cây Thị. Tuổi thọ mười muôn năm. Giáo pháp được lưu truyền mười muôn năm mới mãn.

Sau đó một a-tăng-kỳ kiếp, có bốn Đức Phật kế tiếp là:

6. Đức Phật Kiết-tường (*Maṅgala Buddhavaṁso*): tu mười sáu a-tăng-kỳø và một trăm ngàn đại kiếp. Kiếp cuối cùng tu tập tám tháng và giác ngộ dưới gốc cây Mù u. Tuổi thọ chín muôn năm. Giáo pháp lưu truyền chín muôn năm mới mãn.

7. Đức Phật Tu-mạt-na (*Sumana Buddhavaṁso*): Ngài tu tập mười tháng và giác ngộ dưới gốc cây Mù u. Tuổi thọ chín muôn năm. Giáo pháp được hưng thạnh chín muôn năm mới mãn.

8. Đức Phật Ly-bà-đa (*Revata Buddhavaṁso*): Ngài tu tập bảy tháng và giác ngộ dưới gốc cây Mù u. Tuổi thọ sáu muôn năm. Giáo pháp lưu truyền sáu muôn năm mới mãn.

9. Đức Phật So-bi-ta (*Sobhita Buddhavaṁso*): Ngài hành pháp Ba-la-mật đã được bốn a-tăng-kỳø và một trăm ngàn đại kiếp. Kiếp cuối tu tập bảy ngày và giác ngộ dưới gốc cây Bồ đề. Không có giáo pháp để lại.

Sau khi Đức Phật So-bi-ta nhập diệt trải qua một a-tăng-kỳø đại kiếp không có Đức Phật nào ra đời và sau đó trên một quả địa cầu khác có ba Đức Phật kế tiếp ra đời là:

10. Đức Phật A-no-ma-đà-si (*Anomadassī Buddhavaṁso*): tu mười sáu a-tăng-kỳø và một trăm ngàn đại kiếp. Kiếp cuối cùng tu tập mười tháng và giác ngộ dưới gốc cây Gòn rừng. Tuổi thọ chín muôn năm. Không có giáo pháp để lại.

11. Đức Phật Hồng-liên (*Paduma Buddhavaṁso*): tu mười sáu a-tăng-kỳø và một trăm ngàn đại kiếp. Kiếp cuối cùng tu tập tám tháng và giác ngộ dưới gốc cây Mã Tiền. Tuổi thọ mười muôn năm. Không có giáo pháp để lại.

12. Đức Phật Na-ra-da (*Nārada Buddhavaṁso*): tu Ba-la-mật trong bốn a-tăng-kỳø và một trăm ngàn đại kiếp. Kiếp cuối cùng tu tập bảy ngày và giác ngộ dưới gốc cây Gáo. Tuổi thọ chín muôn năm. Giáo pháp Ngài được lưu truyền đến chín muôn năm.

Sau khi Đức Phật Na-ra-da nhập diệt trải qua một a-tăng-kỳø kiếp không có Đức Phật nào ra đời và sau đó trên một quả địa cầu có một Đức Phật kế tiếp ra đời là:

13. Đức Phật Pa-du-mu-ta-ra (*Padumuttara Buddhavaṁso*): Ngài tu tập bốn mươi chín ngày và giác ngộ dưới gốc cây Dương. Tuổi thọ mười muôn năm.

Sau khi Đức Phật Pa-du-mu-ta-ra nhập diệt trải qua một thời gian bảy muôn đại kiếp không có Đức Phật nào ra đời và sau đó trên một quả địa cầu có hai Đức Phật kế tiếp ra đời là

14. Đức Phật Tịnh-huệ (*Sumedha Buddhavaṁso*): Ngài tu tập tám tháng, đến rằm tháng tư thành đạo dưới gốc cây Sầu-đông. Tuổi thọ chín muôn năm.

15. Đức Phật Thiện-sanh (*Sujāta Buddhavaṁso*): Ngài tu tập chín tháng và giác ngộ dưới bụi tre ngà. Tuổi thọ chín muôn năm.

Sau khi Đức Phật Thiện-sanh nhập diệt, trải qua một thời gian một muôn sáu ngàn đại kiếp không có Đức Phật nào ra đời và sau đó trên một quả địa cầu có ba Đức Phật kế tiếp ra đời là:

16. Đức Phật Thiện-kiến-vương (*Piyadassī Buddha-vaṁso*):

Ngài tu tập sáu tháng và giác ngộ dưới gốc cây Cầy. Tuổi thọ chín muôn năm. Giáo pháp lưu truyền chín muôn năm mới mãn.

17. Đức Phật A-tha-đa-si (*Atthadassī Buddha-vaṁso*): Ngài tu tập tám tháng và giác ngộ dưới gốc cây Cầy. Tuổi thọ mười muôn năm.

18. Đức Phật Đa-ma-đa-si (*Dhammadassī Buddha-vaṁso*): tu tập bảy ngày đến sáng ngày thứ tám nhận bát cháo sữa của cô Vicikoliyā cúng dường. Tối hôm đó giác ngộ dưới cây Bimaba. Tuổi thọ mười muôn năm. Giáo pháp lưu truyền mười muôn năm mới mãn.

Sau khi Đức Phật Đa-ma-đa-si nhập diệt, trải qua một thời gian một muôn ba ngàn chín trăm lẻ bảy đại kiếp không có Đức Phật nào ra đời và sau đó trên một quả địa cầu có một Đức Phật kế tiếp ra đời là:

19. Đức Phật Sĩ-đạt-đa (*Siddhattha Buddhavaṁso*): tu tập mười tháng và giác ngộ dưới gốc cây Gòn rừng. Tuổi thọ mười muôn năm.

Kế đó trên một quả địa cầu có hai vị Phật kế tiếp giáng sanh như:

20. Đức Phật Đề-sa (*Tissa Buddhavaṁso*): tu tập trong nửa tháng và giác ngộ dưới gốc cây Cẩm lai. Tuổi thọ mười muôn năm. Giáo pháp của ngài lưu truyền mười muôn năm mới mãn.

21. Đức Phật Công-đức (*Pussa Buddhavaṁso*): tu tập trong sáu tháng bảy ngày và giác ngộ dưới cây Tầm ruột rừng. Tuổi thọ chín muôn năm.

Kế đó trên một quả địa cầu có vị Phật ra đời kế tiếp là:

22. Đức Phật Tỳ-bà-thi (*Vipassī Buddhavamso*): tu tập tám tháng và giác ngộ dưới cây Cẩm lai. Tuổi thọ tám muôn năm. Giáo pháp lưu truyền tám muôn năm mới mãn.

Sau khi Đức Phật Tỳ-bà-thi nhập diệt, trải một thời gian là năm mươi chín đại kiếp không có Đức Phật nào ra đời. Kế đó có một quả địa cầu có hai vị Phật ra đời kế tiếp là:

23. Đức Phật Thi-khí (*Sikhī Buddhavaṁso*): tu tập tám tháng và giác ngộ dưới gốc cây Xoài tượng. Tuổi thọ bảy muôn năm. Giáo pháp lưu truyền bảy muôn năm mới mãn.

24. Đức Phật Tỳ-xá-phù (*Vessabhū Buddhavaṁso*): tu tập trong sáu tháng và giác ngộ dưới cây Song Thọ. Tuổi thọ sáu muôn năm.

Sau đó trải qua hai mươi chín đại kiếp không có Đức Phật nào ra đời dạy đạo cả. Cho tới khi quả địa cầu chúng ta đang ở đây xuất hiện. Và tại đây có năm vị Phật giáng sanh (ba vị quá khứ, một vị hiện tại và một vị vị lai). Ba vị quá khứ như:

25. Đức Phật Câu-lưu-tôn (*Kakusandha Buddha-vaṁso*): tu tập trong tám tháng. Ngày cuối cùng, Ngài thọ bát cháo sữa (dê) của cô Vajirinddhā cúng dường và nhận bó cỏ tranh của Subhatta để trải dưới gốc cây Sung tọa thiền và giác ngộ trong đêm đó. Tuổi thọ bốn muôn năm. Giáo pháp lưu truyền bốn muôn năm mới mãn.

Khi ấy chúng sanh làm điều hung dữ nhiều nên tuổi thọ của chúng sanh lần lần bị giảm xuống tới mười tuổi hoặc hơn một chút. Sau đó chán nản những điều tội lỗi, nên quay về làm thiện và tuổi thọ lại tăng đến một a-tăng-kỳ năm con người mới già chết. Rồi lần lần hạ xuống cho tới thời gian tuổi thọ chúng sanh còn ba muôn năm, khi ấy ra đời Đức Phật

26. Đức Phật Câu-na-hàm Mâu-ni (*Koṇāgamana Buddhavaṁso*): tu tập trong sáu tháng và giác ngộ dưới gốc cây Sung. Tuổi thọ ba muôn năm.

Sau đó, tuổi thọ chúng sanh lần giảm hạ xuống còn mười tuổi hoặc hơn, rồi lần lần trở lên cho tới một a-tăng-kỳø tuổi; rồi lại hạ xuống lần lần thọ tới hai muôn năm tuổi, thì có Đức Phật ra đời là:

27. Đức Phật Ca-diếp (*Kassapa Buddhavaṁso*): tu tập trong bảy ngày và giác ngộ dưới gốc cây Da. Tuổi thọ hai muôn năm. Giáo pháp lưu truyền đến hai muôn năm mới mãn.

28. Đức Phật Thích-ca Mâu-ni (*Gautama Buddhavaṁso*): tu tập sáu năm. Vào rằm tháng tư, Ngài nhận bát cháo sữa của nàng Tu-xà-đa (*Sujātā*) và bó cỏ Kiết Tường của một người chăn cừu trải dưới gốc Bồ đề và tại đây vào canh ba đêm đó Ngài đã giác ngộ. Tuổi thọ tám mươi năm. Giáo pháp của Đức Phật Thích Ca hưng thịnh đến năm ngàn năm mới mãn.

Đức Phật Thích ca giảng tiếp cho tôn giả Xá-lợi-phất rằng: "Tất cả hai mươi tám vị Phật trên Như Lai đều gặp cả, nhưng chỉ được hai mươi lăm vị tính từ Đức Phật Nhiên-Đăng cho đến Đức Phật Ca-Diếp (khoảng thời gian dài là bốn a-tăng-kỳơ và một trăm ngàn đại kiếp) là có thọ ký cho Như Lai sẽ thành Phật. Như Lai đã thực hành mười pháp ba-la-mật (*Parāmi*) tròn đủ, khi kiếp sau cùng sanh lên cung trời Đâu Suất, lúc đó chư thiên ở mười ngàn thế giới tới thỉnh Như Lai giáng xuống cõi ta-bà để độ sanh v.v...".

Đây là hai mươi tám vị Phật quá khứ mà theo tinh thần Phật giáo Nguyên thủy đều là những vị Bồ Tát.

Cũng nên chú ý rằng danh sách hai mươi tám vị được cho ở đây chỉ là tương đối. Trong kinh Đại Bổn (*Mahāpadāna*) cũng có nói rõ về vấn đề này. Mở đầu câu chuyện Đức Phật chỉ giới thiệu đơn giản rằng cách đây chín mươi mốt kiếp có xuất hiện một vị Phật như vậy. Điều này ngụ ý rằng những vị Phật như vậy thì nhiều vô số; chắc hẳn là còn có nhiều vị Phật ở trước và sau chín mươi mốt kiếp đó nữa. Chính điều này mà về sau Đại thừa Phật giáo đã phát triển đầy đủ và làm phong phú khái niệm Bồ Tát này, bởi lẽ nếu số lượng chư Phật là vô số kể thì số lượng Bồ Tát cũng sẽ không hạn định. Chính dựa trên chính hệ luận lô-gic này thì các vị Bồ Tát phải trải qua nhiều kiếp tu tập mới thành Phật được.

Để hiểu rõ hơn Bồ Tát là gì, trước hết chúng ta cũng nên giải thích danh từ Phật. Trong Phật giáo Nguyên thủy, Phật không phải là một đối tượng để thờ phượng và sùng bái. Ngài cũng không phải là một bậc thiên về duy tâm hoặc duy vật; cũng không phải là một bậc đạo sư đòi hỏi lòng tin tuyệt đối vào đấng Cứu thế. Ngài chỉ là một con người như mọi con người khác nhưng ngài hoàn thiện chính mình trong sự giác tỉnh "ngã" ở mức độ tối cao mà con người có thể đạt tới được. Cốt yếu lời dạy của Đức Phật là lấy con người làm trung tâm, bởi vì chỉ có con người mới có khả năng trở thành bậc giác ngộ, còn các loài hữu tình khác thì không có thể. Mặc dầu có thể có những loại chúng sanh siêu nhiên sống ở những cảnh giới khác cao hơn, nhưng họ không có khả năng để thành Phật. Ngay cả dù những chúng sanh đó sống một đời sống hạnh phúc hơn trong hình thức phi nhân nhưng vẫn bị chi phối bởi luật vô thường và tiến hóa (*aniccā / vaya-dhammā*) và như vậy họ chưa thoát khỏi sanh tử và phiền não ràng buộc nên họ vẫn còn bị khổ đau. Đức Phật là một con người nhưng Ngài hơn những con người khác là Ngài đã nhận thức ra rằng có một trạng thái an lạc cao hơn những trạng thái hạnh phúc tạm bợ trong thế giới hữu vi đối đãi. Trải qua một cuộc đấu tranh nội tâm quyết liệt, ngài giác ngộ rằng trạng thái tâm linh vô vi (*asaṅkhata*) vượt ra ngoài sự đối đãi hai bên, nghĩa là sự vắng mặt của mâu thuẫn.

Nói một cách khác, về mặt tâm lý học là vượt khỏi cả sự chấp thủ đau khổ và hạnh phúc trong nghĩa thường tình. Đó chính là trạng thái hạnh phúc cao nhất (*paramaṁ-sukhaṁ*) trong ý nghĩa siêu thoát, vì nó không còn chi phối bởi sự thay đổi nên nó là quả vô sanh bất diệt (*akālika* và *amata*), vì nó bất di bất dịch (*avyaya*) nên là thường hằng (*dhuva*). Đó chính là trạng thái Niết bàn.

Đức Phật là người đầu tiên đã khám phá, phơi bày lại chân lý này trong lịch sử nhân loại. Bởi chính sự tự nỗ lực này mà từ đó Ngài được gọi là bậc Đạo sư (*Satthā / Śāstā*) và cũng từ đó trở đi nhiều đệ tử của Ngài đã đặt niềm tin tuyệt đối vào Tam bảo (Phật, Pháp và Tăng). Các bậc A-la-hán chỉ tuân theo lời dạy của Đức Phật, sống phạm hạnh và một lòng mong giải thoát sớm. Trong khi đó, Bồ Tát là những người khao khát thành Phật, khao khát được độ chúng sanh, chớ không muốn thành A-la-hán giải thoát. Nói một cách chính xác, cuộc đời của Đức Phật bắt đầu không chỉ từ lúc ngài giác ngộ, mà là lúc Ngài còn là Bồ Tát Sĩ-đạt-đa. Chính Đức Phật trong các pháp thoại thường dùng từ Bồ Tát trong ý nghĩa này, hơn là chỉ Đức Phật Cồ Đàm. Và thỉnh thoảng được dùng để chỉ cho các kiếp trước của Ngài để làm sáng tỏ những điểm giáo lý đặc biệt của ngài.

4. Tiền thân của các Đức Phật

Thứ tư, khái niệm Bồ Tát có nghĩa là những đời sống trước của Đức Phật Cồ đàm. Kinh Bổn sanh (*Jataka*) là một phần của Tiểu bộ kinh (*Khuddaka Nīkaya*) (biên soạn sau này) được T. W. Rhys Davids[122] giới thiệu theo bản niên đại của văn học Pāli như sau:

1. Những lời dạy đơn giản của Đức Phật được tìm thấy trong những từ giống nhau, trong những đoạn hay những bài kệ thường thấy trùng lập trong tất cả kinh điển.
2. Những tình tiết được tìm thấy trong những từ giống nhau, trong hai hoặc nhiều kinh sách hiện hữu.
3. Giới luật.
4. Trường bộ, Trung bộ, Tăng chi và Tương ưng.
5. Kinh Bổn sanh và Pháp cú.

Sự phân loại này được một số các học giả chấp nhận và sử dụng như Maurice Wintemitz, tác giả của cuốn 'History of Indian Literature' (Lịch sử Văn học Ấn độ), H. Nakamura trong tác phẩm 'Indian Buddhism' (Phật giáo Ấn độ) và nhiều vị khác nữa.

Mặc dù Kinh Bổn sanh là một phần của Tiểu bộ kinh, nhưng chúng ta có thể tìm thấy một số mẫu truyện kinh Bổn sanh giống như trong những kinh tạng Pali khác. Trong kinh Đại-điển-tôn (*Mahagovindha*) thuộc Trường bộ kinh đã trích dẫn một đoạn giống kinh Bổn sanh như sau:

"Ngày xưa có một vị vua tên là Disampati. Tể tướng của vua Disampati là Bà-la-môn tên Govinda (người quản lý). Vua

---

122 T.W. Rhys Davids, Buddhist India, Motilal, rpt.1993, trang 188.

Disampati có một người con trai tên Renu, Govinda có một người con trai tên Jotipala. Hoàng tử Renu và chàng Jotipala cùng với sáu thanh niên thuộc dòng quý tộc khác là những bạn thân với nhau."[123]

(Bhūta-pubbaṁ bho rājā Disampatī nāma ahosi. Disaropatissa raññо Govindo nāma brāhmaṇo purohito ahosi. Disampatissa raññо Reṇu nāma kumāro putto ahosi.

Govindassa brāhinaṇassa Jotipālo nāma māṇavo putto ahosi. Iti Reṇu ca rājaputto Jotipālo ca māṇavo aññe ca chalddiattiyā ice ete aṭṭha sahāya ahesuṁ).[124]

Cũng tương tự có một đoạn văn trong kinh *Makhādeva* thuộc Trung bộ như sau:

'Này, A-nan, ngày xưa chính tại nước Mithilā có một vị vua tên là Makhādeva là vị pháp vương như pháp, sống với chánh pháp, có lòng tin vững chắc trong chánh pháp, một vị vua vĩ đại sống trong chánh pháp giữa các bà-la-môn, các gia chủ, dân chúng và đã hành trì lễ bố tát vào những ngày mười bốn, mười lăm và tám của mỗi nửa tháng...'[125]

(Bhūtapubbaṁ, Ānanda, imissā yeva Mithilāyaṁ rājā ahosi Makhādevo nāma dhammiko dhammarājā dhamme ṭhito Mahārājā dhammiko carati brāhmaṇagahapatikesu negamesu c' eva jānapadesu ca, uposathañ ca upavasati cātuddasiṁ pañcaddasiṁ aṭṭhamiñ en pakkhassa).[126]

Sự thay đổi quan trọng hơn trong ý nghĩa Bồ Tát được trình bày rõ hơn trong những kinh tạng Nguyên thủy biên soạn về sau đặc biệt là Tập truyện Kinh Bổn sanh. Ý nghĩa của kinh Bổn sanh đặc sắc ở chỗ là đã mô tả sinh động những đời sống trước của Đức Phật Cồ-đàm mà theo ý kiến của Hoà Thượng Minh

---

123 DB, tập II, trang 266.

124 D, tập II, trang 230.

125 MLS, tập II, số 83, Kinh Makhadeva, trang 268.

126 M, tập II, trang 74-5.

Châu[127] có thể tóm gọn dưới bốn tiêu đề như sau:

1. *Paccuppanna-Vatthu* (Những câu chuyện hiện tại liên quan đến nghiệp quá khứ của Đức Phật);
2. *Atitavatthu* (Chuyện quá khứ liên quan đến những nhân vật hiện tại);
3. *Veyyākaraṇa* (Giải thích những bài kệ hoặc thuật ngữ liên quan đến những câu chuyện quá khứ); và
4. *Samodhana* (Kết hợp hai câu chuyện quá khứ và hiện tại, rồi chỉ ra những nhân vật trước đó cũng như đưa ra mối quan hệ giữa những câu chuyện quá khứ và hiện tại).

Khái niệm Bồ Tát trong kinh Bổn sanh rất nhiều và phong phú qua những hình thức đa dạng như chư thiên, ẩn sĩ, bà-la-môn, vua, thái tử, triệu phú, chủ đất, thương buôn, nông dân... hoặc có khi Bồ Tát trong hình thức loài súc sanh như cá, chim, bò, nai... Tuy nhiên, bởi vì Bồ Tát đóng vai trò là tiền thân của Đức Phật nên tánh cách của Bồ Tát rất đạo đức, tiết hạnh, từ bi, trí tuệ... Một số những câu chuyện tiêu biểu trong kinh Bổn sanh thường bắt đầu như sau:

"Ngày xưa cách đây năm kiếp, tại vương quốc Seri, Bồ Tát làm người buôn bán ấm, bình, lọ, nồi chảo và được gọi là Serivan. Cùng với người lái buôn khác bán những món hàng giống Bồ Tát, gã tham lam ấy cũng được gọi như Serivan, gã đi ngang qua sông Telavāha và vào thành phố Andhapura. Hai người đã phân chia những con đường để đi, Bồ Tát bắt đầu đi bán hàng xung quanh những con đường trong khu của mình và gã cũng đi bán hàng trong khu của hắn... "

(Atīte ito pañcame kappe Bodhisatto Serivaraṭṭhe Serivo nāma kacchapuṭavāṇijo ahosi. So Serivā nāma ekena lolakacchapuṭavaṇijena saddhiṁ Telavāhaṁ nāma nadiṁ uttaritvā Andhapuraṁ nāma nagaraṁ pavisanto nagaravīthiyo

127 Tỳ kheo Thích Minh Châu (dịch), Chuyện Tiền Thân Đức Phật (Jātaka), Viện Nghiên Cứu Phật Học Việt Nam, 1991, trang 5-6.

bhājetvā attano pattavīthiyā bhaṇḍaṁ vikkiṇanto can. Itaro attano pattaṁ vīthiṁ gaṇhi).

'Ngày xưa, khi vua Brahmadatta đang thống trị ở thành Ba la nại, Bồ Tát lúc đó tái sanh làm một con hươu. Chú hươu có da màu sắc vàng óng, đôi mắt sáng như hai viên châu ngọc, hai cái sừng óng ánh như bạc, miệng đỏ như tấm vải màu đỏ tươi, bốn chân cứ như thể sơn, đuôi giống như đuôi chú bò Tây tạng và thân tướng to như chú ngựa con. Tháp tùng theo hươu có năm trăm con hươu khác, chúng sống trong một khu rừng dưới sự trị vì của nai chúa Banyan. Sát cạnh bên rừng, cũng có một con nai chúa khác tên Branch cùng với năm trăm con nai khác sinh sống và nai chúa này cũng có sắc vàng như Bồ Tát...'

(Atīte Bārānasiyaṁ Brahmadatte rajjaṁ kārayamāne Bodhisatto migayoniyaṁ paṭisandhiṁ gaṇhi. So mātu kucchito nikkhanto suvaṇṇavaṇṇo ahosi, akkhīni c' assa maṇi-guḷasadisāni ahesuṁ, siñgāni rajatavaṇṇani, mukham ratta-kambalapuñjavaṇṇaṁ, hatthapādapariyantā lākhā parikammakatā viya, vāladhī camarassa viya ahosi, sarīraṁ pan' assa mahantaṁ assapotakappamāṇaṁ ahosi. So pañcasatamigaparivāro araññe vāsaṁ kappesi nāmena Nigrodhamigarājā nāma. Avidūre pan' assa añño pi pañcasatamigaparivāro Ṣākhamigo nāma vasati, so pi suvaṇṇavaṇṇo va ahosi).

'Ngày xưa khi vua Brahmadatta đang trị vì ở thành Ba-la-nại, Bồ Tát được sanh trong một gia đình giàu có trong kinh đô Kāsi. Đến tuổi trưởng thành, Bồ Tát hiểu được sự đau khổ từ tham vọng và hạnh phúc chân thật sẽ đến từ việc tiêu diệt tham vọng. Do đó, ngài từ bỏ tất cả và đến núi Hi mã lạp sơn để làm vị ẩn sĩ, đã tu tập đạt được thiền định, năm trí và tám quả. Ngài đã sống hỉ lạc trong cảnh giới Quang minh, có năm trăm vị sa môn theo tu tập và Bồ Tát làm thầy của họ...'[128]

(Atīte Bārānasiyaṁ Brahmadatte rajjaṁ kārente Bodhisatto

128 SBFB, tập I, truyện số 3, trang 12; số 12, trang 39; số 43, trang 114.

Kesiraṭṭho mahābhugakulo nibbatto viññūtaṁ patvā kāmesu ādīnavaṁ nekkhamme cānisaṁsaṁ disvā kāme pahāya Himavantaṁ pavisitvā, isipabbajjaṁ pabbajitvā kasiṇa-parikammaṁ katvā pañca abbiñña aṭṭha samāpattiyo uppādetvā jhānasukhena vītināmento aparabhāge mahāparivāro pañcahi tāpasasatehi parivuto gaṇassa satthā hutvā vihāsi).[129]

Đây là điều quan trọng. Chúng ta nên chú ý rằng dường như không có sự sưu tập các kinh Bổn sanh thì cũng không có khái niệm phát triển Bồ Tát tu tập các ba-la-mật cho đến nhiều thời kỳ sau này. Vì vậy, dường như rằng khái niệm Bồ Tát có thể chia làm hai phần, khái niệm nguồn gốc và khái niệm phát triển do các vị tổ sáng suốt sau này tạo ra.

Điều này có nghĩa là việc sử dụng sớm nhất của từ Bồ Tát trong văn học với ý nghĩa đầu tiên dường như biểu thị từ thời gian Thái tử Sĩ-đạt-đa xuất gia đến thời gian trước khi ngài giác ngộ. Đây là khái niệm chính của Bồ Tát trong kinh điển Pāli, rồi bắt đầu phát triển với ý nghĩa thứ hai, ba và tư chẳng hạn như từ thời thái tử Sĩ-đạt-đa nhập thai đến trước khi giác ngộ, từ thời các Đức Phật nhập thai đến trước khi giác ngộ và tiền thân của Đức Phật Cồ đàm như đã mô tả trong kinh điển Pāli bao gồm các mẫu câu chuyện tiền thân trong các kinh Bổn sanh sau này.

129 J, tập I, trang 111, 149 và 245.

Chương 3
PHƯƠNG PHÁP TU TẬP CỦA BỒ TÁT TRONG KINH TẠNG PĀLI

THỨC TỈNH BẢN CHẤT CUỘC ĐỜI

Vào ngày trăng rằm của tháng năm (*Vesākha*) năm 623 trước tây lịch,[130] tại công viên Lâm-tỳ-ni ở biên giới Ấn độ mà nay thuộc vương quốc Nepal, thái tử Sĩ-đạt-đa (*Siddhartha Gotama,* Pāli: *Siddhattha Gotama,* 士達多) thuộc dòng tộc Thích ca, là con trai của vua Tịnh phạn (*Suddhodhana,* 淨梵) và hoàng hậu Ma-da (*Mahāmāya,* 摩耶) của Vương quốc Ca-tỳ-la-vệ (*Kapilavatthu*). Thái tử đã trưởng thành và được giáo dục, rèn luyện văn võ song toàn với đầy đủ cả tinh thần lẫn vật chất.

Trước hết, thái tử cũng thọ hưởng đầy đủ các dục lạc trần gian, nhưng khi thọ hưởng thái độ của chàng hoàn toàn khác với người bình thường. Thậm chí trong khi đang thưởng thức thú vui, nhưng bằng trực giác chàng cảm nhận những hạnh phúc bền vững và chân thật sẽ không bao giờ tìm thấy qua những hấp dẫn ham mê khoái lạc được. Điều này chỉ dẫn đến sự tàn hại trí tuệ và đạo đức mà thôi, hậu quả là càng bị chi phối với sự đau khổ nhiều và nhiều hơn nữa. Chàng tin chắc về điều này. Chàng

---

130 Không giống như kỷ nguyên Thiên chúa, kỷ nguyên Phật giáo được tính từ khi Đức Phật nhập Niết bàn (80 tuổi) tức khoảng 543 trước tây lịch, chứ không tính từ thời điểm Ngài đản sanh.

đã kết hôn với công nương Da-du-đà-la (*Yasodharā,* 耶瑜陀羅) và có một hoàng nhi là La-hầu-la (*Rāhula,* 羅侯羅), nhưng chàng vẫn cảm thấy đó không phải là sự hoàn mãn hạnh phúc tối hậu của cuộc sống con người. Trong tâm như thúc giục chàng không ngừng suy nghĩ để tìm ra một lối thoát đầy đủ và viên mãn hơn, không chỉ cho sự giải thoát của riêng chàng mà cho lợi ích tất cả số đông. Điều này đã làm cho chàng tự hỏi:

"Cái gì là sự vui cười, Cái gì là sự thích thú, trong khi cõi đời luôn bị thiêu đốt? Bóng tối bao phủ xung quanh, sao không đi tìm ánh sáng?"

(Ko nu hāso kimānando? niccaṁ pajjālite sati

Andhakārana onaddhā padīpaṁ kiṁna gavessatha?)[131]

Vào một ngày đẹp trời, thái tử Sĩ-đạt-đa đã đi dạo chơi ở bốn cảnh thành để nhìn thực tế của thế giới bên ngoài. Vào ngày đầu tiên chàng gặp một ông già lụ khụ, cuộc du ngoạn thứ hai chàng thấy một người bịnh ốm yếu, cuộc du ngoạn thứ ba chàng diện kiến một thây chết đang đưa đi hoả táng và thứ tư là chàng được chiêm ngưỡng một bậc sa-môn khoan thai trầm tĩnh từng bước khất thực. Chàng cảm thấy chấn động mạnh mẽ trước những cảnh tượng mà chàng trực tiếp thấy với những thực tế khắc nghiệt của cuộc đời.

Trong khung giam hãm hạn hẹp của cung điện, chàng chỉ thấy những mặt sáng rỡ tươi đẹp của đời sống xa hoa, còn mặt trái của đời sống quần chúng xung quanh vẫn cố ý che đậy trước mắt chàng.

Ba cảnh đầu tiên đã chứng minh mạnh mẽ cho chàng thấy tính cách ngắn ngủi của đời sống và sự ốm đau bịnh tật phổ thông của con người. Thái tử nhận thấy sự vô nghĩa trong dục lạc, cái mà trần gian rất coi trọng, chàng đã thấy bản chất tất cả pháp trong vũ trụ này thật ngắn ngủi, đau khổ và thay đổi. Làm thế nào có sự thanh tịnh, tinh tế và vĩnh cửu kết hợp với bất

131 Dha, kệ số 146, trang 77-8.

tịnh, thô thiển và tạm bợ trong thân thể tứ đại này?... Tại sao mọi người và Ta phải chịu chi phối bởi sanh, già, bịnh, chết và sự không tinh khiết này? Như vậy, cần phải truy tìm những điều giống như bản chất thật? Làm sao mà Ta là người bị chi phối vào những điều như vậy, nhận lãnh sự bất lợi của chúng, hãy truy tìm cái gì hoàn hảo, bảo đảm tối hậu, niết bàn (*Nibbāna*)? và có thể có một cách là cảnh thứ tư của bậc sa-môn thâm trầm siêu thoát đã chỉ ra một con đường để vượt qua những khổ đau của cuộc đời, để đạt được sự tịch tĩnh, an lạc và trạng thái thường hằng, không đối đãi...

Những tư tưởng thức tỉnh này đã loé lên trong tâm trí chàng và đã thúc giục chàng từ bỏ trần gian, để rồi cuối cùng vào lúc giữa khuya, chàng đã quyết định rời kinh thành Ca-tỳ-la-vệ để truy tìm chân lý và sự an lạc vĩnh cửu khi chàng vừa tròn 29 tuổi.

Chàng đã đi rất xa và vượt qua sông *Anomā,* rồi dừng lại bên bờ sông. Tại đây, Bồ Tát đã cắt tóc, râu và cởi hoàng bào cùng những châu báu trang sức cho Sa-nặc (*Channa,* 沙匿) với lời dặn trở về cung điện. Rồi chàng khoác y phục đơn giản của bậc ẩn sĩ, sống một đời sống nghèo nàn tự nguyện để trở thành một Bồ Tát không có một xu dính túi.

TÌM CẦU CHÂN LÝ

Như một vị khổ hạnh du hành, Bồ Tát bắt đầu đi tìm học điều tốt để có thể đưa đến sự an lạc vĩnh cửu. Bồ Tát đi từ nơi này sang nơi khác, gặp một số các đạo sư nổi tiếng đương thời, tu tập theo những hướng dẫn của họ và đạt được những mục đích của họ nhắm đến. Trong cuộc truy tìm giải thoát đó có ba giai đoạn lịch sử đáng nhớ như sau:

Lần đầu tiên, Bồ Tát đã gặp đạo sư Uất-đà-ka-la-la (*Ālāra Kālāma,* 尉陀迦羅羅)[132] là một trong những bậc đạo sư nổi tiếng nhất ở thời đó và là vị thầy đầu tiên đã dạy ngài tu

132 MLS, tập I, London: PTS, 1954, trang 208.

tập để đạt đến thiền cao nhất của đạo sư là Vô-sở-hữu-xứ định (*ākiñcaññāyatana*, 無所有處定,thiền không chỗ trú). Sau một thời gian ngắn, luyện tập dưới sự hướng dẫn của đạo sư, nhưng chàng khổ hạnh trẻ tuổi vẫn chưa cảm thấy thoã mãn với phương pháp tu tập mà chỉ đưa đến cảnh giới không. Dù đạt thiền định cao nhưng không đưa đến 'giải thoát, diệt đau khổ, khinh an, trí giác, giác ngộ và niết bàn'. Bồ Tát cảm thấy giống như một người mù dẫn một người mù khác và do đó, một cách nhã nhặn Ngài đã rút lui khỏi đạo sư và tiếp tục cuộc truy tìm.

Trong giai đoạn thứ hai, Bồ Tát gặp được đạo sư Uất-đà-ka-la-ma-tử (*Uddaka Rāmaputta,* 尉陀迦羅摩)[133] là vị thầy thứ hai mà nhờ đó ngài đạt được thiền Phi-tưởng-phi-phi-tưởng-xứ (*n'eva saññā n'āsaññāyatana*, 非想非非想處, Thiền Vô sắc giới thứ tư, không còn tri giác mà cũng không có không tri giác). Vào thời đó không ai đắc quả thiền nào cao hơn Phi-tưởng-phi-phi-tưởng-xứ. Sự uy tín và nổi danh của đạo sư Uất-đà-ka-la-ma-tử tốt hơn và cao hơn đạo sư Uất-đà-ka-la-la. Và chẳng bao lâu, Bồ Tát Cồ-đàm cũng thông thạo hết học thuyết của đạo sư Uất-đà-ka-la-ma-tử và đạt được trạng thái cuối cùng của thiền định cảnh giới Phi tưởng phi phi tưởng xứ, nhưng mục đích tối hậu vẫn còn xa vời vợi và phương pháp tu tập này vẫn chưa giải đáp được vấn đề đau khổ trong cuộc đời. Cũng không thoã mãn với phương pháp này, Ngài lại ra đi và không bao lâu Bồ Tát chợt nhận ra rằng chân lý tối cao sẽ chỉ tìm thấy bên trong chính mình và thế nên, Bồ Tát ngưng tìm kiếm những trợ lực giúp đỡ bên ngoài.

Trong thời kỳ thứ ba, Bồ Tát đi vào khu rừng gần làng Ưu-lâu-tần-loa (*Uruvelā*) và tu tập khổ hạnh với năm vị ẩn sĩ (Pali: *Panca-vaggiya bhikkhu,* Sanskrit: *Panca bhiksavah*) là A-nhã Kiều-trần-như (Pali: *Anna Kondanna*, Sanskrit: *Ajnata Kaundinya,* 阿惹橋陳如)và bốn người bạn là Át-bệ hoặc Mã Thắng(Pali:*Assaji,* Sanskrit:*Asvajit,* 馬勝/圠坒),Bạt-đềhoặcBà

---

133 Nt, trang 210.

đề (Pali: *Bhaddiya,* Sanskrit: *Bhadhrika,* 帔提 / 婆提), Thập-lực Ca-diếp (Pali: *Dasabala Kassapa,* Sanskrit: *Dasabala Kasyapa,* (十力迦葉)và Ma-ha-nam Câu-ly (*Mahānāma-kuliya,* 摩訶南拘厘).[134] Bồ Tát đã trải qua sáu năm hành khổ hạnh trong rừng, ngủ trên bụi gai, phơi mình giữa nắng nhiệt ban trưa, chịu lạnh lúc đêm sương khuya, mỗi ngày chỉ ăn một hạt đậu... cho tới một ngày Ngài quá yếu ớt vì thiếu ăn. Bồ Tát đã luyện một cách nghiêm khắc và tinh tấn bằng cách này cho đến khi thân thể Ngài chỉ còn một bộ xương khô biết đi. Tuy nhiên, vào một ngày Bồ Tát nhận ra sự khổ hạnh và hành hình như vậy là vô ích không mang đến bất cứ trí tuệ và sự giải thoát tuyệt đối nào cả như trong kinh Trung bộ minh hoạ như sau:

'Này Aggivessana, điều này đã xảy ra trong ta, khi ta nghĩ rằng: 'Hãy giảm thiểu tối đa ăn uống', ăn ít từng giọt như giọt súp đậu xanh hoặc súp đậu tằm hoặc súp đậu Hà lan. Này Aggivessana, trong khi ta giảm thiểu tối đa ăn uống, ăn ít từng giọt súp đậu xanh hoặc súp đậu tằm hoặc súp đậu Hà lan, thân thể của ta trở nên hết sức gầy mòn. Bởi ta ăn quá ít, tay chân ta trở thành như những cọng cỏ hay những đốt cây leo khô héo. Bởi vì ta ăn quá ít, bàn trôn của ta trở thành giống như móng vuốt của con bò thiến; bởi vì ta ăn quá ít, xương sống của ta nhô ra giống như một chuỗi bóng; bởi vì ta ăn quá ít, xương sườn cằn cỗi giống như là rui, xà khập khiễng của nhà kho hư nát; bởi vì ta ăn quá ít, đồng tử trong mắt dường như sâu hõm trong lỗ mắt, giống như giọt nước long lanh nằm sâu thẳm trong giếng nước sâu; bởi vì ta ăn rất ít, da đầu trở nên nhăn nheo khô cằn như trái bí bị cắt trước khi chín, bị những cơn gió nóng làm co rút nhăn nhíu. Và này Aggivessana, nếu ta suy nghĩ rằng: 'Ta sẽ chạm vào da bụng'. Đó chính là xương sống mà ta đụng vào thôi. Nếu ta nghĩ: 'Ta sẽ chạm vào xương sống'. Đó chính là da bụng mà ta đụng vào thôi; bởi vì ta ăn quá ít, Này Aggivessana,

134 Trong Phật và Thánh chúng của Cao hữu đính dịch: Kiều-trần-như (Ajnata Kaudinya), A-xả-bà thệ (Asvajit), Ma-ha-bạt-đề (Bhadrika), Thập-lực ca-diếp (Dasabala-kasyapa), Ma-nam Câu-ly (Mahanama-kuliya).

da bụng của ta bị dính chặt với xương sống. Này Aggivessana, nếu ta nghĩ: 'Ta sẽ đi đại tiện, hay tiểu tiện' thì ta sẽ ngã quỵ úp mặt xuống đất, bởi vì ta ăn quá ít. Này Aggivessana, nếu ta muốn xoa bóp thân thể ta, lấy tay xoa bóp chân tay, trong khi ta xoa bóp, thì lông tóc bị mục nát như những rễ cây, rơi ra khỏi thân ta, bởi vì ta ăn quá ít...'[135]

(Tassa mayhaṁ Aggivessana etad - ahosi: Yan - nūnāhaṁ thokaṁ thokaṁ āhāraṁ āhāreyyṁ pasataṁ pasataṁ, yadi vā muggayūsaṁ yadi vā kulatthayūsaṁ yadi vā kaḷāyayūsaṁ yadi vā hareṇukayūsan - ti. So kho ahaṁ Aggivessana thokaṁ thokaṁ āhāraṁ āhāresiṁ pasataṁ pasataṁ, yadi vā muggayūsaṁ yadi vā kulatthayūsaṁ yadi vā kalayayūsaṁ yadi vā hareṇukayūsaṁ, Tassa mayhaṁ Aggivessana thokaṁ thokaṁ āhāraṁ āhārayato pasataṁ pasataṁ, yadi vā muggayūsaṁ yadi vā kulattayūsaṁ yadi vā kalayayūsaṁ yadi vā hareṇukayūsaṁ, adhimattakasimānaṁ patto kāyo hoti. Sey-yathā pi nāma āsītikapabbāni vā kalapabbāni vā evaṁ-eva-ssu me aṇgapaccaṇgāni bhavanti tāy' ev' appāhāratāya, sey-yathā pi nāma oṭṭhapadaṁ evam - eva - ssu me ānisadaṁ hoti tay' ev' appāhāratāya, seyyathā pi nāma vaṭṭanāvaḷī evam eva-ssu me piṭṭhikaṇṭako unnatāvanato hoti tay' ev' appāhārutāya, seyyathā pi nāma jurasālāya gopānasiyo olugga-viluggā bhavanti evam- eva - ssu me phāsuḷiyo oluggaviluggā bliavanti tāy' ev' appāhāratāya, seyyathā pi nāma gambhīre udapāne udakatārakā gambhīragatā okkhāyikā dissanti evam-eva-ssu me akkhikūpesu akkhitārakā gambhīragatā okkhāyikā dissanti tāy' ev' appāhāratāya, seyyathā pi nāma titta- kālābu āmakacchinno vātātapena sampuṭito hoti sammilāto evam-eva-ssu me sīsacchavi sampuṭitā hoti sammilātā tay'ev' appāhāratāya. So kho ahaṁ Aggivessana: udaracchaviṁ parimasissāmīti piṭṭhikaṇṭakaṁ yeva parigaṇhāmi, piṭṭhi-kaṇṭakaṁ parimasissāmīti udaracchaviṁ yeva parigaṇhāmi. Yāva - ssu me Aggivessana udaracchavi piṭṭhikaṇṭakaṁ

---

135 MLS, I, số 26, Đại kinh Saccaka, trang 300-1.

allīnā hoti tay' ev' appāhāratāya. So kho ahaṁ Aggivessana: vaccaṁ vā muttaṁ vā karissāmīti tatth' eva avakujjo papatāmi tāy' ev' appāhāratāya. So kho ahaṁ Aggivessana imam - eva kāyaṁ assāsento pāṇinā gattāni anomajjāmi. Tassa mayhaṁ Aggivessana pāṇina gattāni anomaijato pūtimūlāni lomāni kāyasmā papatanti tāy' ev' appāhāratāya. Api - ssu maṁ Aggivessana manussā disvā evam-āhaṁsu: kāḷo samaṇo Gotamo ti. Ekacce manussā evam - āhaṁsu: na kāḷo samaṇo Gotamo, sāmo samaṇo Gotamo ti. Ekacce manussā evam-āhaṁsu: na kāḷo samaṇo Gotamo na pi sāmo, maṅguracchavi samaṇo Gotamo ti. Yavassu me Aggivessana tāva parisuddho chavivaṇṇo pariyodāto upahato hoti tāy' ev' appāhāratāya.)[136]

Rồi tư tưởng như sau đã nảy trong tâm Bồ Tát:

"Này Aggivessana, điều này đã xảy đến trong ta, ta suy nghĩ như sau: Trong quá khứ, có những bậc sa-môn hoặc bà-la-môn đã trải qua những cảm thọ như sắt nhọn, đau đớn, buốt nhói và khốc liệt, những đau khổ này đây là tột bực, không còn cảm giác nào tệ hơn nữa. Trong hiện tại, có những bậc sa-môn hoặc bà-la-môn đã trải qua những cảm thọ như sắt nhọn, đau đớn, buốt nhói và khốc liệt, những đau khổ này đây là tột bực, không còn cảm giác nào tệ hơn nữa. Nhưng ta với sự khổ hạnh khốc liệt này, vẫn không đạt đến pháp thượng nhân, tri kiến thù thắng xứng đáng bậc thánh. Hay có thể có một con đường khác đưa đến giác ngộ?"[137]

(Tassa mayhaṁ Aggivessana etad-ahosi: Ye kho keci atītaṁ - addhānaṁ samaṇā vā brāhmaṇā vā opakkamikā dukkhā tippā kaṭukā vedanā vedayiṁsu, etāvaparamaṁ na - y - ito bhiyyo; ye pi hi keci anāgatam - addhānaṁ samaṇā vā brāhmaṇā vā opakkamikā dukkhā tippā kaṭukā vedanā vedayissanti, etāvaparamaṁ ra-y-ito bhiyyo; ye pi hi keci etarahi samaṇā vā brāhmaṇā vā opakkamikā dukkhā tippā kaṭukā vedanā

136 M, tập I, trang 245-6.

137 Như trên.

vediyanti, etāvaparamaṁ na-y-ito bhiyyo. Na kho panāhaṁ imāya kaṭukāya dukkarakārikāya adhigacchāmi uttariā manussadhammā, alamariyariañaṇadassana -visesaṁ, siyā nu kho añño maggo bodhāyāti.)[138]

Từ kinh nghiệm này, Bồ Tát nhận ra rằng Ngài sẽ chết trước khi tìm được đáp án của đời sống. Vì vậy, nên tìm một phương pháp khác và bình minh của chân lý đã từ từ được khám phá ra.

TRUNG ĐẠO

Nhờ kinh nghiệm đã trải qua và học từ những đạo sư khác cả về mặt đời cũng như đạo và bởi sự trợ lực mạnh mẽ của tiềm năng trí tuệ bên trong, nên Bồ Tát đã tránh không theo sự quá cực đoan của tự hành xác khiến suy yếu năng lượng như Ngài đã trải qua sáu năm luyện tập khổ hạnh, hoặc cũng không nên quá cực đoan chỉ hưởng thọ khoái lạc như Ngài đã trải qua tất cả những xa hoa và dục lạc ở kinh thành Ca-tỳ-la-vệ. Cả hai cực đoan này đều vô dụng cho tiến trình tu tập tâm linh.

Giống như một người chơi đàn guitar, nếu giả sử để dây quá căng (như tu khổ hạnh) hoặc quá lõng (như hưởng thọ dục lạc) thì âm thanh sẽ rất tệ. Ngược lại, nếu một người chơi đàn giỏi thì âm thanh sẽ rất du dương bởi lẽ vị ấy biết thế nào để điều chỉnh cho vừa và thích hợp (như là đi theo con đường trung đạo không nên thiên cực đoan quá).

Do đó, ngài từ bỏ con đường khổ hạnh và bắt đầu đi khất thực để phục hồi lại sức khoẻ cũng như chuẩn bị thực hiện phương pháp tu hành mới. Năm người bạn đồng tu của ngài chứng kiến thấy sự thay đổi của Bồ Tát liền tuyên bố rằng: "*Sa-môn Cồ đàm đã trở về đời sống trần gian buông thả rồi*" và họ bắt đầu tách rời ngài.

Bồ Tát một mình đi giữa đại dương đau khổ của sống và chết. Bồ Tát bắt đầu suy nghĩ nhiều lần về con đường Trung

---

138 M, tập I, trang 246.

đạo giữa đời sống xa hoa và sự luyện khổ hạnh mà Ngài đều có thực hành. Ngài nhớ lúc còn thiếu thời khoảng 6,7 tuổi, trong buổi lễ 'Canh điền', ngồi dưới bóng cây mát, Ngài đã nhập thiền (thiền thứ nhất). Ngài phân vân và tự nói với chính mình: "Có thể đó là con đường đưa đến giác ngộ chăng?"

Bồ Tát tiếp tục đi đến làng Ưu-lâu-tần-loa (*Uruvela*) và dừng lại ở một nơi mà ngày nay gọi là Bồ-đề-đạo-tràng (*Bodh Gaya*) thuộc tiểu bang Bihar, ngài quyết định sẽ ngồi dưới cây Bồ-đề (*Assattha*)[139] bên bờ sông Ni-liên-thuyền (*Nairanjana*) và tu tập phương pháp thiền định của chính ngài cho đến khi nào Ngài có thể tìm được câu trả lời chính xác cho vấn đề chấm dứt đau khổ ở trần gian. Đoạn trích dưới đây của kinh Thánh-cầu (*Ariyapariyesana Sutta*) có thể minh họa như sau:

"Này các tỳ kheo, rồi ta bắt đầu truy tìm cái gì là tốt, con đường tối thượng an tịnh, ta đã đi du hành ngang qua thành phố Ma-kiệt-đà (Magadha) đến làng Ưu-lâu-tần loa (Uruvela). Nơi đây ta rất vui khi thấy dãi đất dài với một khu rừng đầy cây xanh mát, có một dòng sông trong sáng chảy ngang với chỗ lội qua dễ dàng và xung quanh có dân làng kế bên có thể tiện lợi cho việc khất thực. Này các tỳ kheo, điều này đã xảy đến trong ta: 'Đây thật là một dãi đất thú vị... thật sự tốt cho một người trẻ tuổi tinh tấn tu tập'. Vì vậy, này các tỳ kheo, ta đã ngồi xuống và nghĩ: 'Thật sự, nơi này thích hợp cho sự nỗ lực".[140]

(So kho aham, bhikkhave, kim kusalagavesī anuttaram santiuarapadam pariyesamāno Magadhesu anupubbena-cārikam caramāno yena Uruvelā senānigamo tadavasarim Tatth'addasam ramañīyam bhumibhāgam pāsādikañ ca vanasandam, nadiñ-ca sandantim setakam supatittham ramanīyam samantā ca gocaragāmam. Tassa mayham,

139 Từ khi Bồ Tát Sĩ đạt đa đạt giác ngộ dưới gốc cây này, các phật tử đã gọi đây là cây bồ đề (Bodhi-tree) hoặc cây Bồ Tát (Bodhisattva-tree). Hiện nay tên này vẫn được phổ biến.

140 MLS, tập I, số 26, Kinh Thánh cầu, trang 210-1.

bhikkhave, etadahosi: Ramaniīyo vata bhūmibhāgo pāsādiko ca vanasando, nadī ca sandati setakā supatitthā ramanāyā, samantā ca gocaragāmo, alam vat'idam kulaputtassa padhānatthikassa padhānāyati. So kho aham, bhikkhave, tatth'eva nisīdim, alam-idam padhānāyati.)[141]

THIỀN ĐỊNH

Trong Pháp cú có câu kệ dạy như sau:

"Dễ làm những điều xấu, nhưng không lợi ích cho tự thân. Ngược lại thật là rất khó để làm những diều mà điều ấy tốt đẹp và lợi ích."

(Sukarāṇi asādhūni attano ahitāni ca

Yaṁ ve hitañ ca sāḍhuñ ca tam ve paramadukkaraṁ).[142]

Điều này rất đúng. Thật ra để đạt giải thoát, Bồ Tát Cồ-đàm đã tinh tấn không ngừng nghỉ suốt 49 ngày dưới gốc bồ đề. Việc này xảy ra rất tự nhiên và tâm lý, vì những khát khao bản năng của con người mà nơi đây được nhân cách hoá qua hình thức ma quỹ chẳng hạn như thích thú khoái lạc (*kāma,* 快樂), bất như ý (*arati,*不如意), đói và khát (*khuppipāsā* 餓渴), khát ái (*taṇhā* 渴愛), thụy miên (*thīna-middha,*睡眠), sợ hãi (*bhī,*驚 駭), nghi ngờ (*vicikicchā* 疑 問), phỉ báng và cố chấp (*makkha-thambha,* 匪 謗, 固 執), thành đạt (*lābha,*成達), ngợi khen (*siloka,* 讚 歎), danh dự (*sakkāra,* 名譽), danh tiếng (*yasa,* 有 名)...đã bắt đầu khởi lên và phiền não tâm mình. Nhưng với lời nguyện (*praṇidhāna*) vững chắc, phi thường và kiên định, Bồ Tát đã tập trung sâu sắc miên mật vì lợi ích của việc khám phá con đường chân thật đưa đến sự giải thoát hoàn toàn cho tất cả.

Bồ Tát đã thấy như thật mối liên kết của nghiệp và mối liên kết của sự hiện hữu như tái sanh, cả nghiệp và tái sanh đều xuất

141 M, tập I, trang 166-7.

142 Dha, Kệ số 163, trang 85-6.

phát từ tâm. Đây là đáp án chính cho vấn đề giải quyết đau khổ của cuộc đời. Vì vậy, nếu năm triền cái (trạo cử, giãi đãi, ái dục, tà kiến và nghi ngờ), tham muốn, tật đố và vô minh... được chuyển đổi; những hành động xấu tạo nên ác nghiệp sẽ bị sanh vào thế giới đau khổ cần phải từ bỏ thì sẽ được giải thoát an lạc. Đây là chân lý hiện hữu của con người và các pháp. Chúng rất tinh tế, sâu sắc và khó hiểu như trong kinh Thánh-cầu đã khẳng định:

'Đây cũng là vấn đề thật khó thấy, đó là sự tịnh chỉ tất cả các hành động, sự từ bỏ tất cả các chấp thủ, tiêu diệt các khát ái, không dục vọng, ngừng nghỉ và niết bàn.'[143]

(Alayarāmāya kho pana pajāya ālayaratāya ālayasammuditāya duddasam idam thānam yadidam idappaccayatā paticcasamuppādo, idam-pi kho thānam duddasam yadidam sabbasankhārasamatho sabbupadhipatinissaggo tanhakkhayo virāgo nirodho nibbānam.)[144]

Với tâm định tĩnh từ bỏ những tham ái và phiền muộn..., Bồ Tát bắt đầu hành thiền dưới cội cây bồ đề bên bờ sông Ni-liên-thuyền (*Niranjana*). Sau khi nhập định (*samadhi,* 禪定) thâm sâu, Bồ Tát bắt đầu quán số tức *(vipassanā,*明 察 慧) và dễ dàng bước vào thiền thứ nhất mà Ngài đã từng đạt được vào thời niên thiếu. Từ từ, ngài đạt đến thiền thứ hai, ba... chín. Chín tầng thiền này được minh hoạ như sau:

---

143 MLS, tập I, số 26, Kinh Thánh cầu, trang 211-2.

144 M, tập I, trang 167.

Bảng II

TIẾN TRÌNH CHÍN THIỀN TRONG KINH ĐIỂN PĀLI[145]

	TU TẬP PHÁP	CHỨNG ĐẠT	TRẠNG THÁI TÂM
1	Ly dục, ly bất thiện pháp	Thiền thứ nhất	Tầm, tư, hỉ, lạc, nhất tâm, xúc, thọ, tưởng, tư, tâm, dục, thắng giải, tinh tấn, niệm, xả và tác ý.
2	Diệt tầm và tứ	Thiền thứ hai	Nội tĩnh, hỉ, lạc, nhất tâm, xúc, thọ, tưởng, tư, tâm, dục, thắng giải, tinh tấn, niệm, xả và tác ý.
3	Ly hỷ trú xả	Thiền thứ ba	Xả, lạc, niệm, tỉnh giác, nhất tâm, xúc, thọ, tưởng, tư, tâm, dục, thắng giải, tinh tấn, niệm, xả và tác ý.
4	Xả lạc, xả khổ, diệt hỷ ưu đã cảm thọ trước	Thiền thứ tư	Xả bất khổ, bất lạc thọ, thọ, vô quán niệm tâm, thanh tịnh nhờ niệm, nhất tâm... tác ý
5	Vượt khỏi tưởng sắc, diệt trừ chướng ngại tưởng	Thiền Không vô biên xứ	Như hư không, Không vô biên xứ tưởng, hư không, nhất tâm... tác ý.
6	Vượt khỏi cảnh giới Không vô biên xứ	Thiền Thức vô biên xứ	Như Thức vô biên xứ tưởng, nhất tâm... tác ý.
7	Vượt khỏi cảnh giới Thức vô biên xứ	Thiền Vô sỡ hữu xứ	Như Vô sở hữu xứ tưởng, nhất tâm... tác ý.
8	Vượt khỏi cảnh giới Vô sở hữu xứ	Thiền Phi tưởng phi phi tưởng xứ	Như Phi tưởng phi phi tưởng xứ, chánh niệm khi xuất định, thấy các pháp quá khứ bị biến hoại.
9	Vượt khỏi cảnh giới Phi tưởng phi phi tưởng xứ	Thiền Diệt thọ tưởng định	Tuệ tri tất cả lậu hoặc hoàn toàn đoạn tận... 'Không có sự giải thoát nào hơn'.

145 MLS, tập III, số 111, Kinh Bất đoạn (Anupada Sutta), trang 78-0.

Trong bài kinh Bất đoạn (*Anupada sutta*) của Trung bộ đã trình bày đầy đủ quá trình phát triển tâm hoặc tiến trình giải thoát như:

"Này các tỳ kheo, đây là liên quan đến trí tuệ tương tục của Ngài Xá-lợi-phất quán chiếu các pháp: đối với các pháp, này các tỳ kheo, Xá-lợi-phất đã ly dục, ly bất thiện pháp, chứng đạt và an trú sơ Thiền, một trạng thái hỷ lạc do ly dục sanh, có tầm, có tứ.

Những pháp này thuộc về thiền thứ nhất: tầm, tứ, hỉ, lạc, nhất tâm, xúc, thọ, tưởng, tư, tâm, dục, thắng giải, tinh tấn, niệm, xả, tác ý. Chúng khởi lên một cách tương tục, Xá-lợi-phất biết những pháp này nổi lên, biết những pháp này biến mất và tuệ tri rằng: 'Như vậy, các pháp ấy trước không có nơi ta, nay có hiện hữu, sau khi hiện hữu, chúng đã biến mất'. Đối với các pháp ấy, Xá-lợi-phất cảm thấy không luyến ái, không khinh ghét, không hệ lụy, không ô nhiễm, tự do, giải thoát an trụ với tâm không có giới hạn. Xá-lợi-phất biết: 'Còn có sự giải thoát cao hơn'. Đối với Xá-lợi-phất, còn nhiều việc phải làm hơn nữa.

(*Tatr' idaṁ, bhikkhave, Sāriputtassa anupadadhammavipassanāya hod. Idha, bhikkhave, Sāriputto vivice' eva kāmehi vivicca akusalehi dhanunehi savitakkaṁ savicāraṁ vivekajaṁ pītisukhaṁ pathamajjhānaṁ upasampajja viharati. Ye ca paṭhamajjhāne dhamma vitakko ca vicāro ca pīti ca sukhañ ca citte-kaggatā ca phasso vedanā sañña cetanā cittaṁ chando adhimokkho viriyaṁ sati upekhā manasikāro, tyāssa dhammā anupadavavatthitā honti, tyāssa dhamma viditā uppajyanti, viditā upaṭṭhahanti, viditā abbhatthaṁ gacchanti. So evaṁ pajānāti: Evaṁ kira me dhammā, ahutvā sambhonti, hutvā pativedentīti. So tesu dhammesu anupāyo anapāyo amssito apaṭibaddho vippamutto visaṁyutto vimariyādikatena cetasā viharati; So: Atthi uttariṁ nissaraṇan ti pajānāti. Tabhahulikārā atthi t' ev' assa hoti.*)

Và lại nữa, này các tỳ kheo, Xá-lợi-phất diệt tầm và tứ, một trạng thái hỉ lạc do định sanh, không tầm không tứ, nội tỉnh nhất tâm. Những pháp này thuộc về thiền thứ hai: nội tĩnh, hỉ, lạc, nhất tâm, xúc, thọ, tưởng, tư, tâm, dục, thắng giải, tinh tấn, niệm, xả, tác ý. Chúng khởi lên một cách tương tục, Xá-lợi-phất biết những pháp này nổi lên, biết những pháp này biến mất và tuệ tri rằng: 'Như vậy, các pháp ấy trước không có nơi ta, nay có hiện hữu, sau khi hiện hữu, chúng đã biến mất'. Đối với các pháp ấy, Xá-lợi-phất cảm thấy không luyến ái, không khinh ghét, không hệ lụy, không ô nhiễm, tự do, giải thoát an trụ với tâm không có giới hạn. Xá-lợi-phất biết: 'Còn có sự giải thoát cao hơn'. Đối với Xá-lợi-phất, còn nhiều việc phải làm hơn nữa.

(*Puna ca paraṁ, bhikkhave, Sāriputto vitakkavicārānaṁ vūpasamā ajjhattaṁ sampasādanaṁ cetaso ekodibhāvaṁ avitakkaṁ avicāraṁ samadhijaṁ pītisukhaṁ dutiyajjhānaṁ upasampajja viharati. Ye ca dutiyajjhāne dhammā ajjhatta-sampasādo ca pīti ca sukhañ ca citte-kaggatā ca phasso vedanā saññā cetanā cittaṁ chando adbimokkho viriyaṁ sati upekhā manasikāro, tyāssa dhammā anupāṭṭavavatthitā honti, tyāssa dhammā viditā uppajjanti, viditā upaṭṭhahanti, viditā abbhatthaṁ gacchanti. So evaṁ pajānāti: Evaṁ kira 'me dhammā ahutvā sambhonti, hutvā pativedentīti. So tesu dhammesu anupāyo anapāyo anissito appaṭibaddho Vippamutto visaṁyutto vimariyādikatena cetasā viharati. So: Atthi uttariṁ nissaraṇan ti pajānāti. Tabbahulikārā atthi t' ev' assa hoti.*)

Và lại nữa, này các tỳ kheo, Xá-lợi-phất ly hỷ trú xả, chánh niệm tỉnh giác, thân cảm lạc thọ mà các bậc thánh gọi là xả niệm lạc trú, chứng và an trú thiền thứ ba. Những pháp này thuộc về thiền thứ ba: xả, lạc, niệm, tỉnh giác, nhất tâm, xúc, thọ, tưởng. tư, tâm, dục, thắng giải, tinh tấn, niệm, xả, tác ý. Chúng khởi lên một cách tương tục, Xá-lợi-phất biết những pháp này nổi lên, biết những pháp này biến mất, và tuệ tri rằng: 'Như vậy, các pháp ấy trước không có nơi ta, nay có hiện hữu, sau khi hiện hữu, chúng đã biến mất'. Đối với các pháp ấy, Xá-lợi-phất cảm thấy không luyến ái, không khinh ghét, không hệ lụy, không ô nhiễm, tự do, giải thoát an trụ với tâm không có giới hạn. Xá-lợi-phất biết: 'Còn có sự giải thoát cao hơn'. Đối với Xá-lợi-phất, còn nhiều việc phải làm hơn nữa.

(*Puna ca paraṁ, bhikkhave, Sāriputto pītiyā ca virāgā upekhako ca viharati sato ca sampajāno sukhañ ca kāyena paṭisaṁvedeti, yan taṁ ariyā ācikkhanti: Upekhako satimā sukhavihārī ti, tatiyajjhānaṁ upasampajja viharati. Ye ca tatiyajjhāne dhammā upekhā ca sukhañ ca sati ca sam-pajaññan ca citte-kaggatā ca phasso vedanā sañña cetanā cittaṁ chando adhimokkho viriyaṁ upekhā manasikāro, tyāssa dhammā anupadavavatthitā honti, tyāssa dhammā viditā uppajjanti, viditā upaṭṭhahanti, viditā abbhatthaṁ gacchanti. So evaṁ pajānāti: Evaṁ kira 'me dhammā ahutvā sambhonti hutvā pativedentīti. So tesu dhammesu anupāyo anapāyo anissito appaṭibaddho vippamutto visaṁ-yutto vimariyādikatena cetasā viharati. So: Atthi uttariṁ nissaraṇan ti pajānāti. Tabbahulikārā atthi t' ev' assa hoti.*)

Và lại nữa, này các tỳ kheo, Xá-lợi-phất xả diệt hỷ ưu đã cảm thọ trước, chứng và an trú thiền thứ tư. Những pháp này thuộc về thiền thứ tư: xả bất khổ, bất lạc thọ, vô quán niệm tâm, thanh tịnh nhờ niệm, nhất tâm, xúc, thọ, tưởng, tư, tâm, dục, thắng giải, tinh tấn, niệm, xả, tác ý. Chúng khởi lên một cách tương tục, Xá-lợi-phất biết những pháp này nổi lên, biết những pháp này biến mất, và tuệ tri rằng: 'Như vậy, các pháp ấy trước không có nơi ta, nay có hiện hữu, sau khi hiện hữu, chúng đã biến mất'. Đối với các pháp ấy, Xá-lợi-phất cảm thấy không luyến ái, không khinh ghét, không hệ lụy, không ô nhiễm, tự do, giải thoát an trụ với tâm không có giới hạn. Xá-lợi-phất biết: 'Còn có sự giải thoát cao hơn'. Đối với Xá-lợi-phất, còn nhiều việc phải làm hơn nữa.

(*Puna ca paraṁ, bhikkhave, Sāriputto sukhassa ca pahānā dukkhassa ca pahānā pubbe va somanassadomanassānaṁ atthagamā adukkhamasukhaṁ upekhāsatipārisuddhaṁ catutthājjhānaṁ upasampajja viharati. Ye ca catutthajjhāne dhammā upekhā adukkhamasukhā vedanā passi vedanā cetaso anābhogo sati pārisuddbi citte-kaggatā ca phasso vedanā sañña cetanā cittaṁ chando adhimokkho viriyaṁ sati upekhā manasikāro, tyāssa dhammā anupadavavatthitā honti, tyāssa dhammā viditā uppajjanti, viditā upaṭṭhahanti, viditā abbhatthaṁ gacchanti. So evaṁ pajānāti: Evaṁ kira 'me dhammā ahutvā sambhonti hutvā pativedentīti. So tesu dhammesu anupāyo anapāyo anissito appaṭibaddho vippamutto visaṁyutto vimariyādikatena cetasā viharati. So: Atthi uttariṁ nissaraṇan ti pajānāti. Tabbahulikārā atthi t' ev' assa hoti.*)

Và lại nữa, này các tỳ kheo, Xá-lợi-phất đã vượt qua tưởng về sắc, diệt trừ chướng ngại tưởng, không tác ý đối với dị tưởng, nghĩ: 'Hư không là vô biên', chứng và an trú trong cảnh giới Không vô biên xứ. Và những pháp này thuộc về không vô biên xứù, như hư không, vô biên xứ tưởng, nhất tâm và xúc, thọ, tưởng, tư, tâm, dục, thắng giải, tinh tấn, niệm, xả, tác ý. Chúng khởi lên một cách tương tục, Xá-lợi-phất biết những pháp này nổi lên, biết những pháp này biến mất và tuệ tri rằng: 'Như vậy, các pháp ấy trước không có nơi ta, nay có hiện hữu, sau khi hiện hữu, chúng đã biến mất'. Đối với các pháp ấy, Xá-lợi-phất cảm thấy không luyến ái, không khinh ghét, không hệ lụy, không ô nhiễm, tự do, giải thoát an trụ với tâm không có giới hạn. Xá-lợi-phất biết: 'Còn có sự giải thoát cao hơn'. Đối với Xá-lợi-phất, còn nhiều việc phải làm hơn nữa.

(*Punacaparaṁ, bhikkhave, Sāriputto sabbaso rūpa-saññānaṁ samatikkamā, paṭighasaññanaṁ tthagamā nānattasaññanaṁ amanasikārā: Ananto ākāso ti ākāsānañcāyatanaṁ upasampajja viharati. Ye ca ākāsanañcayatane 'dhammā ākāsanañcayatanasañña ca citte- kaggatā ca phasso ca vedanā sañña cetanā cittaṁ chando adhi-mokkho viriyaṁ sati upekhā manasikāro, tyāssa dhammā anupadavavatthitā honti, tyāssa dhammā viditā uppajjanti, viditā upaṭṭhahanti, viditā abbhatthaṁ gacchanti. So evaṁ pajānāti: Evaṁ kira 'me dhammā ahutvā sambhonti, hutvā pativedentīti. So tesu dhammesu anupāyo anapāyo anissito appaṭibaddho vippamutto visamyutto vimariyādikatena cetasā viharati. So: Atthi uttariṁ nissaraṇan ti pajānāti. Tabbahulikārā atthi t' ev' assa hoti.).*

Và lại nữa, này các tỳ kheo, Xá-lợi-phất đã vượt qua hoàn toàn cảnh Không vô biên xứ, nghĩ rằng: 'Thức là vô biên' chứng và an trú trong cảnh giới thức vô biên xứ. Những pháp này thuộc về thức vô biên xứ: thức vô biên xứ tưởng, nhất tâm, xúc, thọ, tưởng, tư, tâm, dục, thắng giải, tinh tấn, niệm, xả, tác ý. Chúng khởi lên một cách tương tục, Xá-lợi-phất biết những pháp này nổi lên, biết những pháp này biến mất và tuệ tri rằng: 'Như vậy, các pháp ấy trước không có nơi ta, nay có hiện hữu, sau khi hiện hữu, chúng đã biến mất'. Đối với các pháp ấy, Xá-lợi-phất cảm thấy không luyến ái, không khinh ghét, không hệ lụy, không ô nhiễm, tự do, giải thoát an trụ với tâm không có giới hạn. Xá-lợi-phất biết: 'Còn có sự giải thoát cao hơn'. Đối với Xá-lợi-phất, còn nhiều việc phải làm hơn nữa.

(Puna ca paraṁ, bhikkhave, Sāriputto sabbaso ākāsānañcayatanaṁ samatikkamā: Anantaṁ viññaṇan ti viññāṇañcāyatanaṁ upasampajja viharati. Ye ca viññāṇañcāyatane dhammā viññāṇañcāyatanasaññā ca citte-kaggatā phasso vedanā saññā cetanā cittaṁ chando adhimokkho viriyaṁ sati upekhā manasikāro, tyāssa dhammā anupadavavatthitā honti, tyāssa dhammā viditā uppajjanti, viditā upaṭṭhahanti, viditā abbhatthaṁ gacchanti. So evaṁ pajānāti: Evaṁ kira 'me dhammā ahutvā sambhonti hutvā pativedentīti. So tesu dhammesu anupāyo anapāyo anissito appaṭibaddho vippamutto visaṁyutto vimariyādikatena cetasā viharati. So: Atthi uttariṁ nissaraṇan ti pajānāti. Tabbahulikārā atthi t' ev' assa hoti.)

Và lại nữa, này các tỳ kheo, Xá-lợi-phất đã vượt qua hoàn toàn cảnh thức vô biên xứ, nghĩ rằng: 'Đây không có gì hết' chứng và an trú trong cảnh giới Vô sở hữu xứ. Những pháp này thuộc về Vô sở hữu xứ: Vô sở hữu xứ tưởng và nhất tâm, xúc, thọ, tưởng, tư, tâm, dục, thắng giải, tinh tấn, niệm, xả, tác ý. Chúng khởi lên một cách tương tục, Xá-lợi-phất biết những pháp này nổi lên, biết những pháp này biến mất và tuệ tri rằng: 'Như vậy, các pháp ấy trước không có nơi ta, nay có hiện hữu, sau khi hiện hữu, chúng đã biến mất'. Đối với các pháp ấy, Xá-lợi-phất cảm thấy không luyến ái, không khinh ghét, không hệ lụy, không ô nhiễm, tự do, giải thoát an trụ với tâm không có giới hạn. Xá-lợi-phất biết: 'Còn có sự giải thoát cao hơn'. Đối với Xá-lợi-phất, còn nhiều việc phải làm hơn nữa.

(*Puna ca paraṁ, bhikkhave, Sāriputto sabbaso viññāṇañcāyatanaṁ samatikkamā: Na 'tthi kiñcīti ākiñcaññāyatanaṁ upasampajja viharati. Ye ca ākiñcaññayatane dhammā ākiñcaññayatanasañña ca citte-kaggatā ca phasso vedanā Sañña cetanā cittaṁ chando adhimokkho viriyaṁ sati upekhā manasikāro, tyāssa dhammā anupadavavatthitā honti, tyāssa dhammā viditā uppajjanti, viditā upaṭṭhahanti, viditā abbhatthaṁ gacchanti. So evaṁ pajānāti: 'Evaṁ kira 'me dhammā ahutvā sambhonti hutvā pativedentīti. So tesu dhammesu anupāyo anapāyo anissito appaṭibaddho vippamutto visaṁyutto vimariyādikatena cetasā viharati. So: Atthi uttariṁ nissaraṇan ti pajānāti. Tabbahulikārā atthi t' ev' assa hoti.*)

Và lại nữa, này các tỳ kheo, Xá-lợi-phất đã vượt qua hoàn toàn cảnh giới Vô sở hữu xứ, chứng và an trú trong cảnh Phi tưởng phi phi tưởng xứ. Với chánh niệm, Xá-lợi-phất xuất khỏi định ấy. Sau khi với chánh niệm xuất khỏi định ấy, Xá-lợi-phất thấy các pháp thuộc về quá khứ, bị đoạn diệt, bị biến hoại: 'Như vậy, các pháp ấy trước không có nơi ta, nay có hiện hữu, sau khi hiện hữu, chúng đã biến mất'. Đối với các pháp ấy, Xá-lợi-phất cảm thấy không luyến ái, không khinh ghét, không hệ lụy, không ô nhiễm, tự do, giải thoát an trụ với tâm không có giới hạn.

Xá-lợi-phất biết: 'Còn có sự giải thoát cao hơn'. Đối với Xá-lợi-phất, còn nhiều việc phải làm hơn nữa.

(*Puna ca paraṁ, bhikkhave, Sāriputto sabbaso*

ākiñcāññayatanaṁ samatikkamā nevasaññānasaññāyatana upasampajja viharati. So tāya samāpattiyā sato vuṭṭhahati. So tāya samāpattiyā sato vuṭṭhahitva ye dhammā atīta mruddhā vipariṇatā te dhamme samanupassati; Evaṁ kira 'me dhammā ahutvā sambhonti hutvā pativedentīti. So tesu dhammesu anupāyo anapāyo anissito appaṭibaddho vippamutto visaṁyutto vimnriyādikateha cetasā viharati. So: Atthi uttariṁ nissaraṇan ti pajānāti. Tabbahulikārā atthi t' ev' assa hoti.)

Và lại nữa, này các tỳ kheo, Xá-lợi-phất đã vượt qua hoàn toàn cảnh Phi tưởng phi phi tưởng xứ, chứng và an trú trong Diệt thọ tưởng định. Và thấy các lậu hoặc cuối cùng đã đoạn diệt. Với chánh niệm, Xá-lợi-phất xuất khỏi định ấy. Sau khi với chánh niệm xuất khỏi định ấy, Xá-lợi-phất thấy các pháp thuộc về quá khứ, bị đoạn diệt, bị biến hoại: 'Như vậy, các pháp ấy trước không có nơi ta, nay có hiện hữu, sau khi hiện hữu, chúng đã biến mất'. Đối với các pháp ấy, Xá-lợi-phất cảm thấy không luyến ái, không khinh ghét, không hệ lụy, không ô nhiễm, tự do, giải thoát an trụ với tâm không có giới hạn. Xá-lợi-phất biết: 'Không còn có sự giải thoát cao hơn'. Đối với Xá-lợi-phất, không còn việc phải làm nữa."[146]

(Puna ca paraṁ, bhikkhave, Sāriputto sabbaso nevasaññānasaññayatanaṁ sapatikkamā saññavedayita-nirodhaṁ upasampajja viharati. Paññaya c' assa disvā asava parikkhīṇā honti. So tāya samāpattiyā sato vuṭṭhahati. So tāya samāpattiyā sato vuṭṭhahitvā ye te dhammā atīta niruddha vipariṇatā te dhamme samanupassad: Evaṁ kira 'me dhammā ahutvā sambhonti hutvā pativedentīti. So tesu dhammesu anupāyo anapāyo anissito appaṭibaddho vippamutto visaṁyutto vimariyādikatena cetasā viharati. So: Na 'tthi uttariṁ nissaraṇan ti pajānāti. Tabbahulikārā na 'tthi t' ev' assa hoti.)[147]

---

146 MLS, tập III, số 111, Kinh Bất đoạn (Anupada Sutta), trang 78-0.

147 M, tập III, trang 25-8.

Chín bậc thiền mà Bồ Tát tu tập để chuyển tất cả phiền não thành hỉ lạc, khinh an, an lạc... Đây là phương pháp phát triển và tu tập tâm. Không có nó, chúng ta sẽ không thể nào hiểu bản chất thực thể là gì và không thể giải quyết những vấn đề tâm lý cho sự hoà bình và hạnh phúc ở khắp nơi cũng như sự chấm dứt khổ, trở thành bậc giác ngộ – Đức Phật. Đó là lý do Đức Phật đã khen công đức của chín thiền như:

'Này A-nan, cho đến khi nào ta chưa đạt được tầng bậc của chín thiền, chưa được thuận thứ, nghịch thứ chứng đạt và xuất khởi thì ta chưa xác nhận rằng ta đã chứng chánh đẳng chánh giác với thế giới của chư thiên, ma vương và phạm thiên, với các sa-môn và bà-la-môn, chư thiên và loài người. Cho đến khi nào, này A-nan, ta đã đạt được tầng bậc của chín thiền, được thuận thứ, nghịch thứ chứng đạt và xuất khởi thì ta mới xác nhận rằng ta đã hoàn toàn chứng chánh đẳng chánh giác. Tri và kiến đã khởi lên nơi ta: Bất động là sự giải thoát của ta. Đời sống này là cuối cùng, không còn sự tái sanh nữa.'[148]

(Yānakivañ cāhaṁ Ānanda imā nava anupubbavihārasamāpattiyo na evam anulomapaṭilomaṁ samāpajjim pi vuṭṭhahim pi, neva tāvāhaṁ Ānanda sadevake loke samā rake sabrahmake sassamaṇabrāmaṇayā pajāya sadevamanussāya anuttaraṁ sammāsambodhiṁ abhisambuddho paccaññāsiṁ. Yato ca kho ahaṁ Ānanda imā nava anupubbavihārasamāpattiyo evam anulomapaṭilomaṁ samāpajjim pi vuṭṭhahim pi, athāhaṁ Ānanda sade vake loke samārake sabrahmake sassamaṇabrāhmaṇiyā pajāya sadevamanussāya anuttaraṁ sammāsambodhiṁ abhisambuddho paccaññāsiṁ. Ñāṇañ ca pana me dassanaṁ udapādi 'akuppā me cetovimutti, ayam antimā jāti, natthi dāni punabbhavo' ti.)[149]

Với những dẫn chứng trên, chúng ta có thể hiểu thiền

148 BGS, tập IV, Chương chín Pháp, phẩm 10, Tapussa, trang 295.

149 A, tập IV, trang 448.

định là phương pháp chính của Bồ Tát trong kinh điển pāli để đưa đến giải thoát.

BA TRÍ (BA MINH)

Bồ Tát an hưởng chín trạng thái của thiền và với tư tưởng thuần tịnh, vắng lặng, an tĩnh của chín thiền, Bồ Tát hướng tâm đến đạt ba minh (Tisso vijjā, 三明) vào đêm cuối cùng khi Ngài đạt giác ngộ như kinh Sợ hãi khiếp đảm (Bhayabheravasutta) thuộc Trung-bộ kinh[150] đã tường thuật rõ ràng ba trí này xuất hiện vào đêm cuối cùng khi Bồ Tát đạt giác ngộ dưới gốc cây bồ đề bên bờ sông Ni-liên-thuyền (Niranjana) như:

'Rồi với tâm định tĩnh, hoàn toàn thanh tịnh, sáng sủa, không vết nhơ, không phiền não, nhu nhuyến, vững chắc, bất động, ta hướng tâm đến Túc mạng trí. Ta nhớ đến các đời sống quá khứ: một đời, hai đời, ba đời, bốn đời, năm đời, mười đời, hai mươi đời, ba mươi đời, bốn mươi đời, năm mươi đời, một trăm đời, hai trăm đời, một ngàn đời, một trăm ngàn đời, nhiều hoại và thành kiếp. Ta nhớ rằng: 'Tại một nơi, ta tên như vậy, dòng họ như vậy, giai cấp như vậy, các món ăn như vậy, thọ khổ lạc như vậy, thọ mạng như vậy. Sau khi chết tại chỗ kia, ta sanh tại chỗ này. Ta có tên như vậy, dòng họ như vậy, giai cấp như vậy, các món ăn như vậy, thọ khổ lạc như vậy, thọ mạng như vậy. Sau khi chết tại chỗ này, ta được sanh ở đây. Như vậy, ta nhớ đến nhiều đời sống quá khứ cùng với các nét chung chung và chi tiết.

Vì vậy, này Bà-la-môn, đây là minh thứ nhất mà ta đạt được vào canh một, vô minh biện mất, minh khởi lên, bóng tối đã đi, ánh sáng lại đến trong khi Ta an trú trong sự tinh tấn, nỗ lực, không phóng dật.

(*So evam samāhite citte parisuddhe pariyodāte anangane vigatupakkilese mudubhūte kammaniye thite ānejjappatte pubbenivāsā-nussatinānāya cittam abhininnāmesim. So*

---

150 MLS, tập I, số 4, Kinh Sợ hãi khiếp đảm, trang 28-9.

anekavihitam pubbeniudsam anussarāmi, seyyathidam: ekampi jātim dve pijātīyo, ... jātisatasahassampi, anekepi samvattakappe anekepi vivattakappe; amutr' āsim evannāmo evamgotto evam vanno evamahāro evam sukhadukkhapatisamvedī evamāyupariyanto, so tato cuto amutra udapādim, tatrap' āsim evannāmo evamgotto evamvanno evamahāro evam sukhadukkhapativedii evamāyupariyanto, so tato cuto idhupapanno ti. Iti sākāram sauddesam anekavihitam pubbenivāsam anussarāmi. Ayam kho me, brāhmana rattiyā pathame yāme pathamā vijjā adhigatā. Avijjā vihatā vijjā uppannā. Tamo uihato āloko uppanno. Yāthā tam appamattassa ātāpino pahitattassa viharato.)

'Rồi với tâm định tĩnh, hoàn toàn thanh tịnh, sáng sủa, không vết nhơ, không phiền não, nhu nhuyễn, vững chắc, bất động, ta hướng tâm đến Sanh tử trí về chúng sanh. Với thiên nhãn thuần tịnh siêu việt, thấy sự sống và chết của các chúng sanh. Ta tuệ tri rằng có những chúng sanh bần tiện, cao sang, xinh đẹp, xấu xí, may mắn, bất hạnh, do hạnh nghiệp của họ và ta nghĩ rằng: thật sự những chúng sanh này đã làm những ác hạnh về thân, miệng và ý, đã nhạo báng các bậc thánh, tà kiến, tạo ác nghiệp tương ứng với tà kiến, sau khi chết sẽ sanh vào cảnh giới đau khổ, ác thú, đọa xứ, địa ngục. Còn những chúng sanh giữ chánh kiến, thành tựu thiện hạnh ở thân, miệng, ý, không nhạo báng các bậc thánh, chánh kiến, thực hiện thiện nghiệp tương ứng với chánh kiến, sau khi chết sẽ tái sanh trong cảnh giới lành, cõi trời, trên đời này.

Vì vậy, này bà-la-môn, đây là minh thứ hai mà ta đã đạt được vào canh giữa, vô minh biến mất, minh khởi lên, bóng tối đã đi, ánh sáng lại đến trong khi Ta an trú trong sự tinh tấn, nỗ lực, không phóng dật.

(*So evam samāhite citte parisuddhe pariyodāte anangane vigatupakkilese mudubhūte kammaniye thite ānejjappatte sattānam cutuapapatanañāya cittam abhininnāmesim. So dibbena cakkhunā visuddhena atikkantamānusakena satte passāmi cavamāne upapajjamāne...*)

'Rồi với tâm định tĩnh, hoàn toàn thanh tịnh, sáng sủa, không vết nhơ, không phiền não, nhu nhuyễn, vững chắc, bất động, ta hướng tâm đến Lậu tận trí. Ta thắng tri như thật: 'Đây là Khổ', 'Đây là Nguyên nhân của Khổ', 'Đây là Khổ Diệt', 'Đây là Con đường đưa đến Khổ diệt'. Ta thắng tri như thật: 'Đây là các Lậu hoặc', 'Đây là Nguyên nhân các Lậu hoặc', 'Đây là các Lậu hoặc Diệt', 'Đây là Con đường đưa đến các Lậu hoặc Diệt'. Nhờ biết như vậy, thấy như vậy, tâm ta thoát khỏi dục lậu, hữu lậu và vô minh lậu. Đối với tự thân đã giải thoát, khởi lên trí hiểu biết: Ta đã giải thoát. Ta đã thắng tri: 'Sanh đã chấm dứt, phạm hạnh đã thành, việc cần làm đã làm, không còn trở lại trạng thái này nữa.'

Vì vậy, này bà-la-môn, đây là minh thứ ba mà ta đã đạt được vào canh cuối, vô minh biến mất, minh khởi lên, bóng tối đã đi, ánh sáng lại đến trong khi Ta an trú trong sự tinh tấn, nỗ lực, không phóng dật.

(So evam samāhite citte parisuddhe... abhininnāmesim. So,idam dukkhanti yathābhutam abbhannāsim. Ayam dukkhasamudayo ti yathābhūtam abbhaññāsim. Ayam dukkhanirodhoti yathābhutam abbhaññsim. Ayam dukkhanirodhagāmini patipadāti yathābhūtam abbhaññāsim....

Ayam kho me, brāhmana, rattiyā pacchime yāme tatiyā vijjā adhigatā, avijjā vihatā vijjā uppannā, tamo vihato āloko uppanno. Yathā tam appamattassa ātāpino pihatattassa viharato.)[151]

Để có thể hiểu dễ dàng tiến trình của ba minh, chúng ta có thể tham khảo vào sơ đồ thứ III dưới đây:

151 M, tập I, trang 22-3.

Bảng III

BA MINH (Tisso Vijjā)[152]

ĐÊM THỨ 49	TRẠNG THÁI TÂM HIỆN HỮU	ĐỐI TƯỢNG THIỀN QUÁN	CHỨNG ĐẠT
Canh I	Với tâm định tĩnh, hoàn toàn thanh tịnh, không phiền não, nhuần nhuyễn, vững chắc, bất động.	Các đời sống quá khứ, một đời, hai đời... hàng trăm ngàn và nhiều hoại và thành kiếp, chẳng hạn tại một nơi ta tên như vậy, dòng họ như vậy, đẳng cấp như vậy...	Pubbe Nivasānussat-ñāna (Túc mạng trí)
Canh II	Với tâm định tĩnh, hoàn toàn thanh tịnh, sáng sủa, không vết nhơ, không có phiền não, nhu nhuyễn, vững chắc...	Những chúng sanh làm ác hạnh về thân, miệng, ý, tà kiến..., sau khi chết sẽ sanh vào cảnh giới đau khổ. Ngược lại, chánh kiến... sau khi chết sẽ tái sanh trong cảnh giới lành, ...	Cutūpapātañāna (Sanh tử trí)
Canh III	Với tâm định tĩnh, hoàn toàn thanh tịnh, sáng sủa, không vết nhơ, không phiền não, nhu nhuyễn, vững chắc, bất động.	Đây là dục lậu, hữu lậu, vô minh lậu. Đây là các lậu hoặc, nguyên nhân các lậu hoặc, các lậu hoặc diệt và con đường đưa đến các lậu hoặc diệt	Āsavakkhañāna (Lậu tận trí)

Sau canh cuối của đêm thứ 49, dữ kiện lịch sử của sự giác ngộ hoàn toàn đã đến, Bồ Tát được trời người tôn xưng như là Đức Phật, bậc Giác ngộ, Thế tôn, Như Lai, Bậc Bạt già phạm... và Ngài vẫn là con người (chớ không phải Chúa trời hoặc Đấng cứu rỗi) nhưng là một người tỉnh thức, một người hoàn thiện trong lịch sử loài người, đời sống của ngài vượt qua khỏi những giới hạn tham vọng, ích kỷ thường tình và thông điệp cứu khổ của Ngài cho tất cả chúng sanh ngang qua việc hoằng pháp hoặc gọi là xiển dương con đường trung đạo cho tới cuối đời ngài nhập niết bàn.

---

152 MLS, tập I, số 4, Kinh Sợ hãi khiếp đảm, trang 28-9.

Từ thời gian trở thành bậc giác ngộ ở Bồ-đề-đạo-tràng vừa lúc 35 tuổi cho đến lúc nhập niết bàn (*Mahāparinibbāna*) tại Câu-thi-na (*Kushinagar*, *Kusinārā*) lúc 80 tuổi, Đức Phật đã du hành liên tục một cách không mệt mõi hầu hết các vùng phía bắc và Trung Ấn để truyền bá thông điệp giải thoát của Ngài đến tất cả mọi người, vì an lạc và hạnh phúc cho số đông (*bahu jana hitaya bahujana sukhāya*).[153]

Để kết luận chương này, chúng ta có thể nói rằng trong kinh điển Pāli đã trình bày con đường Trung đạo và Thiền định như những phương tiện cho tiến trình giải thoát và Đức Phật không chỉ tìm cầu giải thoát cho bản thân Ngài – một vị Bồ Tát, mà còn đưa đến một đời sống an lạc và hạnh phúc cho chúng sanh suốt trong thời của Ngài và ngay cả sau khi ngài nhập niết bàn cho đến thời hiện đại hiện nay, Thiền định và con đường Trung đạo vẫn là nguồn cảm hứng cho tiến trình phát triển tâm linh. 'Hãy tinh tấn chớ có buông lung' đó là lời sách tấn cuối cùng của Đức Phật. Không có sự giải thoát và thanh tịnh nếu không có sự nỗ lực cá nhân. Những lời cầu nguyện gia hộ hoặc khẩn xin không được ủng hộ trong Phật giáo, thay vì vậy nên thiền định và theo con đường Trung đạo để tự chế ngự, thanh tịnh và giác ngộ. Mục đích hoằng pháp của Đức Phật là đưa tất cả chúng sanh giải thoát khỏi đau khổ bằng cách hoán chuyển những nguyên nhân đau khổ và chỉ ra một con đường để chấm dứt sanh tử cho những ai mong muốn.

Đức Phật là một vị Bồ Tát hoàn toàn thanh tịnh và trí tuệ. Ngài cũng là nhà tư tưởng sâu sắc nhất trong nhiều nhà tư tưởng, là diễn thuyết viên có sức thuyết phục nhất trong những nhà diễn thuyết, người năng lực nhất trong những người làm việc, nhà cải cách thành công nhất trong những nhà cải cách, bậc đạo sư từ bi và trí tuệ nhất trong các bậc đạo sư và là nhà quản lý hiệu quả nhất trong các

153 P.V. Bapat, 2500 Years of Buddhism, Ministry of Information and Broadcasting Government of India, 1919, trang vii.

nhà quản lý. Ýù chí, trí tuệ, từ bi, phụng sự, buông xả, mô phạm của một đời sống cá nhân, những phương pháp thiết thực của Đức Phật đã được sử dụng để truyền bá chánh pháp và tất cả các nhân tố của sự thành đạt cuối cùng đã góp phần để tôn vinh Đức Phật như là một bậc đạo sư vĩ đại nhất. Đó là lý do mà Pandit Nehru luôn luôn ca tụng Đức Phật như người con trai vĩ đại nhất của đất nước Ấn độ. Hoặc nhà lãnh đạo và triết học Ấn độ S. Radhakrishnan đã tỏ lòng kính trọng sâu sắc đến Đức Phật với lời tán dương như:

"Đức Phật Cồ đàm là bậc thầy trí tuệ ở phương Đông, đứng về phương diện ảnh hưởng xa rộng đến tư tưởng và đời sống của con người thì không có ai là người thứ hai như vậy và được sùng kính như một nhà sáng lập truyền thống tôn giáo mà truyền thống đó mang đầy ý nghĩa sâu sắc. Ngài thuộc về lịch sử của tư duy thế giới đã để gia sản chung cho tất cả phật tử tu tập, được những người có trí tán dương là bậc đạo đức nghiêm chỉnh và trí tuệ sáng suốt, Đức Phật rõ ràng là một trong những nhân vật vĩ đại nhất của lịch sử."[154]

Cũng cùng ý kiến đó, nhà lịch sử học H.G. Wells, trong tác phẩm '*The Three Greatest Men in History*' (Ba Nhân vật Vĩ đại trong Lịch sử) đã viết rằng:

"Ở Đức Phật, chúng ta có thể thấy rõ ràng Ngài là một con người đơn giản, tận tụy, một mình tranh đấu cho ánh sáng, một người hoạt động thật chớ không phải là huyền thoại. Đức Phật đã gởi thông điệp thoát khổ đến cho nhân loại. Nhiều tư tưởng hiện đại của chúng ta đã hoà hợp gần gũi với pháp thoại của Đức Phật. Để xoá bỏ đau khổ và không thoã mãn, Đức Phật dạy lòng vị tha, không ích kỷ, bỏ cách sống chỉ nghĩ đến cá nhân hoặc bản thân mình thì chúng ta sẽ trở thành người vĩ đại... Trong vài cách, Ngài gần với chúng ta hơn và đáp ứng những nhu cầu của chúng ta. Ngài coi trọng giá trị con người, sự hy

154 Ven. Narada Mahathera, The Buddha, in 'Gems of Buddhist Wisdom', The Corporate Body of the Buddha Educational Foundation, Taiwan, 1996, trang 112-3.

sinh và phục vụ người khác hơn là lòng tin tuyệt đối vào đấng cứu rỗi, Chúa trời, và Ngài ít có tham vọng đáp ứng về vấn đề bất tử của con người."[155]

155 Như trên.

Chương 4

NGUỒN GỐC VÀ SỰ PHÁT TRIỂN HỌC THUYẾT BỒ TÁT ĐẠI THỪA

Như trong Chương Hai đã giới thiệu Khái niệm Bồ Tát (*Bodhisatta*, 菩薩) như phần trung tâm của Phật giáo Nguyên thủy với bốn ý nghĩa theo tiến trình học thuyết của lịch sử kinh điển Pāli. Tuy nhiên, sự phát triển triết học của khái niệm Bồ Tát trong kinh tạng Pāli dường như đã không thành công trong việc đáp ứng nhu cầu của Phật tử đang bị ảnh hưởng bởi học thuyết đa thần của những tôn giáo khác, đặc biệt Hindu giáo hoặc những khuynh hướng hiện hành ở một khoảng thời gian, không gian nào đó. Và vì lý do để đáp ứng với tình hình mới, chỉ vài thế kỷ sau khi Đức Phật nhập niết bàn, những nhà Đại thừa đã mạnh dạn phát triển và ứng dụng học thuyết Bồ Tát trong các xã hội đương đại.

Có nhiều nguyên nhân liên quan với Phật giáo và những truyền thống khác trong những ngữ cảnh khiến phát sanh ra Học thuyết Bồ Tát Đại thừa và sẽ được bàn bạc dưới những tiêu đề sau đây:

KHỞI NGUYÊN DẪN ĐẾN HỌC THUYẾT BỒ TÁT

1. Các Khuynh hướng phát triển trong Phật Giáo

a. Đại thừa

Sau khi Đức Phật nhập diệt một thế kỷ có một sự bất đồng

ý kiến lớn đã xảy ra trong tăng đoàn tại thành Vệ-xá (*Vesali*). Một số chư tăng cải cách đưa ra một hệ thống điều luật mới trong giới luật mà những điều này không được chư tăng nhóm bảo thủ ở phía Tây chấp nhận. Đây là nguyên nhân đưa đến kỳ kiết tập (*Saṅgīti,* 結 集) lần thứ hai của bảy trăm vị tăng dưới sự trị trì của vua Kālāśoka.

Do những khác biệt về học thuyết và địa phương đã gây ra mối bất hoà trong cộng đồng tăng lữ và đã chia ra thành hai nhánh riêng biệt trong Phật giáo: Nhóm bảo thủ Nguyên thủy (*Theravāda,* 源 始 佛 教) rất thịnh hành ở phía nam và nhóm cải cách Đại-chúng-bộ (*Mahāsaṅghika,* 大 眾 部) phổ biến ở phương bắc. Đại-chúng-bộ trở nên rất thịnh hành trong thời đó vì gần gũi với tinh thần của quần chúng, có khuynh hướng cho phép sự tự do giải thích các pháp thoại của Đức Phật chớ không có thành kiến bảo thủ. Bên cạnh đó, họ không coi trọng việc nghiên cứu một cách cứng ngắc lý tưởng Bồ Tát và Phật học.

Thật không chắc chắn liệu sự phân chia những bộ phái này đã xảy ra khoảng 300 năm trước Tây lịch hay không, mặc dù sự truyền bá chánh pháp vào những vùng khác nhau đưa đến sự bất đồng và trở thành một nguyên nhân chính cho sự ly giáo. Vào thế kỷ thứ III trước Tây lịch, hoàng đế A-dục (*Asoka,* 阿 育 王) đã ủng hộ tích cực trong sự nghiệp truyền bá chánh pháp đến khắp nơi.

Do sự ủng hộ của vua A dục, sau cuộc kiết tập lần thứ III phái Thượng-tọa-bộ (*Sarvāstivāda,* 一 切 有 部) đã mạnh mẽ bén rễ phía tây bắc Ấn độ và phái Nguyên thủy ở phía nam rồi truyền rộng đến Tích lan. Phật giáo còn ảnh hưởng rộng xa đến phía tây như Hy-lạp và những vùng mà Hy lạp thống lĩnh. Pháp thoại của Đức Phật đã để lại ấn tượng ở những thời kỳ đầu của Công nguyên, mặc dù các bằng chứng rõ ràng không còn lưu lại nữa. Suốt hai, ba thế kỷ kế tiếp, dưới triều vua A dục đã có hơn 18, 20 hoặc hơn nữa những bộ phái Phật giáo đã tồn tại, đánh dấu sự xuất hiện của thời kỳ gọi là Phân chia các bộ phái. Pháp thoại của Đức Phật dạy rõ ràng dễ hiểu nhưng khi thời gian trôi qua và tùy theo hoàn cảnh, căn cơ khác nhau, pháp thoại của Ngài càng ngày càng trở nên khó hiểu hoàn toàn. Đó là nhiệm vụ của những Phật tử sau này làm sáng rõ những nghĩa mờ mịt, đưa ra những tham khảo và sắp xếp thành một hệ thống có thứ tự. Sự sắp xếp, bình luận và nghiên cứu này được gọi là Luận A-tỳ-đàm (Pāli: *Abhidhamma,* Sanskrit: *Abhidharma,* 阿毘曇論).

Luận A-tỳ-đàm là tác phẩm bình luận, sớ giải những kinh điển Nguyên thủy. Tuy nhiên, những bài luận này đặc biệt, chi tiết và phân chia tỉ mỉ hơn các kinh điển mà cũng bao gồm kinh điển. Sau đó, luận A-tỳ-đàm đã hình thành một hình thức của nền văn học riêng biệt, một phần, một kho riêng gọi là luận tạng (*Abhidharma-piṭaka*, 論藏). Từ đó, Phật giáo đã có ba tạng (*Tipiṭaka,* Skt. *Tripiṭaka,* 三藏): Kinh tạng (*Sutta Nikāyas,* 經藏), Luật tạng (*Vinaya Nikāyas,* 律藏) và Luận tạng (*Abhidhamma Nikāyas,*論藏). Ba kho này rất hoàn hảo và gọi chung là những kinh điển của Phật giáo Nguyên thủy.

Những bộ phái Phật giáo trong thời kỳ phân chia bộ phái đầu tiên (Thượng-toạ-bộ) rất quan tâm và tuân giữ nghiêm khắc những giới luật và nghiên cứu kinh điển. Đặc biệt nhấn mạnh là dịch, giải thích chính xác theo nguyên văn kinh điển. Ngược lại, nhóm chư tăng cải cách (Đại-chúng-bộ) đã thiên về sự dịch các chữ trong kinh tương ứng với những ý nghĩa sâu xa của chúng. Và do đó, Đại thừa Phật giáo đã phát triển thành một phong trào cải cách nhất trong phái Đại-chúng-bộ.

Trung luận xác nhận rằng cả hai nhà luận giải A-tỳ-đàm (*Abhidhārmika*) cũng như nhà Đại thừa đã phủ nhận Trưởng-lão-thuyết-bộ (*Sthaviras*: *Theravada*) bởi lẽ quá nhấn mạnh vấn đề hiện hữu và nghiệp, và do đó mong sớm nhập niết bàn mà không sống tự tại giữa các pháp. Nhưng đây là những khác biệt về học thuyết trong ý nghĩa những từ chuyên môn.

Theo Th. Stherbatsky giải thích khái niệm trung tâm trong Phật giáo thời kỳ đầu là các pháp tối hậu (*dharmas*), trong khi khái niệm trung tâm của Đại thừa là Tánh Không (*Śunyatā*). Đức Phật đã lập lại nhiều lần nên nghĩ đến những chúng sanh khác, thực hành lợi tha đó là lý tưởng Bồ Tát.

Trong Đại thừa, phật tử hướng đến chấp nhận lý tưởng Bồ Tát hơn là A-la-hán và họ tin những người tu tập theo Đại thừa có thể chuyển toàn thể thế giới thành Phật quả.

Với sự ủng hộ của các nhà cải cách và luận giải A-tỳ-đàm (*Abhidharma*), Đại thừa đã phát triển và lan rộng khắp Ấn độ. Khoảng bắt đầu thế kỷ thứ I Tây lịch, những kinh điển dựa trên nguyên lý Đại thừa bắt đầu xuất hiện thành một dòng nổi bật bao gồm: Kinh Bát-nhã Ba-la-mật (*Prajñāpāramitā sūtra,* 般若波羅密經), Kinh Duy-ma-cật (*Vimalakīrti / Vimalakīrtinirdeśa Sūtra,* 維摩詰經), Kinh Hoa-Nghiêm (*Avataṁsaka Sūtra,* 華嚴經), Kinh Diệu-pháp Liên-Hoa (*Saddharma-puṇḍarīka Sūtra,* 妙法蓮花經) và Kinh Di- Đà (*Sukhavatīvyūha Sūtra,* 彌陀經)... Tất cả đều trở thành những kinh điển Đại thừa. Mặc dù, niên đại cổ nhất của kinh có thể được biên soạn không sớm hơn 450 năm sau khi Đức Phật nhập diệt, nhưng những kinh điển này đều cho là từ kim khẩu của Đức Phật Thích ca (*Śakyamuni*, 釋迦牟尼佛) diễn thuyết. Thật ra không thể biết chính xác ai là tác giả, nhưng những Phật tử mộ đạo vẫn tin chắc những bản kinh này là pháp thoại của Như Lai.

Có bốn điểm so sánh sự khác biệt giữa Tiểu và Đại thừa mà những nhà Đại thừa đã chỉ ra như sau:

1. Đại thừa tiến bộ và khẳng định.
2. Trong khi Tiểu thừa phát triển tăng đoàn như là trung tâm, thì Đại thừa hướng đến cá thể.
3. Trong khi Tiểu thừa chủ trương hoàn toàn dựa vào kinh điển (*Tripitaka*), thì Đại thừa chỉ dựa vào tinh thần cốt lõi của Đức Phật. So với Đại thừa, thì Tiểu thừa quan tâm hình thức và hệ thống trong tính chất chính thống của kinh điển hơn.
4. Trong khi Tiểu thừa chủ trương đời sống ẩn sĩ trong rừng hoặc đi khất thực, thì Đại thừa không loại trừ đặc điểm này, nhưng điều họ mong muốn đời sống tu tập sẽ mở rộng cho

tất cả, đời lẫn đạo. Từ đó, họ không mong trở thành A-la-hán thiên về giải thoát cho cá nhân, chỉ mong trở thành Bồ Tát mà mọi người khát ngưỡng. Bồ Tát phát nguyện đạt tuệ giác tối thượng và cứu độ tất cả chúng sanh trước, trong khi Bồ Tát sẽ là vị sau cùng. Đây là một trong những điểm quan trọng nhất trong Đại thừa.

Chủ yếu trong Đại thừa là giải thoát cho tất cả, vì tất cả các pháp đều có liên quan mật thiết với nhau, đây là nguyên nhân và tâm là nguồn gốc của tất cả nguyên nhân. Tuy nhiên, tâm, Phật và chúng sanh là một. Mục đích thật sự của Đại thừa Phật giáo là đạt tuệ giác, chuyển hoá vọng tưởng và làm lợi ích cho chúng sanh khác mà không mong đáp đền lại. Bồ-đề (菩提), tâm bồ đề (菩提心), Bồ Tát (菩薩), ba-la-mật (*Pāramitā*, 波羅密) là những từ thường gặp trong kinh điển Đại thừa (佛教大乘). Khi những điều này được thành lập, khái niệm nguyện (*praṇidhana,* 願) trở thành tất yếu. Có lẽ bởi vì những điều này mà Sir. C. Eliot đã cho rằng có hai đặc tính nổi bật trong Đại thừa là sự tôn kính các Bồ Tát và triết lý lý tưởng của Bồ Tát.

Theo Kogen Mizuno trong tác phẩm '*Basic Buddhist Concepts*' (Khái niệm Phật giáo căn bản), đã nói rằng lịch sử của Phật giáo Ấn độ có thể phân chia thành năm giai đoạn chi tiết như sau:

1. Thời đại Phật giáo Nguyên thủy kéo dài vào thời Đức Phật Thích ca (*Śākyamuni*) (từ 560-480 trước Tây lịch) cho đến sự phân chia Phật giáo thành các bộ phái (300 trước Tây lịch).
2. Thời đại các bộ phái Phật giáo kéo dài từ 300 năm trước Tây lịch cho đến bắt đầu thế kỷ thứ I Tây lịch.
3. Giai đoạn đầu của Đại thừa Phật giáo kéo dài từ thế kỷ I Tây lịch đến năm 300.
4. Giai đoạn giữa của Đại thừa Phật giáo từ năm 300-700.
5. Giai đoạn cuối của Đại thừa Phật giáo từ năm 700-đầu thế kỷ XIII.

Đây là tiến trình phát triển Phật giáo từ thời Đức Phật cho đến nay. Thật ra, yếu tố quan trọng và bắt buộc khiến Phật giáo và tất cả các tôn giáo khác vì sự tồn tại phát triển lâu dài của tôn giáo mình, hẳn các tôn giáo đó phải có tiềm năng kết hợp với những kiến thức đương đại và nhu cầu của mọi người trong tất cả thời đại mà có uyển chuyển thay đổi, 'Tuỳ tín hành'(*saddhānusārī,* 隨信行) trong dòng chảy như Đức Phật thường chỉ ra các pháp là tạm bợ, thay đổi và trở thành cái khác. Bất cứ ai hành động uyển chuyển điều gì mà dựa trên niềm tin thấy được bản chất như thật của các pháp như trên được gọi là Tùy tín hành.

Lại nữa, những lời dạy của Đức Phật cũng không nên coi như là giáo điều, hoặc tín ngưỡng, hoặc khuôn khổ những lời vàng ngọc phải tuyệt đối tuân theo và kính trọng, mà tốt hơn hết nên xem như một phương tiện để vượt qua chu trình của sự sống và chết.

Như kết quả, những cải cách tất yếu và rất cần thiết đúng lúc của Phật giáo mục đích vì lợi ích cho số đông ở những thời điểm lịch sử nhất định nào đó đã dẫn đến một thực tế hiện hữu gọi là "Phật giáo Nguyên thủy (Nam truyền) và Đại thừa (Bắc truyền) là những hình ảnh sống động và tích cực của một Phật giáo duy nhất xuyên qua nhiều thời đại với mục đích thức tỉnh tất cả chúng sanh rằng các pháp là ngắn ngủi (*anitya,* 無常), tạm thời (*kṣaṇika,* 刹那), biến đổi (*santāna,* 流) và không có thực thể (*anātmakaṁ,* 無我) để tu tập tương ứng theo lời Đức Phật dạy về Lý Duyên khởi (*Pratītya-samutpāda,* 緣起, 因緣生起), từ bỏ các tham dục *(rāga,* 貪), sân hận (*dveṣa,* 瞋), si mê (*moha,* 痴) và tự thức tỉnh. Vì vậy, chúng ta phải có một cái nhìn đúng đắn vào những ý nghĩa chân thật của Tiểu thừa và Đại thừa để có thể xem như là anh em trong một gia đình như Beatrice Lane Suzuki trong tác phẩm Phật giáo Đại thừa (*Mahāyāna Buddhism*) đã đề nghị rằng: "*Có phải chúng ta đã lạc lối trong khu rừng đầy gai góc khi chúng ta tiêu phí quá nhiều thời gian như vậy để tìm hiểu vấn đề lịch sử của tiểu và Đại thừa? Tại sao chúng ta không chấp nhận cả hai như là sự trình bày của cùng những chân lý giống nhau và tự chọn một thừa nào thích hợp nhất với căn cơ của mình để tu tập?*"[156]

Xét về việc tu tập lý tưởng A-la-hán trong Tiểu thừa và lý tưởng Bồ Tát trong Đại thừa có vài ý kiến chúng ta cần xem xét.

D.T. Suzuki đã đưa ra ý như sau:

"Phật giáo là một tôn giáo và như mỗi tôn giáo có mặt xã hội và tu tập tâm linh, không có điều này thì Phật giáo sẽ mất lý do để tồn tại. Kinh Lăng-già (Laṇkāvatāra) cũng chuẩn bị cho Bồ Tát với sứ mệnh như là một trong những thành viên của cộng đồng xã hội, hoạt động từ thiện hữu ích chúng sanh. Trong khi mục tiêu của Tiểu thừa không ngoài giải thoát cá nhân, đạt A-la-hán, một cuộc sống thánh thiện an tĩnh. Đây là sự khác nhau giữa Đại thừa với Tiểu thừa..."[157]

Har Dayal nói rằng "*A-la-hán quá ích kỷ*" hoặc "*A-la-hán thì quá thờ ơ với sứ mạng thuyết pháp*" hoặc "Sự lạnh lùng và tách biệt của các A-la-hán đã đưa đến một phong trào đại thừa 'cứu giúp các chúng sanh' thay cho phong trào cũ của tiểu thừa." Lý tưởng Bồ Tát có thể được hiểu chỉ phản đối lại bậc phạm hạnh an tĩnh thụ động."[158]

Hoặc Isaline B. Horner trong tác phẩm *The early Buddhist Theory in Man Perfected* (Người hoàn thiện trong Phật giáo Nguyên thủy) đã trình bày như sau:

"A-la-hán bị buộc tội ích kỷ chỉ dựa trên sự lợi ích của chính mình mà không màng đến sự giác ngộ hoàn toàn."[159]

Har Dayal cũng cho rằng lý tưởng Bồ Tát của Đại thừa được coi như là một sự phản đối chống lại lý tưởng A-la-hán của Tiểu thừa. Nhưng sự buộc tội ích kỷ là ở chỗ không chống lại A-la-

---

156 Beatrice Lane Suzuki, Mahayana Buddhism, London, Fourth edition 1980, trang b 35.

157 D.T. Suzuki, Studies in The Laṇkāvatāra Sutra, Routledge & Kegan Pual LTD., London, rpt. 1975, trang 214.

158 BDSBL, trang 2-3.

159 Isaline Blew Horner, The early Buddhist Theory in Man Perfected: A Study of the Arahanta, London: Williams & Northgate Ltd., 1936. London, 1979.

hán mà chỉ phản đối lại các tu sĩ A-la-hán đã minh họa chân dung A-la-hán như một lý tưởng tự kỷ bởi cách cư xử của chính họ và do đó khiến cho đời sống tôn giáo (*Brahmacariya*) cao thượng dường như trở thành không thực tiễn.

Thật ra, những lời này cũng quá cực đoan và thành kiến. Làm thế nào A-la-hán (阿羅漢) người được tán dương đã đạt mục đích cao nhất trong tăng đoàn (*Saṅgha,* 僧伽), trong thời Đức Phật, người đáng quý của sự giải thoát, bậc mô phạm thanh tịnh đức hạnh của thế gian tại sao lại bị coi là ích kỷ, giới hạn, thiếu tinh thần nhiệt tình chân thật và lòng vị tha, nhỏ nhen, thấp kém hơn lý tưởng Bồ Tát... Thiết tưởng, nơi đây cần nên trích pháp thoại của Đức Phật trong Tương ưng bộ kinh[160] minh định lại điều này như sau:

"Này các tỳ-kheo, ngang qua bảy cảnh giới cho đến tột đỉnh của hữu, các A-la-hán là tối thượng, tối thắng trong tất cả thế giới.

Đấng Thế tôn đã nói như vậy. Bậc thiện thệ cũng thuyết như vậy, bậc đạo sư lại nói thêm:

1/ Ôi! an lạc, A-la-hán,
Khát ái đã đoạn diệt
Chấp ngã đã bật gốc
Lưới si bị phá vỡ.

2/ Vô tham đã đạt được
Ô trược đã viễn ly
Thế gian tâm không nhiễm
Vô lậu, bậc Phạm thiên.

160 BKS, III, Chương I: Tương ưng uẩn, Phẩm iii: Những gì được ăn, iv. Các vị A-la-hán, trang 69-0.

3/ Năm lực[161] khéo đạt được
Do hành bảy chi pháp[162]
Bậc chân nhân tán thán
Con đích tôn chư Phật.

4/ Trang nghiêm bảy món báu
Tu tập ba học pháp[163]
Bậc đại hùng nối gót
Vượt qua mọi sợ hãi.

5/ Đầy đủ mười năng lực[164]

---

161 Năm lực: tín (saddhā), tấn (saccaṇ [āraddha] viriya), niệm (sati), định (hiri-ottappaṇ) và huệ (pañña).

162 Thất giác chi (Satta-bojjhangā): Trạch pháp, tinh tấn, hỷ, khinh an, niệm, định, xả (xem A, VI, trang 14).

163 Ba học pháp (sikkhā): Giới (adhi-śila), định (citta), tuệ (pañña).

164 Mười năng lực: Mười khả năng trí giác của Đức Phật
1. Thị xứ phi xứ trí lực: Trí lực biết về sự vật nào là có đạo lý, sự vật nào là không có đạo lý;
2. Nghiệp trí lực: Tri tam thế nghiệp báo trí lực: Trí lực biết rõ ba đời nghiệp báo của chúng sanh.
3. Thiền định trí lực: Tri chư thiền giải thoát tam muội trí lực: trí lực biết các thiền định và trí lực biết tám giải thoát, ba tam muội.
4. Căn tính trí lực (Tri chúng sanh tâm tính trí lực): trí lực biết tâm tính của tất cả chúng sanh.
5. Nguyện dục trí lực (Tri chủng chủng giải trí lực): trí lực biết mọi loài trí giải của tất cả chúng sanh.
6. Giới trí lực (Tri chủng chủng giới trí lực): trí lực biết khắp và đúng như thực mọi loại cảnh giới khác nhau của tất cả chúng sanh.
7. Đạo chí xứ trí lực (Tư nhất thiết chí đạo sở trí lực): Trí lực biết hết đạo mà người tu hành sẽ đạt tới, như người tu ngũ giới thập thiện thì được ở cõi người, hoặc lên cõi trời, người tu pháp vô lậu thì sẽ chứng đạt niết bàn.
8. Túc mạng trí lực (Tri thiên nhãn vô ngại trí lực): Trí lực vận dụng thiên nhãn nhìn thấy sự sinh tử và nghiệp thiện ác của chúng sanh, lại còn biết rõ vô lậu niết bàn.

Tự tại thánh xuất thế
Bậc tối thắng trên đời
Khát ái không còn nữa.

7/ Chứng đạt trí thượng nhân
Thân này là sau rốt
Phạm hạnh đã thành tựu
Do tự mình nỗ lực.

8/ Các tưởng đều không động
Giải thoát khỏi tái sanh
Tự điều ngự được mình
Bậc chiến thắng thế gian.

9/ Trên, dưới cùng phải, trái
Tham đắm đều không còn
Họ rống tiếng sư tử:
'Phật vô thượng trên đời!'

(Yāvatā bhikkhave sattāvāsā yāvatā bhavaggaṁ ete aggā ete soṭṭā lokasmiṁ yad idam arahahto ti //

Idaṁ avoca Bhagavā // idaṁ vatvā Sugato athāparam etad avoca satthā //

---

9. Thiên nhãn trí lực (Trí túc mạng vô lậu trí lực): Trí lực biết túc mạng của chúng sanh, lại còn biết rõ vô lậu niết bàn.
10. Lậu tận trí lực (Trí vĩnh đoạn tập khí trí lực): Trí lực có thể biết rõ như thực đối với mọi tàn dư tập khí sẽ vĩnh viễn đoạn diệt chẳng sinh.
(Xem MLS, I, trang 69-70; A, V, trang 33.7; M, I, trang 69; DCBT, trang 46; BDBSL, trang 20).

Sukhino vata arahanto // taṇhā tesaṁ na vijjati //
Asmimāno samucchinno // mohajālaṁ padālitam //
Anejanto anuppattā // cittaṁ tesaṁ anāvilaṁ//
Loke anupalittā te // brahmabhutā anāsavā //
Pañcakkhandhe pariññaya // sattasaddhammagocarā //
Pasaṁsiyā sappurisā // puttā buddthiassa orasā //
Sattaratanasampannā // tīsu sikkhāsu sikkhitā //
Anuvicaranti mahāvīrā // pahīnabhayabheravā //
Dasahaṅgehi sampannā // mahānāgā samāhitā //
Ete kho seṭṭhā lokasmiṁ // taṇhā tesaṁ na vijjati //
Asekhañāṇaṁ uppannam // antīmo yam samussayo //
Yo sāro brahmacariyassa // tasmim aparapaccayā //
Vidhāsu na vikampanti // vippamuttā punabbhavā //
Dantabhūmim anuppattā // te loke vijitāvino //
Uddhaṁ tiriyaṁ apācīnaṁ // nandi tesaṁ na vijjati //
Nandanti te sīhanādaṁ // Buddhā loke anuttarāti //).[165]

Trong Tương ưng bộ kinh,[166] Đức Phật đã tuyên bố rằng tôn giả Xá-lợi-phất (*Sāriputta,*舍 利 弗) đã hiểu sâu sắc và giác ngộ lý Duyên-khởi (*Pratīty-samutpāda,* 緣 起, 因 緣 生 起) như Đức Phật đã giác ngộ. Ngay cả nếu Đức Phật có đặt câu hỏi về những vấn đề gì trong bảy ngày bảy đêm thì tôn giả Xá-lợi-phất có thể trả lời thông suốt không có khó khăn. Hơn nữa, trong những kinh điển Pali khác, rất nhiều tỳ-kheo, tỳ-kheo-ni chẳng hạn như Đại Ca-diếp (*Mahākassapa,*大 迦 葉), Mục-kiền-liên (*Mogallāna,*目 犍 蓮), Pháp-na (*Dhammadina,*法 那)... cũng có những khả năng như Đức Phật diễn thuyết Phật pháp, nhập thiền hoặc thực hiện nhiều loại thần thông. Điều này đã chứng

165 S, III, trang 83-4.

166 BKS, II, trang 35-7.

minh hàng trăm đệ tử của Đức Phật cũng đạt được trạng thái giải thoát bằng Ngài và ngay cả Đức Phật, Ngài cũng xác định Ngài là một bậc A-la-hán như sau:

"Bây giờ hãy quan sát Đức Phật Cồ-đàm, sự nổi danh tốt đẹp sau đây đã vang xa – Ngài là bậc A-la-hán, Chánh đẳng giác, Minh hạnh túc, Thiện thệ, Thế gian giải, Vô thượng sĩ, Điều ngự trượng phu, Thiên nhân sư, Phật, Thế tôn."[167]

(Taṁ kho pana Bhagavantaṁ Gotamaṁ evaṁ kalyāṇo kittissado abhuggato: 'Iti pi so Bhagavā arahaṁ sammāsambuddho vijjā-caraṇa-sampanno sugato loka-vikū anuttaro purisa-dhamma-sārathī setthā deva-manussānaṁ buddho bhagavā).[168]

A-la-hán là một thuật từ căn bản biểu thị cho Đức Thế-tôn, nhưng chúng ta cũng thấy trong vài nơi từ 'Đức Phật' cũng ám chỉ cho bậc A-la-hán. Trong kinh Trung bộ, chúng ta thấy có một bài thơ đề cập đến ý nghĩa của A-la-hán:

'Ai biết được đời trước,
Thấy cõi thiện, cõi khổ,
Thoát khỏi vòng tái sanh,
Thành tựu được Thắng trí,
Vị ấy là bậc Thánh.
Ai biết tâm thanh tịnh,
Giải thoát khỏi chấp thủ,
Nhàm chán sanh cùng tử,
Viên thành được Phạm hạnh,
Thấy rõ tất cả pháp

167 DB, I, số 12, Kinh Chủng đức (Soṇadaṇḍa Sutta), trang 145.
168 D, I, trang 111.

Vị ấy là Đức Phật.[169]

(Pubbenivāsaṁ yo vedi Atho jātikkhayaṁ patto, Cittaṁ visuddhaṁ jānāti pahīnajātimaraṇo pāragū sabbadhammānaṁ saggāpāgañ ca passati abhiññā vosito muni muttaṁ rāgehi sabbaso brahmacariyassa kevalī Buddho tādi pavuccatīti).[170]

Hoặc trong Tương ưng bộ kinh, Đức Phật không có phân biệt sự khác nhau giữa Ngài và A-la-hán:

"Này các tỳ-kheo, Như Lai là bậc A-la-hán, là bậc giác ngộ hoàn toàn, làm cho con đường khởi lên mà trước đó chưa khởi, đem đến con đường mà trước đó chưa có, tuyên bố con đường mà trước đó chưa được tuyên bố. Ngài là người biết, hiểu và thiện xảo về con đường. Và này các tỳ-kheo, các đệ tử của Ngài là những vị sống theo đạo, tiếp tục thành tựu đạo. Này các tỳ-kheo, đó là sự sai biệt, điểm đặc biệt để phân biệt Như Lai, Bậc A-la-hán, hoàn toàn giác ngộ với các tỳ-kheo được giải thoát nhờ trí tuệ."[171]

(Tathāgato bhikkhave arahaṁ sammāsambuddho anuppannassa maggassa uppādetā asañjatassa maggassa sañjānetā anakkhātassa maggassa akkhātā maggaññu ṁaggavidū maggakovido // Maggānugā ca bhikkhave etarahi sāvakā viharanti pacchāsamannāgatā //

Ayaṁ kho bhikkhave viseso aya adhippālyoso idaṁ Nānālaraṇaṁ Tathāgatassa arahato sammāsambuddhassa panuavimuttena bhikkhuna ti //).[172]

Đứng về mặt ý nghĩa, Đức Phật v A-la-hán đồng nhất trong tiến trình chứng đạt tâm linh, dường như thường được nói đến trong những phần cổ nhất của Kinh tạng.

---

169 MLS, II, số 91, Kinh Brahmāyu, trang 330.

170 M, II, Brahmāyusutta, trang 144.

171 BKS, III, Chương I Tương ưng uẩn, I. Phẩm Tham luyến, vi. Chánh đẳng giác, trang 58.

172 S, III, trang 66.

Trong tác phẩm "*Buddhist Images of Human Perfection*" (Bậc Hoàn thiện trong Phật giáo), Nathan Katz đã chỉ ra rằng:

"A-la-hán (pađđvimutto) được nói l đồng với Đức Phật về phương diện chứng đạt giải thoát vì cả hai đều hồn tồn vượt qua các kiết sử lậu hoặc."[173]

Trong kinh Na-tiên tỳ-kheo (*Milindapañha*)[174] cho rằng A-la-hán nổi bật sáng chói và trầm tĩnh giữa các tỳ-kheo (*bhikkhus,* 毘丘) khác, bởi lẽ các Ngài có sự giải thoát và an tĩnh từ trong thân tâm. A-la-hán được gọi là bậc tôn quý, bậc giải thoát.

Trong cuốn luận của ngài Vô trước (*Asaṇga,* 無 著) đã đưa ra ý kiến giống với Phật giáo Nguyên thủy Bồ Tát sau khi đạt giác ngộ (*bodhi,* 菩 提) đã trở thành một A-la-hán, Như-lai (*Tathāgata,* 如 來) tức là Đức Phật (*Buddha,* 佛 陀).[175] Điều này minh chứng rằng không ai vượt qua trạng thái A-la-hán, lý tưởng A-la-hán là đời sống lý tưởng của Phật giáo đã thật sự bắt nguồn từ sự giác ngộ của Đức Phật và được ngài thừa nhận như là một tiến trình tâm linh cao nhất.

Trở lại phần Đại thừa, chúng ta có thể kết luận rằng để đáp ứng khả năng liên đới với kiến thức và nhu cầu đương thời của con người ở mọi thời đại, Đại thừa đã hình thành và phát triển. Đại thừa đã đóng vai trò chính và quan trọng trong việc phát khởi một học thuyết Bồ Tát mới trong nguồn kinh điển tiếng Phạn (*Sanskrit*) và tiếng Hán và học thuyết mới này đã kế thừa và tiếp tục phát triển khái niệm Bồ Tát đã có xuất xứ từ trong kinh tạng Pāli. Do thế, Edward Conze đã nói rằng có hai sự đóng góp lớn mà Đại thừa đã cống hiến cho tư tưởng nhân loại đó là sự sáng tạo lý tưởng Bồ Tát và chi tiết hoá học thuyết 'Tánh Không'.[176]

---

173 BIHP, trang 96.

174 Milindapañha, ed. V. Trenckner, PTS, 1962, trang 226.

175 W. Rahula, Zen and The Taming of The Bull, London 1978, trang 74.

176 Edward Conze, Thirty Years of Buddhist Studies, Bruno Cassier (Publisher)

b. Khái niệm mới về Đức Phật

Trong các kinh điển Phật giáo Nguyên thủy, Đức Phật (佛陀) chỉ là một người như chúng ta nhưng Ngài đã giác ngộ được thực thể, chân lý tồn tại của con người và các pháp bằng chính sự nỗ lực của ngài. Nhưng khi thời gian trôi qua, Đức Phật chẳng bao lâu được lý tưởng hoá, tinh thần hoá và vũ trụ hoá. Khái niệm Đức Phật được mở rộng và chi tiết hoá theo hoàn cảnh của Ấn độ nơi mà bị ảnh hưởng lý thuyết siêu hình và đa thần của Hindu giáo. Đức Phật bây giờ không còn là Đức Phật lịch sử nữa, mà trở thành đối tượng của thờ phượng, trở thành vĩnh cửu, vô số, bất tử hoá, thánh hoá, tinh thần hoá, vũ trụ hoá và hợp nhất hoá.

Kinh Thần-thông du-hí (*Lalitavistara,* 神通遊戲經) nói có vô số (*koṭis*)[177] chư Phật, cũng giống như trong kinh Diệu-pháp Liên-hoa (*Saddharma Puṇḍarīka Sūtra,* 妙法蓮花經), Kinh Kim-quang minh (*Suvarṇa-prabhāsa Sūtra,* 金光明經) nói với chúng ta 'hàng ngàn chư Phật', trong khi Vô-lượng-thọ kinh (*Sukhāvatī Vyūha,* 無量壽經) ước lượng số chính xác là 81 *koṭi-niyuta-śata-sahasrāṇi* (81 triệu *niyutas*)[178] hoặc '*Chư Phật nhiều như số cát sông Hằng*'. Mỗi vị Phật đều có cảnh giới của mình (*kṣetra,* 佛剎), nơi mà Ngài hướng dẫn chúng sanh tu tập để đạt tuệ giác. Một cõi (*kṣetra,* 剎)[179] gồm nhiều thế giới và vũ trụ với những cõi trời (諸天), ngạ quỹ (餓鬼), người (人) và súc sanh (畜生). Đức Phật, người đã xuất hiện trên trái đất này hoặc bất cứ thế giới nào khác và có thể không ngừng tồn tại. Đức Phật Cồ-đàm (*Gautama*, 瞿曇佛) sống mãi mãi *(sadā*

LTD, Oxford, London, 1967, trang 54.

177 Koṭis: một triệu. Cũng giải thích 100,000; hoặc 100 laksa, nghĩa là 10 triệu. Trích trong Tự-điển Phật học Trung-Anh, trang 261.

178 Lalita Vistara, Ed.S. Lefmann, Halle a.S.1902-8, 402.10; Saddharma Puṇḍarīka, 228.4; Sukhāvatī Vyūha, trang 10; in BDBSL, trang 25.

179 Kṣetra: cõi, giới, đất nước, nơi chốn (land, field, country, place; also a universe consisting of three thousand large chiliocosms; also, a spire or flagstaff on a pagoda, a monastery, but this interprets 'Caitya'); trích trong DCBT, trang 250b.

sthitaḥ) và chư Phật là bất tử. Thọ mạng các Đức Phật là vô tận và vô lượng.[180] Chư Phật là bậc siêu vượt *(lokottara)* và được thánh hoá trong các hoạt động, thậm chí trong thời gian còn ở trần gian. Ngài cũng ăn, uống, dùng thuốc khi bị bịnh... như là những phương tiện để làm cho phù hợp với những cách ở cõi người, chớ thật sự Ngài không bị chi phối bởi đói, khát, bịnh hoặc bất cứ những nhu cầu và tính chất bịnh hoạn nào của con người. Thân thể của Ngài được hình thành không phải từ tinh cha huyết mẹ nhưng Ngài sanh ra như một đứa trẻ đơn thuần để hoạt động thích hợp giống với những con người bình thường khác.

Nếu Đức Phật là bất tử và phi thường thì thân thể vật lý của Ngài không thể tượng trưng cho thực thể của ngài. Vì vậy, thực chất Ngài là hiện thân tinh thần, hoặc là trong hình thức con người hoặc như một hoá thân trong vô lượng (*avatāra*無量) hoá thân hoặc thân thể vật lý không thật chỉ hiển hiện để thức tỉnh mọi người. Trong sắc thân tạo ra (*Rūpa kāya,* 色身) hoặc ứng thân (*Nirmāna kāya,* 應身/化身),[181] Ngài có thể xuất hiện bất cứ nơi đâu trong vũ trụ để thuyết pháp. Tương phản lại sắc thân, các nhà Đại thừa còn có pháp thân (*dharma-kāya,* 法身). Đức Phật là biểu tượng của pháp, là thân thật của Đức Phật. Ngài cũng đồng nghĩa với tất cả các phần tử vũ trụ (sắc tướng, tư tưởng...). Ngài cũng giống như một thực thể tuyệt đối (*Tathatā,* 真如), cũng là một và cũng là tổng thể vũ trụ. Thực thể đó không biến đổi và không phân biệt được. Nếu thân thật của Phật là vũ trụ tuyệt đối, thì tất cả chư Phật về tinh thần là hợp nhất với nhau trong pháp thân mà trong kinh Đại thừa trang-nghiêm (*Mahāyāna-Sūtrālaṇkāra*, 大乘大莊嚴經)[182] gọi là '*Tất cả chư Phật là một*'. Phật thuộc về cảnh giới tự do và hoàn thiện (*anāsrave dhātu,* 無漏界), hợp nhất

---

180 Suvarṇa-prabhāsa, Manuscript Số 8, Hodgson Collection, Royal Asiatic Society, London, fol. 5a., trang 1 trở đi.

181 DCBT, trang 77b.

182 Mahāyāna Sūtrālaṇkāra, edité et traduit par S. Lévi, Paris, 1907, 1911, trang 48, II, 83. 2.

tất cả lại với nhau vì chư Phật đều có cùng một trí tuệ và mục đích. Đức Phật cũng có một hoá thân (*sambhoga-kāya,* 報身) rất sáng sủa, với ba mươi hai tướng hảo và tám mươi tướng phụ.

Đây là thân của kết quả công đức mà Đức Phật đã trồng từ nhiều kiếp và bất cứ bài pháp nào Ngài giảng trong hệ thống kinh Đại thừa (Mahāyāna Sūtras, 大乘經) đều do hoá thân thuyết. Thế giới mà Ngài thấy, những dữ kiện xảy ra đều có liên quan đến sự xuất hiện của Ngài và ngôn ngữ ngài sử dụng tất cả đều từ hoá thân của Ngài (Sambhogakāya, 報身) phát ra.

Vì vậy, chẳng bao lâu sau khi Đức Phật nhập niết bàn khái niệm về Đức Phật (佛陀) đã phát triển tới đỉnh cao tối hậu trong bối cảnh toàn Phật giáo rộng lớn (như phân biệt với thuyết phiếm thần tin Chúa là tất cả).

Khái niệm này được các phái Đại-chúng-bộ, phái *Vetulyakas,* phái *Andhakas* và nhiều bộ phái Phật giáo khác tiếp tục phát triển sâu sắc hơn. Có lẽ họ cũng suy nghĩ và cảm thấy rằng một người trí tuệ và từ bi như Đức Phật Cồ-đàm (瞿曇佛) không thể chấm dứt trong trống lỗng. Họ phải chuyển Ngài thành vị thánh sáng suốt, mạnh mẽ, bất tử và sống động. Họ cũng gán cho Ngài nhiều những thuộc tính huyền bí của vị Phạm thiên (*Brahman,* 梵天) thuộc U-pa-ni-sắc (*Upanisads,* 幽杷尼色). Nhân tính, thân thể vật lý và sự nhập diệt của Ngài do đó đã bị từ chối và Ngài được ban cho báo thân (*sambhoga-kāya,* 報身) và pháp thân (*dharma-kāya,* 法身). Những nhà Đại thừa đã mượn và đồng hoá toàn thể lý thuyết trừu tượng và thần học của Hindu giáo và rồi thăng hoa tạo ra khái niệm Phật thân đầy ấn tượng và toàn diện hơn. Cuộc đời của Đức Phật là nền tảng của toà dinh thự mà những bộ phái khác đã cung cấp nguyên liệu cho toà kiến trúc thượng tầng này.

Và thời gian tiếp tục trôi qua, khi đạo Hindu không thể yêu và kính thờ Phạm thiên (*Brahman*) siêu hình của U-pa-ni-sắc nữa mà họ cần những vị thánh bằng xương, thịt để thờ, do đó các Phật tử cũng không thể tiếp cận một vị Phật siêu hình và lý tưởng hoá của Đại thừa cho sự tôn kính và thờ phượng nữa.

Khái niệm Đức Phật như vậy một lần nữa đã trở thành một đối thể không thích hợp và không thu hút lòng tin (*bhakti*, 信心) của các Phật tử, bởi vì Đức Phật bây giờ đã trở thành quá vĩ đại, quá lớn, mơ hồ, trừu tượng thiếu cá tính quá và khó hiểu trong những mối liên hệ như vậy. Những nhà Đại thừa đã trở lại nhu cầu của họ về Đức Phật Cồ-đàm của thời lịch sử Nguyên thủy khi mà Ngài không phải là Đức Phật siêu hình xa xăm mà là một Bồ Tát kiên nhẫn, sáng suốt và độ lượng, một người có gia đình và nhà cửa, việc làm như trong xã hội hiện nay. Như một Bồ Tát, Ngài có thể giúp tất cả mọi người với những món quà của vật chất và tinh thần. Ngài trở thành một hình ảnh nhân bản và đáng yêu hơn ở tầng bậc này. Phật tử thuần thành có thể cầu nguyện Bồ Tát ban cho sức khoẻ, giàu có và những ước muốn trần gian và đó là tất cả những cái họ thật sự khát khao mong muốn. Do đó, Bồ Tát được chọn để thờ phượng và kính ngưỡng để có thể thoả mãn những nhu cầu của Phật tử đương đại. Các Phật tử đã sáng tạo ra một tầng lớp các bậc thánh Bồ Tát chủ yếu bằng cách nhân cách hoá những thuộc tính và đức hạnh khác nhau của nhân tính Đức Phật Cồ đàm. Họ cũng lấy những tính ngữ định phẩm nào đó mà họ gán cho Đức Phật, rồi chuyển hoá chúng thành những danh hiệu của một số các Bồ Tát.

c. Tín (*Bhakti*)

Bách khoa Phật giáo[183] định nghĩa từ *bhakti* (信 心) có từ gốc *bhaj,* nghĩa gốc là chia ra, chia sẻ và sau này phát triển thành nghĩa phục vụ, kính ngưỡng và yêu thương.

Các nhà học giả cho rằng tín (*bhakti*) có nguồn gốc xuất phát từ Phật giáo và từ *saddhā* (lòng tin) là tiền thân của *bhakti.* Nhưng ở đây không có bằng chứng thật để chứng minh *bhakti* tiến triển từ *saddhā.* Thuật ngữ *saddhā* trong kinh điển Phật giáo có nghĩa là lòng tin, trung thành, tin tưởng hoặc tự tin. Lòng tin trong Phật giáo như đã được nhắc lại nhiều lần là

183 EB, II, trang 678.

rất cần thiết để phát triển tâm linh cho cả đời lẫn đạo. Những đệ tử của bậc đạo sư trí tuệ và đức hạnh phải yêu và kính trọng nhân cách của ngài. Chính nhân cách Ngài đã tạo nên chiến thắng trong phong trào tôn giáo lớn mạnh; giới luật, kinh điển chiếu sáng từ ánh sáng phản chiếu ở nhân cách Đức Phật. Lòng tín tâm không thể khởi lên mà không có sự kiện lịch sử của đời sống và sự nghiệp của nhân vật vĩ đại. Do đó, tín được chấp nhận không phải thuần là hệ thống của lòng tin mà còn là tình thương kính hướng đến bậc vĩ nhân.[184]

Vì lý do đó, không thể có nguồn gốc từ các nhà siêu hình U-pa-ni-sắc (*Upanisads*) như A. B. Keith đã giả định.[185] Đức Phật là bậc thánh tối thượng. Bên cạnh sự ảnh hưởng mạnh mẽ từ nhân cách Đức Phật, sự thiếu vắng đối tượng thánh thiện đã đưa các Phật tử tập trung tình kính thương và trung thành của họ đến với Đức Phật. Họ không có chủ trương sùng bái các vị thần cổ đại. Họ không có bất cứ lòng kính tin, cầu nguyện khẩn xin các vị thần cổ đại. Phật tử đã không coi các vị thần như các bậc siêu việt, an lạc và đầy năng lực, bởi lẽ các thần vẫn còn bị chi phối bởi luật sống, chết và cần có tuệ giác để giải thoát như mọi người khác trên trái đất. Các vị thần, chư thiên thì thấp hơn Đức Phật rất nhiều về đức hạnh và tuệ giác, vì thế họ đã đặt Đức Phật thế chỗ cho các thần này.

Do trải qua nhiều sự thay đổi, khái niệm 'con người' nơi Đức Phật trở nên không thu hút quần chúng Phật tử nữa và dần dần 'nhân cách' ấy bị mất đi. Với ý nguyện phổ biến hoá Phật giáo để cứu Phật giáo từ việc biến mất hoàn toàn đã khiến các nhà Đại thừa sáng tạo và phát triển học thuyết Bồ Tát. Để có thể trung hoà với khái niệm 'thần' trong đạo Hindu, các nhà Đại thừa đã gán những phẩm chất thánh thiện vào lý tưởng Bồ Tát. Họ tin rằng hiệu lực của việc chuyển đổi này sẽ tạo ra sức thúc đẩy tới học thuyết Bồ Tát mới với sự ảnh hưởng mạnh mẽ của

---

184 EB, II, trang 680.

185 Journal of the Royal Asiatic Society, London, 1906, trang 493; cũng xem BDBSL, trang 33.

lòng tín (bhakti, 信心).

Trong Đại thừa, đặc điểm lòng tín (bhakti) chưa bao giờ tiến triển thành một trường phái độc lập, riêng biệt mà vẫn là một đặc tính chung của Phật giáo Đại thừa. Ngay cả việc kính thờ Bồ Tát Quan-thế-âm (Avalokiteśvara, 觀世音菩薩) và Đức Phật A-di-đà (Amitābha, 阿彌陀佛) đã tồn tại như một điểm chung của nhiều trường phái. Sự phát triển thật sự của việc thờ phượng này đã đưa đến một trường phái độc lập không chỉ ở Ấn độ mà còn ở Trung hoa và Nhật bản.

Tóm lại, nguồn gốc sâu sắc của lòng tín (bhakti) đã thành lập như một phương tiện trong sự sáng tạo và kính thờ các Bồ Tát. Vì lý do đó, Har Dayal đã nói rằng: "*Học thuyết Bồ Tát là kết quả cần thiết của hai phong trào tư tưởng Phật giáo thời kỳ đầu là sự phát triển tín tâm (bhakti) và sự lý tưởng hoá, tinh thần hoá Đức Phật*".[186]

2. Ảnh hưởng của những Truyền thống khác

a. Bà-la-môn giáo: Bhāgavatas và Śaivas

Mặc dù ý tưởng tín (*bhakti*) xuất phát từ Phật giáo và được đạo Hindu chấp nhận như của mình và sau thế kỷ thứ V trước Tây lịch những tông phái khác như Bạt-già-thinh (*Bhāgavatas,* 帗伽聽) và phái Thấp-bà (*Śaivas,* 濕婆), đạo thờ lửa, thờ rồng...xuất hiện đã ảnh hưởng sâu sắc trong sự phát triển Phật giáo rộng hơn. Họ đã thiết lập những vị thần nào đó và thánh hoá những vị anh hùng và những Phật tử cũng buộc phải phú cho chư Phật và các vị Bồ Tát của mình với những năng lực và thuộc tính như vậy.

Phái Bạt-già-thinh có lẽ được thành lập khoảng thế kỷ thứ II trước Tây lịch ở phía tây của Ấn độ, đã thờ Bạt-già-thinh (*Bhāgavat*) như là một vị thần tối thượng (thuyết một thần). Theo dòng thời gian, tín đồ Bạt-già-thinh đã đồng nhất hoá thần

186 BDBSL, trang 30.

Phạ-tử-tiên (*Vāsudeva,* 帕子仙) với Bạt-già-thinh và *Viṣṇu* - vị thần mặt trời cổ đại. *S*ự tồn tại của tín đồ thờ phượng thần Phạ-tử-tiên trong thời đại đó đã giải thích những đặc điểm nào đó của học thuyết Bồ Tát. Bằng chứng lịch sử đã thiết lập sự tồn tại của lòng tín (*bhakti*) mạnh mẽ trong những người theo phái Phạ-tử-tiên (*Vāsudeva*) suốt nhiều thế kỷ tiếp theo sau sự lan rộng của Phật giáo. Bộ phái Thấp-bà (Ś*aiva*) cũng đã tiến triển trong suốt thời đại này. Thần Ś*iva* cũng được tán dương trong *Mahabharata,* nhưng theo biên niên sử Bách khoa Thơ ca nói rằng điều này không rõ lắm.[187] Những tín đồ phái Thấp-bà và Phạ-tử-tiên được đề cập trong Kinh Na tiên tỳ-kheo.[188] Phái *Pāśupatas* thờ thần Ś*iva* đã tồn tại trong thế kỷ II trước Tây lịch nếu không nói là sớm hơn.[189] Megasthenes cho rằng những người Ấn độ cũng thờ phượng thần 'Dionysos': «*Dân Ấn sùng bái nhiều vị thần khác và đặc biệt là Dionysos với những cái chũm chọe và trống... Thần Dionyso đã chỉ dạy dân Ấn để tóc mọc dài bày tỏ lòng kính trọng Thượng đế.*"[190] Thần 'Dionysos' được biết là đồng nghĩa với thần Ś*iva.* Những bằng chứng tích lũy của tất cả những điểm lịch sử này đã cho thấy sự tồn tại một bộ phái mạnh mẽ của những người thờ phượng thần Ś*iva* đã chọn thần La-đặc-la (*Rudra*) và I-xá-na (*Isāna*) cổ đại của Vệ-đà (*Veda*) như là những vị thần của họ.[191]

---

187 Cf. S. Sorensen, An Index to the Names in the Mahābhārata, London, 1904, trang 203.

188 Milinda-pañha, trang 191, dòng 6 trở đi, "siva vāsudevā ghanikā".

189 R.G. Bhandarkar, Sects, (Vaiṣṅnavism, Śaivism and Minor Religious System), Strassburg, 1913, trang 116-7.

190 J.M. Mc Crindle, India (Ancient India), London, 1877, trang 200, II, trang 5 trở đi.

191 Veda (S) Vệ đà, (S, P) Phệ đà, Tiết đà luận: Trí tuệ thiêng liêng; tên của kinh điển của Đạo Hindu thời kỳ đầu. Bà la môn có 4 bộ kinh luận chủ yếu: 1) Tiết đà (Rig-veda) = Thọ minh: giải thích về số mạng, dạy cách bảo tồn thiện pháp, cách giải thoát. 2) Dã thọ Tiết đà (Yajur-veda) = Tự minh: dạy việc tế tự, cầu đảo chư thiên chư thần. 3) Sa ma Tiết đà (Sama-veda) = Bình minh: dạy cách chiếm quẻ, binh pháp, việc ở đời, phép ở đời. 4) A đạt Tiết đa (Atharva-veda) = Thuật minh: dạy kỹ thuật như toán, y.

Những bộ phái này chẳng bao lâu bị các tu sĩ bà-la-môn (*Brāhmaṇa,* 婆羅門) đồng hoá và thống lĩnh và các bà-la-môn đã cố gắng để đẩy lui làn sóng phát triển Phật giáo. Sự hồi phục mạnh mẽ của bà-la-môn giáo (*Brāhmanism,* 婆羅門教) dưới triều đại *Śuṇga* trong thế kỷ thứ II trước Tây lịch sau sự sụp đổ của triều đại Khổng-tước (*Maurya,* 孔爵) năm 184 trước Tây lịch,[192] đã buộc những Phật tử phát triển một phương pháp mới cho sự truyền bá Phật giáo rộng rãi. Hoàng triều *Śuṇgas* thuộc Bà-la-môn giáo đã trở thành những nhà lãnh đạo chính ở Ấn độ. Dưới triều đại *Puṣyamitra* (C.187-151 B.C),[193] Phật giáo đã trải qua một cuộc khủng bố trầm trọng. Với sự ủng hộ của triều đại *Śuṇga*, Bà-la-môn giáo bắt đầu một cuộc nỗ lực để củng cố, truyền bá quyền lực và sức mạnh của Bà-la-môn bằng cách sắp xếp một chiến lược của cuộc hồi phục quy mô.

Theo Nalinaksha Dutt,[194] Har Dayal[195] và Charles Eliot,[196] bà-la-môn giáo đã bắt đầu một chính sách mới của công cuộc truyền bá học thuyết Bà-la-môn giáo bằng cách tuyên bố Bà-la-môn như là một tôn giáo phổ quát cho tất cả mọi người thay vì chỉ là tôn giáo của một giai cấp được đặc ân trong một vùng đặc biệt nào đó, hoặc nói chung là một tôn giáo duy nhất của Ấn độ. Như E. W. Hopkins đã chỉ ra rằng thế kỷ thứ II trước Tây lịch là thời điểm nguy cấp của Phật giáo.[197] Với những tín ngưỡng Bạt-già-thinh (*Bhāgavata*) của Bà-la-môn giáo với sự ủng hộ của triều đại *Śuṇgas,*[198] việc sùng bái thờ thần mặt

---

192 Như trên, trang 518.

193 Kanai Lal Hazar, The Rise and Decline of Buddhism in India, Munshiram Publishers, 1995, trang 47.

194 N. Dutt, Mahayana Buddhism, Motilal Banarsidass, Delhi, 1978, tr. 2.

195 BDBSL, trang 38.

196 Sir Charles Eliot, Hinduism and Buddhism, Routledge & Kegan Paul LTD, London, rpt. 1971, I, trang xxxiii.

197 Cambridge History of India, I, Cambridge, 1922, trang 225.

198 N. Dutt, Mahāyāna Buddhism, Calcuta, 1973, trang 2.

trời,[199] tín tâm (*Bhakti*)... là một cơ hội cho cuộc hồi phục Bà-la-môn giáo trong một quy mô lớn thật sự tại xã hội Ấn độ và đã thật sự thu hút quần chúng tín đồ. Những khuynh hướng như vậy hẳn phải là những yếu tố mấu chốt để đẩy tới việc bùng nổ phong trào thờ các vị Bồ Tát như bản đối chiếu của Phật giáo đối với những vị thần Bà-la-môn giáo và hoá thân của họ...

b. Đạo thờ lửa

Đạo thờ lửa là một tôn giáo cổ đại ở Ba-tư có thể đã đóng góp một phần trong việc làm phát khởi học thuyết Bồ Tát ở Ấn độ, bởi lẽ nó cung cấp một số lớn thần thoại học và đạo Do thái. Những thần fravashis và amesa-spentas có sự giống nhau nào đó đối với chư Bồ Tát. Sáu amesa-spentas (những tổng thiên thần bất tử, thánh thiện và lợi ích) kết hợp với Ahura-Mazdah, là sự trừu tượng hoá nhân cách và những vị Bồ Tát chính trong đạo Phật cũng được nhân cách hoá từ Trí tuệ và Từ bi... Đạo thờ lửa đã ảnh hưởng đến sự phát triển Phật giáo trực tiếp hơn ngang qua phong tục thờ lửa đã du nhập vào Ấn độ vào thế kỷ thứ III trước Tây lịch.[200] Đạo thờ lửa cũng được đề cập trong kinh Trường bộ[201] và Kinh Bổn sanh Adiccupatthāna.[202] Nhiều tên quen thuộc trong Đại thừa Phật giáo đã gợi lên những ý nghĩa của việc thờ lửa như Vô lượng quang (Amitābha, 無量光), Phật Quang (Vairocana, 佛光), Nhật quang (日光)...Có lẽ họ đã thành lập một hệ thống có tổ chức những người thờ lửa dựa trên căn bản của đạo thờ lửa và những nghi lễ thờ lửa trong nước Ấn độ cổ đại. Những thần thoại mặt trời cũng đã ảnh hưởng nhiều trong Phật giáo và nhiều Bồ Tát cũng được gán cho những thuộc tính của mặt trời như Nhật-quang, Nhật-chiếu, Minh-nhật, Nhật-hạnh...

---

199 BDBSL, trang 39.

200 R.G.Bhandarkar, Sects, sách đã dẫn, trang 153, 157.

201 Dīgha-Nikāya, tập I, trang 11, dòng 21.

202 Jātaka, tập II, trang 72-3.

c. Tôn giáo cổ đại: Thờ Rồng (Nāga)

N. Dutt đã đưa ra một điểm quan trọng khi ông đề nghị rằng mặc dù có sự ủng hộ của vua A-dục và những tường thuật rõ ràng về tính phổ biến của Phật giáo ở Kashmir, nhưng Phật giáo vẫn phải đối mặt với một sự đối nghịch mạnh mẽ của tín ngưỡng thờ rồng (Nāga) đang thịnh hành khắp Ấn độ cổ đại trước khi Phật giáo xuất hiện. Không thấy khuếch trương tính cổ xưa của đạo thờ rồng, điều này có thể chắc chắn rằng tín ngưỡng thờ rồng khá phổ biến ở Ấn độ khi mà Phật giáo xuất hiện và đó là lý do tại sao truyền thuyết thờ rồng và Đức Phật hoá độ rồng thỉnh thoảng thấy trong kinh điển Phật giáo Pāli. Trong biên niên sử Phật giáo cũng nói Kashmir là một vùng đất nhiều hồ có rồng đang sống. Rồng thường chọn những nơi có nước và núi non để sống và cũng có thể do đó mà Kashmir được gọi là một vùng đất của những người thờ rồng.[203]

Pháp sư Huyền Trang nói rằng theo truyền thuyết ngày xưa tại Na-lan-đà (tiểu bang Bihar) có con rồng thần (Naga) tên Nālandā đã sống trong một hồ nước. Người ta đã xây một ngôi chùa bên cạnh hồ và lấy tên con rồng đặt tên cho chùa. Sau đó, chùa phát triển thành một đại tùng lâm Na-lan-đà, một trường tổ, một trường đại học ưu tú đầu tiên trong các trường đại học tại Ấn độ nơi mà danh tăng Huyền trang đã từng tu học.

Trở lại vấn đề, chúng ta cũng cần nhớ rằng không thể có bất kỳ sự ảnh hưởng nào của Thiên chúa giáo hay Hồi giáo trong sự phát triển ban đầu của học thuyết Bồ Tát bởi vì sự giáng sanh của Thiên chúa giáo và Hồi giáo đều xảy ra ở thời gian sau này. Thiên chúa giáo chắc chắn đã ảnh hưởng trong sự tiến triển Đại thừa Phật giáo ở giai đoạn sau và Phật giáo cũng ảnh hưởng trong Thiên chúa giáo khoảng giai đoạn ban đầu của Thiên chúa giáo bởi vì có vài nguồn truyền đạt thông tin giữa Phật giáo và Thiên chúa giáo ở phía Tây á, Châu phi và Châu âu.

---

203 Rājat, I, trang 136, 140-4; xem kṣemendra's Samayamātṛkā, Tập 61, Kṛtyāśama-vihara.

Những Phật tử có thể thiết lập sự giao dịch với những tín đồ Thiên chúa giáo ở Alexandria, phía nam Ấn độ và trung Á. Trong những thế kỷ đầu của kỷ nguyên Thiên chúa giáo, vô số những bậc ngộ đạo ở thành phố La mã đã mượn một số ý tưởng của Phật giáo. Nhà văn Ai Cập Kosmas' Indikopleustes đã chứng thực là có sự hiện diện của cộng đồng Thiên chúa giáo ở phía Nam Ấn độ suốt trong thế kỷ thứ VI.[204]

d. Nghệ thuật Hy lạp

Kozen Mizuno trong tác phẩm 'Những Khái niệm Phật học Căn bản' (*Basic Buddhist Concepts*) đã đồng ý với Har Dayal rằng nghệ thuật Hy lạp đóng một vai trò trong sự phát triển học thuyết Bồ Tát này.

Trước khi vua Kanishka[205] trị vì, phía tây bắc Ấn độ là nơi sanh của trường phái nghệ thuật Phật giáo Càn-đà-la (*Gandhāra,* 乾陀羅). Trường phái này ảnh hưởng bởi điêu khắc Ấn độ cách mạng hoá nghệ thuật tạc tượng Hy lạp. Có nhiều biểu tượng diễn đạt sự cách điệu hoá như bàn chân của Đức Phật, bánh xe pháp, cây bồ đề nơi Đức Phật giác ngộ. Và Phật tử đã sáng tạo ra vô số Bồ Tát (*Bodhisattvas*) với hình dáng nửa người nửa thánh như là những vị thần của Hy lạp để kính thờ.[206]

e. Văn hóa và Tôn giáo Ba tư

Theo Har Dayal, khái niệm Bồ Tát đã ảnh hưởng từ những nền văn minh nước ngoài, đặc biệt văn hoá Ba tư,[207] bởi vì những đặc điểm trong nghệ thuật Ba tư đã biểu lộ qua trụ đá đỉnh sư tử của vua A dục ở Lộc Uyển (*Sarnath*, 鹿苑) và kiến trúc

---

204 R.Garbe, Christenthum, (Indien und das Christenthum), Tubingen, 1914, trang 150; A. J. Edmunds, Gospels, (Buddhist and Christian Gospels), Tokyo, 1905, trang 42; và xem BDBSL, trang 41.

205 Kozen Mizuno, Basic Buddhist Concepts, Tokyo, fourth reprint 1994, trang 30.

206 R.G. Bhandarkar, Sects, trang 153.

207 V.A. Smith, Ashoka, trang 140 trở đi.

ở cung điện tại thủ đô Hoa-thị-thành (*Pataliputra,* 華侍成).[208]

Ba tư là một đế quốc lớn từ thời đại *Cyrus* đến cuộc xâm lăng của Alexander (đại đế Hy-lạp) và Darius I đã thôn tính thung lũng Indus này khoảng 518 trước Tây lịch.[209] Nền văn hoá Ba tư đã tiếp tục ảnh hưởng đáng kể đến những quốc gia ở Châu á trong suốt nhiều thế kỷ. Ba tư và Ấn độ là những nước láng giềng kế bên và trong nhiều lãnh vực Ba tư đã có những tiến bộ về nền văn minh hơn Ấn độ, do thế chắc chắn Ấn độ một phần nào đó có vay mượn nhiều ở Ba tư suốt trong thời kỳ này và đạo thờ lửa, một tôn giáo cổ đại của Ba tư có lẽ cũng đóng góp cho sự sanh khởi khái niệm Bồ Tát ở Ấn độ.

f. Sự truyền đạo giữa các Bộ lạc mới

Suốt trong nhiều thế kỷ tiếp sau cuộc xâm lăng của đại đế Alexander ở Ấn độ, phía tây bắc của Ấn độ bị tàn phá nhiều lần do những giặc ngoại xâm như Pahlavas, Cakas và Kusans. Chính đó là nơi gặp gỡ thật sự của nhiều quốc gia. Môi trường quốc tế đã làm thuận lợi cho sự sanh khởi những ý tưởng mới trong Phật giáo.

Phật tử đã tổ chức nhiều chuyến hoằng pháp ở những bộ lạc dã man và cường tráng này. Thuyết đa thần được chấp nhận và thậm chí thu hút quần chúng. Học thuyết Bồ Tát tán dương tình thương, hoạt động tích cực vì lợi ích cho tha nhân và sau khi chết được sống ở thiện giới cùng với chư Bồ Tát. Điều này khiến cho những bộ lạc mới đã chấp nhận và xem các vị thần của họ như là những Bồ Tát.

SỰ THĂNG HOA HỌC THUYẾT BỒ TÁT

Thật khó để kết kuận chính xác niên đại của học thuyết Bồ

208 Pāṭaliputra (S) Hoa thị thành, Pāṭaliputta (P), Patna (P): Ba trá lị phất thành. Năm 250 trước Tây lịch, vua A Dục tổ chức đại hội kiết tập kinh điển tại thành này.

209 Như trên, trang 335; P.V.N. Myers, General History, Boston, 1919, trang 61.

Tát. Bách khoa Toàn thư Phật học[210] đã có ý kiến rằng học thuyết Bồ Tát được thành hình khoảng thế kỷ I trước Tây lịch với những lời như sau:

"Khoảng thế kỷ thứ I trước Tây lịch, thị hiếu tín ngưỡng của Ấn độ bắt đầu sáng tạo ra nhiều vị thần trong thơ ca Tiết-đà (ṛgveda)[211] và các thần học Phật giáo cũng không ngoại lệ. Khi sự nhân cách hoá thần Śiva và Viṣṇu được thành hình trong đạo Hindu thì những hình ảnh của chư Bồ Tát cũng được thành lập trong Đại thừa Phật giáo."

Theo ý kiến của Har Dayal,[212] khái niệm Bồ Tát có thể xuất phát vào thế kỷ thứ II trước Tây lịch:

"*Chúng ta có thể xem thế kỷ thứ II trước Tây lịch như là một điểm bắt đầu biên niên xử cho sự phát triển Học thuyết Bồ Tát.*" N. Dutt[213] quán sát cho rằng khoảng thế kỷ II hoặc I trước Tây lịch. Nakamura[214] và A.K Warder[215] đã cho rằng Bồ Tát thừa (*Bodhisattvayāna,* 菩薩乘) có thể hiện hữu khoảng bắt đầu kỷ nguyên Thiên chúa giáo. Bách khoa Toàn thư tôn giáo[216] cho rằng khái niệm Bồ Tát rõ ràng bắt đầu khoảng giữa thế kỷ I trước Tây lịch và giữa thế kỷ I Tây lịch... Với nhiều ý kiến về niên đại học thuyết của Bồ Tát như vậy đã được nhiều học giả chấp nhận. Tuy nhiên, có thể kết luận rằng những quan điểm này thật sự đã chỉ ra sự bùng nổ của một phong trào kính thờ Lý tưởng Bồ Tát (菩薩理想) đã đưa đến sự tiến triển Triết

---

210 EB, III, trang 231.

211 Ṛgveda: Tiết-đà hoặc Thọ minh: giải thích về số mạng, dạy cách bảo tồn thiện pháp và cách giải thoát của Đạo Hindu.

212 BDBSL, trang 43.

213 N. Dutt, Mahāyāna Buddhism, Delhi: Motilal Banarsidass, trang 1.

214 H. Nakamura, Indian Buddhism, Motilal Banarsidass, rpt. Delhi, 1996, trang 99.

215 A.K Warder, Indian Buddhism, Motilal Banarsidass, rpt. Delhi, 1997, trang 352.

216 Mircea Eliade, The Encyclopaedia of Religion, Tập 2, Collier Macmillan Publishers, London, 1987, trang 458.

học Bồ Tát trong triết lý Đại thừa Phật giáo (佛 教 大 乘).

Trong kinh Trung bộ cho rằng khái niệm Bồ Tát có thể được thành hình khoảng thế kỷ thứ III-IV trước Tây lịch.[217] Sự chấp nhận thái tử Sĩ-đạt-đa như là một Bồ Tát trước khi đạt giác ngộ như được chứng minh trong một lời tuyên bố đơn giản cho lý tưởng Bồ Tát trong Pāli Nikāya: "... *Trước khi giác ngộ, khi ấy Ta chỉ là một vị Bồ Tát*..."[218] Tại đây, chúng ta sẽ thấy sự chuyển đổi lý tưởng A-la-hán thành lý tưởng Bồ Tát.

Theo Bimala Churn Law, niên đại của văn học kinh điển Pāli có thể được phân loại như sau:

1. Những pháp thoại đơn giản của Phật được thấy trong những đoạn văn hoặc câu kệ giống nhau luôn lập lại trong tất cả kinh điển.
2. Những đoạn giống nhau được thấy ở hai, hoặc nhiều tác phẩm hiện hữu.
3. Giới luật và nhóm cứu-cánh-vị (*Pārāyaṇa*) của 16 bài thơ.
4. Trường bộ kinh tập I, Trung bộ, Tương ưng và Tăng chi kinh.
5. Trường bộ kinh, tập II và III, ... và sự sưu tập 500 truyện kinh Bổn sanh.[219]

Sự phân chia theo thứ tự biên niên sử này đã cho thấy Trường bộ kinh tập II và III được biên soạn sau Trung bộ kinh, thế thì

---

217 Prof. Rhys Davids cho rằng Khái niệm Bồ Tát được biên soạn vào lúc nào đó trước thời đại vua A-dục. (Xem "Buddhists India by T.W. Rhys Davids", trang 169) và Bimala Chum Law cũng khẳng định Bồ Tát được biên soạn vào thời Tiền-A dục (xem "A History of Pali Literature by Bimala Chum Law", trang 28). Gombrich phát biểu rằng có thể xảy ra khoảng thế kỷ III trước Tây lịch (xem " How Buddhism Began by Richard F Gombrich, Munshiram Manoharlal Publishers Pvt. Ltd. 1997, trang 9).

218 MLS, I, trang 207.

219 Bimala Chum Law, A History of Pali Literaturere, Tập I, Indological Book House, India, 1983, trang 42.

do sức ép từ sự bùng nổ những trường phái Phật giáo mới, đặc biệt Đại-chúng-bộ (*Mahāsānghika,* 大眾部)[220] với những tiến bộ triết lý (do bất đồng với sự bảo thủ của Nguyên thủy Phật giáo về luật, kinh),[221] 'Bồ Tát' bấy giờ có thể được thánh hoá với những tướng tốt và đặc điểm phi thường như khi "*Bồ Tát giáng sanh từ cung trời Đâu suất bước vào thai mẹ.*"[222] Đây là điểm nổi bật đầu tiên trong giai đoạn phát triển khái niệm Bồ Tát. Sự thánh hoá chân dung của bảy vị Phật bằng cách biểu hiện sự giáng sanh của Bồ Tát từ cung trời Đâu suất bước vào thai mẹ. Đây là điểm nổi bật thứ hai trong giai đoạn phát triển khái niệm Bồ Tát. Sự giáng sanh của Bồ Tát trên trái đất là giai đoạn thứ ba của sự phát triển. Những bức ảnh minh hoạ phong phú về Bồ Tát được tìm thấy trong các kinh Bổn sanh được giả định là giai đoạn thứ tư trong tiến trình triết học của học thuyết. Đây là khuynh hướng tôn giáo mạnh mẽ hướng về phạm vi thần thoại học của học thuyết Bồ Tát. Thật không dễ để phân tích sự thăng hoa trong Phật giáo vào thời đó mà thường được đánh dấu là có sự suy tàn rõ rệt trong tăng đoàn và sự thụ động của lý tưởng A-la-hán trong sứ mạng hoằng pháp. Có lẽ đó là lý do mà Isaline B. Horner trong tác phẩm '*Bậc hoàn thiện trong Phật giáo Nguyên thủy*' (The Early Buddhist Theory of Man Perfected)đã trình bày rằng:[223]

"Lúc đầu, các A-la-hán cũng rất tích cực và nhiệt tình trong sự nghiệp lợi tha hướng dẫn chư tăng và Phật tử tu tập thiền định, nhưng sau đó, có sự tăng trưởng thiên về nhập thiền an tĩnh của các A-la-hán sau này là do bởi không có sự hiện diện và mẫu mực truyền cảm của Đức Thế tôn."

Sự biên soạn các kinh Bổn sanh là một đóng góp độc đáo trong

---

220 N. Dutt, Buddhist Sects in India, Motilal Banarsidass, 1978 (Second Edition), trang 58-9.

221 N. Dutt, Aspects of Mahāyāna Buddhism in its Relation to Hīnayāna Buddhism, London: Luzac & Co: 1930. s.v. Mahāsanghikā.

222 MLS, III, trang 165.

223 Isaline B. Horner, The Early Buddhist Theory of Man Perfected, London, 1979, trang 191.

lịch sử Phật giáo đã có ảnh hưởng sâu sắc trong tình cảm quần chúng và được tất cả phật tử trên thế giới tán thán. Chính do đó mà kinh Bổn sanh không giới hạn chỉ ở dân chúng Ấn độ. Trong nhiều thế kỷ, lý tưởng Bồ Tát đã biểu hiện năng lực của Đức Phật truyền niềm tin để phật tử sống theo lý tưởng Bồ Tát mang hoà bình, an lạc và hạnh phúc cho mọi người. Có thể nói rằng, suốt trong một giai đoạn khoảng bốn thế kỷ từ VI-III trước Tây lịch, Phật học (Buddhology) trong kinh điển Pāli với những khái niệm hiện thực của Đức Phật, khái niệm của Nhất thiết hữu bộ (*Sarvastivada*, 一切有部) với hai loại Phật thân (*Buddhakāya*, 佛身) là pháp thân (Dharmakāya, 法身) và sắc thân (*Rupakāya*, 色身) vẫn là điểm trung tâm và sự kính ngưỡng lý tưởng giác ngộ của Phật giáo và đã vận hành một cách êm ả trong Phật giáo mà không có sự biến đổi nhiều. Trong giai đoạn thứ năm của sự phổ biến học thuyết Bồ Tát, một khuynh hướng mạnh mẽ đã ảnh hưởng thế giới thúc đẩy khởi đầu một giai đoạn lâu dài của luận điểm triết học và sự phát triển rõ rệt khuynh hướng thiền định và tu tập dựa trên những hiển hiện của bậc thánh. Vì lợi ích đó của phật tử, các nhà Đại thừa đã sáng tạo một tầng lớp các Bồ Tát mà quần chúng kính ngưỡng.

Hai đặc tính Tuệ giác và Từ bi được xem như là Trí tư (jñāna-sambhāra, 智資) và Phước tư (*puṅya-sambbhāra*, 福資) của Đức Phật thường đi đôi với nhau được thánh hoá qua hình tượng của Bồ Tát Văn-thù (Mañjuśri, 文殊師利菩薩) và Bồ Tát Quan- thế-âm (*Avalokiteśvara*, 觀世音菩薩). Trong Phật giáo Đại thừa, tuệ giác được coi là một cái gì đó quan trọng hơn từ bi và đã được dẫn chứng trong nhiều bài kinh luận và cũng được kinh Pháp hoa (*Saddharma Puṇḍarīka*, 妙法蓮花經) tán dương.

Sự tuyên dương trí tuệ đã đạt đến đỉnh cao trong những tác phẩm của Trung luận (中論) do ngài Long thọ thành lập vào thế kỷ thứ II Tây lịch. Trí tuệ được ca tụng rất nhiều, trong khi từ bi (karūṇā, 慈悲) lại không được bàn bạc chi tiết. Nhưng Đại thừa Phật giáo sau này đã nhấn mạnh từ bi hơn tuệ giác. Chính tình cảm hơn lý trí.

Thỉnh thoảng dường như tuệ giác đã bị bỏ quên và lơ đi như khi tuyên bố từ bi là một điều cần thiết cho Bồ Tát. Khi ý tưởng này phổ biến như vậy thì Bồ Tát Quan-thế-âm trở nên quan trọng cho đến khi trở thành một Bồ Tát tối cao và độc nhất. Thế là Đại thừa dần dần chuyển từ uy lực của Bồ Tát Văn thù đến sự ngự trị của Bồ Tát Quan-thế-âm được tán dương như Chúa tể của lòng từ (慈 悲 的 王).

Đại thừa thời kỳ đầu dạy những hành động lợi tha là một trong những phương tiện để đạt tuệ giác, đây là mục đích. Nhưng Đại thừa sau này dường như đã quên ngay cả mục đích xa xôi này và chỉ thích đi độ sanh giúp người. Bồ Tát không cần vội vã để đạt bồ đề và trở thành một vị Phật, khi Ngài có thể giúp đỡ và cứu tất cả chúng sanh một cách hiệu quả hơn trong sự nghiệp trần gian như là một Bồ Tát. Ý tưởng này cũng dẫn đến không xem trọng tầm quan trọng của chư Phật đối với Bồ Tát. Ở đây có một khuynh hướng nổi bật coi lợi tha như là một mục đích tối cao. Bồ Tát Quan-thế-âm dường như không quan tâm việc trở thành một vị Phật.

Chúng ta có thể thấy rõ ràng rằng Bồ Tát Quán-thế-âm và Bồ Tát Văn-thù Sư-lợi là nhân cách hóa của từ bi và trí tuệ. Cũng giống như vị thánh Amesha Spentas của đạo thờ lửa và những vị thánh khác trong Thiên Chúa giáo. Với sự phát triển như vậy, số lượng Bồ Tát trở nên vô số hầu như không thể đếm kể. Thật ra các kinh điển Đại thừa quan trọng như: kinh Diệu-pháp Liên-hoa (*Saddharma-puṇḍarīka Sūtra,* 妙 法 蓮 花 經), kinh Hoa-nghiêm (*Avataṁsaka Sūtra,*華 嚴 經) và nhiều kinh khác đã đưa ra một danh sách rất dài tên các vị Bồ Tát như thế. Đứng về bản chất mà nói Bồ Tát không có tên và một hình tướng nào cố định; những tác giả biên soạn những kinh này chỉ đơn giản muốn nói rằng số lượng các vị Bồ Tát này khoảng hàng triệu, hơn là vô số.[224]

Ngoài hai vị Bồ Tát này ra, còn có những vị Bồ Tát khác

224 LS, trang 14.

quan trọng như A-tư-đà (*Asita*, vị đã được Đức Phật Thích-ca Mâu-ni thọ ký sẽ thành Phật hiệu là Di-lặc (*Maitreya,* 彌勒佛) trong tương lai, Phổ-hiền (*Samantabhadra,* 普賢菩薩), Đại-thế-chí (*Mahāsthāmaprāpta,* 大勢至菩薩), Địa-tạng (*Kṣitigarbha,* 地藏菩薩) v.v... trở nên phổ biến không chỉ ở Ấn Độ mà còn ở các nước Viễn Đông. Sáu vị Bồ Tát này cùng với Bồ Tát Hư-không-tạng (*Ākāsagarbha,* 虛空藏菩薩) và Kim-cang-thủ Bồ Tát (*Vajrapāṇī,* 金剛手菩薩)... đã hình thành nhóm tám vị Bồ Tát nổi tiếng. Những vị Bồ Tát này và nhiều vị Bồ Tát khác đã được các Phật tử Đại thừa kính thờ bằng hình tượng và bằng cả những phương pháp tu tập quán tưởng.

Tuy nhiên, chúng ta nên nhớ rằng các Bồ Tát trong Đại thừa dù không phải là những con người lịch sử này nhưng là những bậc giác ngộ ở các hành tinh khác. Các Ngài chỉ là biểu tượng những đức hạnh siêu vượt của Đức Phật. Một sự kiện không thể chối cải là tất cả những hệ thống tôn giáo đều có những biểu tượng riêng biệt để gia hộ, đáp ứng nhu cầu tín ngưỡng và triết lý hành trì.

Trong Phật giáo Nguyên thủy, Bồ Tát như người tu tập đoạn trừ kiết sử, thanh tịnh tâm để trở thành bậc hoàn thiện và giác ngộ. Chính những Bồ Tát như vậy xuất hiện trong kinh điển Pāli. Thành tựu được như vậy là Bồ Tát đã hoàn thành lý tưởng phạm hạnh của mình. Nhưng lý tưởng Đại thừa đã đưa Bồ Tát đến những nỗ lực lớn hơn dựa trên những hoạt động tích cực để giúp tất cả chúng sanh đau khổ đạt được hạnh phúc tối hậu mà trước đó Bồ Tát không quan tâm. Không thoã mãn với những tu tập chỉ làm giảm tham sân si, tiêu trừ kiết sử và hoàn thành đời sống phạm hạnh cho chính mình, Bồ Tát chú tâm nỗ lực giúp tất cả chúng sanh vượt qua cuộc phấn đấu và tìm an lạc giải thoát cho họ. Còn một chúng sanh nào chưa giải thoát thì Bồ Tát chưa giải thoát. Đó là lý tưởng của Bồ Tát.

Ý NGHĨA VÀ VỊ TRÍ CỦA MA-HA-TÁT

Thật là thích hợp để nói thêm rằng trong các kinh Đại thừa thường nói về ý nghĩa và vị trí của Ma-ha-tát (*Mahāsattva,* 摩訶薩), bởi vì từ Bồ Tát (*Bodhisattva,* 菩薩) thường đi kèm với Ma-ha-tát.

'Mahā' (大) có nghĩa là 'lớn' và '*sattva*' (情) nghĩa là 'chúng sanh' hoặc 'can đãm', như vậy *Mahāsattva* có thể tạm hiểu là Đại Bồ Tát. Ngài Long-thọ (*Nāgārjuna*, 龍樹) đã đưa ra một số những nguyên nhân vì sao Bồ Tát được gọi là *Mahāsattva*. Bởi vì đại Bồ Tát đã đạt được phạm hạnh cao cả, thượng thủ giữa những Bồ Tát đức hạnh khác. Các đại Bồ Tát rất hoan hỉ, từ bi và giúp vô số chúng sanh một cách tích cực không mệt mõi. Tây-tạng đã dịch *Mahāsattvas* (摩訶薩) như là 'người hùng với tinh thần vĩ đại' và những nguyện vọng của đại Bồ Tát thật sự là tối thượng cao cả, hy sinh vì việc lớn. Các đại Bồ Tát đi hoằng pháp ở mọi nơi, phụng sự chúng sanh như cúng dường chư Phật và biến ta bà thành cảnh tịnh độ. Các đại Bồ Tát luôn thực hành tất cả những lời dạy của chư Phật, quán chiếu tất cả cảnh giới tịnh độ, để hội tụ quần chúng ở mọi nơi về với Đức Phật bằng cách cảm hoá tư tưởng chúng sanh, loại bỏ phiền não và phát khởi những tiềm năng giải thoát của họ.[225]

Trong phần bắt đầu của kinh Bát-thiên-tụng Bát-nhã Ba-la-mật (*Aṣṭasāhasrikā-Prajđā-pāramitā,* 八天頌般若波羅密經), Đức Phật đã giải thích về ý nghĩa của Ma-ha-tát (*Mahāsattva,* 摩訶薩), khi Ngài Tu-bồ-đề (*Subhūti*, 須菩提) hỏi Đức Phật về điều này. Đức Phật trả lời rằng một Bồ Tát được gọi là Đại Bồ Tát trong ý nghĩa bởi vì vị Bồ Tát đã ban pháp thoại để chuyển hoá các chấp thủ – những quan điểm chấp thủ sai lầm như là ngã, nhân, chúng sanh, thọ giả, hiện hữu, không hiện hữu, đoạn diệt, thường hằng...[226] Kinh Diệu-pháp Liên-hoa (*Sad-*

---

225 Edward Conze (tr.), The Diamond Sūtra and The Heart Sūtra, London, 1957, trang 23.

226 Edward Conze (tr.), Aṣṭasāhasrikā Prajđā-pāramitā, trang 7.

dharmapuṇḍarika, 妙 法 蓮 花 經) và kinh Kim-cang Bát-nhã ba-la-mật (*Vajracchedikā prajñā-pāramitā Sūtras,* 金 剛 般 若 波 羅 密 經) đã nói rằng *Mahāsattvas* có những phẩm hạnh tốt và tu tập các ba-la-mật (*pāramitā,* 波 羅 密) như Bồ Tát và "... Bồ Tát đã trồng căn lành nơi hàng trăm ngàn chư Phật".[227]

Nói một cách khác, *Mahāsattva* là Đại Bồ Tát, phẩm hạnh và công đức hơn một Bồ Tát bình thường. Nhưng nói chung, Đại Bồ Tát hay Bồ Tát đều là những vị có thể chuyển hoá tất cả nghiệp (*karmas,* 業) xấu và đau khổ của chính mình và sẽ chỉ ra con đường giải thoát cho tất cả chúng sanh bằng lòng từ bi hỉ xả vô lượng. Tuy nhiên, trong kinh điển Pāli, chúng ta không thể tìm thấy từ *Mahāsattva*, nhưng trong các kinh điển Đại thừa từ này dùng khá thường xuyên với thuật từ Bồ Tát. Hai từ này thường đi đôi với nhau như trong kinh Diệu-pháp Liên-hoa (*Saddarmapuṇḍarika Sūtra,* 妙 法 蓮 花 經), kinh Đại Niết-bàn (*Mahāparinirvāṇa Sūtra,* 大 般 涅 槃 經)... đã xưng tán như Văn-thù Sư-lợi Bồ Tát Ma-ha-tát (*Bodhisattva Mahāsattva Mañjuśrī,* 文 殊 師 利 菩 薩 摩 訶 薩), Quan-thế-âm Bồ Tát Ma-ha-tát (*Bodhisattva Mahāsattva Avalokiteśvara,* 觀 世 音 菩 薩 摩 訶 薩), Đại-thế-chí Bồ Tát Ma-ha-tát *(Bodhisattva Mahāsattva Mahāsthāma-prāpta,*大 勢 至 菩 薩 摩 訶 薩),Thường-tinh-tấn Bồ Tát Ma-ha-tát (*Bodhisattva Mahāsattva Nityodyukta,* 常 精 進 菩 薩 摩 訶 薩), Thường-bất-khinh Bồ Tát Ma-ha-tát (*Sadāparibhūta Bodhisattva,* 常 不 輕 菩 薩 摩 訶薩), Bất-hưu-tức Bồ Tát Ma-ha-tát (*Bodhisattva Mahāsattva Aniksiptadhura*, 不 休 息 菩 薩 摩 訶 薩), Bảo-chưởng Bồ Tát Ma-ha-tát (*Bodhisattva Mahāsattva Ratnapāṇi,* 寶 掌 菩 薩 摩 訶 薩), Dược-vương Bồ Tát Ma-ha-tát (*Bodhisattva Mahāsattva Bhaiṣajyarāja,* 藥 王 菩 薩 摩 訶 薩), Dõng-thí Bồ Tát Ma-ha-tát (*Bodhisattva Mahāsattva Pralānaśūra,* 勇 施 菩 薩 摩 訶 薩), Bảo-nguyệt Bồ Tát Ma-ha-tát (*Bodhisattva Mahāsattva Ratnacandra,* 寶 月 菩 薩 摩 訶 薩), Bảo-quang Bồ Tát Ma-ha-tát (*Bodhisattva Mahāsattva Ratnaprabha,* 寶光 菩 薩 摩

227 LS, trang 221.

訶薩), Mãn-nguyệt Bồ Tát Ma-ha-tát (*Bodhisattva Mahāsattva Pūrṇacandra,* 滿月菩薩摩訶薩), Đại-lực Bồ Tát Ma-ha-tát (*Bodhisattva Mahāsattva Mahāvikrāmin,* 大力菩薩摩訶薩), Vô-lượng-lực Bồ Tát Ma-ha-tát (*Bodhisattva Mahāsattva Anantavikrāmin,* 無量力菩薩摩訶薩), Vượt-tam-giới Bồ Tát Ma-ha-tát (*Bodhisattva Mahāsattva Trailokyavikrāmin,* 越三界菩薩摩訶薩), Hiền-thủ Bồ Tát Ma-ha-tát (*Bodhisattva Mahāsattva Bhadrapāla,* 賢首菩薩摩訶薩), Di-lặc Bồ Tát Ma-ha-tát (*Bodhisattva Mahāsattva Maitreya,* 彌勒菩薩摩訶薩), Bảo-chưởng Bồ Tát Ma-ha-tát (*Bodhisattva Mahāsattva Ratnākara,* 寶積菩薩摩訶薩)...[228]

Kinh Pháp hoa đã chỉ ra những vị trí và phẩm hạnh đặc biệt của các đại Bồ Tát này và tán thán công đức không thể nghĩ bàn của các Bồ Tát đã không chỉ nỗ lực tìm cầu bồ đề cho chính mình mà còn tận tụy hết lòng cứu giúp người khác. Bởi vì lý do đó mà các Bồ Tát này được gọi là Đại Bồ Tát (*Mahāsattvas*)

228 LS, 4 & L. Hurvitz, Scripture of The Lotus Blossom of the Five Dharma, New York, 1976, trang 1-2.

Chương 5
KHÁI NIỆM 'KHÔNG' TRONG KINH TẠNG PĀLI

Theo kinh Kim-cang Bát-nhã Ba-la-mật (*Vajrachedikā-prajñā-pāramitā Sūtra,* 金剛般若波羅密經), có hai điều tối cần cho một vị Bồ Tát tu tập trí tuệ: "Không bao giờ từ bỏ tất cả chúng sanh và thấy như thật các pháp là không"[229] là một trong những lý tưởng sâu sắc, tinh tế và ảnh hưởng nhất trong các kinh điển Đại thừa (大乘經).

Śūnyatā (空性) nghĩa là 'không có gì', hoặc 'trống rỗng' tất cả hiện tượng nhưng lại không phải là 'trống rỗng', 'không có gì' như được nhấn mạnh trong nhiều kinh điển Đại thừa, bắt đầu với kinh Bát nhã ba-la-mật (*Prajñā-pāramitā Sūtras,* 般若波羅密經) và từ đó trở thành vô cùng quan trọng không chỉ trong các trường phái Trung luận (*Mādhyamika,* 中論)và Du-già (*Yogācāra,* 瑜伽論) ở Ấn độ (bao gồm các chi nhánh của các bộ phái này) mà còn cho tất cả các trường phái Đại thừa ở nhiều vùng cổ và hiện đại. Tánh Không (*Śūnyatā,* 空性) cũng đóng vai trò chủ chốt trong các trường phái Kim-cang thừa (*Vajrayāna,* 金剛乘). Do đó, cũng có lý để cho rằng khái niệm Tánh Không như là một sự đổi mới quan trọng nhất trong Đại thừa. Tuy nhiên, cũng giống như khái niệm Bồ Tát, Tánh Không có hạt giống của nó ở các kinh tạng Pāli. Nói chung, qua tiếp cận các kinh tạng Pali,

229 Edward Conze, Buddhism: Its Essence and Development, Delhi, 1994, trang 130.

ta thấy khái niệm Không (*Suññatā* 空) có năm ý nghĩa như sau:

1. 'Không' như Không Vật Thể

Đầu tiên, nhìn vào tự điển Oxford Advanced Learner's Dictionary[230] đã định nghĩa 'không' như sau:

1. (a) Không có gì bên trong; (b) Không có ai bên trong
2. (a) Không có cái gì, trống rỗng hoặc thiếu (một chất lượng); (b) Vô nghĩa hoặc không mục đích: từ ngữ, lời hứa, giấc mơ...
3. Đói bụng

Và động từ của 'không' có nghĩa là:

1. Làm cho trống không
2. (a) Làm trống không cái gì (vào), dời cái gì đó và đặt nó ở nơi khác; (b) Dẹp (từ) cái gì (vào cái gì).

Đây là nghĩa căn bản hoặc đầu tiên của 'không' (空, Sanskrit *Śūnya*) đã diễn tả nghĩa đen (không triết lý) 'không', 'bỏ không', 'vô dụng'... Theo những ý nghĩa này, chúng ta có thể hiểu 'không' (*Suñña*) là không tất cả hiện tượng, không thực thể ngược lại với thực thể, đầy tròn, vật chất, xuất hiện... Thật ra, ý nghĩa 'không' trong Phật giáo rất là sâu sắc, tinh tế và khó hiểu bởi vì không chỉ không có sắc, thanh, hương... mà cũng không có tất cả các chúng sanh luôn, các hiện tượng tồn tại là tuỳ theo nhân duyên (*Pratītyasamutpāda,* 緣 起, 因 緣 生 起) nên gọi là không. Ở đây 'không' nghĩa là thực tế chân thật rời bỏ những tư tưởng chấp thủ và tà kiến. Đó là lý do nhiều lần, Đức Phật đã khẳng định rằng:

"Này A-nan, nhờ ta đã an trú 'không' nên nay ta được an trú viên mãn nhất."[231]

---

230 Oxford Advanced Learner's Dictionary, A.P. Cowie (Ed.), Oxford University Press, Great Britain, 4th rpt. 1991, trang 394-5.

231 MLS, III, số 121. Kinh Tiểu Không (Culasunnata sutta), trang 147.

(Suññatāvihārenāhaṁ, Ānanda, etarahi bahulaṁ viharāmīti).[232]

Tuy nhiên, sự thăng hoa khái niệm 'không' trong kinh điển Pāli, ý nghĩa đầu tiên của 'không'- 'không thực thể' có thể được tìm thấy như sau:

"Vị ấy thấy một ngôi làng trống vắng và bước vào trong nhà, vị ấy thấy không có vật gì, trống rỗng và hoang vắng."[233]

(So passeyya suññaṁ gāmam yaññad eve gharam paviseyya rittakaññeva paviseyya tucchakaññeva paviseyya suññakaññeva paviseyya).[234]

Hoặc trong Trường bộ kinh, Đức Phật cũng diễn tả giống ý trên:

'Này các tỳ-kheo, vào một thời rất lâu, khi hệ thống thế giới này được tiến hoá. Khi thế giới này được tiến hoá, cung điện Phạm thiên hiện ra, nhưng tất cả đều trống rỗng. Lúc bấy giờ, một chúng sanh thọ mạng đã tận, phước báo đã hết, từ cõi trời Quang âm thiên mạng chung và tái sanh ở cung điện Phạm thiên. Những loài chúng sanh ở đây cũng do ý mà sanh ra, được nuôi dưỡng trong hỷ lạc, toả ánh sáng rực, phi hành trên hư không, tiếp tục sống trong sự quang minh và như vậy, vị ấy sống trong một thời gian dài.'[235]

(Hoti kho so, bhikkhave, samayo yaṁ kadāci karahaci dīghassa addhuno accayena ayaṁ loko vivaṭṭati. Vivaṭṭamāne loke suññaṁ Brahma-vimānaṁ pātu-bhavati. Ath' aññataro satto āyukkhayā vā puññakkhayā vā Ābhassarakāyā cavitvā suññaṁ Brahma-vimānaṁ upapajjati. So tattha hoti manomayo pīti-bhakkho sayaṁ-pabho antalikkha-caro subhaṭṭhāyī, cīraṁ dīghaṁ addhānaṁ tiṭṭhati).[236]

---

232 M, III, trang 104.

233 BGS, IV, trang 108.

234 S, IV, trang 173.

235 DB, I, số 1. Kinh Phạm Võng, trang 30-1.

236 D, I, trang 17.

Và trong Kinh-tập (*Sutta-nipāta*) nói như sau:

'Này Mogharaja, với chánh niệm hãy quán sát thế giới này như không có bản chất. Vị ấy sẽõ vượt qua sự chết bằng cách chuyển lòng tin trong thực thể. Chết sẽ không đến với vị ấy, người đã quán chiếu thế giới bằng cách này.'

(Sunnato lokam avekkhassu Mogharja sadd sato, attānudiṭṭhim uhacca evam maccutaro siyā evam lokam avekkhantam maccurājā na passati).[237]

Khái niệm 'Không' (*Suññatā* 空) có nghĩa là 'không' thì thường được dùng trong ý nghĩa 'không có' (chất lượng này hoặc kia):

"Tôn giả Cồ đàm, sự việc như vậy, giới ngoại đạo này là trống không cho đến việc sanh thiên."

"Này Vacca, sự việc như vậy, giới ngoại đạo này là trống không cho đến việc sanh thiên."[238]

(Evaṁ sante bho Gotama suññaṁ adun titthāyatanaṁ antamaso saggūpagena pīti.

Evam sante Vaccha suññam adun titthāyatanam antamaso saggupagena).[239]

Cũng trong Trung bộ kinh nhưng tập khác, Đức Phật đã dạy những giá trị tiếp theo như:

'Và này hiền giả, thế nào là tâm giải thoát Vô tướng? Ở đây, này hiền giả, vị tỳ-kheo không tác ý tất cả tướng, chứng và an trú vô tướng, như vậy gọi là tâm giải thoát Vô tướng. Đây gọi là có pháp môn mà theo đó những pháp ấy nghĩa và danh sai biệt.

Này hiền giả, thế nào là có pháp môn mà theo đó những pháp ấy có nghĩa đồng nhất nhưng danh sai biệt. Này hiền giả, tham, sân và si tạo ra sự hạn lượng. Đối với vị tỳ-kheo đã đoạn trừ

---

237 Sutta-nipatā, Kệ 1119.

238 MLS, II, số 71. Kinh Dạy Vacchagotta về Tam minh, trang 162.

239 M, I, số 43. Đại kinh Phương quãng (Mahavedalla Sutta), trang 483.

các lậu hoặc và tham, sân, si này như cây tala bị chặt tận gốc, không thể mọc lại được nữa. Này hiền giả, khi nào các tâm giải thoát là Vô lượng, thì bất động tâm giải thoát là cứu cánh đối với các tâm giải thoát ấy và bất động tâm giải thoát không có tham, sân, si.

Này hiền giả, tham, sân và si tạo ra tướng. Đối với vị ty økheo đã đoạn trừ các lậu hoặc và tham, sân, si như cây tala bị chặt tận gốc, không thể mọc được nữa. Này hiền giả, khi nào các tâm giải thoát là Vô lượng, thì bất động tâm giải thoát là cứu cánh đối với các tâm giải thoát ấy và bất động tâm giải thoát không có tham, sân, si. Đây gọi là có pháp môn mà theo đó những pháp ấy đồng nghĩa nhưng danh sai biệt.'[240]

(Ayaṁ vuccat' āvuso suññatā cetovimutti. Katamā c' āvuso animittā cetovimutti: Idh' āviiso hhikkhu sabbanimittānaṁ amanasikārā animittaṁ cetosamādhiṁ upasampajja viharati. Ayaṁ vuccat' āvuso animittā cetovimutti. Ayaṁ kho āvuso pariyāyo yaṁ pariyāyaṁ āgamma ime dhammā nānaṭṭhā c' eva nānābyañjanā ca. Katamo c' āvuso pariyāyo yaṁ pariyāyaṁ āgamma ime dhammā ekaṭṭhā, byañjanam – evA-nanam: E,ago kho avuso pamanakarano, doso pamāṇakaraṇo, moho pamāṇakaraṇo; te khīṇāsavassa bhikkhuno pahīnā ucchinnamūlā tālāvatthukatā anabhāvakatā āyatiṁ anuppādadhammā. Yāvatā kho āvuao appamāṇā cetovimuttiyo akuppā tāsaṁ cetovimutti aggam - akkhāyati, sā kho panakuppā cetovimutti suñña rāgena suññā dosena suññā mohena. Rāgo kho āvuso kiñcano,' doso kiñcano. Moho kiñcano, te khīṇāsavassa bhikkhuno pahīnā ucchinnamūlā tālāvatthukatā anabhāvakatā āyatiṁ anuppādadhammā. Yāvatā kho āvuso ākiñcaññā cetovrmuttiyo akuppā tāsaṁ cetovimutti aggam - akkhāyati, sā kho panakuppā cetovimutti suññā rāgena suññā dosena suññā mohena. Rāgo kho āvuso nimittakaraṇo, doso nimittakaraṇo, moho nimittakaraṇo. te khīṇāsavassa bhikkhuno pahīnā ucchinnamūlā tālāvatthukatā anabhāvakatā āyatiṁ anuppādadhammā. Yāvatā kho āvuso

240 MLS, I, trang 359-0.

animittā cetovimuttiyo akuppā tāsaṁ cetovimutti aggam akkhāyati, sā kho panakuppā cetovimutti suññā rāgena suññā dosena suññā mohena. Ayaṁ kho āvuso pariyāyo yaṁ pariyāyaṁ āgamma ime dhammā ekaṭṭhā, byañjanam eva nānan ti.)[241]

Tương ứng với việc sử dụng này, từ (*Suññatā*) thường dùng để diễn tả sự kiện không thường hằng, thực thể sát kề ngay các hiện tượng của thế giới thực nghiệm:

"Suññam idam attena va attaniyena vā ti."[242]

Ý nghĩa triết học đặc biệt của từ 'không' được bắt đầu từ đây. Đầu tiên từ này được dùng trong nghĩa đen 'trống không' (vật chất hoặc bất cứ thực thể nào) như khi dùng với 'atta' (ngã) hoặc '*attaniya*' (tự ngã). Sau đó, từ này được dùng để truyền đạt ý nghĩa của không thực thể. Như vậy từ một từ bình thường đã chuyển sang như một thuật từ có nội dung và ý nghĩa triết học.

Tóm lại, nghĩa đầu tiên của 'không' – 'không thực thể' trong ý nghĩa không triết lý, rất cụ thể, dễ dàng và không trừu tượng hoặc chung chung, rồi từ từ Đức Phật bắt đầu diễn tả 'không' trong ý nghĩa triết học.

2. 'Không' như là một Thực Tại

Như chúng ta biết, Phật giáo là một phương pháp sống, giải thoát và những người Phật tử đến Phật giáo bằng sự hiểu biết hoặc trí tuệ chớ không phải lòng tin mê tín. Đạt tuệ giác, Đức Phật đã chỉ cho thấy bốn đặc tính nền tảng của sự hiện hữu con người là vô thường (*anicca,* 無常,Sanskrit: *anitya*), khổ (*dukkha* 苦,Sanskrit: *duhkha*), vô ngã (anatta, 無我, Sanskrit: *anātman)* và không (*Suññatā,* 空, Sanskrit: *Śūnyatā)*. Bốn điểm này có liên quan đến triết học để hướng dẫn chúng ta tuệ tri được bản thể bên trong chứ không phải là những đề tài tranh luận đạo đức, rồi vội kết luận rằng đời sống là gốc

---

241 M, I, trang 298.

242 Culla Niddesa, II, Patisambhidāmagga I, Para, 45, 91; 11 Para, 36, 48, 177.

của đau khổ, ngắn ngủi, vô thường, chúng ta không nên ham muốn vì các pháp hiện tượng xung quanh chúng ta là trống rỗng. Tư tưởng bi quan như vậy không chỉ hại tất cả chúng ta trên đường giác ngộ mà còn khiến hiểu sai mục đích lời Đức Phật dạy.

Chúng ta thường quán chiếu thực thể của chúng ta và hiện tượng xung quanh và để nhìn chúng bằng tuệ tri không chấp thủ các phiền não trói buộc. Nguyên lý căn bản của Đức Phật là bằng phương pháp quán và tu tập như thế, chúng ta sẽ thấy tự tại giữa trói buộc.

Trong kinh điển Pāli, Trung bộ kinh (*Majjhima Nikāya*) đã cống hiến hai kinh đặc biệt quán chiếu về 'không' (*Suññatā*) là: Kinh Tiểu không (*Cūlla Suññata Sutta*) và Đại không (*Mahā Suññata Sutta*).

Trong Kinh Tiểu Không, Đức Phật đã định nghĩa ý nghĩa 'không' trên hai nét đặc sắc nghĩa là quán 'không' về chỗ trú ngụ và các bậc thiền chứng (*jhānas*). Nói một cách khác, sự quán 'không' từ một vật hữu hình cụ thể, đơn giản đến bản chất tế nhị, sâu sắc bên trong. Đầu tiên, Đức Phật giải nghĩa 'không' như sau:

'Trong cung điện của Lộc mẫu (Migāra) này không có voi, bò, ngựa và lừa cái, không có vàng, bạc, không có sự tập hợp của đàn ông, đàn bà, mà chỉ có tăng chúng Tỳ-kheo yên tĩnh.'[243]

(Seyyathāpi ayaṁ. Migāramātu pāsādo suñño hatthigavāssavaḷavena, suñño jātarūparajatena, suñño itthipurisasannipātena; atthi c'ev' idaṁ asuññataṁ yadidaṁ bhikkhusaṁghaṁ paṭicca ekattaṁ.)[244]

Vì vậy, tỳ-kheo quán về không thôn tưởng và chỉ tác ý đến sự hiện hữu của tăng chúng. Do thế, Đức Phật xác minh rằng quán nơi trú ngụ 'không' có ý nghĩa là khi một tỳ-kheo vào làng sẽ không thấy có gì cả, không có voi, bò, ngựa, lừa, vàng, và bạc... và vị ấy nên tuệ tri chúng là 'không'.

---

243 MLS, III, số 121. Kinh Tiểu Không (Culasunnata sutta), trang 147.

244 M, II, trang 104.

Ngược lại trong cung điện Lộc mẫu có giảng đường, tăng chúng... rồi vị ấy thấy như thật như sự hiện hữu của chúng.

Ý nghĩa kế tiếp là không thôn tưởng, nhân tưởng chỉ có quán chiếu về khu rừng:

'Các phiền não do duyên thôn tưởng, nhân tưởng không có mặt ở đây và chỉ có một phiền não tức là sự tĩnh mịch của khu rừng.'[245]

(Ye assu darathā gāmasaññaṁ paṭicca, te 'dha na santi; ye assu darathā manussasaññaṁ paṭicca, te 'dha na santi; atthi c' evāyaṁ darathamattā yadidaṁ araññasaññaṁ paṭicca ekattan ti.)[246]

Giống như vậy, vị ấy đã quán với khái niệm đất. Đó là tầng thứ nhất.

Tầng thứ hai của 'không' trong kinh Tiểu Không liên quan đến các trạng thái thiền. Có năm bậc thiền mà một vị tỳ-kheo nên đạt để làm rõ khái niệm 'không' và an hưởng niết-bàn:

'Các phiền não do duyên lâm tưởng, địa tưởng không có mặt ở đây và chỉ có một phiền não tức là sự an tĩnh của Không vô biên xứ tưởng'.[247]

(Ye assu darathā araññasaññaṁ paṭicca te 'dha na santi; ye assu darathā paṭhavīsaññaṁ paṭicca te 'dha na santi; atthi c' evāyaṁ darahamattā yadidaṁ ākāsānañcāyatanaṁ paṭicca ekattan ti.)[248]

Giống như vậy, vị ấy quán chiếu cảnh giới Thức-vô-biên xứ, Vô-sở-hữu xứ, Phi-tưởng-phi-phi-tưởng xứ và Diệt-thọ-tưởng định.

Và trong kinh Đại không, Đức Phật dạy một tỳ-kheo muốn an tịnh vào bên trong Đại không, cần phải:

---

245 Như trên, trang 148.

246 M, III, trang 104.

247 Như trên, trang 149.

248 M, III, trang 105-6.

'Ly dục, ly bất thiện pháp, chứng và an trú trong thiền thứ nhất..., thứ hai..., thứ ba..., thứ tư.... Ngay cả như vậy, A-nan, vị tỳ-kheo vững vàng, trầm tĩnh, nhất tâm và an định nội không.'[249]

(vivicc' eva kāmehi vivicca akusalehi dhammehi savitakkaṁ savicāraṁ vivekajaṁ pītisukham paṭhamajjhānaṁ upasampajja viharati; vitakkavicārānaṁ vūpasamā ajjhattaṁ sampasādanaṁ cetaso ekodibhāvaṁ avitakkaṁ avicāraṁ samādhijaṁ pītisukhaṁ dutiyajjhanaṁ — tatiyajjhānaṁ — catutthajjhānaṁ upasampajja viharati. Evaṁ kho, Ānanda, bhikkhu ajjhattam eva cittaṁ saṇṭhapeti sannisādeti ekodikaroti samādahati. So ajjhattaṁ suññataṁ manasikaroti; tassa ajjhattaṁ suññataṁ manasikaroto ajjhattaṁ suññatāya cittaṁ na patkkhandati nappasīdati na santiṭṭhati na vimuccati. Evaṁ santam etaṁ, Ānanda, bhikkhu evaṁ pajānāti: Ajjlnittaṁ suññataṁ kho me manasikaroto ajjhattaṁ suññatāya cittaṁ na pakkhandati nappasīdati na santiṭṭhati na vimuccatīti. Itiha tattha sampajāno hoti. So bahiddhā suññataṁ manasikaroti; so ajjhattabahiddhā suññataṁ manasikaroti; so āṇañjaṁ manasikaroti; tassa āṇañjaṁ manasikaroto āṇañje cittaṁ na pakkhandati nappasīdati na santiṭṭhati na vimuccatīti. Evaṁ santam etaṁ, Ānanda, bhikkhu evam pajānāti: Āṇañjaṁ kho me manasikaroto āṇanje cittaṁ na pakkhandati nappasīdati na sautiṭṭhati na vimuccatīti. Itiha tattha sampajāno hoti. Ten', Ānanda, bhikkhunā tasmiṁ yeva purimasmiṁ samādhinimitte ajjhattam eva cittaṁ saṇṭhapetābbaṁ sannisādetabbaṁ ekodikātabbaṁ samādahātabbaṁ. So ajjhattaṁ suññataṁ manasikaroti; tassa ajjhattaṁ suññataṁ manaaikaroto ajjhattaṁ suññatāya cittaṁ pakkhandati pasīdati santiṭṭhati vimuccati. Evaṁ santam etaṁ, Ānanda, bhikkhu evam pajānāti: Ajjhattaṁ suññataṁ kho me manasikaroto ajjhattam suññatāya cittaṁ pakkhandati pasīdati santiṭṭhati vimuccatīti. Itiha tattha sampajāno hoti. So bahiddhā suññataṁ manasikaroti; bo ajjhattabahiddhā suññataṁ manasikaroti; so āṇañjaṁ manasikaroti; tassa āṇañjaṁ

---

249 Như trên, trang 155.

manasikaroto āṇañje cittaṁ pakkhandati pasīdatī santiṭṭhati vimuccati. Evaṁ santam etaṁ, Ānanda, bhikkhu evaṁ pajānāti: Āṇañjaṁ kho me manasikaroto āṇañje cittaṁ pakkhandati pasīdati santiṭṭhati vimuccatīti. Itiha tattha sampajāno hoti.)[250]

Rồi từ nội không, vị ấy tiến đến ngoại không và bất động. Khi vị ấy đạt được trình độ này, vị ấy biết rất rõ:

A-nan, vị tỳ-kheo biết rất rõ rằng: ''Trong khi tác ý bất động, tâm ta hài lòng, hoan hỉ, an trú và hướng đến bất động'.[251]

(Evaṁ maṁ sayantaṁ nābhijjhādomanassā pāpakā akusalā dhammā anvāssavissantīti; itiha tattha sampajāno hoti.)[252]

Hoặc Tương Ưng bộ Kinh cũng diễn tả giống ý trên:

"Này Anurādha! Ngươi nghĩ thế nào sắc thân này là thường hay vô thường?

'Bạch Thế tôn, vô thường.'

'Cái gì là vô thường thì cái đó là khổ hay lạc?

'Thưa Thế tôn là khổ'.

'Cái gì vô thường, cái đó là khổ, cái gì là khổ, cái đó có bản chất của sự biến hoại. Có chính xác chăng khi quán sát: 'Đây là của tôi. Đây là tôi. Đây là tự ngã của tôi?"

'Thưa không, bạch Thế tôn.'

'Cảm thọ là thường hay vô thường?'

'Vô thường, thưa Thế tôn.'

Có phải tưởng..., hành..., thức... là thường hay vô thường?

'Vô thường, thưa Thế tôn.'

"Cái gì vô thường, cái đó là khổ, cái gì là khổ, cái đó có bản chất của sự biến hoại. Có chính xác chăng khi quán sát: 'Đây là

---

250 M, III, trang 111-2.

251 Như trên, trang 156.

252 M, III, trang 113.

của tôi. Đây là tôi. Đây là tự ngã của tôi?"

'Thưa không, bạch Thế tôn.'

Do vậy, này Anurādha! Bất cứ sắc thân gì trong quá khứ, tương lai hoặc hiện tại, bên trong hoặc bên ngoài, tinh tế hay thô kệch, thấp hoặc cao, xa hoặc gần, tất cả sắc ấy cần phải được quán sát như thực tại của nó với trí tuệ rằng: 'Đây không phải là của tôi. Đây không phải là tôi. Đây không phải là tự ngã của tôi"

Bất cứ thọ..., tưởng..., hành..., thức nào trong quá khứ, tương lai hoặc hiện tại, bên trong hoặc bên ngoài... nên quán sát nó như thực tại với chánh trí tuệ."[253]

(Taṁ kim maññasi Anurādha rūpaṁ niccaṁ vā aniccaṁ vā aniccaṁ vā ti. Aniccam bhante, Yam panāniccaṁ dukkhaṁ vā taṁ sukkhaṁ vā ti Dukkham bhante. Yam panāniccaṁ dukkhaṁ vipariṇāmadhammam kallaṁ nu tam samanupassituṁ Etam mama eso ham asmi eso me attā ti .No hetani bhante. Vedanā niccā vā aniccā vā ti, Saññā, Saṇkhārā, Viññāṇaṁ niccam vā aniccaṁ vā ti Aniccām bhante Yam panāniccaṁ dukkhaṁ vā taṁ sukhaṁ vā ti. Dukkham bhante. Yam panāniccam dukkhaṁ viparināmadhammaṁ kallaṁ nu taṁ samanupassituṁ Etam mama eso ham asmi eso me attā ti No hetam bhante. Tasmā ti ha Anurādha yaṁ kiñci rūpam atitānāgata paccuppannam ajjhattam va bahiddha va olarikam va sukhumam va h'nam va panitam va yam dure eantike va sabbaṁ rūpaṁ Netam mama neso ham asmi na meso attā ti evam etaṁ yathābhūtaṁ sammappaññaya daṭṭhabba. Yā kāci vedanā atītānāgatapaccuppannā pe. Yā kāci saññā Ye keci saṇkhārā Yaṁ kiñci viññāṇaṁ atītānāgatapaccuppannam ajjhattaṁ vā bahiddhā vā oḷārikaṁ vā sukhumaṁ vā hīnaṁ vā paṇītaṁ vā, yaṁ dūre santike vā sabbaṁ viññāṇaṁ Netam mama neso ham asmi na me so attā, ti evam etaṁ yathābbūtam sammappaññāya daṭṭhabbaṁ.)[254]

---

253 BKS, IV, chương iv. Tương ưng không thuyết, ii. Anurada, trang 271.

254 S, IV, trang 382-3.

Từ những điểm trên, ta có thể nói rằng *Suññatā* (空) không có nghĩa là tất cả các hiện tượng hoặc các trạng thái thiền (禪 定) là không, không có gì hết mà những gì xuất hiện, hoặc chứng đạt, thì được tuệ tri rõ ràng đang tồn tại. Và ngược lại, cái gì biến mất, hoặc không đạt được chúng ta phải hiểu nó trống rỗng như hiện thực đang không có. Do đó, sự 'phủ định' hoặc 'khẳng định' là một cái gì đó đặc biệt và từ đó Đức Phật hướng dẫn chúng ta phải liễu tri như một thực tại. Do thế, 'không' được coi như là triết lý của một thực tại.

3. 'Không' như là Vô Ngã

'Không' (*Suññatā* 空) được hiểu như là vô ngã (*Anattā*, 無我). Đầu tiên, chúng ta nên nhớ rằng trong các kinh điển Pāli, Đức Phật thường ban pháp thoại về vô ngã hơn là học thuyết 'không', bởi vì từ 'không' rất trừu tượng và khó hiểu. Nhưng nếu chúng ta nghiên cứu nhiều và chi tiết hơn trong ý nghĩa *Suññatā*, chúng ta sẽ nhận ra 'không' cũng mang ý nghĩa vô ngã.

Trong kinh Tiểu không và Đại không, có một lần Đức Phật nói với tôn giả A-nan (*Ānanda*) Ngài thường an tịnh trong cảnh giới an tịnh của 'không' và khi tôn giả A-nan hỏi về ý nghĩa của 'không', Đức Phật liền giải thích rằng sự an tịnh trong 'không' có nghĩa là sự giải thoát ngang qua tuệ tri về vô ngã và Đức Phật đã dạy tôn giả A-nan như sau:

'Này A-nan, thật vậy, điều ông đã nghe là đúng đắn, ghi nhớ đúng đắn, tác ý đúng đắn và trì giữ đúng đắn. Này A-nan, trước kia cũng như bây giờ, ta luôn an trú trong (khái niệm) 'không' như là sự an trú đầy đủ nhất.

'Trong cung điện của Lộc mẫu không có voi, bò, ngựa và lừa cái, không có vàng, bạc, không có sự tập hợp của đàn ông, đàn bà và chỉ có tăng chúng tỳ-kheo yên tĩnh; ngay cả như vậy, này A-nan, vị tỳ-kheo không tác ý thôn tưởng, nhân tưởng chỉ tác ý sự tĩnh mịch của khu rừng.'

Tâm của vị ấy thích thú, hân hoan, an trú và hướng đến lâm tưởng. Vị ấy hiểu rằng: 'Các phiền não do duyên thôn tưởng, nhân tưởng không hiện hữu ở đây. Đây chỉ có một phiền não là sự tĩnh mịch của khu rừng. Vị ấy hiểu rằng: 'Loại tưởng này là không có xóm làng'. Vị ấy hiểu rằng: 'Loại tưởng này là không có con người'. Cái gì không có mặt ở đây, vị ấy xem cái ấy là không có. Và đối với những cái còn lại, vị ấy hiểu rằng: 'Do cái này có mà cái kia có'. Vì vậy, này A-nan, điều này đã đến với vị ấy là một sự thật, không sai trái, sự thực hiện hoàn toàn (khái niệm) 'không'."[255]

(Taggha te etaṁ, Ānanda, sussutaṁ suggahītaṁ sumanasikataṁ sūpadhāritaṁ. Pubbe cāhaṁ, Ānanda, etarahi ca suññatāvihārena bahulaṁ viharāmi. Seyyathāpi ayaṁ Migāramātu pāsādo suñño hatthigavāssavaḷavena, suñño jātarūparajatena, suñño itthipurisasannipātena; atthi c' ev' idaṁ asuññataṁ yadidaṁ bhikkhusaṁghaṁ paṭicca ekattaṁ; evam eva kho, Ānanda, bhikkhu amanasikaritvā gāmasaññaṁ amanasikaritvā manussasaññaṁ araññasaññaṁ paṭicca manasikaroti ekattaṁ. Tassa araññasaññāya cittaṁ pakkhandati pasīdati santiṭṭhati vimuccati. So evaṁ pajānāti: Ye assu darathā gamasaññaṁ paṭicca, te 'dha na santi; ye assu darathā manussasaññaṁ paṭicca, te 'dha na santi; atthi c' evāyaṁ darathamattā yadidaṁ araññasaññaṁ paṭicca ekattan ti. So: Suññam idaṁ saññāgataṁn gāmasaññāyāti pajānāti; Suññam idaṁ saññāgataṁ manussasaññāyāti pajānāti. Atthi c' ev' idaṁ asuññataṁ yadidaṁ araññasaññaṁ paṭicca ekattan ti. Iti yaṁ hi kho tattha na hoti, tena taṁn suññaṁ samanupassati; yaṁ pana tattha avasiṭṭhaṁ hoti, Taṁ santaṁ idam atthīti pajānāti. Evam pi 'ssa esā, Ānanda, yathābhuccā avipallatthā parisuddhā suññatāvakkan ti bhavati).[256]

Khi dùng nghĩa thông tục không triết học, 'không' hầu như thường chỉ cho sự thay đổi một môi trường hoặc sự thay đổi các tri

---

255 MLS, III, số 121. Kinh Tiểu không (Culasunnata Sutta), trang 147-8.

256 M, III, trang 104-5.

giác chẳng hạn như cung điện của Lộc mẫu có tăng đoàn nhưng giây phút khác kế tiếp 'không' có các pháp đó, hoặc bây giờ là tu viện, tỳ-kheo tăng, ni được thấy trong khung cửa sổ, sau đó thay đổi vị trí của tầm nhìn thì ngang qua cửa sổ chỉ thấy bầu trời trống không. Đó là những ví dụ về sự rỗng không mà tâm chuyển đổi do nội dung của tri giác chuyển đổi. Ở đây, chúng không có liên quan đến nguyên lý '*Suññatā*' như là một thực nghiệm của chân lý nền tảng trong ý nghĩa kinh điển tuyệt đối.

Tuy nhiên, sự nhận thức về các thay đổi tri giác, nói cách khác sự nhận thức các biến đổi của tâm thức thì chỉ thuần dựa vào sự rỗng không của nội dung nhận thức, cũng có thể được áp dụng một cách mô phạm trong phương pháp hướng dẫn thiền, như Đức Phật đã thật sự thực hiện trong chính pháp thoại của Ngài ở kinh Tiểu Không.

Không giống như khoa học về tâm lý học, các phương pháp Phật giáo đã phân tích sự thay đổi của tâm, các chủ thể của tâm và sự phát triển khả năng cho sự thay đổi tâm như ý muốn. Trong việc tu tập và phân tích này, một điều kiện cần thiết phải hoàn thành trước tiên: tác ý các pháp nội tại chưa từng được tác ý từ trước đến giờ. Sự tác ý này ngang qua chánh niệm để làm sáng tỏ sự thực nghiệm, cảm xúc, trạng thái của thức, nội dung của các thức như là các tâm pháp đến và đi không ngăn ngại.

Các lý thuyết khoa học đã đưa ra chân lý của họ từ các hiện tượng cụ thể, vì vậy đã tạo nên những cực đoan, những chuẩn mực cho những thành quả của họ; trong khi mục đích tu tập Phật giáo khuyến khích con đường trung đạo hướng đến hoà bình và an lạc. Tuy nhiên, có những Thiền gia lập dị khác thường đã gặp phải vài thực nghiệm cực đoan. Vài Thiền sư cấp tiến đã đạt được những trạng thái an lạc tối thượng, giải thoát khỏi các biến đổi cảm xúc và ý niệm. Những trạng thái tâm như vậy thỉnh thoảng như đạt đến một cảnh giới nhẹ nhàng trống không trong ánh quang minh. Theo truyền thống tu tập thiền quán căn bản, các trạng thái thực nghiệm cực đoan này được gọi là minh-sát-tuệ không hoàn hảo hoặc tuỳ phiền não của minh-sát-tuệ *(vipassanā-upakkilesā)*.

Trong khi giảng pháp thoại cho các thính chúng nghe, Đức Phật thường nhắc đi nhắc lại nhiều pháp ngữ giác tỉnh, đặc biệt như vô ngã (*anattā*). Vì vậy, để lợi ích hơn, chúng ta nên tìm hiểu thế nào là nguyên lý vô ngã và một vài thuật ngữ trong kinh điển Pali, như thuật từ triết lý 'không' đặc biệt chỉ cho giáo lý vô ngã (*anattā*).

Trong tu tập thiền định, không (*Suññatā*) và vô ngã (*Anattā*) là hai khái niệm như không thể tách rời được như Ngài Phật-âm (*Buddhaghosa,* 佛音)[257] đã nói:

"Quán chiếu vô ngã và quán chiếu không thì cùng một nghĩa, duy chỉ khác nhau về tên gọi mà thôi."

Trong thực thể của thực nghiệm tuệ giác, vô ngã (*anattā,* 無我) là minh (*vijjā,* 明) nghĩa là không có ngã; Minh là trí tuệ, nghĩa là không có vô minh (*avijjā,* 無 明) để chia chẻ thực tại thành ngã và vô ngã, hay của tôi và không phải của tôi. Những người chưa giác ngộ đồng nhất các phần khác nhau của thực tại với ngã, chấp thủ lấy chúng, và kết quả là đau khổ do sự thất vọng về sự đồng nhất hão huyền như thế. Tuệ tri về thực tại mà thực tại đó do vô ngã mô phỏng, đã xâu kết tất cả các pháp được nhận thức như sự đồng nhất theo quy ước của tục đế (*sammuti,* Sanskrit: *Saṁvṛti-satya*, 俗 諦) và tuệ tri một cách rốt ráo theo chân đế (*paramāttha,* Sanskrit: *Paramārtha-satya*, 真 諦) sẽ nhìn thấy các pháp như một sự tác động lẫn nhau của các điều kiện, sự tác động hỗ tương của các yếu tố khác nhau, sự thay đổi môi trường, sự tiến hóa sinh động của sinh và diệt...

Tất cả điều này giống như bắt nguồn từ sự tùy thuộc nối kết lẫn nhau và loại bỏ những chấp thủ thực thể. Quan điểm tuệ tri về thực tại là thấy tất cả sự chấp thủ đồng nhất do các khái niệm quy ước là không (*suñña,* 空). Khi các chấp thủ hảo huyền về sự đồng nhất bền vững không còn nữa, thì bất kỳ sự tồn tại nào

257 Vi, II, trang 628.

cũng được nhìn thấy rõ ràng như là vô ngã (*suññamattena*) và theo lý Duyên-khởi (*paticcasamuppannam, Pratītyasamutpāda,* 緣起, 因緣生起) mà tạm hiện hữu.

Vô ngã (*Anattā,* 無我) nghĩa là không có ngã, không thực thể, không có một đặc tính bất biến được tìm thấy trong tất cả các pháp. Một ngã (*atta*) như vậy là một sự diễn giải tâm thuần tịnh mà nó có một sự biện minh trong hệ thống ngôn ngữ. Tuy nhiên, giải thích tâm như thế là đưa đến lầm lạc ngay khi nó được chọn để giải thích thực tại, nó phát sinh tư tưởng sai lầm và niềm tin lệch lạc khi nó ly khai khỏi thực tại và chấp nhận chỉ bởi những khái niệm. Có ba phương pháp thường dùng trong thiền Phật Giáo để điều ngự tham ái chấp ngã:[258]

1. Tứ Niệm xứ (*satipatthāna,* 四念處): quán niệm về các yếu tố cấu thành hiện tượng các pháp. Điều này quan trọng nhất.
2. Minh sát tuệ (*vipassanā,* 明察慧) rằng bất cứ sự tồn tại nào phát sinh đều tùy thuộc vào các yếu tố vô thường và phải chịu sự hoại diệt.
3. Sự bất lực trong kinh nghiệm trực tiếp của con người để khống chế (*avasavattana,* 空被支涓) hiện tượng các pháp bị hoại diệt.

Tuệ giác về không (*Suññatā,* 空) và vô ngã (*Anattā,* 無我) không chỉ là biện pháp chuyển đổi niềm tin sai lạc mà còn là ngăn ngừa và giải thoát khỏi bất kỳ sự khổ đau sẽ phát sinh do cho rằng có tự ngã đồng nhất trong tương lai. Tham ái chấp ngã sẽ có xu hướng phát khởi trong bất cứ cá nhân nào mà cá nhân đó tự đặt mình vào hoàn cảnh đó, trừ khi tuệ tri về vô ngã được trau dồi và thiết lập một cách vững chắc thì minh xuất hiện.

Sự đồng nhất lý tính với bất kỳ điều gì mà chúng ta nhận thức được như sự tham sanh (*upādhi,* 貪生)[259] trong đời sống chúng

---

258 Journal of Buddhist Studies, IV, trang 10.

259 Upādhi: một điều kiện, cá biệt, giới hạn, đặc biệt (a condition, peculiar, limited, special); Trích trong Tự-điển Phật học tiếng Hoa (DCBT), trang 330a.

ta thì không cần thiết ở trình độ ý thức để mà đưa ra một công thức chính xác về ngã kiến (*attānuditthi,* 我見) như là niềm tin thuần lý. Chính ngã tham này khiến chúng ta đồng hóa với thân thể, những thói quen, những danh hiệu, những tài sản, những sở thích v.v..... của chúng ta trong phạm trù tiên nghiệm của tri thức về tính tự mãn "tôi là" *(asmi-māna,* 我慢: ngã mạn; *māna* là ý, phát sinh nhận thức mà thiên về quan niệm: *maññati*).

Đối với những con người vô minh bị nô lệ bởi tham ái, cuộc đấu tranh tâm lý để duy trì một ngã đồng nhất thì quá đúng. Niềm tin sai lầm trong các đồng nhất này không thể nhận thức đúng được tiêu thức bản chất thực tại như nó đang là. Lúc đó, chúng ta chỉ có thể biết ứng đối với các khái niệm về những sự đồng nhất của các pháp và của tự ngã mà thôi. Chúng ta sẽ là những nạn nhân tội nghiệp của vô minh (*avijjā,* 無明) khi chúng ta không thể chứng nghiệm được bản chất thực tại như nó đang là. Điều này khiến cho một vài cấp độ xã hội và tâm lý đưa đến hậu quả bịnh hoạn nảy sinh từ những quan niệm và xét đoán sai lạc này.

Sự chứng nghiệm vô ngã và Tánh Không trong phạm trù của tu tập tâm giải thoát thì không loại trừ việc dùng các khái niệm như là sự định rõ các thực tại cứu cánh (Pali: *paramāttha-dhammā*, Sanskrit: *Paramārtha-satya,* 真諦), như là một phương thức tư tưởng, một phương tiện diễn đạt, như ngón tay để chỉ mặt trăng. Tuy nhiên, bất kỳ khái niệm nào được bao bọc bởi một biểu tượng của thị giác hay của một từ ngữ thì nó cũng chỉ có nghĩa là một tướng (*nimitta*), một tâm-pháp. Những tướng như vậy thì không phải là những thực tại cứu cánh; trong khi đó thực tại cứu cánh được định rõ bởi một thực tướng (*lakkhana,* 相) chớ không phải bởi một tâm pháp (*nimitta*). Tướng có thể là một đối tượng của thiền quán (*samatha,* 觀), trái lại minh sát tuệ (*vipassana,* 明察慧) thì dùng các thực tại cứu cánh như là các đối tượng của nó và vì vậy mà đặt tính của nó như là vô tướng (*animitta,* 無相).

Như một phần của tu tập tâm, Bồ Tát tham học phương

pháp thực nghiệm thiền quán về bản thể thực tại tuyệt đối dựa trên căn bản 12 xứ *(āyatana,* 處; sáu căn và sáu trần) như sắc và nhãn căn, thanh và nhĩ căn, hương và tĩ căn, vị và thiệt căn, xúc và thân căn, và hai căn bản tạo thành suy nghĩ là ý căn và pháp trần. Sự quán sát nội tâm một cách trực tiếp được dựa trên những nền tảng này. Sự hiện hữu của các căn, trần được hiển hiện rõ ràng nơi tất cả con người có giác quan đầy đủ bình thường. Vì thế sẽ không có vấn đề nhận thức luận liên quan đến tính hiệu lực 'xảy ra giữa những bộ óc nhận thức được điều đang xảy ra' của các thực tại cứu cánh này như là các căn sẽ thực sự có ý nghĩa đối với bất cứ mọi người bình thường nào. Tuy nhiên, vài phương pháp tu tập đòi hỏi tập trung quán vào bất kỳ một trong các căn này - Chúng ta phải có một sự thực nghiệm trực tiếp để ủng hộ điều này như khi chúng ta thực tập quán hình ảnh và nội căn trong lãnh vực của sắc trần tức nhãn căn. Thật khó cho chúng ta khi tập trung quán sát các bản sao bóng ảnh chủ thể của nó và các căn. Trong thiền Tứ Niệm xứ (*satipatthāna,* 四念處) chỉ có tâm khéo tu tập mới có thể thể hiện sự định tâm lên tất cả 12 căn trần này để mà thực nghiệm trực tiếp tri giác rằng chúng là vô thường và vô ngã.

Tứ Niệm xứ trong Phật giáo là làm cân bằng tâm trở lại với các phương pháp tổng hợp quán chiếu mối quan hệ giữa các pháp và các tướng (*lakkhana*) của nó như là vô thường, tùy duyên và trống rỗng v.v..... Hơn nữa, sự tiếp cận tổng hợp này kết hợp vô số các pháp hiện tượng và mở ra sự mạch lạc về thế giới đối với quan điểm thuộc triết học chính thể luận.

Thế giới có thể được thanh tịnh chỉ bởi người thực chứng sự nhất thể và sự tổng thể (*manasikaroti ekattam*: 同作意,đồng tác ý) của nó như kinh Tiểu Không (*Cūla Suññtā Sutta*) đã trình bày. Ở đây cần nhấn mạnh rằng tất cả khái niệm triết lý của kinh tạng Pāli – cũng như các khái niệm tổng hợp – được gán cho thường nghiệm thực tại cứu cánh; Điều này có nghĩa là chúng luôn luôn có liên quan đến nền tảng thực nghiệm bản thể (*yathābhūta*: 如實,như thật). Ngược lại, trong khoa học Tây

Phương, tư tưởng Phật giáo không áp dụng các biến đổi giả thuyết, không hình thành các lập luận tranh lý và không có những tiền giả định. Đối với Phật giáo, toàn bộ thế giới này không phải là sản phẩm của suy nghĩ thuần lý thuyết cũng không phải là niềm tin suy luận từ giáo điều. Sự dựa vào thực nghiệm như vậy để cho thấy sự thật trống rỗng của thế giới, vì vậy mà Đức Phật đã nói rằng:

'Trống rỗng là thế giới! Trống rỗng là thế giới! ...Bởi vì không có tự ngã và không thuộc tự ngã. Này A-nan, cái gì không có tự ngã và không thuộc tự ngã thì được gọi là 'Trống rỗng là thế giới!''[260]

(Suñño loko suñño loko ti...Yasmā ca kho Ānanda suññam attena vā attaniyena vā tasmā Suñño loko ti vuccati).[261]

Cũng giống như vậy trong Tương ưng bộ kinh, tập III đã diễn tả ý kiến như sau:

'Này các tỳ-kheo, sắc là vô thường. Cái gì vô thường cái ấy là khổ. Cái gì khổ, cái đó không có tự ngã. Cái gì không có tự ngã, "Cái đó không phải là của ta, ta không phải là nó, nó không phải là tự ngã của ta". Đó là với trí tuệ quán sát thực tại như nó là. Cảm thọ là vô thường..., giống như tưởng..., hành...

Thức là vô thường. Cái gì vô thường cái ấy là khổ. Cái gì khổ, cái đó không có tự ngã. Cái gì không có tự ngã, "Cái đó không phải là của ta, ta không phải là nó, nó không phải là tự ngã của ta". Đó là với trí tuệ quán sát thực tại như nó là'.[262]

(Rūpam bhikkhave aniccaṁ, yad aniccam taṁ dukkhaṁ yaṁ dukkhaṁ tadanattā, yad anattā taṁ netam mama neso ham asmi na meso attā ti. Evam etaṁ yathabhūtaṁ sammappaññāya daṭṭhabbaṁ. Vedanā, aniccā yad aniccaṁ taṁ dukkhaṁ yam dukkhaṁ tad anattā Yad anattā taṁ netam mama neso ham

---

260 BKS, IV, i. Tương ưng sáu xứ, 85. ii. Trống rỗng, trang 29.

261 S, IV, trang 54.

262 BKS, III, i. Tương ưng uẩn, i. Phẩm Nakulapita, iv. Cái gì vô thường, trang 21.

asmi na meso attātii Evam etaṁ yathābhūtaṁ sammappaññāya daṭṭhabbaṁ Saññā aniccā, Saṇkhārā aniccā Viññāṇam aniccam yad aniccaṁ taṁ dukkhaṁ, yaṁ dukkhaṁ tad anattā, Yad anattā tam netam mama nesoham asmi na me so attā ti. Evam etaṁ yathābhūtaṁ sammappaññāya daṭṭhabbaṁ. Evam passaṁ, la, nāparam itthattāyāti pajānātīti).[263]

Trong Tương Ưng bộ kinh và Tiểu Bộ kinh có nhiều đoạn kinh đã ghi nhận bản chất thế giới giống như vậy, kèm theo các phân tích tỉ mỉ có liên quan tới thực tại cứu cánh và được định rõ với những khái niệm như là giới (*dhātu,*界: 18 giới: 6 căn, 6 trần và 6 thức), uẩn (Pali: *khandhā*, Sanskrit: *Skandhas,* 蘊: sắc, thọ, tưởng, hành, thức uẩn), xứ (*āyatana*:處; sáu căn và sáu trần) v.v....

Trong kinh Lục căn (*Salāyatana Saṁyutta*), Đức Phật chỉ rõ tánh rỗng không nơi 12 xứ (ā*yatana*, 處), xúc (*phassa*, 觸) đối với bất cứ trạng thái gì gọi là thọ lạc (受 樂), thọ khổ (受苦), hoặc thọ bất lạc bất khổ (受不樂不苦); thọ (*vedanā,*受) phát sinh dựa vào các điều kiện nhân duyên đó.

Trong đó, Đức Phật đã chỉ ra nội không và ngoại không:

"Mắt là không có tự ngã và bất kỳ những gì thuộc về ngã; Sắc là không có tự ngã...; Nhãn thức là không có tự ngã... Ý căn là không có tự ngã...; Pháp trần là không có tự ngã ...; Ý thức là không có tự ngã... Thọ là không có tự ngã..., Xúc là không có tự ngã... Do duyên ý xúc khởi lên cảm thọ gì gọi là lạc thọ, khổ thọ, hoặc bất lạc bất khổ khởi lên. Cảm thọ ấy đều không có tự ngã và bất cứ những gì thuộc về ngã. Này A-nan đó là lý do tại sao nói rằng: "Trống rỗng là thế giới này".[264]

(Cakkhum suññam attena vā attaniyena vā, rūpā suñña... cakkhuviññanam suññam cakkhu-samphasso suñño yam pidam cakkhusamphassa-paccayā uppajjati vedayitam sukham vā dukkham vā adukkhamasukham va tam pi suññam attena

263 S, III, trang 22.

264 BKS, IV, i. Tương ưng sáu xứ, 85. ii. Trống rỗng, trang 29.

va attaniyena va. Yasmā ca kho Ānanda suññam attena vā attaniyena vā tasmā suñño loko ti vuccatī tī.)[265]

Rõ ràng đây là pháp thoại căn bản của Đức Phật về đại minh sát tuệ (*mahā vipassanā*). Kinh Lục căn (*Salāyatana Saṁyutta*) đã hướng dẫn Minh sát tuệ (*vipassanā*) rất chi tiết bằng việc tác ý quán vô thường (*anicca,* 無常), khổ (*dukkha,* 苦) và vô ngã (*anattā,* 無我) của tất cả các pháp hiện tượng. Những hướng dẫn này được ứng dụng một cách có hệ thống về thực tại rốt ráo và phân tích tỉ mỉ để Bồ Tát dễ đạt đến tiến trình tâm giải thoát cao nhất. Như tên gọi của Tương Ưng bộ kinh đề nghị, chánh niệm quán sát các căn vì các căn đóng vai trò trung tâm đưa đến giải thoát khỏi các khổ đau. Pháp thoại về chánh niệm này cũng có nghĩa là liên quan với triết lý Không (*Suññatā,* 空) và nguyên lý Duyên-khởi (*Pratītyasamutpāda,* 緣起, 因緣生起) cũng hướng trực tiếp đến quán sát các căn giác quan, vì đây cũng là pháp thoại quan trọng của Đức Phật đã thuyết trong kinh Tiểu Không (*Cūla Suññatā Sutta*).

Có nhiều phương pháp đặc biệt về thiền quán (*vipassanā*) để quán sát các pháp đã phân loại như xứ (*āyatana,* 處), uẩn (*khandha,* 蘊), giới (*dhātu,* 界) v.v..... mà các pháp này là thực tại cứu cánh (*paramatthā dhammā,* 真諦). Chân đế có thể nhận thức trực tiếp với tâm đã vứt bỏ các khái niệm và đã chú tâm ngang qua thiền quán (*samatha,* 觀). Niệm xứ về các đồng nhất là một sự quán sát thực nghiệm để phân giải các khối rắn chắc (*ghana-vinibbhoga*) cấu thành các yếu tố của nó để khiến cho hiển hiện sự vắng mặt của mọi ngã.

Để tuệ tri điều này, Bồ Tát phải trải qua các biến đổi về nhận thức như là từ quán sát thực tại cứu cánh và các tâm pháp tương ứng của chúng (*nāma-rūpa-pariccheda*: 心法分別, phân biệt giữa tâm-pháp); thành các yếu tố của nó để khiến cho hiển hiện sự vắng mặt của mọi ngã, thâm nhập Định lý Tùy Duyên của các pháp (*paccaya-pariggaha*). Tuệ tri chúng là khổ để thoát

265 S, IV, trang 54.

khỏi tham ái, vô nguyện (*appanihita,* 無 願) đối với chúng; Hãy quán thực thể vô thường (*anicca,* 無 常) để phá vỡ màn vô minh định kiến khư khư về các tướng. Rồi từ đó mở ra khung trời thực nghiệm tri giác cho sự vô tướng (*animitta,* 無 相).

Niệm xứ của minh sát tuệ (*vipassanā*) đã phân giải các đồng nhất của các tướng và phơi bày chúng như là vô ngã. Khi các quan điểm sai lầm vắng mặt thì tâm trở nên rỗng rang sáng suốt. Và chính sự rỗng rang sáng suốt này có thể khiến cho sự chứng nghiệm hoàn toàn của thực tại được hiển bày như nó đang là. Ngay cả mặc dầu không cần thiết để đạt thiền (*jhana,* 禪 定) bằng việc quán chiếu về tướng (*nimitta,* 相) cho tất cả các pháp đó, dĩ nhiên tâm phải được điều chỉnh trong trạng thái cân bằng đã phát triển ngang qua các phương pháp của quán (*samatha*). Rồi tâm thuần tịnh và không giao động sẽ đạt đến trạng thái thực tại tổng thể sinh động tràn đầy niềm hỉ lạc (*pīti*, 喜). Chỉ có trạng thái hỉ, lạc và chánh niệm mới có thể đạt tới giải thoát và giác ngộ hoàn toàn. Con đường hướng tới giác ngộ ngang qua "ba cửa giải thoát" (*vimokkha-mukhā*) là:

1. Tri giác vô tham (*appanihita,* 無 貪)
2. Tri giác vô tướng (*animitta,* 無 相)
3. Tri giác không (*Suññatā,* 空).[266]

Cũng giống ý này, kinh Trung bộ dạy rằng

'Điểm chính của sự giải thoát là không có sự tham dục, không có sân hận và không có vô minh.'

(Sa kho panakuppa cetovimutti sufifid ragena sufifid doserta sufifid mohena).[267]

Tương ứng với việc sử dụng thuật từ 'không' (*Suñña*) cũng thường dùng để diễn tả sự kiện là thực tại vô thường của hiện tượng thế giới ngang qua các cảm giác như sau:

---

266 Patisambhidāmagga, II, trang 48.

267 M, I, trang 298.

'Này hiền giả, tâm giải thoát Vô lượng, tâm giải thoát Vô sở hữu, tâm giải thoát Không và tâm giải thoát Vô tướng này, có một pháp môn mà theo đó có các pháp ấy nghĩa và danh sai biệt. Và này hiền giả, lại có pháp môn mà theo đó các pháp ấy có nghĩa đồng nhất và danh sai biệt. Này hiền giả, thế nào là có pháp môn mà theo đó các pháp ấy có nghĩa và danh sai khác? Ở đây, này hiền giả, vị tỳ-kheo an trú biến mãn một phương với tâm câu hữu với từ cũng vậy phương thứ hai, ba, tư, trên, dưới, ngang, hết thảy phương xứ, cùng khắp thế giới, vị ấy biến mãn với tâm câu hữu với từ, quãng đại vô biên, không ước lường được, không thù hận, không ác tâm. Với tâm câu hữu với bi..., với tâm câu hữu với hỉ... an trú biến mãn một phương với tâm câu hữu với xả, cũng vậy phương thứ hai, ba, tư... cùng khắp thế giới, vị ấy an trú biến mãn với tâm câu hữu với xả, quảng đại vô biên, không ước lường được, không thù hận, không ác tâm. Như vậy, này hiền giả, gọi là tâm giải thoát Vô lượng.

Và này hiền giả, thế nào là tâm giải thoát Vô sở hữu? Này hiền giả, đối với điều này, tỳ-kheo vượt qua cảnh giới Thức vô biên xứ, nghĩ rằng: 'Nơi đây không có gì', chứng và an trú trong cảnh giới Vô sở hữu xứ. Như vậy, đây gọi là tâm giải thoát Vô sở hữu.

Và này hiền giả, tỳ-kheo đi vào rừng, hoặc tới một gốc cây, hoặc đến một chỗ trống và quán chiếu như sau: 'Đây trống không, không có tự ngã và bất cứ cái gì thuộc về ngã. Này hiền giả, do thế gọi là tâm giải thoát Không'.[268]

(Yā cāyaṁ āvuso appamāṇā cetovimutti yā ca ākiñcaññā cetovimutti yā ca suññatā cetovimutti yā ca animittā cetovimutti, ime dhammā nānatthā c' eva nānābyañjanñ ca udāhu ekatthā, byañjanam eva nānan ti. — Yā cāyaṁ āvuso appamāṇā cetovimutti yā ca ākiñcaññā cetovimutti yā ca suññatā cetovimutti yā ca animittā cetovimutti, atthi kho āvuso pariyāyo yaṁ pariyāyaṁ āgamma ime dhammā nānatthā

---

268 MLS, I, số 43, Kinh Đại phương quảng, trang 358.

c' eva nānābyañjanāca, atthi ca kho āvuso pariyāyo yaṁ pariyāyaṁ āgamma ime dhammā ekaṭṭhā, byañjanam eva nānaṁ. Katamo c' āvuso pariyāyo yaṁ pariyāyaṁ āgamma ime dhammā nānaṭṭhā c' eva nānābyañjanā ca: Idh' āvuso bhikkbu mettāsahagatena cetasā ekaṁ disaṁ pharitvā viharati, tathā dutiyaṁ tathā tatiyaṁ tathā catutthiṁ, iti uddham - adho tiriyaṁ sa0bbadhi sabbattatāya sabbāvantaṁ lokaṁ mettāsahagatena cetasā vipulena mahaggatena appamāṇena averena abyābajjhena pharitvā viharati. Karuṇāsahagatena cetasā — pi—muditāsahagatena cetasā — upekhāsahagatena cetasā ekaṁ disaṁ pharitvā viharati, tathā dutiyaṁ tathā tatiyaṁ tathā catutthiṁ, iti uddham - adho tiriyaṁ sabbadhi sabbattatāya sabbāvantaṁ lokam upekhāsahagatena cetasā vipulena mabaggatena appamāṇena averena abyābajjhena pharitvā viharati. Ayaṁ vuccat' āvuso appamāṇā cetovimutti. Katamā c' āvuso ākiñcaññā cetovimutti: Idh' āvuso bhikkhu sabbaso viññāṇañcāyatanaṁ samatikkamma na tthi kiñciti ākiñcaññāyatanaṁ upasampajja viharati. Ayaṁ vuccat' āvuso ākiñcaññā cetovimutti. Katamā c'āvuso suññatā cetovimutti: Idh' āvuso hhikkhu araññagato vā rukkhamūlagato vā suññāgāragato vā iti paṭisañcikkhati: suññam idaṁ attena vā attaniyena vā ti.)[269]

Kinh Pháp cú dạy rằng ai tuệ tri được thế giới hiện tượng là vô ngã, có thể nói rằng vị ấy đã tu tập và đi theo con đường thanh tịnh của Đức Phật:

"Tất cả pháp vô ngã,

Thấy với chánh trí tuệ,

Tâm nhàm chán khởi lên,

Đây chính đường thanh tịnh."

(sabbe dhammā anattā ti yadā paññāya passati atha nibbindatī dukkhe, esa maggo visuddhiyā.)[270]

---

269 M, I, trang 297.

270 Dha, kệ số 279, trang 145-6.

Từ đó, chúng ta có thể thấy trong tâm lý học, bất cứ ai thực nghiệm lý tưởng vô ngã là vị Bồ Tát dũng cảm và vĩ đại, nhưng vô ngã là bản chất của tất cả hiện tượng dù con người có chấp nhận nó hay không. Vô ngã (無 我) có nghĩa là không có bất cứ thực thể thường hằng nào, dù đó là Đấng sáng tạo. Mọi vật tồn tại hay không tồn tại đều do nhân duyên. Thân thể chúng ta do năm uẩn kết hợp lại mà tồn tại trong lý nhân duyên. Do đó, sự hiện hữu của chúng sanh là vô ngã. Con đường để diệt đau khổ là con đường tuệ giác vô ngã.

Vô ngã là bản chất của thực tại để chuyển hoá đau khổ đạt niết-bàn (*Nibbāna,* 涅 槃).

Nói về ba tánh cách của hiện hữu, chúng ta có thể thấy 'không' (*Suñña,* 空) được định nghĩa như là vô ngã (*anattā,* 無 我) mà vô ngã thường kết hợp với hai điểm đặc tánh khác là vô thường (*anicca*, 無 常) và đau khổ (*dukkha*, 苦). Nói một cách khác, vô thường, khổ, vô ngã và không là bốn tánh chất mà Phật tử (Nguyên thủy) thường quán sát vào các pháp. Bốn điểm này là bản chất của tất cả hiện tượng thế giới.

Trong kinh điển Pāli, Đức Phật dạy chúng ta rằng:

'Cái gì (những yếu tố tạo thành sự hiện hữu của con người) là vô thường (anicca); cái đó là khổ (dukkha); cái đó không có tự thể (anattā)... đó là vô thường, vì bị chi phối bởi khổ và cái gì vô thường bị chi phối bởi khổ thì sẽ có bản chất của sự biến hoại. Có chính xác chăng khi quán: 'Đây là ta; đây là tự ngã của ta?'[271]

Do đó, theo Phật giáo những tánh chất căn bản của sự tồn tại con người được thiết lập như vô thường (*anicca*, 無 常), khổ (*dukkha*, 苦), vô ngã (Pali: *anatta,* Sanskrit: *anātman,* 無 我) nghĩa là không bản thể. Ba điểm này là quan điểm triết học trong đó chỉ ra căn bản của đau khổ là sự vô thường và ngắn ngủi thoáng qua. Vô thường được bày tỏ ở hai điểm mà tạo lên hai trụ của bánh xe đau khổ. Vô thường và vô ngã là

271 S, 21-2; trích trong Early Buddhist Philosophy, Alfonso Verdu, Delhi: Motilal, 1995, trang 11.

những điểm của hai cực đó. *Anicca* trình bày sự vô thường và tạm bợ của các biểu tượng khách quan trong cảnh giới hiện hữu tương đối, bao gồm tất cả những thực tại hữu hình đã tạo ra sự biểu hiện và căn bản (*asraya,* sở y, 所依) cho tất cả pháp.

Có vô số những ví dụ cho việc sử dụng từ 'không' trong ý nghĩa đặc biệt của kinh điển Pāli:

'Trống rỗng là thế giới! Trống rỗng là thế giới!' Đức Phật đã dạy như vậy. Bạch Đức Thế tôn vì sao câu nói này được tuyên bố như vậy?

Này A-nan bởi vì thế giới này là không có tự ngã hoặc những gì thuộc về tự ngã, cho nên nói thế giới này trống rỗng."[272]

(Suñño loko suñño loko ti bhante vuccati. Kittāvata nu kho bhante suñño loko ti vuccati ? Yasmā ca kho Ānanda suññam attena vā attaniyena vā. Tasmā suñño loko ti vuccati).[273]

Tương ứng với việc sử dụng này, từ 'không' dùng để diễn tả sự kiện thực thể vô thường ngắn ngủi của hiện tượng thế giới thực nghiệm:

"Suññam idam attena va attaniyena vā ti."[274]

Tuy nhiên, vô ngã (*Anattā,* 無我) là mặt chủ quan của vô thường để chỉ cho tánh chất không thực thể của cái dường như là một Ngã tuyệt đối và vĩnh viễn, cho nên, nó có ý nghĩa là sự vắng mặt tổng thể của nền tảng thuộc bản thể học nói chung. Vô thường và vô ngã đã biến đổi lẫn nhau thành một cái khác cũng giống tính chất tạm bợ chi phối cả dòng nhận thức chủ quan dường như là một ngã và những đối thể bên ngoài của nhận thức, tình cảm, ý chí chúng ta. Bởi biểu hiện tương tự như vậy, những tánh chất phi thực thể giống vậy đã ảnh hưởng cả Ngã thường còn và hiển nhiên (dường

---

272 S, IV, i. Tương ưng sáu xứ, 85.ii. Trống rỗng, trang 28.

273 S, IV, trang 54.

274 Culla Niddesa, II, Patisambhidāmagga I, Para, 45, 91; 11 Para, 36, 48 & 177.

như trạng thái thức của chúng ta) và tất cả những đối thể bên ngoài đã trở thành nguồn cội cho tham vọng và hành động.

Bánh xe 'đau khổ' (*dukkha*) đã quay xung quanh hai trục vô thường và vô ngã này.

Và không những chỉ có bốn tánh cách: vô thường, khổ, vô ngã và không, mà trong kinh điển Pāli đã cho biết còn có nhiều cách để nhìn vào bản chất thế giới hiện tượng như:

'Hãy quán một cách đúng đắn rằng năm thủ uẩn là vô thường, đau khổ, bịnh tật, thay đổi, phiền muộn, không và vô ngã...'

(Pancupadānakkhandhā aniccato dukkhato, rogato, gandato, sallato, aghato, ābādhato, parato, palokato, suddato, anattato yonosomansikā-tabbā).[275]

Điều này cho thấy rõ ràng rằng vô thường, khổ, vô ngã và không là bốn trong nhiều cách mà các Phật tử trong Phật giáo Nguyên thủy đã nhìn vào các pháp và lý 'không' được tìm thấy ý nghĩa triết học của nó trong vô ngã.

Nói chung, bốn tánh cách của thế giới vô thường, khổ, vô ngã và không như Đức Phật dạy đã chỉ ra về chân lý của sự hiện hữu con người cũng như của thế giới hiện tượng. Đây là nguồn cảm hứng sâu sắc cho con người. Đức Phật tự Ngài đã giác tỉnh chúng, rồi tu tập, giác ngộ và chỉ cho chúng ta để biết như thật các pháp và có thể cảm thấy an lạc giải thoát, tự tại giữa những biến đổi đó.

4. 'Không' như là Lý Duyên-Khởi hoặc Con Đường Trung Đạo

12 Nhân duyên hoặc lý Duyên-khởi (*Paṭiccasamuppāda*, 緣起, 因緣生起) được xem là học thuyết căn bản của cả Bắc truyền và Nam truyền Phật giáo. Chính Duyên-khởi là chân lý mà Đức Phật giác ngộ dưới gốc bồ đề và từ đó, ngài trở

275 Sn, xxv, trang 334.

thành bậc toàn giác.

Giáo lý 12 nhân duyên được thể hiện và hình thành trong hoạt động của 12 khoen móc (*nidānas,* 因). Tương Ưng bộ kinh dạy như sau:

'Do vô minh (avidyā) duyên hành (saṁskāras); hành duyên thức (vijñāna); thức duyên danh sắc (nāma-rūpa); danh-sắc duyên lục nhập (sad-ayatana); lục nhập duyên xúc (sparsa), xúc duyên thọ (vedanā); thọ duyên ái (tṛṣṇā); ái duyên thủ, thủ duyên hữu (upādāna); hữu duyên sanh (bhava); sanh duyên già, bịnh, chết (jāti), sầu, bi, khổ, ưu, não. Đó là sự sanh khởi của toàn bộ tiến trình.

Này các tỳ-kheo, đây gọi là sự sanh khởi toàn bộ khổ uẩn.'[276]

(Avijjāpaccayā bhikkhave saṇkhārā, saṇkhārāpaccayā viññanaṁ, viññaṇapaccayā nāmarūpaṁ, nāmarūpapaccayā saḷāyatanaṁ, saḷāyatanapaccayā phasso, phassapaccayā vedanā, vedanāpaccayā taṇhā, taṇhapaccayā upādānaṁ, upādānnpaccayā bhavo, bhavapaccayā jāti, jātipaccayā jarāmaraṇaṁ soka-parideva-dukkbadoiuanassupāyasā sambhavanti. Evam etassa kevalassa dukkhakkhandhassa samudayo hoti. Ayaṁ vuccati bbikkhave samuppādo).[277]

Trong công thức của 12 khoen móc, vô minh được đặt đầu tiên có nghĩa là Đức Phật muốn nhấn mạnh sự quan trọng của trí tuệ và khuyến khích chúng ta tu tập trí tuệ để đạt giác ngộ. Vô minh là bóng tối, không tuệ tri các pháp và chấp ngã. Trong sự hình thành 12 nhân duyên, nếu chúng ta hy vọng chấm dứt sự hiện hữu của khổ đau, chúng ta chỉ phá huỷ một khoen trong chúng, thì tự nhiên 11 khoen kia sẽ tiêu diệt.

Trong kinh điển Pāli, 12 nhân duyên được tóm gọn trong công thức đơn giản dưới đây:

"Do đây sanh, kia sanh; do sanh đây, kia sanh; Do đây

---

276 BKS, II, trang 2; IV, 53-4; DB, II, trang 52.

277 S, II, trang 1.

không sanh, kia không sanh; do diệt đây, kia diệt."[278]

(Iti imasmiṁ sati idaṁ hoti imassuppādā idam uppajjatill imasmiṁ asati idaṁ na hoti imassa nirodhā idaṁ nirujjhati.)[279]

Có nghĩa là 12 khoen là nguyên nhân cho sự sinh khởi con người và thế giới mà cũng là sự nguyên nhân đưa đến sự huỷ diệt chúng sanh và hiện tượng thế giới như Đức Phật đã giải thích cụ thể:

"Này các tỳ-kheo, nay ta sẽ dạy cho các ngươi sự sanh khởi và tiêu diệt thế giới. Đó là cái gì?

Do mắt duyên sắc khởi nhãn thức. Ba pháp này họp lại nên có xúc. Do xúc có thọ. Do thọ có ái. Do ái có hữu. Do hữu có sanh. Do sanh có già, bịnh, chết, sầu, bi, khổ, ưu, não. Đây là sự sanh khởi thế giới."

Do tai duyên âm thanh khởi nhĩ thức..., Do mũi duyên hương..., Do lưỡi duyên vị..., Do thân duyên xúc..., Do ý căn duyên pháp trần..., Ba pháp này họp lại nên có xúc. Do xúc có thọ. Do thọ có ái. Do ái có hữu. Do hữu có sanh. Do sanh có già, bịnh, chết, sầu, bi, khổ, ưu, não. Đây là sự sanh khởi thế giới."

Và này các tỳkheo, cái gì đưa đến sự tiêu diệt thế giới?

Do mắt duyên sắc... Do thọ có ái. Do ly tham, đoạn diệt khát ái hoàn toàn nên thủ diệt. Do thủ diệt hữu diệt. Do hữu diệt sanh diệt. Do sanh diệt già, bịnh, chết, sầu, bi, khổ, ưu, não diệt. Đây là sự tiêu diệt của toàn bộ tiến trình.

Này các tỳ-kheo, đây là sự tiêu diệt thế giới."[280]

(Lokassa bhikkhave samudayañca atthagamañ ca desissāmi, taṁ suṇātha, Katamo ca bhikkhave lokassa samudayo. Cakkhuñca paṭicca rūpe ca uppajjati cakkhuviññāṇaṁ, tiṇṇam saṇgati phasso, phassapaccayā vedanā, vedanāpaccayā

---

278 BKS, II, trang 23.

279 S, II, trang 28.

280 BKS, IV, i. Tương ưng sáu xứ (d), 107. iv. Thế giới, trang 53-4.

taṇhā, taṇhāpaccayā upādānaṁ, upādānapaccayā bhavo, bhavapaccayā jāti, jātipaccayā jarāmaraṇaṁ sokaparidevadukkhadomanassupāyāsā sambhavanti ayam lokassa samudayo. Sotañ ca paṭicca. Ghānañ ca paṭicca. Jivhañ ca paṭicca|. Kāyañ ca paṭicca. Manañ ca paṭicca dhamme ca uppajjati manoviññāṇaṁ, tiṇṇaṁ saṇgatiphasso, phassapaccayā vedanā, vedanāpaccayā taṇhā, tanhāpaccayā upādānaṁ upādānapaccayā bhavo, bhavapaccayā jāti jātipaccayā jarāmaraṇaṁ sokaparidevadukkhadomanassupāyāsā sambhavanti, ayaṁ kho bhikkhave lokaesa samudayo. Katamo ca bhikkhave lokassa atthagamo.)

Cakkhuñca paṭicca rūpe ca uppajjati cakkhuviññānaṁ tiṇṇaṁ saṇgatiphasso|| phassapaccayā vedanā vedanāpaccayā ṭaṇhā tassāyeva taṇhāya asesavirāganirodhā upādānanirodho pe. Evam etassa kevalasaa dukkhakkhandhassa nirodho hoti. Ayaṁ kho bhikkhave lokassa atthagamotill).[281]

Vì vậy, điều này đã chứng minh một cách hùng hồn rằng '*Tất cả các pháp sanh và diệt đều có nguyên nhân*' hoặc '*Do đây sanh, kia sanh*'[282] trong đó không có bất cứ ngã nào là thật hoặc do Thượng đế sáng tạo ra. Nếu con người giác ngộ được điều này, vị ấy sẽ giải thoát. Đó là lý do tôn giả A-nan (*Ānanda*) đã khen ngợi lý Duyên-khởi và Đức Phật đã tán thán rằng:

'Sâu sắc là giáo lý Duyên-khởi! Thậm thâm là giáo lý Duyên-khởi! Vì không giác ngộ và thâm nhập giáo lý này mà chúng sanh hiện tại giống như ổ kén lộn xộn, cuộn chỉ rối ren, giống như cỏ munja và cây bấc lao xao, không thể nào vượt qua khỏi cảnh khổ, ác thú, đoạ xứ, luân hồi.'[283]

(Gambhīro cayaṁ Ānanda paticca-samuppādo gainbhīrāvabhāso ca. Etassa Ānanda dhammassa ananubodhā

---

281 S, IV, trang 87.

282 MLS, III, trang 151-2.

283 DB, II, số 15. Kinh Đại duyên (Mahanidana sutta), trang 50-1.

appaṭivedhā evam ayaṁ pajā tantākulaka-jātā gulā-guṇṭhika-jātā muñja-babbaja-bhūtā apāyaṁ duggatiṁ vinipātaṁ saṁsāraṁ nativattati).[284]

Đứng về mối liên quan giữa khái niệm 'không' (空) và 12 nhân duyên (因 緣 生 起), chúng ta thấy trong Tiểu-nghĩa-thích kinh (*Cūla-Niddesa*) của Kinh-tập thuộc Tiểu bộ kinh đã giải thích làm thế nào mà nhãn căn, sắc trần, nhãn thức sanh khởi; nhĩ căn, âm thanh và nhĩ thức sanh khởi...Từ đó, hiện tượng các pháp được sanh khởi. Tương tự như vậy, tuỳ thuộc vào sáu căn *(āyatana*, 處) có sáu trần (*phassa*, 觸) sanh khởi, tuỳ thuộc vào sáu trần mà thọ (*vedanā*, 受) sanh khởi...

Những quán chiếu này tương ứng với: 'Không là nhãn thức,...' trong mối liên quan thế giới các hiện tượng cho đến những tiến trình chứng nghiệm thiền cao nhất. Lý Duyên-khởi trở nên dễ thấy và 'không' được thực nghiệm trong tất cả những pháp này:

"... Chúng là vô ngã, vô thường, không có bản thể, không có bản chất của thường hằng, hạnh phúc hoặc ngã."

'Không' (Suññatā, 空) là chân lý của vũ trụ, là quyết định căn bản của giáo lý Duyên-khởi. Tuệ tri về 'không' là tuệ tri về vô thực thể: "Suññatānupassanā ti anattānupassanā va." [285]

Điều này như là sự phát triển hợp lý của việc ứng dụng ý tưởng 'không' mà chúng ta đã quán sát. Mỗi trong mười hai khoen duyên (*Paccayas*) hoặc pháp duyên (*Paccaya-dhammas*), không có bất cứ sự tồn tại độc lập nào. Do đó, mỗi trong chúng có bản chất của 'không'. Nếu tất cả những từ này đi đến cấu thành công thức là không thực thể, rồi công thức chính nó là bản chất của 'không'. Công thức này không gì khác là sự tuyên bố về bản chất của lý Duyên-khởi. Bản chất 'không' là đồng nhất với bản chất Duyên-khởi. Ngược lại, bản chất Duyên-khởi cũng đồng nhất với bản chất 'không'.

---

284 D, II, trang 55.

285 Vi, II, trang 695.

Ngài Phật-âm (*Buddhaghosa,* 佛音) đã trình bày công thức của lý Duyên-khởi như là một vòng tròn, có mười hai giai đoạn, theo Ngài tất cả không gì ngoài những giai đoạn của sanh và tử. Vì vậy, đó là toàn bộ bánh xe sanh khởi (*bhavaccakka*), được minh hoạ qua 12 khoen Nhân duyên và trở thành 'không':

(Yasmā panettha avijjā udayabbavadhammakatti dhuvabhavena, sankiliṭṭhattā (saṇkilesikattā ca ubhabhāvena, udayctbbavapīlitattā sukhabhāvena, paccayāttavuttittā vasavattanabhūtena attabhāvena ca suñña: tathā samkhārādīni pi angāni, tasmā dvādasavidha Suññatā suññam etaṁ bhavacakkanti vedilabbam).[286]

Đoạn văn này cũng là một bằng chứng hùng hồn sự đồng nhất của Không và 12 Nhân duyên không chỉ là một độc nhất vô song trong hệ Trung luận (*Mādhyamika,* 中論) mà còn là một khái niệm luôn luôn tàng ẩn trong Phật giáo, đó là lý do Ngài Phật-âm đã diễn tả nó trong nhiều từ.

Điều này đã giúp Bồ Tát giác tỉnh thực tại rằng: «*tāya atthi attā ti abhinivesassa pahanaṁ hoti...* (Khuynh hướng từ bỏ ngã).[287] Tuệ cao nhất (*adhipaññā vipassanā)* chỉ có thể thành lập sau khi đã chứng ngộ lý 'không' (*Suññatā*) của các pháp.[288] Đây rõ ràng là mục đích để hiểu lý nguyên nhân-kết quả như Đức Phật đã dạy trong lý Duyên-khởi.

Có nhiều cách khác nhau trong đó lý Duyên khởi và 'Không' đồng nhất với nhau. Cả hai đều diễn tả chân lý giống nhau. Đầu tiên là tiền đề, kế đến là kết luận. Trong sự phân tích tối hậu này, tất cả chân lý diễn tả người cảm thọ, người thực hiện, người giải thoát, người đi, người đau khổ...Tất cả những đối tượng này được hiểu là 'không' bởi lẽ không có thực thể và không có bản chất:

(...ettha suññato tāva paramatthena sabban' eva saccāni

286 Như trên, trang 578.

287 Như trên, trang 695.

288 Như trên, trang 695.

vedakakāraka nibbuta gamakabhava'to suññanīti veditabbāni...,

Dukkham eva lti na koci dukkāito kārako na kiriyāva vijjati atthi nibbuti, na nibbuto pumā, maggam atthi, gamako na vijjati...)[289]

Để khẳng định chân lý về khổ (*dukkha*, 苦), giải thoát (*nibbuti*, 解脱) và đạo (*magga*, 道) thì không phải để khẳng định thực thể, sự thường hằng, vững chắc và hạnh phúc vì tất cả những điều này là hư ảo và không thật:

(Dhuva-subha-sukhatta-suññam purimadvayam attasuññam amatapadaṁ; dhuva-sukha-attavirahito maggo iti Suññatā tesu).[290]

Và lý Trung đạo cũng được coi như Khái niệm Không như trong bài Chuyển-pháp-luân đầu tiên của Đức Phật tại Vườn Nai cho năm anh em Kiều-trần-như như sau:

'Này các tỳ-kheo, có hai cực đoan mà những ai từ bỏ thế giới tìm cầu con đường giải thoát không nên tu tập. Những gì là hai?'

Một là tham dục và truy tìm khoái lạc thoả mãn nhục dục– đây chỉ là sự theo đuổi thô thiển, đê tiện, ô uế và không có ích lợi. Hai là sự theo đuổi thực hành khổ hạnh, thống khổ cực kỳ, đau đớn, thô thiển và không có lợi ích.

Này các tỳ-kheo, từ bỏ hai cực đoan này, đi theo con đường trung đạo, là mục tiêu giác ngộ của Như Lai, khiến khai mở tâm và mắt, dẫn đến an lạc, đạt nhất thiết trí, chánh đẳng giác và niết-bàn."[291]

Ở đây, con đường trung đạo rõ ràng được định nghĩa như là một phương pháp tu tập, một kim chỉ nam hướng dẫn cách sống hàng ngày mà cuối cùng sẽ đưa đến giải thoát khỏi đau

---

289 Như trên, trang 512-3.

290 Như trên, trang 513.

291 Vinaya, Tr. by I.B. Horner, I, 10-17.

khổ và sợ hãi. Ở đoạn kinh khác, chúng ta sẽ thấy con đường trung đạo mang một khái niệm khác, một sự ứng dụng trừu tượng hơn của phạm trù bản thể học. Như khi Đức Phật giải thích cho vị ẩn sĩ Ca-chiên-diên (*Kātyāyana*) về bản chất của 'chánh kiến' như sau:

'Này Kātyāyana, thế giới phần lớn mỗi ngày chỉ y vào hai cực đoan: 'có' và 'không có'. Nhưng đối với Bồ Tát quán sát với chánh trí tuệ thấy các pháp trong thế giới hiện tượng này sanh khởi và đoạn diệt, vị ấy không chấp nhận thế giới là 'có' và 'không có'. Này Kātyāyana, 'Có các pháp' là một cực đoan và 'Không có các pháp' là một cực đoan khác. Như thế, Kātyāyana, Như Lai đã không dựa vào cả hai cực đoan này, thay vào đó ngài thuyết pháp theo con đường Trung đạo.'[292]

Khái niệm Trung đạo (中 道) rõ ràng đã chứng minh một sự khám phá vĩ đại rất có hiệu quả trong Kinh điển Phật giáo Nguyên thủy, một công cụ trợ lực hướng đến giải thích những điểm quan trọng trong kinh điển. Một trong những pháp thoại quan trọng nhất cho tất cả các Phật tử, đó là khái niệm vô ngã (nairātmya, 無 我) và con đường Trung đạo. Để tránh những khái niệm cụ thể hoá của khẳng định và phủ định, đó là Trung đạo. Con đường Trung đạo như lý Không thường trình bày như một tên gọi tạm thời cho sự kiện các pháp tùy thuộc lẫn nhau. Đức Phật đã sử dụng lý Duyên-khởi (*Paṭiccasamuppāda,* 緣 起, 因 緣 生 起) để bác bỏ những cực đoan và để chứng minh lý không của các pháp. Vì vậy, trong Phật pháp, lý Không (空), con đường Trung đạo (中 道) và lý Duyên-khởi (緣 起,因 緣 生 起) là có liên quan với nhau.

Tóm lại, với nội dung của Duyên-khởi (*Paṭiccasamuppāda*) và con đường Trung đạo như đã nói ở trên, chúng ta có thể kết luận rằng giáo lý Không là hệ quả thiết yếu của lý Duyên-khởi và con đường Trung đạo. Nói một cách khác, khi lý Duyên- khởi hoặc con đường Trung đạo phát triển đến một trình độ cao sẽ dẫn

---

292 Sn, III, 134. 30-135.19 và Sn, II, 178.30.

đến cánh cửa của Không. Không tức là lý Duyên-khởi như Đức Phật đã giải thích: "Do đây sanh, kia sanh, do sanh đây, kia sanh. Đây không sanh, kia không sanh. Do đây diệt, kia diệt."[293]

Do đó, 'không' trong ý nghĩa của lý Duyên-khởi được coi như giáo lý trung tâm và thiết yếu trong Phật giáo. Bất cứ ai thức tỉnh được lý Không thì đồng thời cũng thức tỉnh được bản chất của lý Duyên-khởi hoặc con đường Trung đạo.

5. 'Không' như Niết-Bàn

Khái niệm Không cũng có ý nghĩa là Niết-bàn. Đặc biệt trong kinh Tiểu không (*Cūlla Suññatā Sutta*) đã xác định lời tuyên bố này của Đức Phật:

"Này A-nan, nhờ an trú vào (khái niệm) 'không' mà bây giờ ta được an trú viên mãn nhất."[294]

(Suññatāvihārenāhaṁ, Ānanda, etarahi bahulaṁ viharāmīti.)[295]

Và trong kinh dạy rằng có một lần tôn giả Xá-lợi-phất đến Đức Phật sau một buổi chiều thiền định, Đức Phật đã khen sự biểu lộ định tĩnh, siêu thoát và an lạc của tôn giả Xá-lợi-phất. Ngài Xá-lợi-phất liền giải thích đó là do thành quả của:

"Kính bạch Thế tôn, con bây giờ đã hoàn toàn thâm nhập vào 'không'."

(Suññatāvihārena kho ahaṁ, bhante, etarahi bahulam viharāmiti).[296]

Vậy trạng thái Không là gì mà từ đó Đức Phật được an trú vào sự viên mãn nhất và Ngài Xá-lợi-phất cũng hoàn toàn thâm nhập vào đó? Chính đó là niết-bàn (*Nibbanā*, 涅槃), không tất cả những dục lậu, hữu lậu và vô minh lậu phải không?

---

293 BKS, II, trang 23.

294 MLS, III, Kinh Tiểu không (Culasunnata sutta), trang 147.

295 M, III, trang 104.

296 M, III, trang 293 trở đi.

Điều này đã được Đức Phật chứng minh khi Ngài gọi trạng thái không, trạng thái của những đại sĩ, đại Bồ Tát (*mahāpurisavihāra*). Như thế 'trạng thái không' là gì?

Trong Tăng-chi bộ kinh, tôn giả Xá-lợi-phất cũng giải thích giống như vậy với tôn giả A-nậu-lâu-đà (*Anuruddha*) về tánh cách trầm tĩnh, an định của ngài... nhưng bằng những từ ngữ khác như:

'Tâm ta đã khéo an trụ trong bốn trạng thái của chánh niệm (satipaṭṭhāna).''[297]

Sự tương đương như vậy ít nhất chỉ ra sự tu tập trong chánh niệm mới có thể đưa đến kết quả hiển nhiên của lý không. Trong Tương ưng bộ kinh có một câu hỏi đưa ra là: Con đường gì đưa đến niết-bàn (*Nibbāna*)? Câu trả lời rằng:

"Sự thiền quán về không, vô tướng và vô nguyện."

(Suññato samādhi animitio samādhi appaṇihito samādhi).[298]

Tuy nhiên, khuynh hướng chung của những bậc thiền này là chuyển hoá sự vọng động của thức, cho tới khi nào tâm hoàn toàn là không và không có vọng tưởng: một trong những trình độ này gọi là Vô-sở-hữu xứ định (*ākiñcaññāyatana,* 無所有處定) để hướng đến không và như trong kinh Tiểu-không,[299] Đức Phật dạy rằng:

"Này A-nan, Như Lai đã hoàn toàn hiểu trạng thái này, làm thế nào đạt được và an trú trong nội không bằng cách lìa tất cả các tướng."

(Ayaṁ kho pan', Ānanda, vihāro Tathāgatena abhisambuddho, yadidaṁ sabbani-mittānaṁ amanasikārā ajjhultam suññataṁ npasampajja viharituṁ.)[300]

---

297 A, V, trang 301.

298 S, IV, trang 360.

299 MLS, III, Kinh Tiểu không (Culasunnata sutta), trang 149.

300 M, III, số 121, trang 105.

Đây là những ví dụ bằng chứng về 'không' biểu thị trạng thái tâm lý đạt được qua các bậc thiền, có thể nói là trạng thái thanh tịnh niết-bàn và kinh Tiểu-không cũng đã mô tả các tầng bậc của thiền như là các tầng bậc của 'không'.

Đầu tiên, vị tỳ-kheo bắt đầu thiền định trong rừng, và rồi vị ấy chỉ thấy rừng, không làng, không người:

"Vị ấy thấy không phải nơi đây là không tất cả."[301]

(Iti yaṁ hi kho tattha na hoti, tena taṁ suññaṁ samanupassati).[302]

Rồi vị ấy ngang qua tám tầng bậc và đạt:

"Sự định tĩnh của tâm đó là vô tướng."[303]

(animittaṁ cetosamādhiṁ).[304]

Và bài kinh tiếp tục rằng:

"Vị ấy tuệ tri rằng: 'Vô tướng định tâm thuộc hữu vi và do vọng tưởng tạo ra. Nhưng bất cứ cái gì thuộc hữu vi và do vọng tưởng, đó là vô thường và có khả năng biến hoại. Khi vị ấy tuệ tri như vậy, tâm liền giải thoát khỏi dục lậu, hữu lậu và vô minh lậu."[305]

(So evaṁ pajānāti: Ayam pi kho animitto cetosamādhi abhisankhatoabhisañcetayito. Yaṁkhopanakiñciabhisankhataṁ abhisañce-tayitaṁ, tad aniccaṁ nirodhadhamman ti pajanāti. Tassa evaṁ jānato evaṁ passato kāmāsavā pi cittaṁ vimuccati, bhavāsavā pi cittaṁ vimccati, avijjāsavā pi cittaṁ vimuccati.)[306]

Rồi đến tiến trình chứng A-la-hán rõ ràng cũng là sự đạt đến niết-bàn (Nibbāna) và được diễn tả trong phạm trù của lý 'không':

---

301 MLS, III, Kinh Tiểu không (Culasunnata sutta), trang 149.

302 M, III, số 121, trang 105.

303 MLS, III, Kinh Tiểu không (Culasunnata sutta), trang 150.

304 M, III, trang 107.

305 MLS, III, số 121, Kinh Tiểu không (Culasunnata sutta), trang 151.

306 M, III, trang 107-8.

'Vị ấy tuệ tri rằng: 'Loại tưởng này không có dục lậu, hữu lậu và vô minh lậu và chỉ có một điều không phải không, tức là sáu căn, nền tảng cho chính tự thân này.'[307]

(So: suññam idaṁ saññāgataṁ kāmāsavenāti pajānāti; suññam idam saññāgataṁ bhavāsavenāti pajānāti; suññam idaṁ saññāgataṁ avijjāsavenāti pajānāti. Atthi c'ev 'idaṁ asuññataṁ, yadidaṁ imam eva kāyam paṭicca saḷāyatanikaṁ jīvitapaccayā ti).[308]

Chúng ta thường nhấn mạnh 'không' như một trạng thái của tâm thức, một lãnh vực rất quan trọng của chính niết-bàn. Khi Arahanta Uttama gọi chính mình là 'Người đạt được không và vô tướng.'(*suññatassānimittassa lābhinī,* 空與無相定)[309] nghĩa là dường như cô ấy đã đạt được niết-bàn. Một từ trong danh sách những từ đồng nghĩa với niết-bàn là 'không thuộc tính'(*anidasscananaṁ,* 無屬性).[310] Hoặc có thể nói rằng: 'Niết-bàn là cứu cánh của hữu tình' (*nibbānapariyosānā sabbe dhanamā,* 有情的究竟涅槃),[311] hoặc niết-bàn được gọi là 'Trạng thái vô tướng'(*animittā dhātu,* 法無相).[312]

Sự giải thích tương đối nhất của niết-bàn là trạng thái cao nhất của thiền định 'đã dừng mọi ý tưởng và cảm thọ'(*saññāvedayitanirodha,* 滅受想定). Khi mọi ý tưởng và cảm thọ đã dừng thì được xem như nền tảng vững chắc để đạt trạng thái niết-bàn tĩnh lặng và có một đặc tính đặc biệt giống như vậy để hướng tới niết-bàn nữa là sự thực nghiệm vô phân biệt, được gọi là 'không' (*Suññatā,*空). Niết-bàn cũng còn gọi là 'Sự diệt tận các thức'(*viññāṇassa nirodho,* 識的滅盡),[313] bởi lẽ vòng luân

---

307 MLS, III, số 121. Kinh Tiểu không (Culasunnata sutta), trang 151.

308 M, III, trang 108.

309 Therigatha, ed. R. Pischel, London: PTS, 1883, trang 46.

310 S, IV, trang 368.

311 A, V, trang 107.

312 Như trên, trang 148.

313 Sn, trang 734.

hồi sanh tử được hình thành qua dòng tâm thức (*viññāṇa*, 識) và niết-bàn (涅 槃) chính là sự tiêu diệt sanh tử, thực tại của vô ngã. Bằng những phương tiện của tu tập thiền định để trí tuệ (*paññā*, 智慧) hiện tiền sẽ tịnh chỉ được tiến trình hoạt động của ý thức.

Do thế, chúng ta nên nhớ rằng 'không' được Đức Phật nhấn mạnh không phải là một lý tưởng, một phương pháp mà đó là sự tuệ giác như chân lý, thực thể của vô ngã, bởi lẽ niết-bàn là hạnh phúc tối hậu, trạng thái vô ngã. Đây là điều quan trọng trong Phật giáo. Mặc dù Đức Phật đã giải thích nhiều phương pháp về pháp (法) nhưng mục đích là chỉ hướng dẫn chúng ta trở về tự ngã – bản chất của vô ngã.

Phật giáo luôn luôn dùng một số từ phủ định để tạm mô tả trạng thái không thể diễn tả được của niết-bàn như:

'Đây là sự không sanh, không hữu, không tạo, không tác... Nếu ở đâu không có sự không sanh... thì ở đấy chưa thể giải thoát khỏi thế giới hiện tượng này."

Niết-bàn là trạng thái không đất, không nước... cũng không có cảnh giới Không vô biên xứ hoặc Thức vô biên xứ... cũng không đến, không đi, không đứng, không sanh, không diệt, không giúp, không đầu, không gốc. Như thế là sự chấm dứt đau khổ."[314]

Hoặc niết-bàn cũng được diễn tả bằng những từ tích cực như:

'Một thực thể vượt khỏi tất cả sự đau khổ và thay đổi, như là không biến hoại, không sầu muộn, không ô nhiễm, như an lạc và hạnh phúc. Chính đây là hải đảo, nơi trú ẩn, nơi quy y và mục đích tối hậu.'

(asankhatam ca vo bhikkhave desissāmi asaṁkhatagāmiṇca maggani... anāsavanca... saccam... param... nipuṇam... ajajjaram... hum... sāntam... amatam... panītam... sivam... khemam... abbhūtam... antikadhamma... nibbānam... dīpam tāṇam... saraṇam...)[315]

---

314 Udāna viii, 3 và 2; cũng xem Itivuttaka, trang 37 (43).

315 S, IV, trang 368.

Đức Phật giác ngộ là một mẫu tượng trưng của niết-bàn. *Nirupadhiśeṣa Nibbāna* (無餘涅槃) là trạng thái vô dư niết-bàn, vì năm uẩn (*skandhas,* 蘊) tạo thành sự hiện hữu thực nghiệm đã hoàn toàn bị tiêu diệt.

Quan sát đoạn văn dưới đây, ta sẽ thấy 'không' (Suññatā, 空) để chỉ cho chân lý siêu việt của vũ trụ – niết-bàn:

"Nơi đây, này các tỳ-kheo, ở hội chúng nào, các tỳ-kheo đối với các kinh điển do Như Lai diễn thuyết, thâm sâu, khó hiểu, siêu việt, liên hệ đến Không, họ sẽ khéo nghe, lóng tai, an trú tâm để hiểu, vì họ nghĩ rằng các pháp ấy cần phải ghi nhớ và thọ trì; nhưng đối với các kinh điển ngoại đạo và các thơ văn do văn sĩ sáng tác với các từ hoa mỹ, các tỳ-kheo không khéo nghe, không lóng tai, không an trú tâm để hiểu, vì họ nghĩ rằng các pháp ấy không cần phải ghi nhớ và thọ trì."[316]

(Idha bhikkhave yassam parisayaṁ bhikkhu ye te suttantā Tathāgatahbāsitā gambhirā gambhiratthā lokuttarā Suññatāpatisaṁyuttā tesu bhaññamanesu na sussusanti na sotam odahanti na añña cittam upatthāpenti na ca te dhamme uggahetabbam pariyāpuni tabbam maññanti, ye pana ie suttantā kavikatā kaveyyā cittakkharā cittavyañjanā bāhirakā sāvakabhāsitā tesu bhaññamdnesu sussusanti sotam odahanti añña cittam upatthāpenti to ca dhamme uggahetabban pariyāpunitabbam maññanti, to tam dhammam pariyāpunitvā na c'eva ānnamannan patipucchanti na pativitaranti idam katham imassa kvattho ti.)[317]

Trong bài kệ 92 và 93 của Pháp cú, 'không' được cho là đồng nhất với giải thoát (*Vimokkha,* 解脫) và là một từ khác mang ý nghĩa của niết-bàn (*Nibbāna,* 涅槃):

"Tài sản không chất chứa,

Ăn uống vừa biết đủ,

---

316 BGS, I, Chương II: Hai pháp, v. Phẩm Hội chúng, 6, trang 68-9.

317 A, I, trang 72-3.

Không, vô tướng, giải thoát,

Đến đi đều tự tại,

Như chim lượn giữa trời,

Không lưu lại dấu vết."

(yesaṁ sannicayo n' atthi ye pariññatabhojanā suññato animitto ca vimokho yesaṁ gocaro ākāse va sakuntānaṁ gati tesaṁ durannayā.)[318]

"Lậu hoặc đã dứt sạch,

Không tham đắm ăn uống,

Không, vô tướng, giải thoát,

Đến đi đều tự tại,

Như chim lượn giữa trời,

Không lưu lại dấu vết."

(yassāsavā parikkhīṇā āhāre ca anissito suññato animitto ca vimokho yassa gocaro ākāse va sakuntānaṁ padaṁ tassa durannayaṁ.)[319]

Từ niết-bàn được mô tả trong kinh điển Pāli rõ ràng biểu thị một thực thể thống nhất thường hằng tồn tại vượt khỏi ba cõi dục giới (*kāma dhātu*: 欲界), sắc giới (*rūpa dhātu,* 色 界) và vô sắc giới (*arūpa dhātu,* 無 色 界). Đây là một bản chất vô tận, không thể diễn tả được, không sanh, không diệt và vượt tất cả những phân biệt đối đãi, đồng nhất (*ekarasa*) và vô ngã.

Mỗi chúng sanh là sự kết hợp của những thành tố, có thể phân biệt thành năm phần: sắc (*rūpa*, 色), thọ (*vedana,* 受), tưởng (*sanna,* 想), hành (*sankhara,* 行) và thức (*viññāṇa,* 識)ø. Do đó, chúng sanh này không khác với chúng sanh khác và con người bình thường không khác với bậc thánh. Nhưng bản chất và hình thể của mỗi trong năm yếu tố tồn tại trong từng cá

318 Dha, Kệ số 92, trang 49-0.

319 Như trên.

thể được thành lập, thì chúng sanh này có khác với chúng sanh khác, con người bình thường có khác với bậc thánh. Sự kết hợp năm uẩn này là kết quả của nghiệp (*Karma,* 業) và thay đổi ở mỗi sát na (*kṣaṇika,* 刹那), nghĩa là chuyển hoá thành tố mới thay cho những thành tố cũ tan rã hoặc biến mất. Năm uẩn được kết hợp sẽ thành một hữu tình và từ vô thuỷ, hữu tình ấy đã tạo nghiệp với sự chấp thủ định kiến của ngã (我, Ta) và ngã sở (我所, của Ta). Kiến tri của vị ấy bị bóp méo hoặc che mờ bởi vô minh, nên không nhận thấy chân lý của từng sát na kết hợp và tan rã của từng thành phần trong uẩn. Mặt khác, vị ấy bị chi phối bởi bản chất vô thường của chúng. Một người thức tỉnh với tuệ tri biết với phương pháp tu tập của Đức Phật sẽ giác ngộ được bản chất thật của các pháp nghĩa là một hữu tình chỉ do năm uẩn kết lại và không có một thực thể thường hằng hoặc bất biến nào gọi là linh hồn cả.

Tóm lại, với những đặc tánh của lý không như đã nói ở trên, nhãn quang của chúng ta được mở ra: khái niệm cao nhất tối thượng của lý không mà Đức Phật đã thuyết trong năm bộ kinh Pāli là thực tại của vô ngã, niết-bàn thanh tịnh tối hậu mà chúng ta nên đạt đến; bởi vì không chỉ hiện tại, mà trong quá khứ và tương lai, có nhiều vị Bồ Tát đã tu tập như vậy như Đức Phật và đã khẳng định trong kinh Tiểu không rằng:

"Và này A-nan-da, những vị sa-môn hoặc bà-la-môn nào trong quá khứ xa xôi sau khi chứng đạt và an trú trong (khái niệm) Không tánh tối thượng cứu cánh, tất cả các bậc ấy sau khi chứng đạt duy chỉ an trú vào (khái niệm) không tánh tối thượng cứu cánh này. Và này A-nan-da, những vị sa-môn hoặc bà-la-môn nào trong tương lai sau khi chứng đạt và an trú trong (khái niệm) không tánh tối thượng cứu cánh, tất cả các bậc ấy sau khi chứng đạt duy chỉ an trú vào (khái niệm) không tánh tối thượng cứu cánh này. Và này A-nan-da, những vị sa-môn hoặc bà-la-môn nào trong hiện tại sau khi chứng đạt và an trú trong (khái niệm) không tánh tối thượng cứu cánh, tất cả các bậc ấy sau khi chứng đạt duy chỉ an trú vào (khái niệm) không tánh tối

thượng cứu cánh này. Vì vậy, A-nan-da nên biết rằng: 'Sau khi chứng đạt, Ta sẽ an trú (khái niệm) không tánh tối thượng cứu cánh này'. Đó là tại sao A-nan-da, ông nên tu tập theo."[320]

(Ye hi keci, Ānanda, atītamaddhānaṁ samaṇā vā brāhmaṇā vā parisuddhaṁ paramānuttaraṁ suññataṁ upasampajja vihariṁsu, sabbe te imaṁ yeva parisuddhaṁ paramānuttaraṁ suññataṁ upasampajja vihariṁsu. Ye hi keci, Ānanda, anāgataiuaddhānaṁ samaṇā vā brāhmaṇā vā parisuddhaṁ paramānuttaraṁ suññataṁ upasampajja viharissanti, sahbe te imaṁ yeva parisuddhaṁ paramānuttaraṁ suññataṁ upasampajja viharissanti. Ye hi keci, Ānanda, etarahi samṇā vā brāhmaṇā vā parisuddhaṁ paramānuttaraṁ suññataṁ upasampajja viharanti, sabbe te imaṁ yeva parisuddhaṁ paramānuttaraṁ suññataṁ upasampajja viharanti. Tasmātiha, Ānanda, Parisuddhaṁ paramānuttaraṁ suññataṁ upasampajja viharissuñmīti, — evaṁ hi vo, Ānanda, sikkhitabban ti).[321]

Hoặc trong Tăng chi bộ kinh cũng diễn tả cùng ý kiến đó như sau:

"Này các tỳ-kheo, thế nào là hội chúng được huấn luyện trong cật vấn và không được huấn luyện trong phô trương?"

Nơi đây, này các tỳ-kheo, ở hội chúng nào, các tỳ-kheo không khéo nghe, không lóng tai, không an trú tâm để hiểu các kinh điển ngoại đạo và các thơ văn do văn sĩ sáng tác với các từ hoa mỹ. Họ nghĩ rằng các pháp ấy không cần phải ghi nhớ và thọ trì. Nhưng đối với các kinh điển do Như Lai diễn thuyết, thâm sâu, khó hiểu, siêu việt, liên hệ đến Không thì họ sẽ khéo nghe, lóng tai, an trú tâm để hiểu chúng, vì họ nghĩ rằng các pháp ấy cần phải ghi nhớ và thọ trì, và sau khi ghi nhớ các pháp ấy rồi, họ sẽ cùng bàn bạc: 'Điều này là gì? Thế nào là ý nghĩa của cái này? Họ sẽ phơi bày những gì được dấu kín, sẽ giải thích những điểm chưa được giải thích, sẽ xua tan nghi vấn trong pháp Phật. Này

---

320 MLS, III, số 121. Kinh Tiểu Không (Culasunnata sutta), trang 152.

321 M, III, trang 109.

các tỳ-kheo, đây gọi là hội chúng được huấn luyện trong cật vấn và không được huấn luyện trong phô trương."[322]

(Idha bhikkhave yassaṁ parisāyaṁ bhikkhū ye te suttantā Tathāgatabhāsitā gambhīrā gambhīratthā lokuttarā suññatāpatisaññuttā tesu bhaññamānesu nn sussūsanti na sotaṁ odahanti ṇa aññācittaṁ upaṭṭhāpenti na ca te dhanune uggahetabbaṁ pariyāpuṇitabbaṁ maññanti, ye pana te suttantā kavikatā kāveyyā cittakkharā cittavyañjanā bāhirakā sāvakabhāsitā tesu bhaññamānesu sussūsanti sotaṁ odahanti aññācittaṁ upaṭṭhāpenti te ca dhamme uggahetabbaṁ pariyāpuṇitabbaṁ maññanti, te taṁn dhammaṁ pariyāpuṇitvā na c'eva aññamaññaṁ paṭipucchanti na paṭivivaranti idaṁ kathaṁ imassa kvattho ti. Te avivaṭañ c'eva na vivaranti anuttāni-katañ ca na uttānī-karonti anekavihitesu ca kankhāṭhānīyesu dhammesu kakhaṁ na paṭivinodenti. Ayaṁ vuccati bhikkhave ukkācita-vinītā parisā no paṭipucchā-vinītā).[323]

Trong những đoạn văn trên, Đức Phật đã chỉ sự kiện các pháp thoại mà Ngài giảng liên quan tới chân lý của không tánh tối thượng cứu cánh rất sâu sắc, khó hiểu và nhấn mạnh rằng những ai chưa nắm được ý nghĩa thậm thâm đó sẽ thất bại trong việc phơi bày chân lý tiềm ẩn:

'Này Xá-lợi-phất, nhờ an trú nào mà nay ông an trú với sự an trú viên mãn?'

'Bạch Đức Thế tôn, nhờ an trú vào không tánh nên nay con đã an trú với sự an trú viên mãn.'

'Thật quý hoá! Thật quý hoá! Này Xá-lợi-phất, ông nay thật sự đã an trú với sự an trú của bậc đại nhân, vì sự an trú của bậc đại nhân là không tánh. Vì vậy, này Xá-lợi-phất, nếu có một tỳ-kheo ước muốn: 'Cầu cho tôi được an trú trong sự an trú viên mãn của (khái niệm) không tánh', và này Xá-lợi-phất, vị tỳ-kheo ấy nên quán

322 BGS, I, Chương II: Hai pháp, v. Phẩm Hội chúng, 6, trang 68-9.

323 A, I, trang 14.

sát rằng: 'Trên đường mà ta đã đi vào làng khất thực hoặc một khu trong đó ta đã đi khất thực hoặc trên con đường ta rời làng sau khi khất thực xong– trong đó tâm của ta có khởi lên tham, sân và si đối với các sắc do mắt nhận thức không?...'[324]

(Katamena tvam Sāriputta, vihārena etarahi bahulam viharasī ti. Suññatā-vihārena kho aham bhante, etarahi bahulam viharāmi. Sādhu sādhu, Sāriputta. Mahāpurisa-vihārena kira tvam Sāriputta, etarahi bahulam viharasi. Mahāpurisa-vihāro hesa Sāriputta, yadidam Suđđatā. Tasinātiha, Sāriputta, bhikkhu sace ākaṇkheyya: Suññatāvihārena etarahi bahulaṁ vihareyyan ti, tena, Sāriputta, bhikkhunā iti paṭisañcikkhitabbaṁ: Yena cahaṁ maggena gāmaṁ piṇḍāya pāvisiṁ, yasmiñ ca padese piṇḍāya acariṁ, yena ca maggena gāinato piṇḍāya paṭikkamiṁ, ritthi nu kho me tattha cakkhuviññeyyesu rūpesu chando vā rāgo vā doso va moho vā paṭighaṁ vā pi cetaso ti?)[325]

---

324 MLS, III, số 151. Kinh Khất thực Thanh tịnh, trang 343.

325 M, III, 294.

Chương 6

KHÁI NIỆM TÁNH KHÔNG TRONG KINH ĐIỂN ĐẠI THỪA

GIỚI THIỆU KINH ĐIỂN ĐẠI THỪA

Như chúng ta biết Đức Phật không ban pháp thoại bằng thuật từ lý Không (P. *Suññatā*, Skt. *Śūnyatā*, 空性) mà bằng giáo lý Duyên khởi (*Pratītyasamutpāda*, 緣起, 因緣生起) và con đường Trung đạo (*Madhya-mārga, madhyamā-pratipad*, 中 論). Vài thế kỷ sau, một nhóm các kinh điển Đại thừa như Kinh Kim-cang Bát-nhã ba-la-mật (*Vajrachedikā-prajñā-pāramitā Sūtra*, 金剛般若波 羅密經) và Tâm-kinh *Hṛdaya Sūtra* (心經) hoặc Bát-nhã Tâm-kinh (*Prajñā Hṛdaya Sūtra* (心經般若) thuộc hệ kinh điển Bát-nhã (*Prajñā-pāramitā*, 般若波羅密經) đã giới thiệu mạnh mẽ giáo lý Tánh Không. Đó là lý do tác giả đã chọn các kinh này để phân tích cho mục đích của chương 'Khái Niệm Tánh Không trong Kinh điển Đại thừa'.

Trước hết, chúng ta cần tham khảo xuất xứ về những nguồn kinh điển này.

1. Văn học Bát-nhã Ba-la-mật

Nói về nguồn gốc của kinh Bát-nhã Ba-la-mật và những kinh điển Đại thừa có mối liên quan thuộc dòng họ với nhau như chúng ta được biết những kinh điển Đại thừa sớm nhất có lẽ là kinh Bát-nhã Ba-la-mật (*Prajñā-pāramitā Sūtra,* 般若波羅密經). 'Bát-nhã Ba-la-mật' hoặc còn gọi 'Kinh Trí tuệ Tối thượng' là biểu trưng của pháp-bảo, không phải trong một kinh riêng rẽ mà nhiều kinh có liên quan với nhau như là một gia đình dòng họ hay một triều đại với nhau. Tiến sĩ Edward Conze đã cống hiến một phần lớn đời mình trong việc nghiên cứu, dịch thuật và giải thích những học thuyết Bát-nhã này, đối chiếu với những nguồn kinh của ngôn ngữ Khotan (phía Đông của nước Iran), Tây-tạng, Trung-hoa và Phạn ngữ, đã đưa ra một danh sách 40 kinh điển Bát-nhã Ba-la-mật, không phải tất cả chúng là kinh điển được biên soạn khoảng 100 trước tây lịch mà được đều đặn tiếp tục biên soạn cho đến thời gian Phật giáo bị tiêu diệt ở Ấn độ từ thế kỷ XIII. Edward Conze[326] đã phân biệt thời gian biên soạn của các kinh Bát-nhã Ba-la-mật có bốn giai đoạn trong sự phát triển văn học Bát-nhã Ba-la-mật như sau:

1. Làm chi tiết một bản kinh gốc (100 trước tây lịch – năm 100) để tìm ra nguyên bản chính,
2. Mở rộng bản kinh đó (năm 100-300),
3. Trình bày lại ý nghĩa trong những bài kinh ngắn và những bản tóm lược của thể văn xuôi chuyển thành thơ (năm 300-500),
4. Giai đoạn ảnh hưởng Mật giáo và sự hưng thịnh của phép tu thần thông (năm 600-1200).

Sự phân chia truyền thống này đơn giản là dựa theo độ dài của kinh. Lấy những bài thơ ba mươi hai vần (*sloka*) như là một đơn vị để đo lường, có những kinh 'Lớn' (hoặc Dài) bao gồm 18,000; 25,000 và 100,000 dòng và theo tiến sĩ Conze, tất cả kinh này thuộc giai đoạn thứ hai trong bốn giai đoạn phát triển ở trên và những kinh 'nhỏ' bao gồm từ vài trăm hàng hoặc ít hơn cho đến 8000 hàng dường như xuất hiện ở giai đoạn đầu hoặc suốt giai đoạn thứ ba.

---

326 Edward Conze, The Prajnāpāramitā Literature, Tokyo, 1978, trang 1; Conze 1960: trang 9 trở đi; 1968: trang 11 trở đi; cũng xem Mahāyāna Buddhism - The Doctrinal Foundation, Paul Williams, New York, 4th rpt. 1998, trang 41.

Kinh Bát-nhã cổ xưa nhất hoặc căn bản nhất là Kinh Bát-Thiên-tụng Bát-nhã Ba-la-mật (*Aṣṭsā-sarikā Prajñāpāramitā Sūtra*, 八天頌般若波羅密經), còn gọi là 'Kinh về Trí-tuệ Viên-mãn có 8000 dòng' và bài kinh ngắn hơn có thể là Kinh Bảo-tích (*Ratra-guna-samuccaya-gāthā,* 寶積經). Có thể là (theo những lý thuyết hiện nay) kinh Bát-Thiên-tụng Bát-nhã Ba-la-mật được mở rộng thành kinh Nhất-Bách-Thiên-tụng Bát-nhã Ba-la-mật (*Sata-sāhasrikā Prajñā-pāramitā,* 一百千頌般若波羅密經) (100,000 dòng) và Nhị-Vạn-Ngũ-Thiên-tụng Bát-nhã Ba-la-mật (*Pañcavimśati-sāhasrikā Prajñā-pāramitā,* 二萬五千頌般若波羅密經) (25,000 dòng) và Kinh-Nhị-Thiên-Ngũ-Bách tụng Bát-nhã Ba-la-mật rồi (*Sārdhadvisāhasrikā,* 二千五百頌般若波羅密經) (2,500 dòng). Thập-Bát-Thiên tụng Bát-nhã Ba-la-mật (*Aṣṭādasasāhasrikā Prajñā-pāramitā,* 十八千頌般若波羅密經) hoặc Kinh Trí-tuệ Tối-thượng có 18,000 dòng. Thập-Thiên-tụng Bát-nhã Ba-la-mật (*Dasasahasrikā Prajñā-pāramitā,* 十千頌般若波羅密經) hoặc Kinh Trí-tuệ Tối-thượng có 10,000 dòng cũng thỉnh thoảng được phân vào các kinh 'lớn' (dài). Thất-Bách-tụng Bát-nhã Ba-la-mật (*Saptasatikā Prajñā-pāramitā,* 七百頌般若波羅密經) (700 dòng) và Nhất-Bách-Ngũ-Thập-tụng Bát-nhã Ba-la-mật (*Adhyardhasatiku Prajñā-pāramitā,* 一百五十頌般若波羅密經) có 150 dòng được phân vào các kinh loại 'nhỏ' (ngắn).[327]

Trong những kinh ngắn khoảng 300-500 dòng, có hai kinh có niên đại sớm nhất xuất hiện khoảng năm 400 trước tây lịch là Kinh Kim-cang Bát-nhã (*Vajrachedikā-prajñā-pāramitā Sūtra*, 金剛般若波羅密經) có 300 dòng và Tâm-kinh (*Hṛdaya Sūtra,* 心 經) hoặc Bát-nhã Tâm-kinh (*Prajñā Hṛdaya Sūtra,* 心經般若) khoảng 25 hoặc 14 dòng[328] và theo bản dịch Hán biên soạn sau này chỉ có 262 từ.[329]

---

327 Prajña Pāramitā Text: 20-24, cũng xem EL, trang 132.

328 SSPW, trang 14.

329 Shohei Ichimura, Buddhist Critical Spirituality: Prajñā and Śūnyatā, Delhi: Motilal Banarsidass, 2001, trang 258. Bồ Tát và Tánh Không 244

a. Kinh Kim-cang Bát-nhã ba-la-mật

Kinh Kim-cang (*Vajrachedikā,* 金剛 hoặc 金剛般若) còn gọi là Kinh Kim-cang Chặt-đứt (*Diamond Cutter sūtra*) (vì *vajra*: 金剛tiếng sấm sét (*thunderbolt*) nghĩa là một sức mạnh vững chắc, không thể chống lại được như Kim-cang) cũng được gọi là 'kinh Trí-tuệ Tuyệt-đối'. Bài kinh này có hai phần và 32 chương, đây là cuộc đàm thoại giữa Đức-Phật (佛陀) và tôn giả Tu-bồ-đề (*Subhūti,*須菩提). Tuy nhiên, bản tiếng Phạn thì không có phân chia chương, có một bản được ông Max Muller và nhiều nhà học giả khác cho rằng có niên đại khoảng năm 530 được giới thiệu trong bản dịch của Ngài Cưu-ma-la-thập (*Kumarajiva,*摎摩羅什) tại Trung-hoa. Tuy nhiên, bản này không giúp ích gì được nhiều. Không giống như những bản tóm lược, kinh Kim-cang (như được biết) không phải cố gắng trình bày một cuộc khảo sát có hệ thống về những lời dạy Trí tuệ Bát-nhã (*Prajñā-pāramitā*). Thay vì vậy, kinh giới hạn trong vài tiêu đề trung tâm được ghi khắc qua trí tuệ trực giác hơn là qua kiến thức lý luận. Kết quả kiệt tác này đã được nhiều nhà học giả và những bậc chân tu tán dương.

Tựa đầy đủ của kinh là Kinh Kim-cang Bát-nhã ba-la-mật (*Vajracchedikā Prajñā-pāramitā Sūtra*) (như bản dịch của Ngài Cưu-ma-la-thập) đã chỉ ra tông chỉ của kinh này là phơi bày Trí tuệ Kim-cang chặt đứt các hoài nghi, chấp thủ để phát triển tâm bồ đề. Tâm Kim-cang là trí tuệ tuyệt đối của sự giác ngộ tối thượng. Điều mà Đức Phật đã giảng trong khi đàm thoại với tôn giả Tu-bồ-đề cốt yếu đơn giản chỉ để loại trừ nghi ngờ của Tu-bồ-đề mà những hoài nghi này khởi lên từ từ khi Tu-bồ-đề nghe Đức Phật giảng. Theo Hoàø Thượng Nhất-hạnh, tên của kinh là Kim-cang Bát-nhã ba-la-mật. Kim-cang (*Vajracchedikā*) nghĩa là 'Kim-cang chặt đứt các phiền não, vô minh, tham dục hoặc vọng tưởng'. Ở Việt nam và Trung hoa, Phật tử gọi là kinh Kim-cang, nhấn mạnh từ 'Kim-cang' nhưng thật ra từ 'chặt đứt' quan trọng hơn. Vì vậy, tên đầy đủ của kinh này là 'Kim-cang Chặt đứt Phiền não'.[330]

Prajñā-pāramitā nghĩa là 'Trí tuệ tối thượng', 'Sự hiểu biết siêu việt', hoặc 'Trí tuệ đưa chúng ta vượt qua bể khổ đi đến bờ kia'. Nghiên cứu và tu tập theo kinh này sẽ giúp chúng ta chặt đứt vô minh và chuyển hoá tâm chúng ta an lạc tự tại.

Có sáu bản dịch Hán, bắt đầu là bản dịch của Ngài Cưu-ma-la-thập (*Kumarajiva,*摎摩羅什 - 402 tây lịch), Bồ-đề lưu-chí (*Bodhiruci*, 菩提留志 - 509 tây lịch), Chơn-đế (*Paramartha,* 真諦 - 562 C.E.), Đạt-ma cúc-đa (Dharmagupta, 達摩鍋多 - 605 C.E.) và Ngài Huyền-trang (*Hsuan-tsang,* 玄莊 - 648 C.E.), Nghĩa-tịnh (I-tsing, 義淨 - 703 C.E.). Những bản dịch này không phải giống nhau. Bản dịch của Ngài Cưu-ma-la-thập thì không trực tiếp từ bản tiếng Phạn. Thêm vào đó, có nhiều bản dịch của tiếng Tây-tạng, Mông cổ và Mãn-châu (*Manchu*) cũng như Xốc-đi-a-na (*Sogdian*: thuộc dòng Iran) mà hiện nay biến mất, hoàn toàn không còn nữa. Có đến hàng trăm hoặc nhiều bản sớ giải bằng tiếng Phạn, Tây-tạng và Trung-hoa là bằng chứng cho thấy sự phổ biến rộng lớn của kinh này. Ở phương Tây, kinh này bắt đầu thu hút rất nhiều tầng lớp. Cũng đã xuất hiện nhiều bản dịch từ nguyên bản tiếng Phạn ra ngôn ngữ Anh, Pháp và Đức. Riêng tiếng Anh đã có ít nhất tám bản, ngoài ra còn có những bản chưa đầy đủ. Những bản sớ giải cũng đã xuất hiện trong tiếng Nhật hiện đại và Thái lan. Dường như rằng Kinh Kim-cang đã được trù định từ trước là ít có ảnh hưởng trong tương lai hơn là trong quá khứ với một phạm vi ảnh hưởng vô cùng lớn lao như kinh đã từng trải qua.[331]

b. Tâm-kinh

Tâm-kinh (*Hṛdaya Sūtra*, 心經) thường đi một tập với kinh Kim-cang, là kinh duy nhất sánh với kinh Kim-cang trong sự thịnh hành phổ biến. Thật ra, hai kinh này là có kết

---

330 The Diamond that cut through Illusion, Thich Nhat Hanh, California: Parallel Press: 1991, trang 1.

331 EL, trang 151.

hợp gần gũi với nhau cả về bản chất và hình thức, nhưng hoàn toàn không thích hợp để nói về phương diện so sánh cao thấp lẫn nhau, mặc dù Tâm-kinh là một tác phẩm cực kỳ cô động, nội dung chỉ gồm có một trang giấy duy nhất trong hầu hết các bản, hiện nay có hai bản dịch một dài và một ngắn.

Hai bản này giống nhau về thân bài, nhưng bản dài hơn thì có thêm giới thiệu, kết luận và phần tường thuật về nhân duyên Đức Phật giảng kinh. Kinh này thật ra cũng là một cuộc đối thoại, mặc dù chỉ có một người nói, trong đó hai vấn đề (sắc và không) được hình thành, tức là hai thái cực mà giữa đó một năng lực được tạo ra để thiết lập dòng chuyển hoá biện chứng.

Nhân vật trong kinh là Bồ Tát Quan-thế-âm (*Bodhisattva Avalokiteśvara*) là hình ảnh nổi bật nhất trong văn học Bát-nhã Ba-la-mật và Ngài Xá-lợi-phất (*Śāriputra,*). Bồ Tát Quan-thế-âm thuyết giảng cho vị đại đệ tử lớn là Xá-lợi-phất. Ngài đã đưa ra quá trình tiến triển tâm linh của Ngài đã đạt được Trí tuệ thâm sâu tối thượng.

Đặc biệt, kinh này là một bản tuyên ngôn của lý Tứ-diệu-đế trong ánh sáng nổi bật của tư tưởng Tánh Không. Như trong hầu hết các kinh rất ngắn khác, phần lớn những lời kinh đều lấy từ kinh Bát-nhã Ba-la-mật loại 'Lớn' (dài). Tuy nhiên, những phần này được thống nhất với nhau thành một thể khéo léo đầy sức thuyết phục và những nấc thang biện chứng theo tầng bậc cái này tiếp cái khác rất lô-gíc qua pháp thoại của Bồ Tát Quan-thế-âm ban cho tôn giả Xá-lợi-phất. Như thể thông điệp của Tuệ giác Bát-nhã là chưa đủ cô động hoàn toàn, bài kinh lại thêm vào một kết luận chính xác của một đoạn thần chú ngắn tạo thành một sự cô động tinh túy thực sự: «*Yết đế, yết đế, ba la yết đế, ba la tăng yết đế, bồ đề ta bà ha*". 'Vượt qua, vượt qua, vượt qua bờ kia, vượt qua hai bờ, ôi giác ngộ! (揭諦,揭諦波羅揭諦,波羅增揭諦,菩提薩婆訶).[332] Âm điệu thích đáng của những thần chú này làm cho tâm tư của con người dường như mở ra để thâm

332 般若波羅密多心經, 佛學業書, 台黨, 一九九八, trang 135.

nhập vào Trí tuệ tối hậu.

Bát-nhã Tâm-kinh cũng nổi tiếng và gây ấn tượng như Kinh Kim-cang. Bản gốc tiếng Phạn của hai kinh này được tìm thấy trên lá buông ở Nhật, bản kinh ngắn hơn được mang đến đó khoảng năm 609 và bản dài hơn được mang đến vào năm 850. Trong khoảng thời gian sáu thế kỷ, bảy bản dịch của kinh được ra đời như của Ngài Cưu-ma-la-thập (*Kumārajīva,* 摎摩羅什) hoặc đệ tử của Ngài (năm 400), Huyền-trang (*Hsuan-tsang,* 玄莊,năm 649), Pháp-nguyệt (*Dharmacandra,* 法月,năm 741), Đại-huệ (*Prajñā,*大慧, năm 790), Tuệ-nhãn (*Prajñācakra,* 慧眼,năm 861), Thi-hộ (*Fa-cheng*, 施護, năm 856) và Đà-na-ba-la (*Dānapala,* 陀那杷羅, năm 1000). Kinh Bát-nhã cũng được Vô-cấu-hữu luận sư (*Vimalamitra,* 無垢有) dịch ra tiếng Tây tạng. Có những bản dịch và những bản sớ giải của Mông cổ và Mãn-chu (*Manchu*). Ở phương Tây có hơn 10 bản dịch tiếng Anh, bên cạnh đó còn có sáu bản dịch tiếng Pháp và một bản tiếng Đức. Điều này cho thấy sự phổ biến của Tâm-kinh.[333]

Trung-Anh Phật học Tự điển (*Dictionary of Chinese Buddhist Terms,* 中英佛學辭典) đã định nghĩa như sau:

"Bát-nhã Tâm-kinh có nhiều bản dịch với nhiều tựa đề khác nhau, bản của Ngài Cưu-ma-la-thập được sử dụng phổ biến, đã nói lên bản chất của các kinh Tuệ giác. Có nhiều sớ giải về bản kinh này."[334]

Nhìn chung, trung bình cứ mỗi trăm năm có hai bản dịch mới của Bát-nhã Tâm-kinh được ra mắt độc giả, mỗi bản có sự cải thiện hơn. Bởi lẽ tính chất cô động và tinh hoa của kinh, nên Bát-nhã Tâm-kinh rất được phổ biến và phát hành rộng rãi khắp Trung hoa, Việt nam và nhiều nước khác.

Bát-nhã Tâm-kinh thuộc đa-hệ phái, bởi được tất cả các hệ phái Phật giáo chấp nhận như là một giáo nghĩa tinh yếu của Đại

---

333 EL, trang 152.

334 DCBT, trang 337-8.

thừa Phật giáo, không chỉ bởi các truyền thống nghiên cứu học giả mà còn các truyền thống tu tập của thiền và tịnh độ. Bởi tính chất ngắn và cô động, bài kinh này thích hợp cho cá nhân hay tập thể dễ nhớ và đọc tụng. Kinh rất phổ biến cả giới xuất gia và tại gia ở các nước như Việt nam, Trung Hoa, Nhật Bản, Đại Hàn... thường tụng ở cuối mỗi buổi lễ. Sự phổ biến rộng rãi của kinh là một trong những điểm đặc biệt của Phật giáo Đại thừa ở nửa sau thiên niên kỷ thứ nhất. Nói một cách khác, tinh hoa của kinh điển Đại thừa được chứa trong 262 từ của bản Hán dịch Tâm-kinh. Thế nên, ta mới thấy sự quan trọng của kinh này thế nào!

KHÁI NIỆM TÁNH KHÔNG TRONG KINH ĐIỂN ĐẠI THỪA

Sau khi Đức Phật nhập Niết-bàn, Phật giáo trở nên rất nổi tiếng và phát triển từ Phật giáo Nguyên thủy thành Phật giáo Tiểu thừa (*Hīnayāna,* 小乘) (chúng ta cũng gọi là Phật giáo thời kỳ đầu) và Phật giáo Đại thừa (*Mahāyāna,* 大乘) (cũng gọi là Phật giáo Phát triển sau này).[335] Sự phân chia giữa Phật giáo Đại thừa và Tiểu thừa được thành lập khoảng giữa thế kỷ I trước tây lịch và thế kỷ I sau tây lịch. Tiểu thừa là trường phái Phật giáo Bảo thủ cố giữ những lời dạy và phương pháp tu tập truyền thống của Phật giáo cũng như xem kinh điển Pāli như nguồn kinh điển chính.[336]

---

335 Trong thế kỷ thứ IV trước tây lịch, Phật giáo chia thành hai nhánh chính: Đại chúng bộ (Mahāsaṇgika) và Nguyên thuỷ bộ (Sthaviras). Đến thế kỷ thứ III trước tây lịch có tám bộ phái mới (chi nhánh) xuất phát từ Đại chúng bộ. Cũng trong thế kỷ thứ III-II trước tây lịch, có mười chi nhánh mới xuất phát từ Nguyên thuỷ. Mười tám bộ phái này sau này được gọi là Tiểu-thừa (Hīnayāna). Truyền thống về các bộ phái này chưa chính xác và rõ ràng lắm. Xem Edward Conze's Buddhist Thought in India, Ann Arbor: University of Michigan Press, 1967, trang 119-120.

336 Kinh điển Pali được biên soạn và hiệu đính hoàn chỉnh trong ba kỳ kiết tập. Kỳ kiết tập lần thứ nhất chỉ vài tháng sau khi Đức Phật nhập niết bàn (483 trước tây lịch) ở Vương-xá (Rājagaha). Sau đó khoảng 100 năm, kỳ thứ hai được tổ chức khoảng 383 trước tây lịch ở thành Xá-vệ (Vesali) và lần thứ ba khoảng năm 225 trước tây lịch ở thủ đô Hoa-thị thành (Pataliputra: Ba-tra-lị-phất-thành). Kinh điển Nguyên thuỷ được chia thành ba tạng (piṭaka): Luật tạng

Đối với các nhà Tiểu thừa chỉ có một vị Phật là người đã sáng lập ra Phật giáo và mục đích cao nhất của họ là trở thành A-la-hán, một đệ tử phạm hạnh của Đức Phật, người đã đạt được giải thoát bằng chính sự nỗ lực của mình.

Đại thừa Phật giáo là một trường phái phát triển rộng rãi sau này đã có một sự cải cách mới. Họ không chỉ chấp nhận kinh điển Pāli như là nguồn kinh điển chính mà còn chấp nhận nhiều kinh điển khác được viết bằng tiếng Phạn, Hán, Tây tạng...[337] Theo các nhà Đại thừa, không chỉ có một vị Phật mà còn nhiều vị nữa. Lý tưởng của họ không chỉ trở thành A-la-hán mà còn hướng đến làm một vị Bồ Tát (vị Phật sẽ thành) là những vị có thể chuyển hoá tất cả nghiệp (*karmas,* 業) xấu và đau khổ của chính mình và sẽ chỉ ra con đường giải thoát cho tất cả chúng sanh bằng tất cả tấm lòng từ, bi, hỉ, xả vô lượng. Điểm khác biệt triết lý chính yếu nữa giữa Phật giáo Tiểu thừa và Đại thừa là trong khi Tiểu thừa khẳng định thực thể của các pháp (*dharmas*) thì Đại thừa tuyên bố rằng các pháp là rỗng không.

Nói một cách khác, ngã không là khái niệm liên quan đến Tiểu thừa (*pudgalanairātmya,* 我空) và pháp không (*dharma-*

(Vinayapiṭaka, những giới luật trong tăng chúng), Kinh tạng (Suttaptaka, những pháp thoại của Đức Phật) và Luận tạng (Abhidhammapiṭaka, các bài luận phân tích chi tiết kinh tạng). Cũng có những tác phẩm sau này như Kinh Na-tiên tỳ-kheo (Milindapañha), Thanh-tịnh-đạo luận (Visuddhimagga) và A-tỳ-đàm (Abhidhammatthasangaha). Kinh của phái Nhất-thiết-hữu bộ (Sarvastivada) được viết bằng tiếng Phạn (Sanskrit).

337 Không có tạng kinh Đại thừa (Māhayāna) bởi lẽ các kinh đại thừa không phải là một bộ hệ thống xuyên suốt mà chỉ là rời rạc từng kinh riêng biệt gọi là các kinh đại thừa (Mahāyāna sūtras), khởi đầu được viết bằng tiếng Phạn. Nhiều bản gốc Phạn ngữ đã bị thất lạc và hiện chỉ có những bản dịch tiếng bằng Tây tạng và Trung quốc. Văn học Đại thừa ban đầu là kinh Bát nhã và vô số những kinh đại thừa khác mà không thể liệt kê hết tên ở đây. Như trình bày ở trên, cuốn sách này chỉ giới thiệu Bồ Tát và Tánh Không trong vài kinh Đại thừa như Kinh Bát-nhã Ba-la-mật (Prajñā-pāramitā Sūtra), Kinh Kim-cang Bát-nhã Ba-la-mật (Vajrachedika-prajñā-pāramitā Sūtra), Bát-nhã tâm-kinh (Hṛdaya Sūtra) thuộc hệ Kinh điển Bát nhã. Tuy nhiên thỉnh thoảng tôi cũng trích dẫn từ các kinh Duy ma cật (Vimalakīrti), Diệu pháp liên hoa (Saddharma Puṇḍarīka Sūtra)... Bồ Tát và Tánh Không 252

nairātmya, 法空) là liên quan đến Đại thừa.[338]

Sự phát triển sau này của Phật giáo Đại thừa, triết lý của khái niệm pháp không (*dharma nairātmya*) đã được chấp nhận rộng rãi, cốt yếu để phủ định thực thể riêng biệt của các pháp (hiện hữu). Do đó, sắc là không thực, tưởng (*vikalpa*, 想) và các thuộc tính (kết hợp với tưởng) cũng không thật. Tư tưởng này được phổ biến rộng rãi với sự nổi lên của nền văn học Phật giáo Đại thừa qua các kinh như kinh Bát-nhã Ba-la-mật (*Prajñā-pāramitā,* 般若波羅密經), Kinh Diệu-pháp Liên-hoa (*Saddharma-Puṇḍarīka,* 妙法蓮花經), Kinh Lăng-già (*Laṇkāvatāra,* 楞伽經), Kinh Thần-thông du-hí (*Lalitavistara,* 神通遊戲經), Tam-muội-vương kinh (*Samādhirāja,*三昧王經), Kim-quang-minh kinh (*Suvarnaprabhāsa,*金光明經), Thập-địa kinh (*Dasabhūmi,*十地經), Vô-lượng-thọ kinh (*Sukhāvati,* 無量壽經), Duy-ma-cật kinh (*Vimalakīrti,* 維摩詰經), Hoa-nghiêm kinh (*Āvataṁsaka Sūtra,* 華嚴經) và vô số những kinh điển Đại thừa khác rất nhiều không thể liệt kê nổi và đặc biệt trong các kinh này là kinh Bát-nhã Ba-la-mật (*Prajñā-pāramitā*). T.R.V. Murti đã nói rằng: "*Văn học Bát-nhã Ba-la-mật dựa trên khái niệm căn bản của Tánh Không đã cách mạng hoá Phật giáo trong tất cả các lãnh vực triết học và tu tập.*"[339]

Hệ thống triết học Bát-nhã Ba-la-mật bao gồm kinh Kim-cang Bát-nhã Ba-la-mật (*Vajrachedikā-prajñā-pāramitā Sūtra*) và Tâm-kinh (*Hṛdaya Sūtra*) trong Phật giáo đã làm một sự thay đổi cơ bản trong những khái niệm trước kia. Hai khái niệm đi đôi với nhau là ngã không (*pudgalnairātamya*) và pháp không (*dharmanaitātmya*) như đã tìm thấy trong nền văn học Phật giáo Tiểu thừa được tiến triển hơn trong nền văn học Bát-nhã. Khái niệm căn bản của pháp không (*nairātmya*)

---

338 Xem T.R. Sharma, An Introduction to Buddhist Philosophy, Delhi: Eastern Book Linkers, 1994, trang 24.

339 Murti, T.R.V., ed. Srinpoche C. Mani, Mādhyamika Dialectic and the Philosophy of Nāgārjuna, (The Dalai Lama Tibetan Indology Studies vol. I), Sarnath, 1977, trang x.

được chuyển thành Tánh Không (*Śūnyatā*). Sau đó, khái niệm Tánh Không này thâm nhập vào vài khái niệm mà chủ yếu thuộc bản thể học, tri thức học hoặc siêu hình học. Một số khái niệm như: *ādhyātma*, sắc (*rūpa,* 色), hữu vi (*saṁskṛta,* 有為), vô vi (*asamkṛta,* 無為), tự tánh (*prakṛti,* 自性), hữu (*bhāva,* 有), vô hữu (*abhāva,* 無 有), thực thể (*svabhāva,* 實體), chân thể (*parabhāva,* 真體), thức (*vijāna,* 識), hành (*saṁskara,* 行), sự kiện (*vastu,* 事健) và hữu tình (*sattva,* 有情) có liên quan kết hợp với khái niệm Tánh Không (*Śūnyatā*).

Hệ thống Trung luận (*Mādhyamika,* 中論) là một trường phái tư tưởng dựa trên khái niệm Tánh Không, nhưng Ngài Long-thọ[340] (*Nāgārjuna,* 龍樹) không thể được coi là nhà sáng lập, bởi vì Tánh Không đã hiện hữu trước Ngài trong các kinh điển Đại thừa hoặc ngay trước cả Ngài Mã Minh[341] (*Ashvaghoṣa,* 馬鳴). Tuy nhiên, chính Ngài Long-thọ là bậc luận sư đầu tiên đã dẫn giải Tánh Không thành có hệ thống. Đây là sự đóng góp và thành công rực rỡ của ngài. Ngài đã nắm những sợi chỉ và đan kết chúng lại thành một cuộn, đó chính là sự cống hiến vĩ đại. Ngài đã phát triển những ý tưởng đã ít nhiều rải rác đó đây thành tuyệt hảo trong một tánh cách tương tục xuyên suốt, phát triển toàn diện với những lý luận biện chứng chặt chẽ và sắc bén. Ngài cũng đã biên soạn nhiều tác phẩm trong đó Trung quán luận (*Mādhyamika-karikā*) được coi là một kiệt tác, trình bày trong một tánh cách có hệ thống triết lý Trung luận nói riêng và Phật giáo Đại thừa nói chung. Chính vì lẽ đó mà P.T. Raju, tác

---

340 Ngài Long thọ là tổ thứ 14 trong 28 tổ Phật giáo Ấn độ, người Nam Ấn, sanh vào năm 160. Nhờ sự gia hộ của Đức Đại-Nhật Như-Lai Ngài mở được tháp bằng sắt vào bên trong và đảnh lễ Ngài Kim Cang Tát Đoả rồi được ban lễ quán đảnh và tiếp nhận hai bộ Đại Kinh. Các kinh Ngài ghi chép lại có: Na Tiên Tỳ kheo Kinh, Trung Luận, Thập nhị môn luận. Ngài thọ khoảng 60 tuổi, truyền y bát cho tổ Ca na đề bà (Kanadeva).

341 Ngài Mã Minh sanh vào thế kỷ thứ nhất, lúc đầu theo ngoại đạo, sau vì biện luận thua Ngài Hiếp tôn giả nên qui y Phật pháp. Từ đó, Ngài hết sức truyền bá chánh pháp, làm ra những bộ Đại thừa Khởi-tín-luận, Đại thừa Trang-nghiêm kinh luận... Phật giáo Nam Ấn đã nhờ vậy mà lần lần thịnh vượng.

giả quyển '*Idealistic Thought of India*' đã ghi nhận rằng: "Là một biện chứng gia, đại sư Long-thọ đứng hàng đầu, có một không hai trên thế giới".

Các nhà Không luận (*Śūnyatāvādins*, 空論者, tu tập theo trường phái này) đã xem họ như là những người thuộc hệ Trung luận (*Mādhyamikas*) hoặc những người theo con đường Trung đạo mà chính Đức Phật đã giác ngộ. Con đường đó tức khắc vượt qua những cực đoan chấp thủ đối đãi hai bên của hiện hữu và không hiện hữu, khẳng định và phủ định, thường hằng và đoạn diệt...

Nghiên cứu văn học Bát-nhã Ba-la-mật cũng cho thấy một số các nhà Du già (*Yogācārins,* 瑜 伽者) đã biên soạn những tóm tắc của Bát-nhã Ba-la-mật thành thể thơ. Ngài Trần Na[342] (*Dignāga,* 陳那) đã nói trong tác phẩm *Prajñā-pāramitā-piṇḍārtha* có 16 mẫu Tánh Không (*Śūnyatā,* 空性).[343] Ngài Sư-tử-hiền (*Haribhadra,* 師子賢) cũng đề cập trong sớ luận của ngài: Phi tự tánh (*prakṛtiśūnyatā*, 非自性), Phi hữu vi (*saṁskṛtaśūnyatā*, 非有為) và Phi vô-vi (*asaṁskṛtaśunyatā*, 非無為) đều thuộc về Vô-sắc-giới (*Āloka,* 無色界). Ngài Trần Na cũng phủ định ngay cả chính bản thân Bồ Tát cũng là Không.[344] Vì vậy có thể nói rằng khái niệm căn bản của ngã không (*pudgala-nairātmya*) và pháp không (*dharma-nairātmya*) trong Phật giáo ban đầu đã

---

342 Dignāga (S) Trần Na; Mahadignāga (S), Diṅnāga (S): Ngài Trần Na, khai tổ Trần Na phái, hồn thành môn học Nhân Minh Lý luận và tuyên dương A-lại-da-duyên-khởi luận.

343 Prajñāpāramitā-piṇḍārtha, I-II, ed. G. Tucci (Minor Saṇskrit Texts on the Prajñāpāramitā), Jour-nal of Royal Asiatic Society, 1947, 6.18, trang 263-64: 1. Không Bồ Tát (Bodhisattva-Śūnyatā), 2. Bhoktṛ-Śūnyatā, 3. Adhyātmika-Śūnyatā, 4. Không sự kiện (Vastu-Śūnyatā), 5. Không sắc (Rūpa-Śūnyatā), 6. Không Tự tánh (Prakṛti-Śūnyatā), 7. Không thức (Vijñā-Śūnyatā), 8. Không hữu tình (Sattva-Śūnyatā), 9. Không hành (Saṁskāra-Śūnyatā), 10. Không pháp (Dharma-Śūnyatā), 11. Không ngã (Atma-Śūnyatā), 12. Không pháp (Pudgalanaira-Śūnyatā), 13. Không hữu vi (Saṁskṛta-Śūnyatā), 14. Không vô vi (Asaṁskṛta-Śūnyatā), 15. Sāvadya-Śūnyatā, 16. Nirvadya-Śūnyatā

344 Như trên, trang 263: Bodhisattvaṁ na paśyāmīty uktavāṇs tattvato muniḥ / bhoktādhyātmika-vastunāṁ kathitā tena Śūnyatā//

được mở rộng chi tiết hơn trong hai mươi mẫu Tánh Không (*Śūnyatā*) như được tìm thấy trong Bát thiên tụng Bát-nhã Ba-la-mật (*Aṣṭsāsarikā Prajñā-pāramitā*, 八天頌般若波羅密經) trong khi đó *Prajñā-pāramitā-piṇḍārtha* của ngài Trần na chỉ nêu ra có mười sáu mẫu Tánh Không.

Cũng có nhiều nhà bình luận hiện đại khác chẳng hạn như Giáo sư Stcherbatsky,[345] Aiyaswami Sastri, Bhāvaviveka,[346] Obermiller,[347] Murti[348]... là những người có cống hiến lớn trong việc phát triển tương tục khái niệm Tánh Không (*Śūnyatā*). Theo tiến sĩ Harsh Narayan, Tánh Không là thuyết hư vô thanh tịnh hoàn toàn, là thuyết phủ định, sự trống không triệt để của các pháp hiện hữu cho đến những hệ quả cuối cùng của sự phủ định. Để chứng minh và củng cố quan điểm này, ông không chỉ đưa ra vài bằng chứng của các kinh điển Đại thừa mà còn dựa vào những nhận định truyền thống như sau:

"Sự hầu như đồng nhất trí của một nhận định truyền thống như vậy, thật khó để hiểu thế nào sự diễn dịch Tánh Không hư vô có thể bị bác bỏ vì cho là hoàn toàn sai lầm."

Những nhà Du-già luận (*Yogācāra*) đã mô tả Tánh Không như là hoàn toàn hư vô. Tiến sĩ Radhakrishnan nói rằng sự tuyệt đối (*Śūnyatā*) dường như là bất động trong tính tuyệt đối. Tiến sĩ T.R.V. Murti cho rằng trí tuệ Ba-la-mật (*Prajñā-pāramitā*) là một sự tuyệt đối hoàn toàn:

'Sự tuyệt đối thường mang ý nghĩa Không (śūnya), bởi nó trống rỗng tất cả các thuộc tính.'

Như chúng ta thấy, với phong trào nổi lên của các kinh

---

345 Prof. Stcherbatsky, Madhyānta-vibhāga, Discrimination between Middle and Extremes, Calcut-ta, 1971.

346 Bhāvaviveka, Prajñāpradīpa, on Madhyamakaśāstra.

347 Obermiller, E, A Study of the Twenty Aspects of Śūnyatā, Idian Historical Quarterly, Tập. IX, 1933.

348 Murti, T.R.V., The Central Philosophy of Buddhism: An Study of the Mādhyamika System, Del-hi: Harper Collins, 1998.

điển Đại thừa và các nhà triết học Đại thừa, khuynh hướng mới của Tánh Không (*Śūnyatā*) làm phong phú thêm khái niệm 'không' (*Suññatā*) trong kinh điển pāli hoặc ngã không và pháp không trong Tiểu thừa (*Hīnayāna*). Khái niệm Tánh Không trong kinh điển Đại thừa là sự cách mạng hóa khái niệm 'không' trước kia trong kinh điển Nguyên thủy với những thực thể hoặc ý nghĩa sâu sắc hơn chẳng hạn Tánh Không như là Bản chất đích thực của Thực tại kinh nghiệm, lý Duyên khởi (*Pratītyasamutpāda,* 緣起,因緣生起), Trung đạo (中道), Niết-bàn (*Nirvāṇa,* 涅槃), Vượt khỏi sự Phủ định và Không thể diễn tả được (*Chatuṣkoṭi-vinirmukta*) và là Phương tiện của Tục đế (*Sammuti,* Skt. *Saṁvṛtisatya*, 俗諦) và Chân đế (*Paramārtha-satya,* Skt. *Paramārthasatya*, 真諦).

Bây giờ chúng ta sẽ nghiên cứu chúng từng bước, nhưng đầu tiên chúng ta phải hiểu ý nghĩa tóm gọn của Tánh Không trong lãnh vực Đại thừa.

1. Định nghĩa Tánh Không

Thuật từ *Śūnyatā*[349] là sự kết hợp của '*śūnya'* (không, trống rỗng, rỗng tuếch) với hậu tố 'ta' (tương đương với tiếng Anh là 'ness' [chỉ cho danh từ]) nghĩa là sự trống không, sự trống rỗng hoặc chân không. Khái niệm của từ này về cơ bản thuộc cả hợp lý lẫn biện chứng. Thật khó hiểu khái niệm này là do ý nghĩa chân đế *(paramārtha,*真諦) của nó là đệ nhất nghĩa không (thắng nghĩa không, lìa các pháp thì không có tự tánh, *paramārtha-Śūnyatā,* 真空) liên quan đến ý nghĩa ngôn ngữ-logíc học *(vyavahāra),* đặc biệt bởi vì từ nguyên học (nghĩa là *śūnya*: trống rỗng hoặc không có gì trong hình dáng của các pháp) đã cho thấy không có cung cấp thêm gì vào ý thực tiễn hoặc lý thuyết của khái niệm này.

349 Shohei Ichimura, Buddhist Critical Spirituality: Prajñā and Śūnyatā, Delhi: Motilal Banarsidass, 2001, trang 218.

Theo Trung-Anh Phật học Tự điển[350] nói: '*Bản chất không là Tánh Không vật thể của bản chất các hiện tượng*' là ý nghĩa căn bản của *Śūnyatā*.

Để bổ sung tích cực vào ý nghĩa này, chúng ta từng bước khảo sát lãnh vực định nghĩa này qua những sự ví von đầy thơ ca và gợi hình của Tánh Không như sau:

2. Những So sánh về Tánh Không

Ngài Phật âm (*Buddhaghosa*) dùng một số hình ảnh so sánh để minh họa về sự không thực thể của bản chất hiện tượng các pháp. Ngài Long-thọ (*Nāgārjuna*) cũng lấy những so sánh này để chỉ ra hiệu quả của logic chứa đựng trong chúng để thực nghiệm bản chất không thực của các pháp. Những pháp này đã từng mới (*nicanava*), giống như sương tan khi mặt trời lên (*suriyaggamane ussavabindu*), như bọt nước ngắn ngủi (*udake dndaraji*), như hạt cây mù tạc ở dưới đáy dùi (*aragge sasapo*), như tia chớp ngắn ngủi (*vijjuppado viya ca paritthayino*), như ảo giác (*māyā*, 幻覺),như sóng nắng (*marici*, 焰喻,diệm dụ), như giấc mơ (*supinanta,* 夢), như bánh xe lửa (*alatacakka,*熱輪車), như thành Càn-thát-bà (*Gandharvas / gandhabba-nagara,*乾撻婆), như bọt bóng (*phena,* 浮水) và như cây chuối (*kadali,* 香蕉).

Cũng thật thú vị và ý nghĩa khi Ngài Long-thọ đã dùng hầu hết các so sánh này trong tác phẩm (*Karikas*) của Ngài như: bánh xe lửa (*alatacakranirmana,*熱輪車), giấc mộng (*svapna/ supinanta,* 夢), ảo giác (*māyā*, 幻 覺), ảo tưởng (*marici,* 幻想), hình cầu vòng trên trời (*ambu-candra,*球周), thành Càn-thát-bà (*gandhar-vanagara,* 乾撻婆)...[351]

Đức Phật cũng dùng vô số những hình ảnh so sánh trong kinh điển pāli để chỉ ra sự không thật của mỗi loại pháp và chính

---

350 DCBT, trang 259. Bồ Tát và Tánh Không 260

351 Mādhyamikavṛtti, ed. L. de la Vallee Poussin, Bibliotheca Buddhica, Tập IV, 1902-13, trang 173, 177.

những hình ảnh ví von này sau này được dùng một cách hiệu quả trong các trường phái triết học Đại thừa đặc biệt những nhà tư tưởng Phật giáo Trung hoa[352] đã so sánh Tánh Không với nhiều hình ảnh và màu sắc linh động như sau:

1. Tánh Không như không chướng ngại... giống như hư không trống không, hiện hữu trong mọi hiện tượng nhưng chưa bao giờ cản trở hoặc chướng ngại bất cứ tướng trạng nào.
2. Tánh Không như Nhất thiết trí... giống như trống không, ở khắp nơi, nắm giữ và biết mọi điều, mọi nơi.
3. Tánh Không như sự bình đẳng... giống như Không, bình đẳng với tất cả, không phân biệt thiên lệch bất cứ nơi nào.
4. Tánh Không biểu thị tánh chất mênh mông... giống như không, vô biên, rộng lớn và vô tận.
5. Tánh Không không có hình sắc và bóng dáng... giống như không, không mang dáng dấp hoặc biểu tượng gì.
6. Tánh Không biểu thị sự thanh tịnh... giống như không, luôn luôn trong sáng không gợn phiền não, ô uế.
7. Tánh Không chỉ sự bất động... giống như không, luôn luôn ở trạng thái dừng chỉ, năng động nhưng vượt lên tiến trình sanh và diệt.
8. Tánh Không chỉ sự phủ định tích cực... phủ định tất cả những gì có giới hạn và kết thúc.
9. Tánh Không biểu thị sự phủ định của phủ định... phủ định tất cả Ngã chấp và đoạn diệt những chấp thủ vào Tánh Không (chỉ ra tính siêu việt xuyên suốt giải thoát khỏi các trói buộc).
10. Tánh Không biểu thị sự không đạt được hoặc không nắm

---

352 Garma C.C. Chang, Buddhist Teaching of Totality, Great Britain: The Pennsylvania State Uni-versity, 1972, trang 100-1.

giữ được... giống như không gian hoặc hư không, không lưu dấu hoặc nắm giữ pháp gì.

Khái niệm Không (*Suññatā,* 空) xuất hiện đầu tiên trong kinh điển Pāli và được phát triển trong mỗi trường phái triết học Đại thừa, bằng nghệ thuật so sánh gợi hình như mười ví von trên đã minh họa khéo léo và hình tượng tánh chất ảo giác của các hiện tượng và không chấp thủ cả Tánh Không đó.

3. Ý nghĩa của Khái niệm Tánh Không

a. Tánh Không như Bản chất đích thực của Thực tại kinh nghiệm

Trong Phật giáo Nguyên thủy, 'không' (*Suññatā,* 空) được định nghĩa như vô ngã (*anattā,* 無我), những nhà Phật giáo Nguyên thủy (*Theravādists*) và Tiểu thừa (*Hīnayānists*) đã hiểu Không (*Suññam*) hoặc vô ngã (*anātmam*) nghĩa là sự không tồn tại của bất cứ một thực thể nào như ngã hoặc con người (*pudgala-suññatā*) mà N. Dutt đã nói rằng:

'Những nhà Nhất-thiết-hữu-bộ (Sarvāstivādins) cũng sáng tạo thêm pháp ấn thứ tư 'không' (śūnya) trong tam pháp ấn là đau khổ (dukkha), vô thường (anitya) và vô ngã (anātma). Mặc dù pháp ấn thứ tư này không chuyên chở ý nghĩa Đại thừa nhưng nó có ý nghĩa không gì khác hơn là vô ngã (anātma).'[353]

Trong khi các nhà Đại thừa đã cho 'không' là sự không tồn tại của ngã (*pudgala suđđatā*) cũng như là sự không tồn tại của pháp (*dharma suđđatā*).

Từ Tánh Không (*Śūnyatā,* 空性) cũng chỉ ra bản chất đích thực của thực tại kinh nghiệm hoặc điều gì đó giống như vậy, hình thức của bản chất thật của các hiện tượng. Tánh Không

---

353 Aspects of Mahāyāna Buddhism, trang 26: This view is endorsed by P.T. Raju Idealistic Thought of India, trang 207; cũng xem Buddhism its Religion and Philosophy, Prof. W.S. Karunaratne, Buddhist Research Society, Singapore, 1988, trang 44.

bao phủ tất cả những vấn đề liên quan đến quan điểm về cuộc đời và thế giới.

Bản chất thật thường có hai khái niệm triết lý rộng rãi: hình thức hiện hữu và bản chất hiện hữu (chỉ cho ý nghĩa trừu tượng của nguyên lý vũ trụ, phép tắc, quan hệ nhân quả hoặc lý như thị của các pháp). Trong lĩnh vực này, thực thể đích thực không phải là vũ trụ nhưng là nguyên nhân đầy đủ cho vũ trụ như được trình bày trong chương thứ hai của Kinh Diệu-pháp Liên-hoa (*Sadharma-puṇḍarika Sūtra*) như sau:

"Bản thể chân thật của tất cả các hiện tượng duy chỉ có chư Phật với chư Phật mới có thể hiểu Thật tướng của các pháp. Thật tướng này bao gồm như thị tướng, như thị tánh, như thị thể, như thị lực, như thị tác, như thị nhân, như thị duyên, như thị quả, như thị báo và như thị bổn mạt cứu cánh đẳng."[354]

(唯佛與佛乃能究盡諸法實相.所謂諸法:如是相,如是性,如是體,如是力,如是作,如是因,如是緣,如是果,如是報,如是体末究竟等).[355]

Như chúng ta thấy, thực thể như vậy có nghĩa rằng tất cả các pháp luôn luôn như chúng là. Tất cả tướng, tánh, thể, lực, tác, nhân, duyên, quả, báo và sự đồng nhất như nhau của chín thành tố trên của tất cả các pháp luôn như vậy. Giải thích rộng hơn là:

Như nói khi chúng ta giác ngộ một tướng có nghĩa rằng giác quan của chúng ta tiếp xúc các tướng mà các tướng đó đang hiển thị những tánh cách nổi bật hoặc bản chất của tướng đó. Từ đó tồn tại những tướng bên ngoài biểu lộ những thuộc tính nội tại hoặc bản chất, do đó tướng này giả hiện như một thực thể nào đó. Thực thể giả định này rõ ràng có một năng lực hằng hữu bên trong như bản chất của Tánh Không (*Śūnyatā*) mà những động cơ định hướng của chúng hướng bên ngoài để hoàn thành chức năng biểu lộ tướng của chúng. Đó là một tướng tồn tại như

---

354 LS, Chapter II, trang 24.

355 妙法蓮華經, 佛教經典會, 佛教慈慧服務中心, 香港, 一 九九 四, trang 47.

thị. Thế giới hoặc vũ trụ là hệ thống lớn của vô số các pháp. Các pháp cùng tồn tại, cùng hoạt động và ảnh hưởng lẫn nhau để tạo ra vô số hiện tượng. Đây gọi là nguyên nhân. Nguyên nhân dưới những điều kiện khác nhau sẽ tạo ra những hiệu quả khác nhau để dẫn đến kết quả hoặc tốt, hoặc xấu, hoặc trung dung. Đây là định lý rất chung, nguyên nhân tồn tại hoặc hình thức tồn tại là như vậy. Nói một cách khác, bởi vì *Tánh Không, tất cả mọi pháp tồn tại, không có Tánh Không không có gì tồn tại*. Do đó, Tánh Không cực kỳ sống động và tích cực, trong Tâm-kinh nói là: 'Sắc chẳng khác với không, không chẳng khác với sắc.' (色不是空,空不是色).[356] Và Ngài Long-thọ (*Nāgārjuna*) tuyên bố rằng Tánh Không như một bản chất đích thực của thực tại kinh nghiệm bằng một lời tuyên bố bất hủ như:

'Với Tánh Không, tất cả đều có thể, không có Tánh Không, tất cả đều không thể.'[357]

Và dĩ nhiên, điều này tương ứng với thực thể như Kinh Kim-cang Bát-nhã Ba-la-mật viết:

"Này Tu-bồ-đề (Subhūti), lời của Như Lai (Tathagāta) là thật, tương ứng với bản thể. Chúng là những lời tối hậu, không có giả dối cũng không phải không chính thống."

(須菩提！如來是真語者，實語者，如語者，不獨語者，不異語者).[358]

Tánh Không không phải là một giáo nghĩa. Đơn giản là cái có thể nắm được trong tính nguyên tuyệt đối và tổng thể của nó, là vô sư trí của luận Du-già chỉ dành riêng cho Đức Phật tối cao. Tánh Không tượng trưng cho sự trống không của các tín điều. Ai xem Tánh Không như một tín điều sẽ là những nạn

---

356 般若波羅密多心經, trang 134.

357 The Middle Treatise (T 1564 in Vol. 30, tr. by Kumārajīva in 409 A.D.), xxiv: 14; Nāgārjuna's Twelve Gate Treatise, viii, Boston: D. Reidel Publishing Company, 1982; cũng xem Empty Log-ic, Hsueh Li Cheng, Delhi: Motilal Banarsidass, 1991, trang 43.

358 金剛般若波羅密經, 佛學業書, 台鸞, 一九九八, tr. 121.

nhân của những chứng bịnh trầm kha, không thể chữa được như trong cuốn Căn-bản Trung Quán luận tụng (*Mūlamādhyamika-kārikā*) đã xác định rằng:

(Śūnyatā sarvadrsṭīnām proktā nihśaraṅam jinaih yeśam tu Śūnyatā drsṭistānasādhyān pabhāśire).[359]

Trong kinh Bát-nhã Ba-la-mật, Tánh Không chỉ cho thế giới tuệ giác là không tách rời khỏi thế giới vọng tưởng: '*Sắc* (thế giới vọng tưởng) *là đồng nhất với không* (thế giới tuệ giác) và '*không là đồng với sắc*'.[360] Tại đây, '*sắc thì đồng với không*' có thể được coi như để chỉ ra con đường đi lên từ vọng tưởng đến tuệ giác, trong khi '*không thì đồng với sắc*' để chỉ ra con đường đi xuống từ tuệ giác đến vọng tưởng.

Mục đích của Tánh Không chỉ ra sự phát triển ngôn ngữ đoạn diệt (vô ngôn) và hiệu quả đưa đến: 'Tánh Không' (*Śūnyatā*) tương ứng với chân lý tối hậu, được gọi là trạng thái trong đó ngôn ngữ cũng bị đoạn tận và 'Tánh Không' nghĩa là tất cả những pháp hiện hữu liên quan tới đời sống hàng ngày chúng ta là một thực tế được xác lập thật sự.

Những nhà không luận (*Śūnyavadin*) không phải là người hay hoài nghi triệt để cũng không phải là người theo thuyết hư vô rẽ tiền, phủ định sự hiện hữu của các pháp vì lợi ích của chính nó hoặc người thích thú trong việc tuyên bố rằng vị ấy không có hiện hữu. Mục tiêu của vị ấy đơn giản chỉ cho thấy rằng tất cả các pháp hiện tượng trên thế giới này cuối cùng được xem là chân thường, chân ngã và chân lạc, đó là ý nghĩa của Tánh Không. Do thế những sự tự mâu thuẫn và tương đối chỉ là sự tạm xuất hiện theo nhân duyên và chữ nghĩa.

Thật ra, nhà không luận thích thú tuyên bố các pháp hiện tượng là mộng ảo, giấc mơ, ảo tưởng, hoa đốm, con trai của người đàn bà vô sanh, phép thuật... đã tuyên bố rằng tất cả chúng là tuyệt

---

359 Mūlamādhyamika-kārikā of Nagārjuna, David J. Kalupahana, Delhi: Motilal Banarsidass, 1996, xxii, trang 16. Bồ Tát và Tánh Không 266

360 般 若 波 羅 密 多 心 經, trang 134.

đối không thật. Nhưng đây không phải là mục tiêu thật sự của vị ấy. Vị ấy muốn mô tả đơn giản nhưng nhấn mạnh thực tại tối hậu không thật của các pháp. Vị ấy khẳng định nhiều lần một cách dứt khoát rằng vị ấy không phải là một người theo thuyết hư vô chủ nghĩa, người chủ trương sự phủ định tuyệt đối, mà thật ra vị ấy vẫn duy trì Thực tại thực nghiệm của các pháp.

Nhà Không luận biết rằng sự phủ định tuyệt đối là không thể bởi vì sự cần thiết của tiền khẳng định. Vị ấy chỉ phủ định thực tại tối hậu của cả hai sự phủ định và khẳng định. Vị ấy chỉ trích khả năng tri thức từ lập trường tối hậu chỉ bởi biết rằng quyền lực của nó là không thể bác bỏ trong thế giới thực nghiệm. Vị ấy muốn rằng chúng ta nên phát khởi những phạm trù ở trên và những mâu thuẫn của trí năng và chấp thủ thực tại. Vị ấy khẳng định thực tại như nó đã xuất hiện và cho rằng thực tại là nội tại trong sự xuất hiện và rồi chuyển hoá tất cả chúng, thực tại là một thực thể không đối đãi, hạnh phúc và vượt lên khỏi lập luận, nơi mà tất cả đa nguyên khởi lên. Đây là một sự thành lập biện chứng trong Tánh Không mà chúng ta nên quán sát. Ở đây, trí thức được chuyển thành những Chứng nghiệm Thuần tịnh.

Kinh Diệu-pháp Liên-hoa (*Saddharma-puṇḍarīka sūtra*) đã nói với chúng ta rằng ngay khi chúng ta vướng vào các loại tri thức thì chúng ta sẽ giống như những người bị mù hoàn toàn trong bóng đêm. Khi chúng ta đạt đến hạn định nơi mà có hạn chế tư tưởng thú nhận sự yếu kém của nó và những quan điểm hướng về Thực tại thì sự mù quáng của chúng ta được chữa trị nhưng thị lực của chúng ta vẫn bị lu mờ, chỉ khi nào chúng ta sở hữu được trí thuần tịnh của Đức Phật thì chúng ta sẽ đạt được thị lực chân thật. Đây là Thực tại sâu sắc, tế nhị và thuần trí của Đức Phật đã chuyển hoá trí thức và hướng đến giác ngộ trực tiếp ngang qua trí thuần tịnh. Đó là sự giác ngộ tối hậu, siêu việt nhất và bởi thế chúng ta sẽ trở thành một với Đức Phật.[361]

Do đó, chúng ta có thể nói rằng Tánh Không là khái niệm

---

361 LS, trang 29, 39, 116 & 134.

chính của Đại thừa, đặc biệt là triết lý trung luận và nó có thể được hiểu như chân như (*Purnatā tathatā,* 真如), Niết-bàn (*Nirvāṇa,* 涅槃), lý duyên-khởi (*Pratīitya-samutpāda,* 緣起,因緣生起), Chân đế (*Paramārthatā,* 真諦),Viễn ly (*Nairātmya,* 遠離), Chân lý / Sở kiến không còn tranh luận (*Satya,* 真理), Nhất thiết Pháp không (*Sarvadharma-śūnyatā,* 一切法空), Nhất thiết Lục cú nghĩa không (*Sarva-padārthaśūnyatā,* 一切六句義空),[362] Nhất thiết hữu không (*Sarvabhavaśūnyatā,* 一切有空)... nói chung nghĩa là bản chất thực của Thực tế tối hậu.

b. Tánh Không như là lý Duyên khởi

Bát-nhã Tâm-kinh (*Hṛdaya Sūtra*) trong bộ Bát-nhã Ba-la-mật đã tường thuật rằng tại hội chúng ở đỉnh núi Linh thứu (*Gṛdhrakūṭa,* 靈 鷲), thành Vương xá (*Rājṛgha,* 王舍), Đức Thích-ca Mâu-ni (*Śākya-muni,* 釋迦牟尼) đã yêu cầu tôn giả Xá-lợi-phất (*Śāriputra,* 舍利弗) thỉnh Bồ Tát Quan-thế-âm (*Avalokiteśvara Bodhisattva,* 觀世音菩薩) giảng về chân lý của Tánh Không. Để trả lời câu hỏi của tôn giả Xá-lợi-phất, Bồ Tát Quan-thế-âm thâm nhập vào trí tuệ Ba-la-mật quán chiếu tất cả khổ não của chúng sanh và tuyên thuyết chân lý từ quan điểm của Tánh Không như sau:

"Này Xá-lợi-phất! Sắc (rūpa) không khác với không (Śūnya), không cũng không khác sắc. Sắc là đồng với không và không thì đồng với sắc. Cũng thế, thọ (vedanā), tưởng (sanjñā), hành (saṁskāra), thức (vijñāna) cũng giống như vậy. Này Xá-lợi-phất, Tánh Không của các pháp không sanh, không diệt, không nhiễm, không tịnh, không tăng, không giảm".

(舍利子！色不異空,空不異色,色即是空,空即是色。受,想,行,識亦復如是。舍利子！是諸法空相,不生,不滅,不垢,不淨,不增,不減).[363]

---

362 Padartha (S) Lục cú nghĩa: Sáu phạm trù dùng để hiện thị thực thể thuộc tánh tác dụng và nguyên lý sinh thành hoại diệt của các pháp: Thật, Đức, Nghiệp, Đồng, Dị và Hoà hợp.

363 般 若 波 羅 密 多 心 經, trang 134.

Trong kinh điển Pāli đã tuyên bố sáu căn, sáu trần và sáu thức cũng như năm uẩn đều là không tánh như sau: 'Mắt là không phải ngã và bất cứ cái gì thuộc về ngã; sắc không phải ngã...; thức là không phải ngã và bất cứ cái gì thuộc về ngã",[364] rồi Tâm-kinh giải thích ý niệm này rộng ra như sau: '*Sắc chẳng khác với không*', hoặc '*Không chẳng khác với sắc*' và '*Tánh Không của các pháp không sanh, không diệt, không nhiễm, không tịnh, không tăng và không giảm*", nghĩa rằng sắc không có bản chất của chính nó *(svabhava)*, nó sanh khởi là do duyên sanh, do đó sắc là không hoặc 'đồng nghĩa với không'... Đó là thật, sẽ mâu thuẫn với sự kiện rằng các hiện tượng gắn bó với nhau bởi các mối liên quan của nguyên nhân và kết quả, chủ thể và khách thể, tác nhân và hành động, tổng thể và một phần, đồng nhất hay đa dạng, tồn tại hoặc tiêu diệt và thời gian và không gian... Bất cứ điều gì ngang qua thực nghiệm đều tuỳ thuộc vào nhân duyên, do đó nó không phải thật. Theo Bát-nhã Tâm-kinh khách thể nhận thức, chủ thể nhận thức và thức là tuỳ thuộc lẫn nhau. Thực tế của cái này là phụ thuộc vào cái khác; nếu cái này giả, thì những cái khác hẳn cũng giả. Chủ thể nhận thức và ý thức của khách thể bên ngoài hẳn cũng là giả. Vì vậy, khi một người nhận thức bên trong hoặc bên ngoài đều là vọng tưởng, thì sẽ thấy không có gì cả, tạo tác và huỷ diệt, nhiễm và tịnh, tăng và giảm... Do thế, nói rằng: 'Tánh Không của các pháp không sanh, không diệt, không nhiễm, không tịnh, không tăng không giảm".

Mặt khác, điều mà chúng ta nhận thức được thì không thể coi như không thật, trừ khi cái đó là không thật, có thể không bao giờ tồn tại được. Do đó, không thể nói rằng một pháp hoặc là thật, hoặc là không thật và bất cứ lời tuyên bố nào như vậy đều thật là khó hiểu. Theo tư tưởng của Bồ Tát Quan-thế-âm, con đường Trung đạo như Tánh Không thường chỉ là một tên gọi tạm thời cho sự kiện tất cả các pháp là tuỳ thuộc lẫn nhau mà Phật giáo Nguyên thủy cũng gọi là Lý Duyên

364 BKS, IV, trang 29.

khởi hoặc Nhân duyên (*Pratītyasamutpāda*). Tên gọi giống nhau nhưng ý nghĩa thâm sâu hai thừa có khác. Bồ Tát Quan-thế-âm (*Bodhisattva Avalokiteśvara*, 觀世音菩薩) đã dùng lý Duyên khởi phủ định những cực điểm và chứng minh Tánh Không của các pháp. Trong lời dạy của Tâm-kinh, chúng ta có thể hiểu Tánh Không, Trung đạo (中道) và lý Duyên khởi có thể hoán đổi lẫn nhau và đưa đến kết luận rằng những lý thuyết siêu hình là không thể thành lập được.

Chúng ta có thể minh họa lý Duyên-khởi bằng công thức như sau:

Bảng IV

X = - X, bởi vì X do V, Y, Z, W... tạo thành

Chúng ta có thể thấy ở đây lý do tại sao Tánh- không được định nghĩa như là lý duyên khởi. X không phải là X cho nên là Không, nhưng X hiện hữu là do nhân duyên của V, Y, Z, W... kết lại mà khởi lên, cho nên là Duyên-khởi. Đây là sự liên hệ mật thiết tồn tại giữa lý duyên khởi và Tánh Không. Cái này bao hàm cái khác, cả hai không thể tách rời nhau. Tánh Không là hệ quả lô-gic của quan điểm Đức Phật về Duyên khởi. Tánh Không là chủ đề trung tâm của hệ thống triết học Đại thừa. Từ này được dùng trong hệ thống Bát-nhã Ba-la-mật để chỉ một trạng thái nơi mà tất cả các chấp thủ được xem như bản chất thật của hiện tượng là hoàn toàn bị chối bỏ. Nói cách khác, nếu chúng ta biết tất cả pháp thường không có tướng cố định là chúng ta gieo được chủng tử tuệ giác như kinh Diệu-Pháp Liên-Hoa (*Saddharma Puṇḍarīka*) dạy rằng:

'Biết các pháp không có tướng cố định thường hằng, hạt giống về Phật tính sẽ sanh khởi.'[365]

365 LS, trang 42.

(知法常空性，佛種從緣生).[366]

Trong chương đầu của tác phẩm Trung quán luận (*Mādhyamika śāstra*), Ngài Long-thọ (*Nāgārjuna*) đã đưa ra nền tảng triết lý của Ngài như một bảng tóm tắt ngắn gọn của tám sự phủ định (*Bát bất,* 八不) để mô tả Lý Duyên khởi như sau:

Bất sanh diệc bất diệt.

Bất nhất diệc bất dị.

Bất thường diệc bất đoạn.

Bất khứ diệc bất lai.

(不生亦不滅,不一亦不異,不常亦不斷,不去亦不來).

Tạm dịch:

Không phải sanh cũng không phải diệt.

Không phải một cũng không phải khác.

Không phải thường cũng không phải đoạn.

Không phải đi cũng không phải đến.[367]

"Anirodhamanutpādamanucchedamśāśvatam anekārthamanānārthamanāgamamanirgamam."[368]

Nghĩa là nơi đây không có sanh-diệt, một-khác, thường-đoạn, đi-đến trong định thức Duyên khởi. Hay nói một cách khác về cơ bản nơi đây chỉ có duy nhất 'không sanh' được coi ngang hàng với Tánh Không. Ở vài chỗ khác thì ngài Long thọ cũng cho rằng Duyên khởi là Tánh Không. Ở đây Tánh Không (liên hệ tới bất sanh) thì nằm ở trong thực tại của lý Trung đạo và lý Trung đạo này vượt khỏi hai quan điểm căn bản đối đãi là hiện hữu và không hiện hữu. Tánh Không là sự hiện hữu tương đối của các pháp hoặc là sự tương đối. Ông Radharishnan trong tác phẩm "*Indian Philosophy*" (Triết học Ấn-độ) đã viết

366 妙 法 蓮 華 經,trang 46

367 Trung Quán Luận, H.T. Quãng Liên dịch, Tu viện Quãng đức, 1994, trang 56.

368 Śūnyā Dharma, Sinhalese Edition, trang 57.

rằng: "*...Vì vậy, trong Trung-Luận 'Tánh Không' không có nghĩa không hiện hữu tuyệt đối mà là hiện hữu tương đối*".

Còn pháp thoại tuyệt đối tích cực trong kinh Bát-nhã Ba-la-mật là gì? Nói gọn, pháp thoại này có liên quan đến mối quan hệ giữa các pháp hữu vi và vô vi. Pháp được gọi là hữu vi, nếu nó chỉ liên quan đến các pháp khác. Các pháp quen thuộc trong cuộc sống hàng ngày của chúng ta là hữu vi trong hai cách: một là mỗi pháp tùy thuộc vào vô số các pháp khác xung quanh nó, và hai là tất cả các pháp bị ràng buộc với nhau, rồi dẫn đến khổ, vô minh ngang qua móc xích nối nhau của 12 nhân duyên. Một bài kệ bất hủ trong kinh Kim-cang Bát-nhã Ba-la-mật, Đức Phật đã kết luận như sau:

"Nhất thiết hữu vi pháp

Như mộng huyễn bào ảnh

Như lộ diệc như điển

Ưng tác như thị quán."

Tạm dịch:

"*Phải quán như thế này.*

Tất cả pháp hữu vi.

Như mộng huyễn bọt bóng.

Như sương, như điển chớp."

(一切有為法，如夢幻泡影，如露亦如電，應作如是觀).[369]

Như giọt nước và ánh chớp, các pháp trong cuộc đời này ngắn ngủi và chóng phai tàn. Mỗi sự hiện hữu của chúng chợt nổi lên, rồi nhanh chóng biến mất giống như bọt bóng và chúng có thể chỉ được thích thú hiện hữu trong chốc lát. Sự vô thường thay đổi cảnh tượng xung quanh chúng ta. Nó chóng đổi giống như những dáng hình mây bay luôn đổi thành nhiều hình thù mà ta

---

369 金 剛 般 若 波 羅 密 經,trang 132.

ngắm trong những ngày hè oi bức. Sự xuất hiện của thế giới này giống như ảo giác, như người bị nhặm mắt thấy hoa đốm mà người bình thường không thấy trước mắt họ. Giống như nhà ảo thuật biểu diễn trò xảo đánh lừa chúng ta và nó là không thật... Giống như ngọn đèn tiếp tục cháy sáng chỉ khi dầu còn, cũng vậy thế giới này của chúng ta chỉ tiếp tục khi khát ái còn tồn tại. Khi tuệ tri điều này thì dần dần chúng ta sẽ trực giác về thực tại cứu cánh mà trong kinh Di-đà thường tụng rằng:

Ái bất nhiễm bất sanh ta bà.

Niệm bất nhất bất sanh tịnh độ.

(愛不染不生裟婆,念不一不生淨土).

Dịch:

Ái không nhiễm thì không sanh ta bà.

Niệm không chánh không sanh tịnh độ.

Bồ Tát thấy rõ bản chất thực tại như nó đang là, khi so sánh với việc quán sát sự hiện hữu thông thường của chúng ta thì cái nhìn của chúng ta là giả, giấc mơ, không thật như nó đang là.

Tóm lại, những gì chúng ta thấy xung quanh chúng ta có thể nó giống như các vì sao. Các vì sao không có thể thấy được nữa khi ông mặt trời sáng chói hiện ra; cũng vậy các pháp của thế gian này có thể được thấy chỉ trong màn đêm của vô minh và trong sự vắng mặt của các thực nghiệm trực giác. Nhưng chúng sẽ không còn hiện hữu nữa khi chúng ta chứng lý Bất nhị của Tuyệt đối.[370]

Đó là mục đích duy nhất trong lời dạy của Đức Phật:

"Toàn thể pháp thoại của Đức Phật tập trung chủ yếu trong trục đứng của lý Duyên khởi. Hệ thống Trung luận như sự làm sáng tỏ lý Duyên khởi là Tánh Không."[371]

---

370 SSPW, trang 20. Bồ Tát và Tánh Không 276

371 CPB, trang 166.

c. Tánh Không như Trung đạo

Thuật từ 'Tánh Không' chỉ cho một cái gì trung gian nhưng nó siêu vượt bất cứ sự đối đãi của hiện hữu-phi hiện hữu, thuộc tính-bản chất hoặc nguyên nhân-kết quả...

Trong một bài kệ (kārikā 24.18), Ngài Long-thọ đã quán sát Trung đạo như lý Duyên khởi và Tánh Không như sau:

"Cái gì thuộc nhân duyên, ta gọi là Tánh Không. Nó là sự định danh dựa vào nhau mà có. Đây chỉ là con đường Trung đạo."

(yaḥ pratīyasamutpādaḥ śūnyatāṁ tāṁ pracakṣmahe) .[372]

Rõ ràng lý Duyên khởi và Tánh Không là một và giống nhau. Một bài kệ khác tiếp tục trình bày giống như ý trên:

"Đó là sự định danh tạm thời và đó là con đường Trung đạo."

(sā prajñāptir upādāya pratipat saiva madhyamā).

'*Sự định danh tạm thời*' là chỉ cho chân lý tối hậu dùng hình thức ngôn ngữ diễn đạt và tương ứng với ngôn ngữ đó con người có thể tạm hiểu.

Và sự phiên dịch của Ngài Long-thọ đã giải thích rằng bản chất thật của một đối tượng không thể nào được xác định bằng trí thức và mô tả thật hoặc không thật.[373]

Trong kinh Duy-ma-cật (*Vimalakīrti Sūtra,* 維摩詰經) gọi đây là cánh cửa pháp không hai (Bất nhị):

"Lúc bấy giờ, trưởng giả Duy-ma-cật thưa với các vị Bồ Tát rằng: 'Thưa các ngài, làm thế nào mà Bồ Tát chứng được pháp môn không hai? Xin các ngài, với tài hùng biện mà nói theo chỗ hiểu của mình...'"

---

372 Candrakīti on Mādhyamikaśāstra.

373 Xem chi tiết Bimal Krishna Matilal, Epistemology, Logic, and Grammar in Indian Philosiphical Literature, Paris: Mouton, 1971, trang 148-151; 'A Critique of the Mādhyamika Position', The Problem of Two Truths, ed. by Mervyn Sprung, trang 56-7.

- Pháp-tự-tại Bồ Tát nói: 'Sanh và diệt là hai. Pháp vốn không sanh thì nay không diệt, được vô sanh pháp nhẫn. Như vậy là chứng vào pháp môn không hai...'

- Đức-Thủ Bồ Tát nói: 'Ngã và ngã sở là hai. Không ngã thì không ngã sở. Như vậy là chứng vào pháp môn không hai...'

- Bất-tuấn Bồ Tát nói: 'Thọ và không thọ là hai. Không thọ thì không thủ đắc, không thủ đắc thì không lấy không bỏ, không tạo, không tác. Như vậy là chứng vào pháp môn không hai...'

- Đức-đỉnh Bồ Tát nói: 'Não và tịnh là hai. Pháp vốn không não thì nay không tịnh. Như vậy là chứng vào pháp môn không hai...'

- Thiên-nhãn Bồ Tát nói: 'Tướng và không tướng là hai. Nếu biết tướng là không tướng, cũng không chấp thủ không tướng, thể nhập bình đẳng. Như vậy là chứng vào pháp môn không hai...'

- Diệu-Tý Bồ Tát nói: 'Tâm Bồ Tát và tâm Thanh- văn là hai. Bản chất của tâm là không, như mộng ảo. Như vậy là chứng vào pháp môn không hai...'

- Phất-sa Bồ Tát nói: 'Thiện và ác là hai. Nếu không thiện hoặc ác, thâm nhập vô tướng, giác ngộ. Như vậy là chứng vào pháp môn không hai...'

- Sư-tử Bồ Tát nói: 'Tội và phước là hai. Thật tánh của tội không khác phước, sống với trí tuệ sáng suốt, không trói, không mở. Như vậy là chứng vào pháp môn không hai...'

- Sư-tử-ý Bồ Tát nói: 'Hữu lậu và vô lậu là hai. Thấy các pháp bình đẳng không hữu và vô lậu, không mắc nơi tướng, không trú nơi vô tướng. Như vậy là chứng vào pháp môn không hai...'

- Na-la-diên Bồ Tát nói: 'Thế gian và xuất thế là hai. Bản chất của thế gian là Tánh Không, như xuất thế. Trong đó, không ra, không vào, không tràn, không phân tán. Như vậy là chứng vào pháp môn không hai...'

- Thiện-Ý Bồ Tát nói: 'Luân hồi và Niết-bàn là hai. Nếu

thấy bản chất luân hồi thì sẽ không sanh, không tử, không buộc, không mở, không sinh, không diệt. Như vậy là chứng vào pháp môn không hai...'

- Hiện-kiến Bồ Tát nói: 'Tận và bất tận là hai. Bản chất tận và bất tận là vô tận, vô tận là không, không thì không có tận với bất tận. Như vậy là chứng vào pháp môn không hai...'

- Hỷ-kiến Bồ Tát nói: 'Sắc và không sắc là hai. Bản chất sắc là không, không phải sắc diệt mới không mà bản chất sắc tự không. Cũng giống vậy, thọ, tưởng, hành và thức là không... Như vậy là chứng vào pháp môn không hai...'

- Bồ Tát Bảo-ấn-thủ nói: 'Thích niết-bàn và chán thế gian là hai. Nếu không thích niết-bàn, không chán thế gian là không hai. Tại sao? Vì có buộc thì có giải, không buộc thì không cầu giải, mà không buộc không giải thì không thích không chán. Như vậy là chứng vào pháp môn không hai...'

- Lạc-thật Bồ Tát nói: 'Thật và không thật là hai. Thật còn không có huống chi không thật. Tại sao? Vì không thể thấy được bằng mắt thịt, nhưng tuệ nhãn thì không thấy không không thấy. Như vậy là chứng vào pháp môn không hai...'

Như thế, mỗi vị Bồ Tát từ từ trình bày và tất cả Bồ Tát thỉnh Bồ Tát Văn thù: 'Kính xin Ngài nói cho chúng con nghe gì là pháp môn không hai của Bồ Tát?'

Văn thù Sư lợi đáp: 'Theo chỗ hiểu của ta, không nói, không ngữ, không chỉ và không biết, xa lìa vấn đáp. Như vậy là chứng vào pháp môn không hai'. Tiếp đó, Văn-thù sư-lợi hỏi Bồ Tát Duy-ma-cật rằng: 'Mỗi chúng tôi đã trình bày chỗ hiểu của mình rồi, xin thỉnh trưởng giả cũng nói cho biết gì là pháp môn không hai của Bồ Tát?'

Trưởng giả Duy-ma-cật lặng thinh, không nói một lời. Lúc đó, Bồ Tát Văn thù mới tán dương như sau: 'Hay thay! Hay thay! Không có ngay cả một lời hay một chữ. Đây mới thật là pháp môn không hai!'

Trong khi giảng pháp môn không hai này, năm ngàn Bồ Tát trong hội chúng đều chứng được pháp môn không hai và đạt đến trạng thái Vô sanh pháp nhẫn.[374]

Cũng giống ý trên trong kinh Kim-cang Bát-nhã ba-la-mật (*Vajrachedikā-Prajñā-pāramitā Sūtra)* đã diễn tả như sau:

"Này Tu-bồ-đề! Như Lai biết và thấy tất cả: những chúng sanh này đã đạt vô lượng công đức. Tại sao? (bởi vì) họ không còn chấp vào ngã tướng, nhân tướng, chúng sanh tướng, thọ giả tướng, pháp tướng hoặc phi pháp tướng. Tại sao? (bởi vì) nếu tâm của họ còn chấp vào tướng thì họ vẫn còn bị trói buộc vào ngã, nhân, chúng sanh và thọ giả. Nếu tâm của họ chấp vào pháp tướng, thì họ vẫn còn bị trói buộc vào ngã, nhân, chúng sanh và thọ giả. Tại sao? (bởi vì) nếu tâm của họ chấp chặc phi-pháp tướng, thì họ vẫn còn bị trói buộc vào ngã, nhân, chúng sanh và thọ giả. Vì thế, chúng ta không nên chấp thủ vào pháp tướng hoặc phi pháp tướng."

(須菩提！如來悉知悉見;是諸眾生,得如是無量福德.所以故？是諸眾生,無復亦相,人相,眾生相,壽者相,無法相,亦無非法相.何以故?是諸眾生,若心取相,則為著我,人,眾生,壽者.若取法相,即著我,人,眾生,壽者.是故不應取法,不應取非法).[375]

Khái niệm pháp tướng cũng như phi pháp tướng có nghĩa là sự phủ định hai bên, bởi vì do những nhân và duyên mà có, do đó nó chỉ là tạm có, như Đức Phật nói với Tu-bồ-đề rằng:

'Này Tu-bồ-đề! Khi Như Lai nói về ngã, tức là không có ngã, nhưng phàm phu chúng sanh lại nghĩ là có ngã. Cũng thế, này Tu-bồ-đề! Khi Như Lai nói phàm phu, tức phi phàm phu, mới gọi là phàm phu!'

(須菩提!如來說有我者,即非有我,而凡夫之人以為有

---

374 Garma C.C. Chang, Buddhist Teaching of Totality, Great Britain: The Pennsylvania State Uni-versity, 1972, trang 95-6.

375 金 剛 般 若 波 羅 密 經,trang 113-4.

我.須菩提!凡夫者,如來說即非凡夫,是名凡夫).[376]

Đây là phương tiện Trung đạo (*Madhyama*) giữa những cực đoan, con đường Trung đạo (*Madhyama-mārga*) hoặc tiến trình trung dung của hành động (*Madhyama pratipāda).*

Con đường Trung đạo được trình bày một cách đặc thù, sâu sắc liên quan đến từng cá nhân và xã hội, hình thành động lực cho những hoạt động của con người trên thế giới. Nó đã chỉ ra một tánh chất đặc thù triết lý của Trung luận với 'không chấp thủ' các nghịch lý của nó. Khái niệm Trung đạo là nền tảng cho tất cả pháp thoại của Đức Phật - Trung đạo không có nghĩa là di sản độc quyền của Trung luận (*Mādhyamika*) - tuy nhiên Trung đạo được Ngài Long-thọ (*Nāgārjuna*) và các tổ sư tiếp nối ứng dụng trong một hệ thống chặc chẽ đặc sắc đối với các vấn đề về bản thể học, nhận thức luận và thần học.

Như chúng ta đã đề cập ở chương trước,[377] khái niệm Trung đạo đã chứng minh rõ ràng đầy hiệu quả trong văn học Phật giáo Nguyên thủy, Trung đạo như một dụng cụ được khai thác như là một trợ lực hướng đến sự giải thích chính xác bất cứ điểm quan trọng nào của Phật giáo. Một trong những vấn đề giáo lý chủ yếu nhất đối với Phật tử, đó là khái niệm vô ngã *(nairātmya)* và ở đây như bất cứ chỗ nào khác, chúng ta sẽ gặp sự ảnh hưởng rộng rãi của lý Trung đạo, mà Ngài Long-thọ giải thích như sự vắng mặt của bất cứ quan điểm triết học – quan điểm mà thật sự không có quan điểm nào hết:

"Chư Phật đã chỉ ra đây là ngã, đây là vô ngã và đây không có bất cứ ngã hay vô ngã nào."

(ātmety api prajñapitam anātmetly api deśitaṁ/ buddhair nātmā na cānātmā kaścid ity api deśitaṁ).[378]

Con đường Trung đạo và lý Duyên khởi (*Pratītyasamutpāda*)

---

376 Như trên, trang 129.

377 Chapter V, trang 136-43.

378 Madhyamaka-śāstra (Trung luận).

là hai cách để chỉ định một khái niệm giống nhau gọi là Tánh Không. Cả hai nhằm chỉ ra trạng thái chân thật của vạn pháp là không thể hiểu được và không thể mô tả được, vượt khỏi biên giới của tư tưởng và ngôn ngữ.[379]

Do thế, trong Đại thừa Phật giáo, Trung đạo và Tánh Không là bằng nhau và đồng nhau nhưng nó chỉ ra một yếu tố quan trọng chính khác đó là Lý Duyên khởi, nếu hiểu theo ý nghĩa thực nghiệm, đơn giản chỉ là một thuật ngữ đơn thuần. Sự kiện này được Ngài Nguyệt-xứng (*Candrakīrti,* 月稱)[380] giải thích rộng hơn giống như những bánh xe (của một xe kéo) là những thành tố của chiếc xe, do đó toàn thể cấu trúc này được giả danh tạm gọi như là một xe kéo trong ý nghĩa bình thường. Xe kéo không thể tự lập vì nó hình thành từ sự lệ thuộc của nhiều thành tố khác, nó thiếu bản chất của chính nó. Và chính những thành tố này cũng không thể tạo được bánh xe, cần trục, không thể tạo được bản chất của chúng. Tất cả những điều này toát lên ý nghĩa của Tánh Không. Tánh Không như vậy, tánh cách của nó là không thể tạo được và cũng được gọi như là Trung đạo.[381] Hơn nữa, theo lời giải thích của Ngài Nguyệt-xứng, Không quán (*Śūnyatā,* 空觀), Giả quán (*Upadaya-pratipad*ā, 假觀) và Trung quán (*Madhyama pratipada,* 中觀) được coi như là 'những tên khác' (*viśeṣa sañjñā*) của lý Duyên

379 Nagārjuna, The Middle Treatise, xviii: 7.

380 Candrakīrti (S) Nguyệt Xứng: Tên một trưởng giả thành Tỳ-xá-ly cầu Phật trị bệnh truyền nhiễm cho dân trong thành. Đây cũng là tên của một vị luận sư thuộc phái Cụ Duyên Trung Quán, dòng dõi Bà La Môn ở Samanta, Nam Ấn. Sư rất thông thaïo Trung Quán lẫn Mật thừa, tác phẩm gồm có: Lục Chi Du Già Chú, Kim Cang Tát Đỏa Thành Tựu Pháp, Nhập Trung Quán Huệ, Trung Luận Chú (tức Căn Bản Trung Luận Chú Minh Giải), Tác Đăng Minh Quảng Thích, Nhập Trung Quán…

381 Xem Candrakīti (Nguyệt Xứng), Prasannapadā on Mādhyamikaśāstra (24.18) như trên trang 220: yā ceyaṁ svabhāvaśunyatā sā prajñaptir upādāya, saiya śunyatā upādāya prajñaptir iti vyavasthāpyate cakrādiny upādāya rathāṇgāni rathaḥ prajñayate / tasya vā savāṇgāny upādāya prajñap, sā svabhāvenānutpattih, yā ca svabhāvānanutpattih sā śunyatā. saiva svabhāvānutpat-tilakṣaṇā śūnyatā madhyamā pratipat iti vyayateasthāpyate.

khởi.[382] Về phương diện ý nghĩa của hai từ này, ở một chỗ khác Ngài Nguyệt-xứng nói rằng bất cứ cái gì là ý nghĩa của định thức Duyên-khởi thì cái đó là Tánh Không.[383] Từ 'giả quán' (*upādāya prajñapti*) dựa trên vài tài liệu cũng được nhiều dịch giả diễn dịch nhiều cách khác. Tánh Không được gán trong vài danh pháp mà triết lý Phật giáo gọi là Giả quán (*prajñapti*). Do đó, cuối cùng đưa đến con đường Trung đạo giải thoát khỏi hai cực đoan của tồn tại và không tồn tại.

Trung quán (*Madhyama pratipada*) là giải thoát khỏi hai cực đoan của thường hằng và đoạn diệt. Trung đạo là thấy các pháp như chúng đang là. Trong toàn thể luận tụng (*kārikā*) này có bốn phần là Duyên quán, Không quán, Giả quán và Trung quán. Thật ra, cả bốn đều có hệ quả liên quan với nhau. Theo Gadjin M. Nagao nói cả bốn phần kết hợp lẫn nhau trong một cách nào đó được coi là bình đẳng.[384] Do đó, toàn bộ hệ quả có thể được thành lập thành một công thức như sau:

Bảng V

Duyên quán	= Không quán (空 觀)
(緣 觀)	= Giả quán (假 觀)
	= Trung quán (中 觀)

382 Như trên: Tad evaṁ pratītyasamutpādasyaivaitā viśesasaṁjñā śūnyatā upādāya prajñaptih, madhyamā pratipad iti.

383 Xem Candrakīrti (Nguyệt Xứng) on MāMādhyamikaśastra (Trung luận). Pratītyasamut-pādaśabdasya yo' arthah sa eva' śūnyatāśabdārthah. Bồ Tát và Tánh Không 284

384 Như trên, trang 31(Cũng nên nhớ rằng trong truyền thống Trung- Nhật, phái Thiên thai tất cả có ba trừ pratītyasamutpāda thành lập 'ba chân lý': Không (Tánh-không), giả (Duyên khởi) và Trung (Trung đạo). Xem Takakusu, The Essentials of Buddhist Philosophy (Honolulu Office Appliance Co., Third Ed. trang 129 (trích từ Gadjin M. Nagao, trang 42).

Về mối liên quan giữa lý Duyên khởi (*pratītyasamutpāda*) và Tánh Không (*Śūnyatā*), Ngài Long-thọ đã trình bày rằng Duyên-khởi là Tánh Không; nó chỉ giả danh (*vijñapti*) hiện có, chính là con đường Trung-đạo (*Madhyamāpratipada*).[385]

Để kết luận, chúng ta có thể nói rằng Tánh Không được xem là định thức Duyên khởi có mối liên hệ trước và sau lẫn nhau ở thời gian và không gian khác nhau mà không có liên kết lẫn nhau trong một cấu trúc riêng biệt. Nguyên nhân có thể là trước và kết quả có thể là sau. Đứng về phương diện cấu trúc thời gian, chúng có thể đứng cách lẫn nhau. Phân tích ở trình độ thực nghiệm đã cho thấy không có gì ngoài chân không và chân không đưa đến Tánh Không ở trình độ siêu việt ngoài khái niệm. Nói một cách khác, Bồ Tát luôn luôn ước muốn vượt qua mọi phân biệt các pháp của lãnh vực tri thức, để đạt đến trình độ của Tánh Không mà Venkatramanan nói rằng:

"Đối với ba điều trên, có thể thêm một ý nghĩa nữa của Tánh Không là sự vượt qua các giác quan, sự khát khao thực tại, khát khao chứng nhập viên mãn là căn bản và nơi phát khởi tất cả những hạnh nghiệp của Bồ Tát."[386]

Ý nghĩa mối liên quan đồng nhất giữa Duyên khởi và Tánh Không trong Đại thừa nằm ở chỗ nhận thức sự kiện triết học nghĩa là định thức Duyên khởi ở tầng lớp thế gian đến Tánh Không ở tầng lớp siêu việt. Nói một cách khác, định thức Duyên khởi là bậc thang siêu hình để đưa đến bệ cao của Tánh Không ở mức độ siêu việt. Và nói một cách chính xác, Tánh Không, Trung đạo và định thức Duyên khởi theo Đại thừa là trống không. Chúng như những phương tiện thiện xảo để trợ duyên chúng ta từ bỏ khát ái. Chúng đã hình thành một chức năng giống như vậy để tránh những cực đoan của chủ nghĩa tuyệt đối và chủ nghĩa hư vô. Chúng đã tuyên bố rằng các pháp là trống không nghĩa là các pháp không có tồn tại tuyệt đối cũng không có tuyệt đối không

---

385 Mādhyamikaśāstra (Trung luận).

386 Venkatramanan K., Nāgārjuna's Philosophy, Delhi, 1978, tr. 339 (a).

tồn tại. Nếu các pháp trong vũ trụ này tồn tại tuyệt đối, chúng sẽ có bản chất của chúng và không thể tùy thuộc vào nhân duyên, nhưng không có gì trong thế giới có thể thấy là điều kiện nguyên nhân độc lập. Vì vậy, sự tồn tại của các pháp không phải thật tuyệt đối hoàn toàn. Và nếu sự tồn tại của các pháp là tuyệt đối không thật hoặc không có gì, sẽ không có sự thay đổi hoặc động cơ trong vũ trụ, nhưng thật ra vẫn còn vô số các pháp được nhận biết đang khởi lên từ các điều kiện nhân duyên.

d. Tánh Không là Niết-bàn

Và ý nghĩa kế tiếp, Tánh Không được xem như là niết-bàn. Như chúng ta biết trong kinh điển Pāli, 'không' (*Suññatā,* 空) nghĩa là niết-bàn (*Nibbāna,* 涅槃), trạng thái trống không, một thực tại vượt qua khỏi đau khổ hoặc trạng thái giải thoát cuối cùng. Sau này, các nhà Đại thừa hoặc các bậc đạo sư Đại thừa đã đồng nhất hoá Tánh Không (*Śūnyatā*) với niết-bàn và thêm vào vài ý nghĩa làm phong phú khái niệm Không (*Suññatā*) trong kinh điển Pali.

Như chúng ta thấy trong Chương Năm,[387] khái niệm niết-bàn được chú ý nhiều trong kinh điển Pāli cũng như trong các bài viết của các học giả hiện đại. Trong Pāli, niết-bàn được mô tả như đoạn diệt (*khaya,* 斷滅) tất cả tham mê (*rāga,* 貪迷), ghen ghét (*dosa*, 疾妒), ảo tưởng (*moha*, 幻想), ái dục (*taṇhā*, 愛欲) ảo giác (*saṇkhārā,* 幻覺), tà kiến (*upādāna,* 邪見), lậu (*āsava,* 漏), phiền não (*klesa,*煩 惱), hữu (*bhava,*有), sanh (*jāti,*生), già, chết (*jarāmaraṇa,*老死) và đau khổ (*dukkha,* 苦). Kinh tạng Pāli đã mô tả trạng thái tích cực của niết-bàn như trạng thái an lạc (*accantasukha,* 安樂), bất tử (*accuta,* 不死), an tĩnh (*acala, dhīra,*安靜), khinh an (*santa,* 輕安) và vô uý (*akutobhaya,*無畏). Đây là trạng thái an lạc nhất và mục đích của thiền là dẫn tâm đến một trạng thái như vậy, vượt trên các khổ và lạc ở trên đời. Hành giả sẽ đạt được trạng thái cao nhất là Diệt thọ tưởng định (*Saññāvedayitanirodha,* 滅受想定).

---

387 PP, trang 143-51.

Đứng về lãnh vực siêu hình, niết-bàn (*Nibbāna*) là Diệt thọ tưởng định (*Saññāvedayitanirodha*), với điều kiện hành giả phải tu tập thêm những công hạnh cần thiết khác để đạt A-la-hán quả.

Trong Như Thị Ngữ kinh (*Itivuttaka,* 如是語經)[388] có một đoạn văn rất đáng chú ý như:

'Atthi, bhikkhave, abhūtam akatam asaṇkhataṁ' đã cho thấy Phật giáo Nguyên thủy xem niết-bàn không phải là hư vô chủ nghĩa mà là một cái gì đó rất tích cực,[389] là sự suy diễn siêu hình học của niết-bàn, tuy nhiên niết-bàn thì vô tận và không thể mô tả được như hư không vô vi (*Ākāsa,* 無為). Niết-bàn cũng được gọi là siêu giới (*Apariyāpanna-dhātu* hoặc *Lokuttara-dhātu,* 超界) vượt khỏi ba cõi. Đây là trạng thái giác ngộ (*sacchikātabba*) trong chính mỗi người (*paccattaṁ veditabbo viññūhi*). Niết-bàn thì đồng nhất (*ekarasa,* 同一) và nơi đó không có ngã, giống như sự biến mất của ngọn đèn trong trạng thái hiện hữu vô biên không thể nào hiểu được.

Khái niệm chính xác hơn của niết-bàn có thể thấy chắc chắn đây là một trạng thái vượt khỏi ngôn từ, tư tưởng và sự giác ngộ tối thượng của chính mỗi Bồ Tát, trong khi theo Ngài Long-thọ, những nhà Trung-luận (*Śūnyatāvādins*) sẽ không tìm kiếm niết-bàn (*Nirvāṇa*) là nơi chấm dứt phiền não (*kleśas,* 煩惱) và uẩn (*skandhas,* 蘊). Niết-bàn của Đại thừa là:

"Niết-bàn là không phải loại bỏ cũng không phải đạt được, cũng không phải một pháp đoạn diệt cũng không phải một pháp thường hằng, niết-bàn cũng không phải bị đè nén cũng không phải được khởi lên."

(Aprahīṇam asamprāptam anucchinnam aśāvataṁ,

---

388 Itivuttaka, ed. E. Windish, London: PTS, 1889, trang 37. Iṭivuttaka (P) Như thị ngữ Kinh. itivṛttaka (S), ityuktaka (S): Kinh Phật thuyết như vậy: Gồm 112 bài kinh ngắn khởi đầu bằng: "Tôi nghe như vầy...", ghi lại hành nghi ở đời quá khứ của Phật và đệ tử.

389 Kathāvatthu, I-II, ed. A.C. Taylor, London: PTS, 1894-95, trang 124; cũng xem Milindapañha, ed. V. Trenckner, London: PTS, 1962, trang 316.

Aniruddham anutpannam etan nirvāṇam ucyate).[390]

Điều này cũng được nói trong kinh điển Pāli, *Nirupādhiśeṣa* là trạng thái giải thoát tối hậu, đoạn diệt tất cả các uẩn và phiền não. Và những nhà Đại thừa đã đưa ra một trạng thái khác hơn – *Apratiṣthita Nirvāṇa*, nghĩa là trạng thái Bồ Tát lánh xa việc nhập giải thoát Niết-bàn tối hậu (dù Bồ Tát có khả năng đạt được) là vì Bồ Tát muốn hy sinh đem thân mình phục vụ tất cả chúng sanh để họ giải thoát trước và Ngài sẽ là vị cuối cùng; còn một chúng sanh nào đau khổ thì Bồ Tát còn chưa nhập niết-bàn. Ngài Nguyệt-xứng trong Trung Quán Luận tụng (*Mādhyamika-Kārikāvṛtti*, 中觀論頌) đã định nghĩa niết-bàn như sau:

"Trạng thái mà không từ bỏ cũng không đạt được, không phải hư vô cũng không phải vĩnh viễn, không phải tiêu diệt cũng không phải tạo tác."

(svabhāvena hi vyavasthitānāṁ kleśānāṁ skandhānāṁ ca svabhāvasyānapāyitvāt kuto nivṛttir, yatas tannivṛttyā nirvāṇam... yadi khalu śūnyavaditaḥ kleśānāṁ skandhānāṁ vā nivṛttilakṣaṇam nirvāṇam necchanti, kiṁ lakṣaṇarh tarhīcchanti. ucyate;

"aprahīṇam asamprāptam anucchinnam aśāśvatam; aniruddham anutpannam etan nirvāṇam ucyate")[391]

"Chức năng của tuệ giác chẳng những chuyển hoá sự thật, mà còn tạo sự thay đổi thái độ của chúng ta đối với nó."

(na prajñā aśūnyān bhāvān śūnyān karoti; bhāvā eva śūnyāḥ).[392]

Sự thay đổi là thuộc nhận thức luận (chủ thể), không phải thuộc bản thể (đối thể). Thật thể như nó đã từng. Niết-bàn

---

390 Trích trong Mahayana Buddhism, N. Dutt, Calcutta, 1976, trang 237.

391 Mādhyamika Kārikāvṛtti (Prasannapadā) by Canrakīrti, Commentary on Mādhayamika Kārikās, Bib. Budd. IV, trang 521.

392 Cùng trang sách đã dẫn.

không phải là hữu (*bhāva,*有) hoặc phi hữu (*abhāva,*非有)... Nó xa lìa tất cả thắng nghĩa đế của niết-bàn (*bhāvābhāva-parāmarśakṣayo nirvāṇam,* 勝義諦的涅槃).[393] Đây là hoàn toàn tương ứng theo pháp thoại của Đức Phật dạy chúng ta loại bỏ sự hiện hữu (*bhava-dṛṣṭi,* 現有) và phi hiện hữu (*vibhava-dṛṣṭi,* 非現有).[394] Đây là ý nghĩa chân thật của vô ký (*avyākrta,* 無記) được xem như bản chất của Như Lai (*Tathāgata,* 如來) - không vấn đề gì liệu mà Như-lai tồn tại sau khi chết hoặc không tồn tại hoặc cả hai hoặc không cả hai.[395] Niết-bàn như là một người với tuyệt đối là giải thoát khỏi vọng tâm. Và chỉ lìa những điều này là chúng ta sẽ đạt niết-bàn.

Đây là nội dung của Đại thừa mà giải thoát cuối cùng chỉ có thể ngang qua Tánh Không bởi loại bỏ tất cả các chấp thủ, kiến thủ và những định kiến.[396] Long-thọ, luận chủ nổi bật của học thuyết Tánh Không đã trình bày điểm này rất rõ. Ngài nói rằng: '*Bởi vì tôi không chấp thủ bất cứ điều gì, nên tôi tránh được mọi lỗi lầm.*'

Ngài Nguyệt-xứng bình luận thêm rằng ở đây không có cái gì bị loại trừ giống như tham dục (*rāga,* 貪欲)... cũng không có điều gì có thể đạt được như những thánh quả như Tư-đà-hoàn (*srotāpatti,*修陀還), Tu-đà-hàm (*sakṛdāgāmi,* 修陀含)... Nó không phải thường hằng như bản thể thật (*aśūnya*).[397] Bản

---

393 Eta evaṁ na kasyacin nirvāṇe prahāṇaṁ nāpi kasyacin nirodha iti vijñeyam tataś ca sarua kal-panāksayarūpam eva nirvāṇam tathoktam Ārya Ratnāvalyām: na cābhāvo'pi nirvāṇam kuta evāsya bhāvatā; bhavābhāva-parāmarśa-kṣayo nirvāṇam ucyate. MKV, trang 524.

394 MK, xxv, trang 10.

395 Tham khảo Vadānta Paribhāṣā, chương I.

396 'Muktis tu śūnyatādṛsṭes tadarthāśesabhāvanā'. A dictum of Nāgārjuna quoted in BCAP. p. 438 and also in Subhāsita Samgrha. Also in Guṇaratna's commentary (trang 47) on Saḍḍarśana Samuccaya. buddhaih pratyeka-buddhaiś ca śravakaiś ca nisevitā; mārgas tvam ekā moksasya nāstyanya iti niścayah. ASP. IX, 41. na vinānena mārgeṇa bodhir ityāgamo yatah, GBWL, IX, trang 41.

397 Giáo sư Stcherbatsky đề nghị chú thích cuối trang là Aśūnya = Nirvāṇa of the Hīnayānists = Pradhāna of Sāṁkhya.

chất của nó không có nguồn gốc, biến hoại và tướng (*lakṣaṇa,* 相) của nó là không chấp nhận bất cứ hình dáng nào.[398] Trong một pháp không mô tả được như vậy, làm thế nào có một sự tưởng tượng (*kalpanā*, 想像) của sự tồn tại phiền não (*kleśas*) và uẩn (*skandhas*) và sự hoại diệt chúng ngang qua niết-bàn (*Nirvāṇa*) có thể tìm ở đâu? Bao lâu những hoạt động của sự tưởng tượng chúng ta tiếp tục tồn tại, thì nơi đó không có niết-bàn. Niết-bàn chỉ được giác ngộ khi tất cả những nỗ lực của tính đặc thù hoá hoặc định nghĩa (*prapañcas*) chấm dứt.

Để bác bỏ quan điểm của Thượng-toạ-bộ (*Sarvāstivada,* 上座部) cho rằng không chấp nhận sự tồn tại của phiền não (*kleśas*) và uẩn (*skandhas*) ở các tầng bậc nơi mà niết-bàn đạt đến, nhưng có thể chúng tồn tại trong vòng luân hồi... nghĩa là trước khi đạt niết-bàn. Những nhà Đại thừa trả lời một cách sinh động rằng nơi đây không có sự khác biệt nào dù nhỏ nhất giữa niết-bàn (*Nirvāṇa,* 涅 槃) và luân hồi (*Saṁsāra,* 輪迴). Vì vậy, thật ra niết-bàn không đòi hỏi có tiến trình tiêu diệt. Niết-bàn thật sự là hoàn toàn biến mất (*kṣaya,* 遍滅) của tất cả những vọng tưởng. Phiền não, uẩn... sự biến mất của chúng nói chung là cần thiết trong niết-bàn,[399] tuy nhiên theo các nhà trung luận không có bất cứ một thực thể nào tồn tại. Những người mà không loại bỏ được khái niệm 'Ta' và 'của Ta' thì thường chấp sự hiện hữu của các pháp không tồn tại.

Nói rộng hơn, vị ấy đi theo những con đường do các hệ thống khác chủ trương có thể là cách tốt nhất để giải thoát từng phần hoặc là mới bắt đầu cho điều này.[400] Quan sát như thật trong

398 Giáo sư Stcherbatsky dịch 'prapañca' bằng số nhiều và thỉnh thoảng lại nhấn mạnh về ý nghĩa của từ. Bồ Tát và Tánh Không 292

399 Madhyamakavṛtti, ed. L. de la Vallee Poussin, BB. iv, 1902-13, trang 445.

400 "Ekaṁ hi yānaṁ dvitīyaṁ na vidyate". Cũng xem ĀṣtaSāhasrikāPrajñāpāramitā, Śānti Deva, Bib. Ind., trang 319. Ekaṁ eva hi yānaṁ bhavati yad uta buddha-yānaṁ bodhisattvānaṁ yathā āyusmatah subhūter nirdeśah. It is explicitly stated in the AbhisamayĀlaṁkārĀloka, Haribhadra, G.O.S. Baroda, trang 120 that it is the opinion of Nāgārjuna and his followers that the votaries of other paths do not gain final release, that they

bất cứ mô thức đặc biệt nào như là thực thể, hiện hữu, sanh khởi... là điều kiện để tạo một cái khác, sự đối nghịch mâu thuẫn từ đó tạo nên sự phân biệt. Chúng ta không thể tránh được sự chấp thủ vào những điều chúng ta cho là thật và quan điểm kế tiếp của chúng ta là sẽ chối bỏ những điều khác. Quan điểm do sự giới hạn và phán quyết của nó đã tạo nên sự đối đãi - nguồn gốc của luân hồi. Ngài Long-thọ đã trình bày sự khẳng định biện chứng như sau: khi ngã được thừa nhận, thì điều khác (*para*) nảy sinh đối lập với nó; với sự phân chia ngã và không phải ngã, chấp thủ và không chấp thủ. Tùy thuộc những cái này mà cái khác nảy sanh. Chấp thủ sanh ra khát ái tìm cầu hưởng thọ dục lạc và khát ái che đậy tất cả các sai lầm (của đối thể). Bị mù quáng bởi điều này, người khát ái đã mơ tưởng chất lượng của các pháp và nắm giữ những phương tiện để thoả mãn nhu cầu dục lạc. Luân hồi do đó hiện hữu ngay khi có sự chấp thủ của 'ngã'.[401]

Trong hệ thống Trung luận, nguồn gốc của khổ (*dukkha*) là sự dấn mình vào các quan niệm (*dṛṣṭi,* 觀念) hoặc vọng tưởng (*kalpanā,* 妄想). Vọng tưởng Phân biệt (*Kalpanā vikalpa,* 妄想分別) là đệ nhất vô minh (*avidyā,* 無明). Thật tế là không (*śūnya*); trao cho nó với một tánh cách, định danh nó như là 'cái này' hoặc 'không phải cái này' là tạo thiên lệch, một phần và không thật. Điều này vô tình là để phủ định sự thật, vì cho rằng tất cả xác định là phủ định. Biện chứng này như Tánh Không (*Śūnyatā*) của quan niệm (*dṛṣṭis*) là sự phủ định quan điểm, là sự phủ định đầu tiên của thực tại đó là bản chất vô phân

---

remain in a lower state, but are, at the end of the period, enlightened by the Buddha. Ārya Nāgārjuna-pādāis tanmatanusāriṇaś caikayāna-nayavādina āhuh: labdhvā bodhi-dvayaṁ hy ete bhavād uttrastamānasāh; bhavanty āyuh-ksayāt tusṭāh prāpta-nirvaṇa-saṁjñiah na tesaṁ asti nirvāṇaṁ kim tu janma-bhavatraye; dhātau na vidyate tesāṁ te'pi tisṭhanty anāsrave. aklisṭa-jñāna-hānāya paścād buddhaih prabodhitāh; sambhṛtya bodhi-sambhāraṁs te'pi syur lokanāyakāh. AbhisamayĀlaṁkārĀloka, Haribhadra, G.O.S. Baroda, trang 120. The Catuh Stava (I, 21, trích trong Advayavajra, trang 22): "Dharma-dhātor asambhedād yānabhedo'sti na prabho; yānatritayam ākhyātaṁ tvayā sattvāvatāratah".

401 Ratnāvalī of Nāgārjuna, trích trong Bodhi-Caryavatāra-Pañjikā by Prajñākaramati, Bib. Ind., tr. 492.

biệt (*nirvikalpa, niṣprapañca,* 無分別). Hiểu một cách đúng đắn, Tánh Không không phải là hư vô, mà là sự phủ định của phủ định, nó là sự hiểu đúng của sự bóp méo sai lầm trước kia về sự thật như lý.

Từ Tánh Không đạt được khái niệm chân thật của nó trong tiến trình giải thoát hoặc niết-bàn và có những ý nghĩa khác nhau trong suốt tiến trình này.

Tất cả những điều này là trống không trong ý nghĩa rằng chúng không có những bản chất, tánh cách hoặc chức năng xác định.

Tánh Không được dùng để loại bỏ các học thuyết và quan điểm. Tuyên bố rằng các pháp là rỗng không có thể chỉ cho thấy những lý luận và khái niệm lan man về bản chất thật của các pháp là không thể chấp nhận được. Từ này cũng dùng để đánh giá lại và để định danh lại các pháp vô giá trị, vô dụng bị loại bỏ. Tâm trống không có nghĩa là một người có thể thấy thế giới này là đau khổ và vượt lên chúng.

Khái niệm Đại thừa về niết-bàn (*Nirvāṇa*) như là Tánh Không (*Śūnyatā*) là những nhà Đại thừa phủ định sự hiện hữu của các thành tố với nhau. Nhiều khía cạnh của khái niệm này được làm nổi bật bởi những thuật từ khác được dùng trong các tác phẩm Đại thừa. Thí dụ, khi niết-bàn đồng với Tánh Không thì sự ngụ ý rằng tất cả các pháp nói chung đồng tồn tại là thật sự không tồn tại giống như ảo tưởng không có thực thể như địa đại (*pṛthivī-dhātu,* 地大) là không của nguồn gốc thật, sự đoạn diệt hoặc tồn tại thật trong thực tại.[402] Khi các pháp đồng với Chân như (*Tathatā,* 真如) hoặc pháp tánh (*Dharmatā,* 法性), thì tất cả các pháp trên thế giới này về cơ bản là giống bản chất nhau, không có bất cứ nhãn hiệu hoặc bản thể nào là của tự nó.[403] Nó không có sự tồn tại và không không tồn tại.[404] Tánh Không là biểu hiện của sự phủ định và chân như (*Tathatā*) là

402 Ś, trang 246. Bồ Tát và Tánh Không 296

403 Laṇkāvatāra-sūtra, ed. B. Nanjio, Kyoto, 1923, trang 226.

404 Ś, trang 263.

những khía cạnh tích cực của chân lý. Khi nó được gọi là thật tế (*bhūtakoṭī*, 實濟: chân thật tế cực, chỉ niết-bàn thật chứng lìa hẳn hư vọng) là ám chỉ rằng sự phân tách các pháp là những định danh sai lầm, khi một người cuối cùng đạt được Thực tại, sẽ vượt qua điều mà không thể vượt qua và chính như thế là chân lý. Một số những từ đồng nghĩa với niết-bàn (*Nirvāṇa*) cũng thường dùng là không phải không chân lý (*avitathatā,* 不非真理), độc nhất (*ananyatathatā,* 獨一), không thay đổi được (*aviparyāsatathatā,* 不遍), chân đế (*paramārtha,* 真諦), bản chất(*tattva*, 本質), bản thể không thể hiểu được (*acintyadhātu,* 難誦的本體), pháp giới (*dharmadhātu,* 法界), bản thể các pháp (*dharmasthiti*, 本體諸法), thuần tịnh, an định giữa sanh và diệt (*supraśānta,* 淳淨), không thể tách rời và không thể chia chẻ (*advaya* / *advayādhīkāra*, 不分).[405]

Trong đoạn thứ ba của Bát-nhã Tâm-kinh (*Hṛdaya sutra*) dạy rằng:

"Vì vậy, trong Tánh Không (sūnya) không có sắc (rūpa), thọ (vedāna), tưởng (sanjñā), hành (saṁskara), thức (vijñāna); không có mắt, tai, mũi, lưỡi, thân và ý; không có sắc, thanh, hương, vị, xúc, pháp cũng không có mười tám cảnh giới từ cảnh giới sắc cho đến cảnh giới tâm; cũng không có những pháp như mười hai nhân duyên trong chuỗi hiện hữu từ vô minh cho đến sanh, già, bịnh và chết; cũng không có bốn chân lý, không có trí tuệ và không có sự đạt được."

(是故空中無色,無受,想,行,識,無眼,耳,劓,舌,身,意,無色,聲,香,味,觸,法,無眼界,乃至無意識界,無無明,亦無無明盡,乃至無老死,亦無老死盡.無苦,集,亦,道,無智,亦無得).[406]

Trong đoạn văn này, chúng ta có thể thấy rằng tất cả những pháp số căn bản và quan trọng của Phật giáo đều bị chối bỏ: năm uẩn, mười tám giới, bốn diệu đế hay ngay cả niết-bàn

---

405 S, II, trang 25; "Iti kho, bhikkhave, yā tatra Tathatā avutatthatā anaññaTathāgata idapaccayatā, ayaṁ vuccati, bhikkhave, paṭicca-samuppādo".

406 般若波羅密多心經,trang 134-5.

và con đường thánh thiện... đều bị bác bỏ. Ý tưởng lớn này có thể tóm gọn trong một câu rất nổi tiếng của kinh Kim-cang Bát-nhã ba-la-mật như: 'Ưng vô sở trụ nhi sanh kỳ tâm' (Ở nơi không chỗ mà sanh tâm, **應無所住而生其心**).[407]

Cũng kinh này nhưng một đoạn khác, Đức Phật đã dạy tôn giả Tu-bồ-đề rằng:

"Chúng sanh nên loại bỏ tâm chấp vào ngã, nhân, chúng sanh và thọ giả, pháp và phi pháp. Tại sao? (bởi vì) nếu tâm của họ còn chấp vào tướng, thì họ vẫn còn chấp vào ngã, nhân, chúng sanh, thọ giả. Tại sao? (bởi vì) nếu họ còn chấp vào pháp, thì họ vẫn còn chấp vào ngã, nhân, chúng sanh, thọ giả. Tại sao? (bởi vì) nếu tâm của họ còn chấp vào phi pháp, thì họ vẫn còn chấp vào ngã, nhân, chúng sanh, thọ giả. Vì vậy, không nên chấp giữ vào pháp và phi pháp. Đó là tại sao Đức Như Lai dạy rằng: 'Này các tỳ kheo nên biết pháp được giảng giống như chiếc bè. Ngay cả pháp còn phải bỏ, huống chi phi pháp."

(**是諸眾生,無復我相,人相,眾生相壽者相,無法相,亦無非法相.何以故?是諸眾生,若心取相,則為著我,人,眾生,壽者.若取法相,即著我,人眾生,壽者.是故不應取法,不應取非法.以是義故,如來常說:汝等毘丘!知我說法,如筏喻者,法尚應捨,何況非法?**).[408]

Bởi vì pháp Đức Phật giảng không phải là một học thuyết triết học, không là gì cả ngoài phương pháp trị bịnh để rửa sạch các cấu nhiễm bên trong tâm chúng sanh. Nếu trong Phật giáo Nguyên thủy, đời sống phạm hạnh, chân lý thánh thiện, niết-bàn (trạng thái an lạc, hạnh phúc và vượt khỏi tam giới) là mục đích của Bồ Tát tu tập, thì trong Đại thừa chỉ có một thực tại là xem niết-bàn (*Nirvāṇa*), pháp giới (*Dharmadhātu*), hoặc bát chánh đạo đều là những vọng tưởng hoặc chỉ là phương pháp trị bịnh. Khi bịnh nhân được lành bịnh nghĩa là giải thoát khỏi các chấp thủ, thì bốn diệu đế, chánh pháp, niết-bàn... trở thành vô dụng và bỏ lại

---

407 金 剛 般 若 波 羅 密 經,trang 116.

408 Như trên, 113-4.

phía sau như 'chiếc bè' thả trôi khi người đã qua đến bờ kia rồi.

Khi một người đã giác ngộ được bản chất các pháp, vị ấy không còn phân biệt hoặc chấp giữ các pháp nữa. Vì vậy, cũng nói rằng luân hồi là đồng nhất với niết-bàn, vị ấy trở thành hoàn thiện, thành Phật; bởi vì những nhà Đại thừa cho rằng chúng sanh không gì hơn là chư Phật nhưng bị vọng tưởng, tạo nghiệp mà có khác. Vì vậy, chúng ta từ tâm của mình phải loại trừ khái niệm không chỉ cá nhân chính mình mà còn bản chất của bất cứ điều gì mà chúng ta nhận thức được. Khi chúng ta đạt được trạng thái tâm đó, thì khi ấy ta không phân biệt mình với vật khác tương ứng với bản chất của thế giới (thực tại tương đối) hoặc từ (thực tại tuyệt đối) siêu việt. Bồ Tát đạt được niết-bàn nghĩa là bản chất của Tánh Không tuyệt đối, sự siêu việt tuyệt đối trong ý nghĩa Đại thừa như Bát-nhã Tâm-kinh (*Hṛdaya Sūtra*) đã kết luận rằng:

'Bởi vì không có sự đạt được, Bồ Tát quán Trí tuệ Bát-nhã, tâm không có chướng ngại và vì không có chướng ngại nên không có sợ hãi, giải thoát khỏi mọi trói buộc, xa lìa vọng tưởng điên đảo và đạt niết-bàn tối hậu.'

(以無所得故,菩提薩埵,依般若波羅密多故,心無罣礙,無罣礙故,無有恐布,遠離顛倒夢想,究竟涅槃).[409]

Đó là lý do tại sao trưởng giả Duy-ma-cật (*Bodhisattva Vimalakirti*) vẫn lặng thinh khi nghe các Bồ Tát hỏi thế nào là pháp môn không hai.[410] Đây cũng là lý do Đức Phật đã im lặng và trả lời *Upaśiva* về niết-bàn như sau:

"Vị ấy đã nghỉ ngơi, không thể đo lường

Vì niết-bàn không có tên,

Khi tất cả các pháp là đoạn diệt,

---

409 般若波羅密多心經, trang 134-5.

410 Garma C.C. Chang, Buddhist Teaching of Totality, Great Britain: The Pennsylvania State Uni-versity, 1972, trang 97.

Lời kinh thuyết cũng không."[411]

Cũng rất hữu ích nếu chúng ta tham khảo thêm một chút về mối liên quan giữa niết-bàn và luân hồi.

Thật ra, bản thể và hiện tượng không phải là hai thực thể riêng biệt, cũng không phải là hai trạng thái của một thể giống nhau. Tuyệt đối là thể chân thật duy nhất, chính là thực thể của luân hồi do những vọng tưởng (*kalpanā*, 妄想) trì giữ. Từ tuyệt đối (minh) ngang qua các hình thức tư tưởng tạo thành vọng tưởng là thế giới thực nghiệm (vô minh) và ngược lại, tuyệt đối là thế giới chân thật không bị bóp méo qua trung gian của vọng tưởng.[412]

Tánh Không nghĩa là chân đế (*Paramārthatā*) hoặc không thực thể (*Nairātmya*), cả ngã (*pudgala*) và pháp (*Dharma*) do nhân duyên tạo nên các pháp tạm gọi là các pháp hiện tượng (*Samvrtisatya*, tục đế).

Tánh Không cũng tượng trưng cho 'không bản thể' (*nihsvabhāvatā)* qua đó có thể tuệ giác 'Tính đồng nhất của những đối lập'. Chính trong ánh sáng này mà Ngài Long-thọ thấy không có sự khác giữa 'tà bà' (*Saṁsāra*) và 'niết-bàn' (*Nirvāṇa*)...

Hữu vi đồng với vô vi và vô vi đồng với hữu vi, đó là thông điệp chính mà văn học Bát-nhã (*prajñā-pāramitā*) đã tuyên bố. Trạng thái tuyệt đối không thể hiểu này thường hằng như như ở trước chúng ta. Chúng ta có thể đồng nhất hoá nó trong chúng ta. Đức Phật dạy rằng quan niệm thế giới như thật xuất hiện khi tự ngã tiêu diệt, khi tất cả những liên quan ẩn tàng cho sự thăng hoa của ngã bị mất tác dụng. Chúng ta không phải nhắm đến niết-bàn (*Nirvāṇa*) riêng tư và cá nhân mà phải bao gồm cả người khác và thế giới, mà Nhất thiết trí của Đức Phật bao gồm cả hai.

Công đức cá nhân phải nên hồi hướng đến cho tất cả. Trong

---

411 Như trên, trang 98.

412 MK, xxv, trang 9.

bất cứ trường hợp nào, không có sự chứng đạt cá nhân, không có thật thể nào có thể cung cấp vĩnh viễn sự ngừng chỉ và an tịnh, không có sự giải thoát hoàn toàn bằng sự gượng ép đoạn diệt tất cả.

Văn học Bát-nhã (*Prajñā-pāramitā*) đã nỗ lực điều chỉnh và thăng hoa những quan niệm sẽ gặp phải khi tu tập theo luận A-tỳ-đạt-ma (*Abhidharma*).[413] Luận A-tỳ-đàm đã thuyết phục chúng ta rằng nơi đây không có 'ngã' mà chỉ có 'pháp'. Mặc dù chúng sanh không thật, tuy nhiên vì lòng từ bi, không từ bỏ và lợi ích của chúng sanh nên vẫn vận dụng phương tiện độ sanh. Luận A-tỳ-đàm phủ nhận các pháp hữu vi, giúp nhận thức hiểm họa của chấp thủ vào các pháp hữu vi mà các pháp này đối lập với pháp vô vi và khuyến hoá tu tập trí tuệ như là một đức tánh để thấy 'thực thể' của các pháp.

Ngược lại, văn học Bát-nhã quán sát tánh riêng biệt của các pháp chỉ là những tạm thời giả danh và quán chiếu để thấy các pháp chỉ là Tánh Không. Mọi hình tướng đều không bị kết án là chướng ngại tuệ giác tối thượng. Chừng nào nhị biên (hai bên đối đãi) tan biến thì khi ấy kết quả không thể tưởng được. Không chỉ vô số đối thể pháp trần đa dạng (của tư tưởng) đồng nhất với Tánh Không, mà chính chủ thể ý căn cũng không khác, như một và đồng nhất với Tánh Không.

Khi chúng ta ra khỏi những thói quen phân biệt ý thức, Tánh Không sẽ hiển lộ viên mãn cụ thể ngay chúng ta, thai tạng Phật nơi chúng ta.

Người nào chỉ cố gắng giải thích thực thể Tánh Không như một dụng cụ lý thuyết suông thì chỉ chuốc thất bại. Các pháp rất đơn giản, nằm ẩn ngay phía sau của học thuyết này, nếu chúng ta tác ý sẽ thấy.

---

413 Xem chi tiết ở Basic Buddhist Concepts, Kogen Mizuno, tr. Charles S. Terry and Richard L. Gage, Tokyo, 1994, trang 13-35; và 2500 Years of Buddhism, P.V. Bapat, Ministry of Infor-mation and Broadcasting Government of India, 1919, trang 31- 42.

Kinh Bát-nhã Ba-la-mật cũng không đề nghị chỉ có Tánh Không tồn tại. Nếu tuyên bố trống rỗng rằng 'Các pháp thực sự là không' là hoàn toàn vô nghĩa. Chính đó cũng giả, bởi vì Tánh Không không có cả phủ định lẫn khẳng định.[414]

Tâm-kinh (*Hṛdaya Sūtra*) đưa ra năm ý nghĩa để kết luận là 'Vượt qua, vượt qua, vượt qua bờ kia, vượt qua hai bờ, ôi giác ngộ!' (揭諦,揭諦,波羅揭諦,波羅增揭諦,菩提薩婆訶).[415]

Vượt qua: vượt qua căn và trần, bởi cả hai đều không.

Vượt qua: vượt qua tham đắm các pháp hữu vi và từ bỏ chúng, bởi tất cả đều không.

Vượt qua bờ kia: qua bờ Niết-bàn, bản chất thật các pháp hữu vi.

Vượt qua hai bờ: vượt qua ta bà và niết-bàn, siêu vượt hai bên bờ đối đãi, khẳng định và phủ định đồng nhất trong Tánh Không.

Giác ngộ: Ôi thức tỉnh! Trạng thái cuối cùng của Tánh Không siêu việt, vô minh đã tan.

Như chúng ta thấy trong mỗi trường hợp, từ kinh điển Pali đến Đại thừa, nghĩa là từ khái niệm Không (*Suññatā*) đến Tánh Không (*Śūnyatā*) ý nghĩa càng mở rộng và thâm sâu. Nói cách khác, rõ ràng sự thay đổi từ Nguyên thủy đến Đại thừa là sự cách mạng hoá từ pháp (*dharmavāda,* 法) đến bất nhị (*advayavāda,* 不二), từ niệm (*dṛṣtivāda,* 念) đến không niệm *(śūnyavāda*非念), tướng (*dharmavāda,*相) đến tánh (*dharmatāvāda,*性), từ ngã không thật (*pudgala-nairātmya,*我不實) đến pháp không thật (*dharmanairātmya,* 法不實).

Pháp thoại này của Đức Phật có thể thích hợp cho chúng ta vượt qua tất cả khổ não và trở thành một tỳ kheo thật sự *(bhinnakleśho bhikṣuḥ)* và đạt niết-bàn (*Nirvāṇa*). Nhưng

---

414 SSPW, trang 21.

415 般若波羅密多心經, trang 135.

ngay khi nhị biên của chủ thể và khách thể vượt qua thì không có tỳ kheo (*Bhikṣutā*) cũng không có niết-bàn (*Nirvāṇa*) được chứng.[416] Chướng có hai: phiền não chướng (*kleśāvaraṇa,* 煩惱障) và sở tri chướng (*jñeyāvaraṇa,* 所知障). Tánh Không (*Śūnyatā*) là tương phản với hai chướng này vì nó là chân trí.

"Niết-bàn là vọng tưởng. Ngay cả có một trạng thái gì cao hơn niết-bàn thì đó cũng chỉ là vọng tưởng."[417] Bồ Tát là mộng ảo, ngay cả Đức Phật cũng chỉ là giả danh, ngay cả tuệ giác siêu việt cũng chỉ là giả danh. Giấc mơ, tiếng vang, bóng chiếu, hình ảnh, ảo hoá, phù thuật, hư không... là những đối thể của trí thức.[418] Bát thiên tụng Bát-nhã kinh (*Śatasāhasrikā Prajñā-pāramitā,* 八千頌般惹經) cũng nói các pháp là mộng ảo. Chúng không sanh, không diệt; không tăng, không giảm; không cấu, không tịnh; không phủ định, không khẳng định, không thường, không đoạn, không phải không (*Śūnyatā*) mà cũng không phải phi-không (*aśūnyatā*).[419] Chúng chỉ là giả danh, là mộng ảo (*Māyā,* 夢幻). Và mộng ảo đã cho thấy phạm trù mâu thuẫn nhau sẽ không đi đến đâu trong khảo sát biện chứng để cuối cùng không có tồn tại và cũng không có không tồn tại.[420] Tất cả các pháp là giả danh; chúng chỉ là một quy ước, một lệ thường và một sự thoả hiệp tạm thời.[421] Kinh Lăng già (*Laṇkāvatāra,* 楞伽經) đã cho rằng chúng giống như ảo mộng, giấc mơ, ảo tưởng, sừng của con thỏ, con trai của người đàn bà không sanh đẻ, thành quách ảo, mặt trăng kép, xiếc vòng lửa, hoa đốm, hư không, tiếng vang, ảo ảnh, bức tranh, con rối...

---

416 SSPW, trang 45.

417 Nirvṇamapi māyopamam svapnopamam. Aṣṭasāhasrikā-prajña-pāramitā, ed. R. Mitra, Calcutta, 1888, trang 40.

418 Như trên, trang 25, 39, 196, 198, 200, 205, 279, 483 & 484.

419 Như trên, trang 119, 120, 185 & 262.

420 Nāmarūpameva māyā māyaiva nāmarūpam. Như trên, trang 898; māyāyāḥ padam na vidyate. Như trên, trang 1209.

421 Yachcha prajñaptidharmam tasya notpādo na nirodho nyatra saṁjñāsaṁketamātreṇa vyavahri-yate. Như trên, trang 325.

đều không tồn tại và không không tồn tại.[422] Nhiều kinh trong văn học Đại thừa như Thần-thông Du-hí kinh (*Lalitavistara,* 神通遊戲經),[423] Tam-muội-vương kinh (*Samādhirāja,* 三昧王經),[424] Kim-quang-minh kinh (*Suvarṇaprabhāsa,* 金光明經),[425] Viên-giác kinh (圓覺經) và Bát-nhã kinh (般若波羅密經)... cũng cho những mô tả giống vậy.

"Viên giác chiếu sáng khắp nơi tịch tĩnh không đối lập nhau. Chính trong trạng thái chiếu sáng đó, vị Bồ Tát thấy được hằng hà sa thế giới chư Phật như số cát sông Hằng, như hoa đốm giữa hư không, thoạt chìm, thoạt nổi với bao nhiêu hình thái. Chúng không có đồng nhất cũng không có tách rời (bản chất viên giác). Từ đó, chúng không trói, không mở, Bồ Tát bắt đầu giác ngộ chúng sanh này vốn thể là Phật và sanh tử, niết-bàn đều như giấc mộng đêm qua."[426]

"Thực thể tối hậu của Tánh Không là gì? Niết-bàn. Niết-bàn là không niết-bàn bởi vì không có thường hằng cũng không huỷ diệt."[427]

Hoặc một đoạn văn khác trong Kinh Bát-nhã Ba-la-mật:

"Bồ Tát Tu-bồ-đề bạch rằng, 'Này Kausika, Bồ Tát khát ngưỡng bánh xe lớn nên trụ vào Trí tuệ Bát-nhã với pháp thoại về Tánh Không. Vị ấy không nên trụ trong sắc, thọ, tưởng, hành và thức, bởi vì sắc thì tạm bợ hoặc không thường hằng... Vị ấy không nên trụ vào quả Alahán... ngay cả pháp thoại của Đức

---

422 Lankāvatārasūtra, ed. B. Nanjio, Kyoto, 1923, trang 22, 51, 62, 84, 85, 90, 95 & 105.

423 Xem Lalitavistara, ed. P.L. Vaidya, BST, I, 1958, trang 176, 177 & 181.

424 Xem Samādhi-rāja, Sanskrit Manuscript No. 4, Hodgson collection, Royal Asiatic Society, Lon-don, trang 27 & 29.

425 Xem Suvarṇa-prabhāsa, Manuscript No. 8, Hodgson collection, Royal Asiatic Society, London, trang 31, 32 & 44.

426 The Complete Enlightenment, Tr. & Com. by Cha'n Master Sheng-yen, London, 1999, tr. 26.

427 LSPW, trang 145.

Phật. Như thế, Bồ Tát sẽ làm lợi ích cho vô tận chúng hữu tình.'

Khi ấy Ngài Xá-lợi-phất nghĩ rằng: 'Nơi nào mà Bồ Tát nên trụ?'

Tu-bồ-đề biết tư tưởng của Ngài Xá-lợi-phất nên nói: 'Ngài nghĩ gì thế, Xá-lợi-phất? Nơi nào Như Lai có thể trụ?'

Xá-lợi-phất bạch rằng: 'Như Lai trụ nơi không trụ. Chính tâm không trụ là Như Lai. Như Lai không có trụ vào các pháp hữu vi cũng không trụ nơi pháp vô vi. Như Lai trụ nơi tất cả các pháp không trụ và không phải nơi không không trụ'. Giống thế, Bồ Tát nên trụ tâm trong cách này.

Lúc đó, trong hội chúng có nhiều chư thiên nghĩ rằng: 'Ngôn ngữ và lời của Dạ xoa dễ hiểu, nhưng những điều mà Bồ Tát Tu-bồ-đề nói thật là khó hiểu?'

Biết tư tưởng của chư thiên, Tu-bồ-đề đáp rằng: 'Trong đó, không có lời, không có diễn và không có nghe.'

Chư thiên nghĩ rằng: 'Bồ Tát Tu-bồ-đề định làm cho pháp thoại dễ hiểu, nhưng thật ra Ngài lại làm cho học thuyết trở nên tinh tế, sâu sắc và khó hiểu hơn.'

Biết được tư tưởng của chư thiên, Tu-bồ-đề liền nói rằng: 'Nếu một người muốn đạt được Tư-đà-hoàn, Tu-đà-hàm, A-na-hàm hoặc A-la-hán... vị ấy không nên phát khởi trí tuệ sâu xa này...'

Chư thiên nghĩ rằng: 'Ai có thể hiểu và đồng ý với những gì Ngài Tu-bồ-đề vừa tuyên bố?'

Tu-bồ-đề biết tư tưởng của chư thiên, liền nói: 'Ta nói chúng sanh như giấc mộng, ảo hoá. Bậc Tư-đà-hàm, Tu-đà-hoàn, A-na-hàm và A-la-hán cũng giống như giấc mộng, ảo hoá.

Chư thiên trả lời rằng: 'Bạch Tu-bồ-đề, vậy pháp của Đức Phật cũng như giấc mộng và ảo hoá sao?'"

Tu-bồ-đề trả lời: 'Vâng, ta nói pháp của Đức Phật cũng như giấc mộng và ảo hoá. Niết-bàn cũng như giấc mộng và ảo hoá.'

Chư thiên hỏi: 'Ồ! Bạch ngài, có phải Ngài vừa nói niết-bàn cũng như giấc mộng và ảo hoá?'

Tu-bồ-đề trả lời: 'Này chư thiên, nếu ở đó có trạng thái gì cao hơn niết-bàn, ta cũng nói nó giống như giấc mộng và ảo hoá. Này chư thiên, không có sự khác biệt nhỏ nhất nào giữa niết-bàn và giấc mộng ảo hóa cả.''[428]

Đó là học thuyết Tánh Không được trình bày ở đây. Thật khó tìm thấy những lời tuyên bố như vậy ở văn học kinh Vệ đà hoặc các nguồn kinh điển của các tôn giáo khác. Bởi vì đối ngược với Ngã thường hằng (Phạm thiên) của học thuyết U-pa-ni-sắc (*Upanishad*), hoặc những tôn giáo hữu thần như Thiên chúa giáo, Hindu giáo...

Thế nên, chúng ta có thể thấy rằng nếu niết-bàn là mục đích cao nhất trong kinh điển Pali, thì trong tiến trình tiến hoá, với bước phát triển mới của các kinh điển Đại thừa đã cho rằng Phật quả cũng như giấc mộng, ảo hoá và niết-bàn cũng vậy, ngay cả nếu có cái gì cao hơn niết-bàn thì cũng sẽ giống như giấc mộng, như tuồng ảo hoá thôi, nghĩa là niết-bàn, Phật quả là mục đích của giác ngộ, nhưng khi thức tỉnh và tuệ giác thì chúng tức là chính ta.

e. Tánh Không vượt ra ngoài Phủ định và không thể mô tả được

Trong kinh điển Đại thừa, đặc biệt Trung-quán-luận, ngôn ngữ giống như một trò chơi và những lý luận liệu A là B hoặc A không phải B đều giống như trò xiếc ảo hóa.

Trong trường hợp này, hành động hoặc phản biện đều đồng vọng tưởng, mặc dù nó có ý nghĩa rằng cái này phản biện cái khác. Cũng thế, theo Ngài Long-thọ, chính cả lời của Ngài cũng là trống rỗng, giống như ảo thuật hoặc vọng tưởng và vì thế, Ngài đã phủ định tính chất của các pháp. Sự phủ định của Ngài

---

428 Garma C.C. Chang, Buddhist Teaching of Totality, Great Britain: The Pennsylvania State Uni-versity, 1972, trang 94-5.

không phải là sự phủ định của một cái gì thực thể. Ngài đã nói:

'Giống như một nhà ảo thuật tạo một con rối để phủ nhận con rối do chính ảo thuật hoá ra, đó là sự phủ định và bác bỏ.'[429]

Sự phủ định của Ngài Long-thọ chỉ là một dụng cụ để loại trừ các cực đoan. Nếu nơi đó không có cực đoan để loại trừ, thì cũng không cần những dụng cụ như khẳng và phủ định. Những từ như đúng, sai hoặc lỗi lầm thực ra là những từ trống rỗng không có liên quan đến thực thể. Chánh kiến cũng trống rỗng như tà kiến thôi.

Trung luận đã phủ định những tà kiến và phơi bày chánh kiến như một dụng cụ chữa bịnh chấp thủ. Để giác ngộ, vị ấy phải vượt qua cả chánh và tà, thật và giả và thấy các pháp là không bản chất. Chúng ta không phải phủ định bất cứ cái gì. Không có cái gì để phủ định cả. Do thế, chúng ta vượt qua cả khẳng và phủ định.

Trong kinh Bát-nhã, Đức Phật đã khẳng định rằng:

'Hơn nữa, Bồ Tát nên an trụ trong trí tuệ ba-la-mật. Khi an trụ trong ấy, Bồ Tát sẽ đạt được sự không vượt qua hoặc sự vượt qua bất cứ pháp nào. Đó là Bồ Tát an trụ trong trí tuệ ba-la-mật và giống như vậy, vị ấy hướng dẫn đưa tất cả chúng sanh an trụ trí tuệ ba-la-mật. Nhưng độ sanh mà không thấy độ sanh vì tất cả đều như huyễn hoá...'[430]

Tánh Không (*Śūnyatā*) về cơ bản là không diễn tả (*avāchya or anabhilāpya*) được vì nó vượt qua bốn phạm trù biện luận trí thức (*chatuṣkoṭi-vinirmukta*). Nó là bản thể vượt qua sự tồn tại, không tồn tại, tồn tại và không tồn tại, không tồn tại và không không tồn tại. Nó không phải là khẳng định, không phải là phủ định, không phải là khẳng và phủ định, cũng không phải là không khẳng định và không phủ định. Đứng về mặt thực nghiệm, nó là tương đối, duyên khởi (*pratītya-*

---

429 Nāgārjuna, Hui Cheng lun (The Refutation Treatise), T. 1631, tr. 24.

430 LSPW, trang 140.

samutpāda), là hiện tượng (*saṁsāra*). Đứng về mặt tuyệt đối, nó là chân thật (*tattva*), giải thoát khỏi các pháp (*nirvāṇa*). Thế giới là không thể mô tả được bởi vì nó siêu vượt và không có loại phạm trù nào thoả đáng để mô tả nó. Các pháp là không (*Śūnya*): Không có thực tại tối hậu (*Svabhāva-Śūnya*) và thực tại là Duyên sanh (*Pratītyasamutpāda*) hoặc không có các pháp.

Để dễ hiểu, chúng ta có thể minh họa bốn phạm trù biện luận tri thức (*chatuṣkoṭi-vinirmukta*) trong một công thức như sau:

Hiện hữu = X, Không hiện hữu = -X

Hiện hữu hoặc không hiện hữu = X / -X

Không hiện hữu hoặc không không hiện hữu = -(X / -X)

Bảng VI

- [(X) / (-X) / (X / -X) / -(X / -X)]

Ngài Mã minh (*Ashvaghoṣa,* 馬鳴) đã nói rằng Chân-như (真如) không phải không (*Śūnya,* 空), cũng không phải không (*Aśūnya,* 非空), không phải không cũng không phải phi không, không phải phi không cũng không phải phi không, vì Chân-như vượt qua bốn loại phạm trù này. 'Tất cả các pháp trên thế giới khởi thuỷ không có sắc, không có tâm, không có thức, không có bất sanh, không có sanh; rốt cùng là chúng không thể giải nghĩa được.'[431] Nhưng điều này không có nghĩa là nơi đây không có thực thể, bởi lẽ thực thể dường như rằng 'Bản chất thực của thực tế tuyệt đối là không phải không thật.'

Các nhà không luận (*Śūnyavadins*) đã xem 'hiện hữu', 'tồn tại', 'khẳng định', 'bản chất' trong ý nghĩa hiện hữu tuyệt đối hoặc thực tại tối hậu, tạm gọi Thường hằng. Ai cho rằng thế

431 Suzuki, The Awakening of Faith in the Mahāyāna, trang 111-2.

giới này hiện hữu là phạm một lỗi lớn, bởi vì khi chúng ta thâm nhập sâu chúng ta sẽ khám phá toàn thể thế giới với tất cả hiện tượng đa dạng về cơ bản là tương đối và vì thế rốt cuộc là không thật. Và những ai chủ trương không hiện hữu hoặc không sanh cũng là phạm lỗi lớn, bởi vì họ đang phủ nhận thực tại hiện tượng của thế giới. Họ buộc tội những nhà không luận là những nhà hư vô chủ nghĩa (*nāstikas,* 虛無主義者). Hư vô chủ nghĩa hay Thường hằng chủ nghĩa đều sai lầm. Về cơ bản, tri thức liên quan đến tương đối, phân tích và lý luận trong những sự mâu thuẫn về từ ngữ. Tất cả điều này có thể hiểu được bởi vì chúng là tương đối. Nói gọn là có bốn phạm trù: hiện hữu, không hiện hữu, hiện hữu và không hiện hữu, không hiện hữu và không không hiện hữu; và nếu nói rộng thì có sáu mươi hai loại tà kiến.[432] Các tà kiến này không cung cấp cho ta thực thể. Thực thể siêu vượt qua tất cả phạm trù và 62 quan niệm này. Muốn đạt được chỉ có thể giác ngộ trực tiếp ngang qua kinh nghiệm tâm linh. Chính tuyệt đối bất nhị này mà các pháp sanh khởi. Chúng ta phải vượt lên nhị biên chủ-khách thể của trí thức và các pháp hiện tượng.

Đức Phật không phải là một nhà siêu hình học biện luận mà chỉ là một nhà tu tập thực tiễn. Sự quan tâm của Ngài là giải thoát và chỉ cho chúng sanh con đường tự mình cởi trói khổ để đạt tự tại giải thoát. Đức Phật được gọi là bậc đạo sư tài giỏi vì khả năng hướng dẫn khéo léo của ngài. Đức Phật biết rằng tất cả ngôn ngữ và khái niệm là rỗng không và những lý luận sáo ngữ nên từ bỏ. Nhưng mặt khác, Đức Phật hiểu rằng chúng sanh chấp thủ vào các pháp và chỉ có thể nhận thức được bằng trí thức phân biệt. Để có thể giúp họ loại bỏ các chấp thủ, Đức Phật đã sử dùng những từ ngữ như là Trung đạo và cực đoan, tục đế và chân đế, khẳng định và phủ định, không và phi không để phơi bày chánh pháp của ngài. Thật ra 'bản thể thật của các pháp là hoàn toàn không thể hiểu được và không thể nhận

---

432 D, I; LS, trang 48.

thức được.'[433] Vì thế, tất cả học thuyết hoặc pháp thoại mà Đức Phật đã giảng không gì hơn chỉ là những phương tiện (*upāya,* 方便) để đạt mục đích buông xả chấp thủ.

Các nhà Đại thừa đã ví con người khi còn chấp thủ giống như bị bịnh, bị lửa cháy, như cội nguồn đau khổ, vọng tưởng và vô minh. Tánh Không như một dụng cụ trị bịnh hoặc như nước dập lửa để mà con người có thể giải thoát khỏi đau khổ. Các nhà Đại thừa cho rằng nếu người nào hiểu được bản chất, mục đích và chức năng của dụng cụ trị bịnh thì sẽ không bám giữ nó mãi, nếu không vị ấy cũng không giải thoát được.

f. Tánh Không như Phương tiện của Tục đế và Chân đế

Chúng ta cũng có thể hiểu học thuyết Tánh Không qua hai phương tiện tục đế (*Saṁvrtisatya, Vyavahāra,*俗諦) và chân đế (*Paramārthasatya,*真 諦). Ngài Long-thọ dạy rằng:

'Vì lợi ích cho chúng sanh, tất cả chư Phật đã thuyết pháp qua hai phương tiện của tục đế và chân đế.'[434]

Theo ý đại sư Long-thọ hai chân lý phản chiếu khác nhau trong một tính cách, trong đó chúng ta có thể nhận thức pháp và tùy theo quan điểm của chúng ta về chúng. Tục đế liên quan đến lý trí và tình cảm mà chúng ta nhận và vì vậy đối thể của tri thức được xem là cố định, xác định và tự hiện hữu. Khi một người thấy các pháp từ quan điểm tục đế, vị ấy sẽ chấp nhận quy ước của ngôn ngữ cũng như sự tồn tại bản thể. Ý nghĩa của một từ là mục đích mà từ biểu trưng. Bản chất thật của pháp có thể dùng ngôn ngữ để mô tả và giải thích.

Đây là lập trường của tục đế thường trình bày các pháp theo trí

~~thức lan man.[435] Ngược lại, nếu Bồ Tát nhận thức các pháp từ quan~~

433 LS, trang 7.

434 The Twelve Gate Treatise, viii. xxiv: 8, See Chi-tsang, The Meaning of the Two fold Truth, trang 77-115, and The Profound Meaning of the Treatises, trang 1-14.

435 Xem chi tiết ở Mervyn Sprung, ed. như trên, trang 17, 38, 43 và 57, và N. Dutt, Aspects of Mahāyāna Buddhism and Its Relation to Hīnayāna, London,

điểm chân đế, vị ấy sẽ đánh giá lại thế giới hiện tượng mà không chấp thủ. Bồ Tát mà thấy được tánh trống rỗng của bản chất các pháp cố định, xác định và tự tồn tại đó, thì sẽ nhận thấy không có quy ước của ngôn ngữ cũng như không có sự tồn tại bản thể. Ý nghĩa của ngôn ngữ được biểu hiện trong trí óc con người. Ngôn ngữ không thể cung cấp bản chất thật và khái niệm là phế thải đi. Quan điểm không chấp thủ đó là chân đế.[436]

Về cơ bản, hai đế là một phương tiện. Phương tiện này được thành lập để giúp Phật giáo phủ nhận những chủ nghĩa hư vô hay chủ nghĩa thường hằng, để giúp chúng sanh có thể hiểu được pháp Phật và để giải thích những chỗ khó hiểu hay mâu thuẫn nào đó trong lời dạy của Đức Thế-tôn.[437]

Với hai hệ thống chân lý này, vấn đề của sanh và bất sanh, người và Đức Phật, tận và vô tận... có thể giải thích dễ dàng và hợp lý. Khi Đức Phật nói con người và chư thiên tồn tại, nghĩa là nghiệp (*karma*) và ta bà (*saṁsara*) tồn tại, bát chánh đạo và ba thân Phật (*Trikaya,* 三身) tồn tại, ổ bánh là ổ bánh, cây viết là cây viết, đó là quan điểm tục đế. Khi Đức Phật nói rằng chư thiên và cõi người không tồn tại, ta bà (*saṁsāra*) và niết-bàn (*Nirvāṇa*) không tồn tại, Đức Phật và giác ngộ không tồn tại, đó là Ngài đứng về quan điểm chân đế mà nói. Trong Kinh Kim-cang Bát-nhã (*Vajrachedikā-prajñā-pāramitā Sūtra*) trình bày sự nghịch lý này như sau:

'Như Lai nói tâm không phải tâm, mới gọi là tâm.'

(如來說諸心，皆為非心，是名為心).[438]

Cũng thế, trong một đoạn khác:

'Này Tu-bồ-đề, Như Lai giảng Trí tuệ Ba-la-mật, không phải Trí tuệ Ba-la-mật mới gọi là Trí tuệ Ba-la-mật.'

1930, trang 216-27.

436 Xem chi tiết ở Chi-tsang, như trên. Cũng xem Mervyn Sprung, như trên, trang 17, 43 & 58.

437 Chi-tsang, như trên.

438 金剛般若波羅密經, trang 126.

(須菩提！佛說般若波羅密，即非般若波羅密，是名般若波羅密).[439]

'Này Tu-bồ-đề, Như Lai nói chúng sanh không phải là chúng sanh mới gọi là chúng sanh.'

(眾生眾生者，如來說非眾生，是名眾生).[440]

Để dễ nhớ, chúng ta có thể tóm gọn trong công thức như sau:

Chúng sanh = B; không chúng sanh = -B.

Bảng VII

B = B => B

B đầu tiên là chúng sanh trong tục đế, -B là phủ nhận chúng sanh trong chân đế, B thứ ba là giả có. Tùy tâm chúng sanh mà trong đó hiện tục hay chân đế hoặc sự đồng nhất hoá tục và chân đế.

Điểm quan trọng ở đây rằng hai chân lý không bao giờ tách rời riêng rẽ thành hai phạm trù khác nhau. Mặc dù, tục đế không phải là vô vi, nhưng lại là căn bản để đạt chân đế và niết-bàn. Trung quán luận nói rằng 'Không có tục đế thì chân đế cũng không thành lập được'.[441]Tục đế không phải là vô dụng trong việc đạt giác ngộ, cũng không phải không có mối liên quan giữa tục và chân đế. Chân đế được giải thích bởi ngôn từ và ngôn từ là tục đế. Bồ Tát biết và tu tập hai đế. Bồ Tát dùng ngôn ngữ, khái niệm, nhưng thức tỉnh rằng chúng không có biểu trưng, không vị trí và không có bản thể. Bồ Tát đã vận dụng lý Duyên khởi để phủ định các điểm cực đoan và tuệ giác chúng là không. Đây chính là phương tiện (*upāya,* 方便) để Bồ Tát có thể sống trong tục và chân đế đồng thời và vì vậy có thể độ sanh, lợi

---

439 Như trên, trang 118.

440 Như trên, trang 128.

441 Như trên, xxiv, trang 10; the Twelve Gate Treatise, viii.

ích mình và người khác đồng nhau. Thập nhị môn luận dạy rằng:

'Nếu ai không biết hai đế này, vị ấy không thể lợi mình, lợi người. Nhưng nếu một người biết tục đế, vị ấy liền biết chân đế và nếu vị ấy biết chân đế, vị ấy sẽ biết tục đế.'[442]

Hai đế chỉ có giá trị khi chúng ta đứng ở đế này, cố gắng để mô tả đế khác và nghịch lý của nó liên quan đến đế kia. Đây là phương tiện thiện xảo để giải thích trạng thái huyền ảo giữa tục và chân đế cho những người chỉ nắm lấy một phía.

Mục đích hai đế này là vượt qua chính nó và thấy bản chất không phân biệt của hai đế. Khi tất cả những tương đối đã vượt qua và tất cả những nhị biên đều từ bỏ, một trạng thái kỳ diệu của giải thoát hiện đến trong đó tất cả các khác biệt nổi lên thành một tổng thể. Trong trạng thái tổng thể không hai này, vị ấy sẽ giác ngộ hiện tại ý nghĩa 'sắc đồng với không ' và 'không đồng với sắc' (色即是空,空即是色)[443] của Tâm-kinh, trung tâm của văn học Bát-nhã và dựa trên điều này, Ngài Long-thọ đã hệ thống và hình thành lại một học thuyết Tánh Không sống động hợp nhất. Vũ khí của Ngài là hàng loạt những lý lẽ tranh luận biện chứng lô-gíc dựa trên những thể thức phủ định, là sự giải thích rộng rãi về lý Duyên khởi và cuối cùng là ý nghĩa Tánh Không tiềm ẩn trong Tánh Không.

Định thức Duyên khởi giúp chúng ta biết nguyên nhân và kết quả của thế giới hiện tượng một cách tinh tế. Sau khi phân tách những nguyên nhân và kết quả của thế giới hiện tượng, điều chúng ta đạt được trong ý nghĩa siêu vượt này không có gì khác ngoài Tánh Không. Sau khi chúng ta đạt đến trình độ này có thể gọi là chân không. Một mặt là 12 nhân duyên, mặt khác là

---

442 The Twelve Gate treatise, viii. Chi-tsang bình luận rằng: 'Biết chân đế là lợi ích cho bản thân, biết tục đế là lợi ích cho người khác, biết cả hai chân lý đồng thời là lợi ích cho bình đẳng tất cả chúng sanh. Do đó, hai đế được thành lập.' Xem A Commentary on the Twelve Gate Trea-tise (T 1825), trang 206. Cũng xem The Profound Meaning of Three Treatise, trang 11 and The meaning of the Twofold Truths, trang 81, 82c, 85c & 86.

443 般 若 波 羅 密 多 心 經,trang 134.

Tánh Không và chính giữa là sự hiện hữu của toàn thể thế giới hiện tượng. Nhận thức lý Duyên khởi là một nỗ lực để phân tích các nguyên lý sinh khởi thế gian và điều mà cuối cùng đạt đến bằng tiến trình này được gọi là tục đế. Mặt khác, tiến trình dẫn đến khái niệm Tánh Không ở trình độ chân đế, có thể biết là chân không. Đến đây, vị ấy lặng thinh, vượt ra ngoài tất cả tri thức.

Để dễ hiểu, dựa trên căn bản ba trình độ Nhị đế của Ngài Chi Tsang,[444] tôi (tác giả) có đổi một số ký hiệu và thực hiện một bản tóm tắt như sau:

Δ = B (bởi vì B nghĩa là chúng sanh),

V = / (bởi vì / là hoặc là),

~ = - (bởi vì - là phủ định, phủ nhận).

Bảng VIII

TỤC ĐẾ	CHÂN ĐẾ
1. Khẳng định có chúng sanh: B	1. Phủ định chúng sanh: -B
2. Khẳng định hoặc có chúng sanh hoặc không chúng sanh: B / -B	2. Phủ định hoặc có chúng sanh hoặc không chúng sanh: -(B / -B)
3. Khẳng định có chúng sanh không chúng sanh hoặc phủ định có chúng sanh không chúng sanh: (B / -B) / -(B / -B)	3. Không có khẳng định không có phủ định của có chúng sanh không, không chúng sanh: -[(B / -B) / -(B / -B)]

Con đường từ mê lầm đến tuệ giác bản chất thật của Tánh Không dựa trên căn bản hai đế có thể được minh hoạ qua mũi tên của hoạ đồ như sau:

---

444 Garma C.C. Chang, The Buddhist Teaching of Totality, Britain: The Pennsylvania University, 1972, trang 109.

Bảng IX

TỤC ĐẾ		CHÂN ĐẾ
1. B	→	1. –B
2. B / -B	↔	2. –(B / -B)
3. (B / -B) / -(B / -B)	↔	3. –[(B / -B) / (B / -B)]

Để kết luận phần này, Ngài Long-thọ đã nhấn mạnh hai đế như sau:

"Nếu ai chưa phân biệt được hai đế thì không thể hiểu được ý nghĩa sâu sắc pháp thoại của Đức Phật."[445]

Hoặc "Ai không biết lập trường của hai đế này thì không thể hiểu được lời Đức Phật dạy."

(dve satye tamupāshritya Buddhānām dharmadhāraṇa. lokasamvṛtisayañcha satyañcha paramārthataḥ. yenayor na vijānanti vibhāgam satyayor dvayoḥ. te tattvam na vijānanti gambhīram Buddhaśāsane).[446]

Do thế, học thuyết Tánh Không được thuyết là để giải thích cho con đường tu tập tâm linh và thế giới thực nghiệm. Hai đế của Ngài Long-thọ cũng được coi là hai chân lý cố định. Sự phân biệt của Ngài giữa tục (*saṁvrtisatya*) và chân đế (*paramārthasatya*) là tương ứng theo sự khác biệt bản thể học giữa 'thực tại tương đối' và 'thực tại tuyệt đối.'

MỐI LIÊN QUAN GIỮA KHÔNG VÀ TÁNH KHÔNG

Chúng ta bắt đầu nghiên cứu đến một điểm quan trọng của không và Tánh Không, nghĩa là mối quan hệ giữa khái niệm Không (*Suññatā* 空) trong Kinh tạng Pali và Tánh Không (Śūnyatā, 空性) trong Đại thừa.

Lời dạy của Đức Phật về khái niệm 'không' hầu như giống

445 The Middle Treatise, xxiv: 9; The Twelve Gate Treatise, viii.

446 Như trên, XXIV, trang 8-9.

nhau trong hai hệ kinh điển, nhưng chúng chỉ khác bởi vì quan điểm của từng trường phái. Trung Quán luận đầu tiên đã chỉ ra sự không đầy đủ và thiếu khả năng lập luận lô-gic của khái niệm không (Suññatā) trong kinh điển Pali cho việc mô tả chính xác về thực thể hay lý giải về thực thể. Mặt khác, khái niệm không trong kinh điển Pali nghiêng về đạo đức và nguyên lý, không tiếp cận nhiều về triết lý và những biện chứng phức tạp. Vì vậy, phật giáo Nguyên thủy theo mẫu của Đức Phật, không đi xuyên suốt bên trong tất cả những biểu thị triết học của nguyên lý Duyên khởi. Thật ra, nếu Phật giáo Nguyên thủy dựa trên căn bản của biện luận Đại thừa để phủ nhận thực tại của khổ (dukkhatā) thì sẽ tổn hại đến ý thức hệ đạo đức và nỗ lực tu tập đạo đức. Nếu ở đó, không có khổ, thì không cần phải trau dồi đạo đức và tu tập thoát khổ. Giống như khổ, còn có những phạm trù khác như thọ (vedanā, 受), đạo lộ (magga,道) và giải thoát (nibbuti, 解脫)... cũng như thế.

Phật giáo Nguyên thủy phủ nhận thực tại của người cảm thọ (vedaka,受者), người tạo tác (kāraka,造作者), người giải thoát (nibbuta, 解脫者). Có thể đi xa hơn và phủ định cả sự giải thoát (nibbuti), cảm thọ (vedāna) và đạo lộ (magga). Nhưng điều này được làm không phải vì những nguyên nhân đạo đức. Phủ nhận thực tại của đạo lộ là trái quy tắc tôn giáo. Phủ nhận cảm thọ là phủ nhận chính khả năng của thực nghiệm. Phủ nhận giải thoát là làm cho đời sống không mục đích cao thượng và theo Phật giáo Nguyên thủy, tính triệt để và tương tục của triết học là phụ thuộc đạo đức và tiếng gọi của đạo đức. Quan điểm của Phật giáo Nguyên thủy hoàn toàn ngược với Ngài Long-thọ. Trong Trung quán luận, Ngài Long-thọ phủ nhận không chỉ người tạo tác (kāraka) mà còn cả tạo tác (kriyā) (chương XVIII), không chỉ người giải thoát (nibbuta) mà ngay cả giải thoát (nibbuti, Nirvāṇa) (chương XXV), không chỉ ngã (pudgala,我) mà còn uẩn (skandha,蘊), giới (dhātu,界) và xứ (āyatana,處) (chương III)... Biện luận của Ngài đã không cản trở Ngài phủ nhận ngay cả Đức Phật và các thiền chứng của Đức Phật. Nhưng những nhà Nguyên thủy đã chọn theo con đường

Trung đạo hơn là đạo lộ trung luận của Ngài Long-thọ.

Sự khác biệt của Tánh Không (Śūnyatā, 空性) trong Đại thừa và khái niệm không (Suññatā,空) trong phật giáo Nguyên thủy là do sự khác biệt khi tiếp cận với những sự kiện của bản chất. Sự kiện này sẽ rõ hơn khi chúng ta quan sát lại khái niệm 'không' của Phật giáo Nguyên thủy sẽ thấy hầu như trong mỗi ý nghĩa đều liên quan đến ý nghĩa đạo đức.

1. *Không (Suññatā) là toàn vũ trụ đều không.*
2. *Không là hai khi nó biểu thị: không thực thể và không chắc chắn.*
3. *Không là bốn khi biểu thị: không thấy thực thể trong tự ngã, không quy thực thể cho ngã khác, không có sự chuyển thực thể từ tự ngã đến ngã khác và không có chuyển thực thể từ ngã khác đến tự ngã.*
4. *(neva katthaci attānam passati, (na ca kvacani parassa ca attānaṁ kvaci passati), na tam parassa parassa kiñcanabhave upanetabbam passati, na parassa attanam attano kincanabhave upanetabbam passati).*[447]
5. *Không là sáu khi ứng dụng cho sáu căn, sáu trần, sáu thức, từ đó nó có sáu đặc tánh là: không ngã (atta), không tự ngã (attaniya), không thường (nicca), không vĩnh vữu (dhuva), không bất diệt (sassata) và không tiến hoá (avipariṇāmadhamma).*[448]
6. *Không là tám khi biểu thị: không sanh (asāra, nissāra sarāpagata, nīccasārāsāra), không vĩnh cửu (dhuvasārāsāra), không an lạc (sukhasārāsāra), không tự ngã (attasārāsāra), không thường hằng (suññaṁ niccena), không vững (suññaṁ dhuvena), không lâu dài (suññaṁ sussatena) và không tiến hoá*

447 Visuddhimagga II, ed. H.C. Warren and D. Kosambi, HOS, 41, 1950, trang 654.

448 Như trên.

(avipariṇāmadhamma).[449]

7. *Không là mười khi biểu thị: trống rỗng (ritta), trống không (tuccha), vắng (suñña), vô ngã (anatta), vô thần (anissariya), không tự do (akamakāri), không thỏa ước vọng (alabbhaniya), không năng lực (avasavattaka), không tối cao (para) và không tịch tịnh (vivitta).*[450]

8. *Không là mười hai mẫu khi biểu thị: không chúng sanh (satto), không súc sanh (jīvo), không người (naro), không thanh xuân (mānavo), không phụ nữ (itthi), không đàn ông (puriso), không ngã (attā), không tự ngã (attaniya), không ngã mạn (ahaṁ), không của tôi (mama), không của người (aññassa) và không bất cứ của ai (kassaci).*[451]

9. *Không có bốn mươi mẫu: vô thường (anicca), khổ (dukkha), bịnh (roga), bị áp xe (gaṇḍa), tai ương (sallu), đau đớn (agha), ốm (ābādhu), không tối cao (para), biến hoá (paloka), lo lắng (iti), áp bức (upuddava), sợ hãi (bhayu), phiền nhiễu (upasagga), run rẩy (cala), suy nhược (pabhaṅga), không chắc (addhuvu), không tự vệ (atāna), không nơi ẩn (alena), không có sự giúp đỡ (asaraṇa), không nương náu (asaraṇībhūta), trống lỗng (ritta), vắng lặng (tuccha), không (suñña), vô ngã (anatta), buồn (anassāda), bất lợi (ādīnava), thay đổi (vipariṇāma-dhamma), không bản chất (asāraka), đớn đau (aghamūla), hành hạ (vadhaka), đoạn diệt (vibhava), trụy lạc (sāsava), tồi tệ (saṅkhatu), nản lòng (maramisa), hướng đến sanh (jātidhamma), hướng đến hoại (jarādhamma), hướng đến bịnh (vyādhidhummu), hướng đến chết (maraṅadhamma),*

449 Như trên.

450 Như trên, trang 655.

451 Như trên.

hướng đến sầu, bi, khổ, ưu, não (sokuparidevu dukkhu domanassa upāyāsa dhamma), nhân (samudaya), (atthaṇ-gama: tám phần), buông bỏ (nissaranṇa).[452]

10. Khi Đức Phật dạy nên quán thế giới như không nghĩa là chúng ta nên quán chủ thể và khách thể của thế giới như các cách trên.[453]

Không chỉ phật giáo Nguyên thủy quán sát thế giới bằng cách này, mà có nhiều phân tách khác của khái niệm này đã cho thấy chi tiết hơn và sâu sắc hơn về khái niệm Không. Trước khi đề cập điều này, chúng ta nhìn vào số lượng Tánh Không được liệt kê trong các kinh Đại thừa như sau:

Luận Trang-nghiêm Chứng-đạo-ca (*Abhisamayālaṁkārāloka,* 莊嚴證道歌) về Bát thiên tụng Bát-nhã Ba-la-mật kinh (*Aṣṭsāhaśrikā Prajñā-pāramitā,* 八天頌般若波羅密經) của Sư-tử-hiền (*Haribhadra,* 師子賢) nói có hai mươi mẫu Tánh Không. Cuốn Trung-Biên Phân-biệt luận sớ (*Madhyānata-vibhaṅgaṭīkā,* 中邊分別論疏) nói có mười sáu mẫu Tánh Không. Trần na (*Dignāga,* 陳那) trong Luận Bát-nhã Ba-la-mật (*Prajñā-pāramitā-piṇdārtha*) nói có 16 mẫu Tánh Không.[454] Obermiller[455] nói có 20 mẫu Tánh Không dựa trên căn bản luận Trang-nghiêm Chứng-đạo-ca (*Abhisamayālaṁkarāloka*) của Ngài Sư-tử-hiền (*Haribhadra*). Bát-thiên-tụng Bát-nhã Ba-la-mật (*Aṣṭsāhaśrikā Prajñā-pāramitā*) thêm vào một khuynh hướng

---

452 Cùng trang sách đã dẫn.

453 Như trên, trang 655-6.

454 Prajñāpāramitā-piṇḍārtha, I-II, ed. G. Tucci (Minor Sanskrit Texts on the Prajñāpāramitā), Jour-nal of Royal Asiatic Society, 1947, 6.18, trang 263-4: 1. Bodhisattva-Śūnyatā, 2. Bhoktṛ-Śūnyatā, 3. Adhyātmika-Śūnyatā, 4. Vastu-Śūnyatā, 5. Rūpa-Śūnyatā, 6. Prapti-Śūnyatā, 7. Vijñāna-Śūnyatā, 8. Sattva-Śūnyatā, 9. Saṁskāra-Śūnyatā, 10. Dharma-Śūnyatā, 11. Atma-Śūnyatā, 12. Pudgalanairatmya-Śūnyatā, 13. Saṁskṛta-Śūnyatā, 14. Asaṁskṛta-Śūnyatā, 15. Sāvadya-Śūnyatā, 16. Nirvadya-Śūnyatā.

455 Obermiller, E., A Study of the Twenty Aspects of Śūnyatā, Indian Historical Quarterly, tập Ix, 1933, trang 170-87.

mới trong lãnh vực Tánh Không khi nói rằng Tánh Không của các pháp không thể mô tả được. Giải thích về Bát-thiên-tụng Bát-nhã Ba-la-mật có luận Trang-nghiêm Chứng-đạo-ca do Ngài Sư-tử-hiền biên soạn nói về hai mươi mẫu Tánh Không và Ngài cũng quy cho mỗi loại Tánh Không tương ứng với một cho đến mười cảnh giới thiền (mười địa, *dasa-bhūmi*). T.R.V. Murti[456] đã cho một danh sách 20 mẫu Tánh Không như phần phụ lục trong cuốn '*The Central Philosophy of Buddhism*' (Triết lý của Phật giáo) tóm gọn lại sự cải cách sau này mà Ngài Long-thọ đã không giải thích chúng. Danh sách này được thấy ở nhiều nơi trong văn học Đại thừa phật giáo chẳng hạn Nhị-Vạn-Ngũ Thiên-tụng Bát-nhã Ba-la-mật (*Pañcavimśati-sāhasrikā-prajñā-pāramitā*), Trung-Biên Phân-biệt luận sớ (*Madhyānta-vibhangaṭīkā*) và luận Trang-nghiêm Chứng-đạo-ca (*Abhisama-yālaṇkārāloka*). Rõ ràng, giáo sư Murti đã không biết danh sách này đã xuất hiện trong văn học Pali, vì nếu không ông đã không nói danh sách này được chi tiết trong văn học Đại thừa. Chúng ta có thể trích danh sách 20 Tánh Không trong luận Trang-nghiêm Chứng-đạo-ca[457] như sau:

1. *Bản chất không thật của Nội không (adhyātma-śūnyatā,* 內空的不實本質*): Đầu tiên, ứng dụng trong những sự kiện vật lý hoặc các trạng thái như thọ, tưởng... Bản chất này không thể mô tả hoặc là thay đổi (akūṭastha) hoặc phá huỷ (avināśī); cũng không phải thật (sat) hoặc không phải phi thật (asat). Điều này tạo thành Tánh Không tương đối hoặc không tương đối.*

2. *Bản chất không thật của Ngoại không (bahirdhā-śūnyatā,* 外空的不實本質*): Đây liên quan đến những hình tướng bên ngoài bởi vì tất cả các hình này hiện ra tướng ngoài nơi thân như mắt, mũi... Chúng không có bản chất thật.*

456 CPB, trang 351-6.

457 Cùng trang sách đã dẫn.

3. *Bản chất không thật của Nội không và Ngoại không (adhyātma-bahirdhā-śūnyatā,* 內外空的不實本質*): Khi các pháp không thật thì căn bản của các pháp cũng không thật, nhận thức các pháp cũng không thật.*

4. *Bản chất không thật của Nhận thức về Tánh Không hoặc Phủ định cả Tánh Không (Śūnyatā-śūnyatā,* 非空的不實本質*): Đây là mẫu quan trọng của Tánh Không. Sự phán xét các pháp là tương đối, không thật có thể như một quan điểm; khi các pháp bị phủ nhận, bản thân sự phủ nhận không thể bị phủ nhận. Phủ nhận chính tự thân nó là một tương đối, không thật như sự phủ nhận.*

5. *Bản chất không thật của Đại không (*大空的不實本質*): chúng ta có thể nói rằng không là sự mô phỏng, khái niệm của chúng ta về không là tương đối đối với sự phân biệt các hướng đông, tây... và tất cả các pháp trong các hướng đó. Tánh Không là trống không như đại không bởi vì nó trống rỗng vô tận.*

6. *Bản chất không thật của Chân không hoặc Tánh Không của Chân đế (parmārtha-śūnyatā,* 真空的不實本質*): bởi bản chất không thật của chân không nghĩa là bản chất không thật của niết-bàn (Nirvāṇa) vì không có thật thể của một thực tại riêng biệt nào.*

7. *Bản chất không thật của các pháp hữu vi hoặc Tánh Không của tục đế (saṁskṛta-śūnyatā,* 俗空/有為的不實本質*).*

8. *Bản chất không thật của Các pháp vô vi (asaṁskṛta-śūnyatā,* 無為的不實本質*): hai bản chất hữu vi và vô vi này thường đi đôi. Các pháp hữu vi (saṁskṛta) là không thật và không có gì bên trong, không phải thường hằng cũng không phải ngắn ngủi. Các pháp vô vi (asaṁskṛta) chỉ có thể nhận được trong sự ngược lại với các pháp hữu vi; nó không được sanh ra cũng không bị hủy diệt bởi bất cứ hoạt động nào của chúng ta.*

9. *Bản chất không thật của Sự vô hạn (atyanta-śūnyatā,* 無

限的不實本質*): mẫu Tánh Không này liên quan đến nhận thức của chúng ta về sự giới hạn và vô hạn. T.R.V. Murti*[458] *nói rằng thấy rõ hai cực đoan này hoặc chấm dứt thuyết sinh tồn và huỷ diệt là chúng ta đang đi Trung đạo và do đó Trung đạo hoặc Vô hạn có thể chứng minh bản chất của chính nó. Sự vô hạn nghĩa là không có gì trong chính nó, Trung đạo cũng không có vị trí mà chỉ là sự giả danh.*

10. *Bản chất không thật của Vô thuỷ và vô chung (anavarāgra-śūnyatā,* 無始,無終的不實本質*): mẫu Tánh Không này giống nhau trong tánh cách. Nó ứng dụng sự phân biệt của thời gian chẳng hạn, khởi thuỷ, chính giữa và khởi chung. Những tánh cách này là khách thể. Chúng ta có thể nói rằng không có gì cố định ở lúc khởi thuỷ, chính giữa và khởi chung, thời gian như trôi chảy lẫn vào nhau. Vì vậy, phủ nhận khởi thuỷ... thì khởi chung cũng trở thành vọng tưởng và chúng được nhận biết như là tương đối hoặc không thật.*

11. *Bản chất không thật của Sự không phủ nhận (anavakāra-śūnyatā,* 非夫定的不實本質*): khi chúng ta phủ nhận bất cứ pháp nào như không biện hộ được, pháp khác được giữ lại tiếp theo như không thể phủ nhận, không thể từ chối, đó là tư tưởng.*

12. *Bản chất không thật của Tự tánh (prakṛti-śūnyatā,* 自性的不實本質*): tất cả các pháp tồn tại trong chính nó. Không ai tạo chúng hoặc tình cờ hoặc làm hại chúng. Tất cả các pháp bản thân chúng là trống rỗng, không có tự tính.*

13. *Bản chất không thật của Tất cả các pháp (sarvadharma-śūnyatā,* 諸法相的不實本質*): vì không có thực tại nên hiện tượng các pháp không thật.*

---

458 CPB, trang 354.

14. *Bản chất không thật của Tướng (lakṣaṇa-śūnyatā,* 相的不實本質*): Phật giáo Nguyên thủy đã nỗ lực đưa ra một định nghĩa chính xác về thực thể như là Tánh Không thể lĩnh hội được của sắc pháp và thức (vijñāna). Như vậy sắc và các thực thể khác không có thuộc tính tất yếu của chúng. Tất cả những định nghĩa có tính chất của một danh hiệu trong sự phân loại nói chung và vì vậy chỉ là khái niệm trong chữ nghĩa.*

15. *Bản chất không thật của Quá khứ, Hiện tại và Vị lai (anauplambha-śūnyatā,* 過去,現在,未來的不實本質*): bản chất không thật hoặc tánh cách thuần danh tự của quá khứ, hiện tại và vị lai có thể chứng minh được bằng cách quan sát tự thân quá khứ không có hiện tại cũng như tương lai và ngược lại; và không có những liên quan đến những nhận thức của quá khứ... không có khởi lên.*

16. *Bản chất không thật của Vô Pháp Hữu Pháp Không (abhāva-svabhāva-śūnyatā,* 無法有法空的不實本質*): tất cả những yếu tố của hiện hữu hiện tượng là tùy thuộc duyên khởi lẫn nhau (pratītyasamutpannatvāt) và chúng không có bản chất của chính chúng.*

17. *Bản chất không thật của Hữu không (bhāva-śūnyatā,* 有空的不實本質*): năm chấp thủ (upādāna skandhas) nghĩa là khổ (duhkha), nhân (samudaya), giới (loka), niệm (dṛṣṭi) và sanh (bhāva) không tượng trưng cho bất cứ thực tại khách thể nào, sự kết tập của chúng là không thực thể, chỉ như một nhóm tạm sanh khởi do nhân duyên. Điều này cho thấy sự tương ứng với những từ và khái niệm mà không có thực thể.*

18. *Bản chất không thật của Phi Vô-hữu (abhāva-śūyatā,* 非無有的不實本質*): nhận biết tuyệt đối như sự vắng mặt của năm chấp thủ cũng không thật. Không là một trong các pháp vô vi được định nghĩa như không chướng ngại (anāvṛtti). Điều này được xác định chắc chắn do sự vắng mặt của các tính cách tích cực. Cũng giống như*

vậy, niết-bàn là một pháp vô vi.

19. *Bản chất không thật của Hữu pháp không (svabhāva-śūnyatā,* 有法空的不實本質*): trong mẫu này Tánh Không nhấn mạnh bản chất thật tại như cái gì đó hiện diện trong pháp (svabhāva) là không. Svabhāva là biện chứng kế của Hữu pháp không (svabhāvasya śūnyatā).*

20. *Bản chất không thật của Đệ nhất Hữu không (parabhāva-sūnyatā,* 第一有空的不實本質*): tại đây không có những yếu tố bên ngoài như nhân tố hoặc điều kiện đóng bất cứ vai trò nào trong việc tạo thành thực thể.*

Nghiên cứu cẩn thận trong kinh điển Pali cho thấy rằng danh sách này đã có từ rất sớm chớ không trễ như T.R.V. Murti đã nghĩ. Thật ra, trong Pali cũng đã liệt kê một danh sách dài hơn 20 mẫu về học thuyết 'không' như:

"Không (Suñña-suññaṁ, 空*), hữu vi không (saṁkhāra-suññaṁ,*有為空*), hoại không (vipariṇāmasuññaṁ,* 壞空*), tối thượng không (aggasuññaṁ,*最上空*), tướng không (lakkhhṇa-suññaṁ,*相 空*), triệt không (vikkhambhanasuññaṁ,* 撤空*), loại không (tadangasuññaṁ,* 類空*), diệt không (samuccheda-suññaṁ,* 滅空*), khinh an không (patippassadhisuññaṁ,* 輕安空*), xả không (nissaraṇasuññaṁ,* 捨空*), nội không (ajjhatta-suññaṁ,* 內空*), ngoại không (bahiddhāsuññaṁ,* 外空*), giả không (dubhatosuññaṁ,* 假空*), đồng phần không (sabhāga-suññaṁ,* 同分空*), Phân biệt đồng phần không (visabhāga-suññaṁ,*同分分別空*), dục không (esanāsuññaṁ,* 欲空*), trì không (pariggahasuññaṁ,* 持空*), lạc không (paṭilābha-suññaṁ,* 樂 空*), ngộ không (paṭivedhasuññaṁ,* 悟空*), duy không (ekattasuññaṁ,*惟空*), tuệ không (nānattasuññaṁ,* 慧 空*), nhẫn không (khantisuññaṁ,*忍空*), nguyện không (adhiṭṭhānasuññaṁ,* 願空*), nhập không (pariyogāhana-suññaṁ,* 入空*) và thắng nghĩa đế không (paramatthasuññaṁ,* 勝義諦空*)."*

Kinh *Patisambhidāmagga* thuộc Tiểu bộ kinh (*Khuddhaka-Nikāya*) đã so sánh danh sách 25 mẫu 'Không' (*Suññatā*) với những Tánh Không của kinh Đại thừa và đã thấy hầu như những danh sách Đại thừa sau này cũng được tìm thấy trong kinh điển Nguyên thủy. Chúng không chỉ tương ứng trong ý nghĩa mà còn tương ứng trong từ ngữ. Điều này đã thuyết phục mạnh mẽ rằng một thời đoạn nào đó trong lịch sử Phật giáo thời ban đầu đã kết hợp rất gần gũi Nguyên thủy với Đại thừa hoặc cả hai trường phái đã rút ra một số thuật ngữ từ những truyền thống chung có thể gọi là Phật giáo thời ban đầu. Danh sách này cũng cho chúng ta biết lời dạy của Phật giáo Nguyên thủy về lý không đã phát triển tốt đẹp và do thế các học giả như Aiyaswami Sastri và Stcherbatsky[459] đã cho rằng Tánh Không của Trung luận (*Mādhyamika*) đã không tiêu biểu cho sự phát triển mặc dù có sự mới hoặc hệ thống lại Tánh Không trong lịch sử tư tưởng Phật giáo.

Chúng ta cũng chú ý rằng danh sách ở trên không phải là tất cả mọi ý nghĩa khái niệm 'không' của phật giáo Nguyên thủy. Quán sát bản chất đa dạng của Tánh Không đã kết hợp với nhau như một dụng cụ thiền. Bản thân Niết-bàn bao gồm Tánh Không và giải thoát cuối cùng đạt được bằng cách tuệ tri Tánh Không.[460]

Có nhiều sự tiếp cận để hiểu Tánh Không như chúng ta đã bàn bạc ở trên. Quán sát văn học triết lý rộng lớn về khái niệm Tánh Không, T.R. Sharma trong cuốn 'Giới thiệu về Triết lý Phật giáo' (*An Introduction to Buddhist Philosophy*)[461] đưa ra

---

459 Madhyānta-vibhanga, Trans. Th. Stcherbatsky, Leningral, 1937, p.v. Cũng xem Buddhism: its Religion and Philosophy, Prof. W.S. Karunaratne, Buddhist Research Society, Singapore, 1988, tr. 44. Để minh họa điều này, tác giả trích lời của Th. Stcherbatsky nói như sau: "Từ Tánh Không (Śūnyatā) như là một sự cách tân cần thiết của Đại thừa theo dòng phát triển triết học. Nguồn gốc của nó được tìm thấy trong Tiểu-thừa, nhưng Đại thừa đã gán cho nó một sự giải thích hoàn toàn mới, từ đó cho thấy hai trường phái chính của Phật giáo có sự khác nhau rõ ràng."

460 Visuddhimagga II, trang 658.

461 T.R. Sharma, An introduction to Buddhist Philosophy, Delhi: Eastern Book Linkers, 1994, tr. 75-6.

nhiều cách tiếp cận như:

- Văn học Pali của Phật giáo Nguyên thủy nói về khái niệm Không.

- Truyền thống Tiểu thừa sau này giải nghĩa về giáo lý Không.

- Duy thức (Vijñānavāda), Trung luận (Mādhyamika) và kinh Bát-nhã (Prajñā-pāramitā Sūtras) mở rộng và hệ thống hoá lại Tánh Không (Śūnyatā).

- Những truyền thống trong kinh Phương đẳng (Vaipulyasūtra) chú thích về Tánh Không.

- Minh-cứ-luận (Prassanapadā) của Ngài Nguyệt-xứng (Candrakīrti) và luận Trang-nghiêm Chứng-đạo-ca (Abhisamayālaṁkarāloka) của Sư-tử-hiền (Haribhadra) cũng bàn nhiều về Tánh Không.

Khái niệm Tánh Không dường như không phát triển đầy đủ trong Văn học Pali Ban đầu của Phật giáo Nguyên thủy và Tiểu thừa sau này, ngoại trừ một số tham khảo rải rác về Tánh Không trong các tác phẩm triết học của truyền thống Nguyên thủy. Khái niệm Tánh Không được phát triển đầy đủ trong hệ thống Trung luận và Bát-nhã. Ngài Long-thọ được xem như bậc luận chủ siêu xuất đã nhấn mạnh triết lý hư vô *(niḥsvabhāva,* **虛無主義**) trong khái niệm Tánh Không (*Śūnyatā*).

Tánh Không được minh họa với nhiều tầng ý nghĩa liên tiếp trong kinh điển Pali và Đại thừa hoặc sự thăng hoa của khái niệm Tánh Không kết hợp với một số những tiến trình tu chứng.

Trong kinh điển Pali, ý nghĩa đầu, khái niệm 'không' (*Suññatā*) không mang ý nghĩa triết học như là không bản thể. Thật ra, ý nghĩa khái niệm 'không' mà chúng ta quán sát chính xác theo thực tại hiện hữu của nó 'như chúng đang là' mà thành phủ định hay khẳng định (có mặt hay vắng mặt của chúng). Ý nghĩa thứ hai, 'không' được định nghĩa như vô ngã, bởi vì không có ngã và ngã sở (*anattā*), nhưng nó tồn tại do 12 nhân duyên (*Paṭicca-samuppāda*). Ý nghĩa thứ ba, 'không' là niết-bàn (*Nibbāna*), trạng thái cuối cùng của giải thoát, trong khi các kinh Đại thừa nói rằng Tánh Không siêu việt thế giới này như một 'tập hợp lớn' của vô số các pháp. Tất cả các pháp cùng tồn tại, hợp tác và ảnh hưởng lẫn nhau để tạo vô số hiện tượng. Đây gọi là nguyên nhân. Nguyên nhân dưới những điều kiện khác tạo nên những hiệu quả khác, có thể dẫn đến kết quả tốt, xấu hoặc trung bình. Đây là nguyên lý chung, nguyên nhân của tồn tại hoặc hình thức của tồn tại như vậy. Nói một cách khác, bởi vì Tánh Không, tất cả các pháp có thể tồn tại, không có Tánh Không, không gì có thể tồn tại, trong Tâm-kinh dạy rằng: 'Không không khác với sắc'.[462] Vì vậy, Tánh Không như bản chất thật của thực tại kinh nghiệm. Tuy nhiên, ở giai đoạn này chúng ta chỉ có thể bám vào khái niệm hoá và thuyết nhất nguyên của vũ trụ. Bởi vì bất cứ khái niệm hoá nào cũng là một cực đoan. Đây là ý nghĩa đầu của Tánh Không (*Śūnyatā*) trong Đại thừa.

Ý nghĩa thứ hai, Tánh Không như nguyên lý Duyên-khởi, bởi vì pháp không có bản chất của chính nó *(svabhāva)*, nó do nhân duyên tạo nên, do thế mà Tâm-kinh (*Hṛdaya*) dạy rằng: 'Mắt là vô ngã và vô ngã sở, sắc là vô ngã..., nhãn thức là vô ngã...'[463]

Ý nghĩa thứ ba, Tánh Không nghĩa là Trung đạo. Như chúng ta biết, các pháp dường như thật, tạm gọi là thật, chứ không phải thật. Nhưng Tánh Không trong ý nghĩa này có thể bị hiểu sai như là không có gì, ngoan không, hư vô. Thế nên, chúng ta nên phân biệt giữa sanh và bất sanh, hiện hữu và không hiện hữu, thường và vô thường, ta bà (*Saṁsāra*) và niết-bàn (*Nirvāṇa*)... Tất cả những điều này đều coi như cực đoan. Vì vậy, Trung đạo (*madhyama*) được dùng để đánh tan tư duy nhị biên và biểu thị điều gì đó tức khắc nhưng siêu việt hai bên như sanh và không sanh, thuộc tính và thật thể, nguyên nhân và kết quả... Từ Tánh Không nghĩa là phủ định cả hai hư vô chủ

---

462 般若波羅密多心經, trang 134.

463 BKS, IV, trang 29.

nghĩa và hiện thực chủ nghĩa và những mô tả của chúng về thế giới này bị loại bỏ.

Ý nghĩa thứ tư, Tánh Không như niết-bàn: nhưng không phải tìm cầu một niết-bàn kiểu mẫu như trong kinh điển Pali mà là vượt qua niết-bàn như đồng với Như Lai (*Tathāgata,* 如來) hoặc Pháp tánh (*Dharmatā,* 法性) nghĩa là các pháp trong thế giới này về cơ bản là bản chất giống nhau, không có danh hiệu hoặc bất cứ thực thể nào. Các nhà Đại thừa đã tuyên bố mạnh mẽ rằng không có sự khác biệt nhỏ nhít nào giữa niết-bàn và ta bà. Một khi các chấp thủ các pháp đối đãi hoàn toàn biến mất thì đó là trạng thái niết-bàn của chân không.

Ý nghĩa kế tiếp, Tánh Không nghĩa là vượt qua các phủ định và không thể mô tả được, thuyết nhất nguyên hay nhị nguyên và các pháp thế giới là không thể có. Chính sự phủ định của khái niệm hoá này đã trình bày một sự phủ nhận nhị biên và không nhị biên. Đó là thật thể siêu việt, vượt qua tồn tại, không tồn tại, tồn tại và không tồn tại, không tồn tại và không không tồn tại. Nó vượt khỏi bốn loại phạm trù biện luận (*chatuṣkoṭi-vinirmukta*) về 'không khẳng định, không phủ định, không khẳng và phủ định, cũng không phi khẳng định và phi phủ định'. Đến giai đoạn này, vị ấy vượt khỏi các chấp thủ từ thô đến tế. Ngay cả nếu ở đó có trạng thái gì cao hơn niết-bàn, đệ nhất nghĩa không, thắng nghĩa không thì cũng là giấc mơ, vọng tưởng. Do thế, Tánh Không nghĩa là hoàn toàn không chấp thủ.

Tuy nhiên, nếu Tánh Không là hoàn toàn không không thì thật vô nghĩa. Do thế, giai đoạn cuối cùng, Tánh Không nghĩa là phương tiện của tục đế (*Saṁvṛtisatya*) và chân đế (*Paramārthasatya*). Nói một cách khác, mặc dù tục đế là hữu vi nhưng lại cần thiết cho việc đạt chân đế và niết-bàn. Tất cả pháp hiện tượng là không đó, nhưng vẫn từ các pháp ấy mà giác ngộ. Trong Tâm-kinh, trung tâm cốt lõi của văn học kinh điển Bát-nhã đã giải thích xuất sắc ý nghĩa này với câu: '*Sắc chẳng khác không, không chẳng khác sắc*'.[464]

464 Như trên.

Tục đế không phải là vô dụng trong việc đạt giác ngộ, cũng không phải không có mối liên quan giữa tục và chân đế. Vì thế, Bát-nhã là bản chất của chân trí, thấy các pháp như thật, từ đó '*Bồ Tát tự tại, không chướng ngại, không sợ hãi, vượt qua các vọng tưởng điên đảo*'[465] để ngài ung dung tự tại (自在) bước vào thế gian ban pháp thoại Tánh Không cho tất cả mọi chúng sanh.

Do thế, khái niệm 'Tánh Không' trong kinh điển Bát-nhã đã mở cho chúng ta thấy trong kinh điển Pali, khái niệm 'Không' được mô tả đơn giản với ý nghĩa thực tại hiện tượng là không, chớ không nói về bản thể như Tánh Không trong văn học Bát-nhã. Nói một cách khác, khái niệm Không trong kinh điển Pali nghiên về lãnh vực không là vô ngã, cho tới khi sự xuất hiện và phát triển của Đại thừa, đặc biệt văn học Bát-nhã, lãnh vực vô ngã được chia thành hai phần: ngã không (*pudgala nairātmya*) và pháp không (*dharma nairātmya*) nghĩa là từ chủ thể đến khách thể, từ sáu căn đến sáu trần, từ sự khẳng định của sanh hoặc không sanh đến sự phủ định sanh hoặc không sanh... đều trống không. Cũng có thể nói rằng, khái niệm không trong kinh tạng Nguyên thủy là nền tảng cho sự phát triển Tánh Không trong văn học Bát-nhã.

Nói về vai trò của Tánh Không trong Đại thừa, Tiến sĩ Edward Conze khẳng định rằng tiêu biểu cho dòng văn học Bát-nhã, các nhà lý luận Đại thừa đã xem Tâm-kinh như '*sự Chuyển bánh xe pháp lần thứ hai*'.[466] Bởi vì, Tâm-kinh là bài kinh ngắn nhất trong học thuyết Tánh Không, là bài kinh duy nhất mà Bồ Tát Quan-thế-âm (*Avalokiteśvara*) tham dự một cách tích cực như là bậc dẫn giải siêu xuất ánh sáng Tánh Không.

Quay về quá khứ, sau bảy tuần thiền định, Đức Phật giác ngộ, bài kinh đầu tiên mà Ngài giảng cho năm anh em Kiều-trần-

---

465 Như trên, trang 135.

466 Shohei Ichimura, Buddhist Critical Spirituality: Prajñā and Śūnyatā, Delhi: Motilal Banarsidass, 2001, trang 108-9.

như ở Lộc-Uyển (S*arnath,*鹿苑), Chư-đoạ-xứ (*Isipatana,* 諸天墮處) là kinh Chuyển-Pháp-luân (*Dhammacakka-pavattanavaggo,* 經轉法論) hoặc 'Kinh Chuyển Bánh xe pháp đầu tiên' dạy rằng nên tránh hai cực đoan là quá tham đắm ngũ dục hoặc quá hành xác khổ hạnh, nên theo con đường Trung đạo để đưa đến thanh tịnh, giác ngộ và giải thoát.[467] Đó cũng gọi là lý Tứ-đế (đó là *Khổ, Nguyên nhân của khổ, Khổ diệt và Con đường đưa đến khổ diệt*, 四諦). Khổ là vấn đề trung tâm của con người. Bằng hình thức này hay hình thức khác, tất cả những nhà tư tưởng tiến bộ trên thế giới đều tập trung ở việc tìm đáp án cho vấn đề này. Và pháp thoại của Đức Phật ứng dụng cho bất cứ ai chính mình thực nghiệm chân lý và muốn cầu thoát khổ. Đó là lý do pháp thoại được gọi là '*Chuyển bánh xe pháp đầu tiên'* và trong đó lý Tứ đế[468] đồng với *vidyā* (minh, trí tuệ, 明).

Chúng ta có thể đọc đoạn văn này trong Tâm-kinh:

'Chư Phật ba đời quá khứ, hiện tại và vị lai đã đạt được chánh đẳng giác (anuttara-samyak-sambodhi) đều nhờ trí tuệ Bát-nhã. Vì thế, chúng ta biết trí tuệ Bát-nhã là đại thần chú, đại minh chú, vô vô đẳng chú có thể tiêu diệt tất cả khổ não của chúng sanh.'

(三世諸佛,依般若波羅密多故,得阿耨多羅三貓三菩提.故知般若波羅密多,是大神咒,是大明咒,是無上咒,是無等等咒,能除一切苦,真實不虛).[469]

Vì thế, tiến sĩ Edward Conze đã xem Tâm-kinh này như là '*Bản tuyên ngôn lại về lý Tứ đế cho những Bồ Tát bắt đầu tu tập theo pháp thoại Đại thừa để thăng tiến tâm linh.*'[470] Và Tiến

---

467 Xem chi tiết trong cuốn Vườn Nai-Chiếc Nôi Phật giáo, Thích Nữ Giới Hương, Delhi-7: Tủ sách Bảo Anh Lạc, 2005.

468 Shohei Ichimura, Buddhist Critical Spirituality: Prajñā and Śūnyatā, Delhi: Motilal Banarsidass, 2001, trang 108-9.

469 般 若 波 羅 密 多 心 經,trang 135.

470 Edward Conze, Text, Sources, and Bibliography of the Prajñā-pāramitā-hṛdaya, Journal of Roy-al Asiatic Society, 1948, tr. 47.

sĩ Conze đã giải thích ý nghĩa đoạn mật chú trong phần kết luận của Tâm-kinh như sau:

Từ *mantra (mantā* trong Pāli, 神咒) hoặc *vidyā (vijjā* trong Pāli, 明) không có nghĩa là 'truyền thuyết bí mật, huyền ẩn của năng lực thần thông được kết tinh lại trong một thể thức thần chú.' Đúng hơn, *mantra* nghĩa là 'Lý Tứ đế là nền tảng Trí tuệ (*vijjā*) của Đức Phật'. Tương đương với 'Chuyển bánh xe pháp đầu tiên' (第一轉法論) mà trong đó, Tứ đế như tiêu đề chính, trong khi các nhà lý luận Đại thừa lại xem Tâm-kinh như 'Chuyển bánh xe pháp thứ hai' (第二轉法論) bởi vì Bồ Tát Quan-thế-âm đã thậm thâm trí tuệ Tánh Không loại trừ tất cả khổ não cho chúng sanh, Ngài đã giải thích ý nghĩa Tứ đế từ quan điểm Tánh Không (*Śūnyatā*). Cũng có thể nói rằng nếu Phật giáo Nguyên thủy xem 'Tứ đế' là chân lý thật và niết-bàn là mục đích tối hậu của hành giả thì trong Đại thừa xem các pháp như Tứ đế, niết-bàn và ngay cả 'nếu có cái gì cao hơn niết-bàn thì cũng chỉ là vọng tưởng' (*nirvāṇamapi māyopamam svapno-pamam*).[471] Sự phủ định tất cả, không có thực thể trong 'chứng đạt', cũng không có 'không chứng đạt' (得不得) là ý nghĩa thâm sâu và chính xác trong khái niệm Tánh Không của Đại thừa.

Từ những điểm nêu trên, chúng ta có thể hiểu rằng Tánh Không trong Đại thừa đã có nguồn gốc ở kinh điển Pali, nhưng các nhà Đại thừa đã làm phong phú đa dạng và hệ thống lại. Nói một cách khác, lời dạy của Đức Phật về không (*Suññatā*) hầu như giống nhau trong hai hệ thống nhưng chúng xuất hiện dường như khác biệt là tuỳ theo quan điểm được chấp chận của từng trường phái.

Cũng chú ý rằng để đạt giác ngộ, Bồ Tát không cần phải tu tập từ từ (tiệm tu), mà Bồ Tát có thể đạt giác ngộ tức thì ở một giai đoạn nào đó khi các chấp thủ được loại bỏ và ngay cả Tánh Không cũng không nắm giữ.[472] Giác ngộ được bản chất 'không

471 Aṣṭasāhasrikāprajñapāramitā, ed. R. Mitra, Calcutta, 1888, trang 40.

472 Chi- tsang, Chung-kuan-lun-su (A Commentary on the Middle Treatise), T

chấp thủ' của Tánh Không là trí tuệ tối thượng. Đây là giải thoát (*moksa,* 解脫).[473]

Thật ra, thuật từ 'Tánh Không' được sử dụng đơn giản như một dụng cụ trị bịnh, phương tiện của tiến trình giải thoát, niết-bàn. Đứng về mặt tâm lý học, Tánh Không là sự buông bỏ chấp thủ. Pháp thoại về Tánh Không nhằm để buông xả tất cả khát ái của tâm. Đứng về mặt đạo đức học, sự phủ định (của Tánh Không) này có một hiệu quả tích cực, ngăn chặn Bồ Tát không làm điều ác mà nỗ lực giúp người khác như chính bản thân mình. Đức hạnh này khiến nuôi dưỡng và tăng trưởng lòng từ bi (*karuṇā,* 慈悲). Đứng về mặt nhận thức luận, Tánh Không như ánh sáng chân trí, tuệ giác rằng chân lý không phải là thực thể tuyệt đối. Tri thức chỉ cung cấp kiến thức, không cung cấp trí tuệ chân thật và tuệ giác là vượt qua tất cả ngôn luận. Về mặt siêu hình, Tánh Không nghĩa là tất cả các pháp không có bản chất, tánh cách và chức năng cố định, khó thể hiểu được. Nơi đây, không chủ trương chỉ có hư vô mà chủ yếu là để giúp hoặc giải thích nguyên nhân của những khả năng có giá trị thực tiễn và thực nghiệm trong thế giới hiện tượng. Đứng về mặt tinh thần, Tánh Không là sự tự do, niết-bàn hoặc giải thoát khỏi khổ ải.[474]

Tóm lại, Tánh Không không phải là lý thuyết, mà là nấc thang để bước lên giải thoát. Nấc thang mà nơi đó không cần phải bàn luận, chỉ cần cất chân bước lên. Nếu Bồ Tát không bước dù chỉ một bậc, thì nấc thang trở nên vô dụng. Nấc thang chỉ hữu ích cho người thực hành đi trên đó. Cũng thế, Tánh Không được dùng như một phương tiện truyền thống diễn tả sự phủ định hoàn toàn thế giới này bằng tuệ giác. Ý nghĩa trung tâm là sự phủ nhận không chấp thủ tất cả thế giới quanh ta trong mọi khía cạnh và những hệ thuộc kèm theo thì sự giải thoát sẽ đến ngay chúng ta trong giây phút hiện tại này. Tánh

---

1842, trang 11.

473 The Middle Treatise, xviii: 5.

474 Hsueh-li Cheng, Nāgārjuna's Twelve Gate Treatise, Boston: D. Reidel Publishing Company, 1982, trang 13-4.

Không tượng trưng cho một phương pháp tu tập hơn chỉ là một khái niệm bàn luận. Sự hữu dụng duy nhất của Tánh Không là giúp chúng ta loại bỏ phiền não và vô minh đang bao bọc chúng ta để mở ra những tiến trình tâm linh siêu vượt thế giới này ngang qua tuệ giác.

Chương 7
BỒ TÁT HẠNH

Sau khi nghiên cứu sự phát triển của khái niệm Bồ Tát (*Bodhisattva*, 菩薩) và Tánh Không (*Śūnyatā*, 空性), điểm kế tiếp trong chương này, chúng ta sẽ bàn bạc về vấn đề Bồ Tát Hạnh (*Bodhisattvā-cāryā*, 菩薩行) trong kinh điển Đại thừa.

Trong Bách-khoa Toàn-thư Tôn-giáo-học[475] đã trình bày 'Bồ Tát-đạo' xuất phát từ tiếng Sanskrit '*Bodhisattvā-cāryā*', nghĩa là Bồ Tát Hạnh, ý này được dùng rộng rãi trong các kinh điển Đại thừa.

Với ánh sáng tuệ giác lý Duyên-khởi (Trung đạo), Bồ Tát tích cực thực hành Bồ Tát Hạnh qua hành trì các ba-la-mật (*Pāramitās*, 波羅密). Khi chúng ta nói về Bồ Tát hoặc nỗ lực của các Ngài để trở thành giác ngộ thì vai trò của các Ba-la-mật trở nên quan trọng. Khi chúng ta bàn bạc về mặt đa dạng của tu tập Bồ Tát Hạnh, có nghĩa là chúng ta không nói đến thân vật lý của Bồ Tát mà là các pháp Bồ Tát tu tập.

Các pháp Bồ Tát tu tập gồm có ba phần:

*1. Khởi Tín tâm (*起信心*)*

*2. Phát Bồ-đề-tâm (*發菩提心*)*

---

475 Encyclopedia of Religion, ed. Mircea Eliade, Tập II, Collier MacMillan Publishing Company, London, 1987, trang 165.

3. Tu Ba-la-mật (須波羅密).[476]

KHỞI TÍN TÂM

Để bắt đầu với Khởi Tín tâm, Bồ Tát trước hết kính lễ Tam bảo (ba ngôi quý báu): Phật (*Buddha,* 佛), pháp (*Dhamma*, 法) và tăng (*Saṅgha*, 僧), và sám hối (*Pāpādeśanā,* 懺悔) nghiệp xấu quá khứ trước chư Phật để cầu sự gia hộ của các Ngài và thanh tịnh tự tâm là bước quan trọng trong Bồ Tát đạo.

Trong Đại thừa, lễ sám hối được coi như một hình thức tự hối lỗi và hứa từ bỏ những nghiệp xấu quá khứ vừa qua (*vidūsaṇa-samudācāva*). Sám hối trước chư Phật là cầu tha lực chư Phật và chư Bồ Tát chứng minh lòng ăn năn của mình bởi phạm năm trọng tội (*pañcānantaryakarma,* 五無間業) hoặc các lỗi nhẹ vi tế khác. Ăn năn là một đức hạnh tốt để sám chừa nghiệp xấu.

Trong văn học phật giáo tiếng Phạn, sám hối (*pāpādeśanā*) là một trong những điều cần làm trước khi phát bồ-đề-tâm (*Bodhicitta*, 菩提心). Trong cuốn 'Con đường Bồ Tát Hạnh' (*Bodhicaryāvatāra,*菩薩行) của Ngài Tịch-thiên (*Śāntideva*, luận sư rất nổi tiếng vào thế kỷ thứ VII) đã giải thích tiến trình sám hối như sau:

'Những gì ác nghiệp vì vô minh
Con đã tạo nơi thân khẩu ý
Xin hướng về Tam bảo,
Cha mẹ, thầy tổ và ân trưởng
Con thành tâm sám hối.'[477]
Vô cùng sợ hãi, con xin nương tựa
Phổ-hiền Bồ Tát, Văn-thù Bồ Tát

---

476 G. Dhammsiri, Fundamentals of Buddhist Ethics, The Buddhist Research Society, Singapore, 1986, trang 113-28.

477 GBWL, trang 13.

Quan-thế-âm Bồ Tát vì lòng đại bi

Xin cứu con một kẻ mê mờ.

Hư-không-tạng Bồ Tát, Địa-tạng Bồ Tát

Cùng các vị Bồ Tát khác, xin che chở cho con.[478]

Trong Phật-bản-hạnh Tập-kinh-dị-bản (*Mahā-vastu,* 佛本行集經異本) giai đoạn đầu tiên khi Bồ Tát sám hối gọi là Bổn hạnh (本行), hạnh căn bản của một người bình thường, đây cũng là địa đầu tiên trong thập địa (*bhūmi*, 地). Bồ Tát sơ phát tâm tu tập hạnh này là phải kính trọng sư trưởng, cha mẹ và các bậc ân sư. Chính từ tánh hạnh này (*prakṛiti,* 性), Bồ Tát có thể tu tập mười hạnh lành (*daśa-kuśala-karma-patha,* 十善業道, Thập-thiện nghiệp-đạo) và khuyến người khác thực hiện hạnh công đức bố thí. Nhưng khi Bồ Tát chưa hoàn toàn thanh tịnh, thì chưa thể phát bồ-đề-tâm. Khi hoàn thành những hạnh này, vị ấy bước lên giai đoạn kế tiếp mà trong Phật-bản-hạnh Tập-kinh-dị-bản gọi là Giải-hạnh (*praṇidhāna-caryā,* 解行).

Thắng giải hoặc thiện tư duy (*adhimukti/ atimukti,*善思惟)[479] là giai đoạn thứ hai chỉ cho sự biết rõ tín tâm, lòng khát khao mong mỗi đạt giác ngộ (trong kinh Pali gọi là Dục như ý túc). Yếu tố này xảy ra ngay trước khi khởi phát bồ-đề-tâm (*Bodhicitta,* 菩提心).

Thuật từ 'thắng giải' nghĩa là nhiệt tình, khát ngưỡng mạnh mẽ. Trong Bách-khoa Toàn-thư Phật-học từ này xuất phát '*adhi*' và có gốc '*muc'* (*muñcati*), nghĩa là giải thoát, từ bỏ một vị trí hiện tại tiến đến một khuynh hướng mới. Vì vậy, thắng giải như thế có một lực hướng thiện đưa đến giải thoát (*vimokkha,* 解脫) với sự kết hợp của Nguyện ba-la-mật (*adhiṭṭhāna-pāramī,* 願波羅密).

Những nhà biên soạn, nhất là các tác giả của kinh Thập-

---

478 Như trên, trang 16.

479 Adhimukti:(阿提目多迦) dịch là thiện tư duy, tự tin 善思惟 (means entire freedom of mind, con-fidence), trích trong DCBT, trang 288.

địa (*Daśa-bhūmika Sūtra,* 十地經) đã bao gồm hạnh này trong địa thứ nhất. Và theo kinh Thập-địa, Bồ Tát tương lai phải chuẩn bị một chặng đường dài tu tập để đạt Bồ Tát quả (*Bodhisattvahood,* 菩薩果). Trước khi bắt đầu tiến trình này, Bồ Tát phải khởi tâm bồ-đề để làm động lực hướng thiện và chuyển thành nguyện bồ-đề mạnh mẽ.

PHÁT BỒ-ĐỀ-TÂM

Bồ-đề-tâm (菩提心) là một khái niệm quan trọng trong phật giáo Nguyên-thủy và Đại thừa, mặc dù không được nói trực tiếp rõ ràng trong phật giáo Nguyên-thủy. Tuy nhiên, chính ở Đại thừa mà khái niệm bồ-đề-tâm đã phát triển cả về đạo đức lẫn tâm lý học và sự phát triển này cũng được tìm thấy trong Mật giáo (密教), trong đó bồ-đề-tâm được xem như đại lạc (*mahāsukha,* 大樂). Trong Đại thừa phát triển cùng lúc với thuyết phiếm thần xuất hiện đã chủ trương rằng bồ-đề-tâm tiềm ẩn trong tất cả chúng sanh và được hiển lộ trong Pháp thân (*Dharmakāya,* 法身) hoặc chân như (*Bhūta-tathatā,* 一如, 如如,真如) nơi chúng sanh tánh.

Mặc dù, từ bồ-đề-tâm không thấy trong kinh điển Pali, nhưng dấu vết của nó cũng có ảnh hưởng chẳng hạn như Đức Phật sau khi rời bỏ cung thành đã lập nguyện dù cho xương thịt có tan rã cũng quyết tìm ra con đường giải thoát sanh tử cho tất cả chúng sanh.[480] Chính sau khi bồ-đề-tâm này thành tựu, Ngài được tôn xưng là bậc giác ngộ – Thế tôn (世尊) và Ngài bắt đầu ban pháp thoại thoát khổ cho tất cả chúng sanh.

Mặc dù trong Văn học tiếng phạn ban đầu gồm kinh Đại-sự (*Mahāvastu,* 大事) và Thần-thông Du-hí kinh (*Lalitavistara,* 神通遊戲經) rõ ràng có nghiêng về tán thán tinh thần lợi tha vì người của Bồ Tát, nhưng Bồ Tát trước phải nỗ lực tìm cầu bồ đề cho chính mình rồi sau đó mới tận lòng cứu giúp người khác khỏi sanh tử (*saṁsara,* 輪迴). Người còn trói buộc trong phiền

480 Xem M, I, trang 163 & A, I, trang 145.

não thì không thể hướng dẫn người khác, giống như chàng mù không thể dẫn dắt người khác. Nhưng trong văn học Đại thừa sau này, lợi tha là động lực chính để phát bồ-đề-tâm (*Bodhicitta*) và sự thay đổi này được biểu lộ qua tánh cách của Bồ Tát Quan-thế-âm (*Avalokiteśvara*), bậc đại từ bi đã từ bỏ chính sự giải thoát của mình để ở lại cứu độ chúng sanh.

Cùng với sự phát triển về mặt đạo đức, bồ-đề-tâm cũng phát triển ở mặt tâm lý học. Sự phát triển này được thấy trong các tác phẩm của những nhà triết học Phật giáo như Long-thọ (*Nāgārjuna,* 龍樹), Thế-thân (*Vasubandhu*, 世親,天親) và Thiên-Ý (*Sthiramati,* 天意). D.T. Suzuki đã trích lời của Ngài Long-thọ như sau:

'Bồ-đề-tâm là không có tất cả các định nghĩa như các phạm trù của năm uẩn (skandhas), mười hai giới (āyatanas) và mười tám xứ (dhātus) không có gì đặc biệt tồn tại có thể thấy được. Bồ-đề tâm là vũ trụ không có tự ngã. Bồ-đề tâm không thể tạo được và bản chất của nó là trống rỗng.'[481]

Với sự phát triển hơn của lãnh vực siêu hình học, khái niệm bồ-đề-tâm (菩提心) trở nên không thể định nghĩa được. Cuối cùng các bậc đạo sư phải mô tả bồ-đề-tâm là lòng từ bi, hoặc vô lượng *(aprameya,* 無量*),* vô hạn *(aparyanta,* 無限) và vĩnh cửu *(akṣaya,* 永久).[482] Tuy nhiên, khi thời gian trôi qua, hai lãnh vực đạo đức học và tâm lý học của bồ-đề-tâm trộn lẫn với nhau và bồ-đề-tâm được coi như Tánh Không (*Śūnyatā,* 空性) đồng nghĩa với trí tuệ (*prajñā,* 智慧) và do đó tượng trưng về mặt tâm lý học và bồ đề tâm được xem là từ bi *(karuṇā,* 慈悲) khi tượng trưng cho mặt đạo đức học.[483]

Bồ-đề-tâm giống như như như (*Bhūtatathatā,* 如如), chân-như (*Tathatā,*真如) hoặc Phật tánh (*Bud-dhatvā,* 佛性)

---

481 D.T. Suzuki, Outlines of Mahayana Buddhism, NY, 1977, trang 297.

482 Như trên, trang 209.

483 Xem Abhisamayālaṇkārāloka, Gaekwad's Oriental series, Baroda, LXII, trang 19 nơi đã nói Śūnyatākaruṇā-garbhaṁ bodhicittaṁ.

đang tiềm ẩn trong mỗi chúng sanh. Bồ-đề-tâm ẩn tàng này cần nên được khơi dậy và lưu phát diệu dụng. Nhưng bồ-đề sẽ khó phát khởi nếu chỉ vì sự giải thoát cho chính cá nhân mà phải vì người khác. Nếu vị Bồ Tát nguyện tu tập theo tâm bồ-đề mà chỉ vì lợi ích của chính mình thì vị ấy sẽ không vượt qua sanh tử, cũng không đạt được bồ-đề-tâm, vì tư tưởng muốn đạt được bồ-đề-tâm là một chấp thủ. Bản thân chấp thủ là một tà kiến. Vì vậy, chỉ có người không có định kiến mới có thể khởi bồ-đề-tâm.

Trong Kinh Luận Bồ-đề-tâm (*Bodhicittotapāda sūtra-Śāstra,* 經論菩提心) đã liệt kê mười phẩm hạnh một vị Bồ Tát nên tu tập để khởi bồ-đề-tâm là:

1. Thân cận bạn lành (paricinoti kalyānamitrāṇi),

2. Kính lễ chư Phật (pūjayati buddhān),

3. Vun trồng công đức (saṁgṛhṇāti kuśalamūlāni),

4. Tu học Phật pháp (gaveṣayati praṇītadharmān),

5. Trưởng dưỡng tâm từ bi (bhavati nityaṁ suratacittaḥ),

6. Chịu đựng những khổ đau (kṣamate duḥkhānyāpatitāni)

7. Thành thật, tốt bụng (bhavati maitraḥ kāruṇikaḥ),

8. Chánh niệm (bhavati samacittāś ayaḥ),

9. Theo pháp Đại thừa (śraddhayābhinandati mahāyānaṁ)

10. Cầu trí tuệ Đức Phật (gaveṣayati buddha-prajñāṁ).

Còn có bốn phẩm hạnh khác cũng được đề cập trong bài luận này là:

1. Quán tưởng chư Phật (anuvicintayan buddhān),

2. Quán thân bất tịnh (pratyavekṣamāṇaḥ kāyasyādinavān),

3. Từ bi đối với chúng sanh (dayamanaḥ sattveṣu),

4. Cầu quả vô thượng (gaveṣayannuttaniaṁ phalaṁ).[484]

Trong Bồ Tát đạo, giây phút quan trọng nhất là phát bồ-đề-

484 Trích trong EB, III, trang 186.

tâm. Bồ-đề-tâm là sự kết hợp giữa trí tuệ và từ bi mà kinh Bồ Tát địa (*Bodhisattva-bhūmi,* 菩薩地經) dạy rằng: 'Bằng phương tiện của ba thừa, ta sẽ dẫn tất cả chúng sanh vào niết bàn. Và ngay khi ta độ tất cả chúng sanh vào niết bàn, thật ra không có chúng sanh nào được độ.''[485]

Hoặc có một pháp thoại nổi tiếng trong Đại thừa là 'Ta sẽ trải qua hàng trăm ngàn kiếp chịu đau khổ ở địa ngục, súc sanh, ngạ quỷ để độ từng chúng sanh trong những cõi ấy và đưa tất cả họ đến niết bàn không còn sót một ai'.[486]

Bồ Tát Địa-tạng (*Kṣtigarbha Bodhisattva,* 地藏菩薩) cũng đã từng thệ nguyện rằng:

'Địa ngục còn, thì ta sẽ không thành Phật; khi nào chúng sanh giải thoát hết thì khi ấy ta mới đạt quả bồ-đề.'[487]

Bồ Tát đã xem mình như đồng nhất với tất cả chúng sanh. Ngài Tịch-thiên (*Śāntideva,* 寂天) đã giải thích trong Bồ Tát-đạo (*Bodhicaryāvatāra*, 菩薩道) như sau:

Đầu tiên, tôi nên tinh tấn

Thiền quán tánh bình đẳng giữa tôi và chúng sanh

Tôi sẽ bảo vệ chúng sanh như bản thân tôi

Bởi vì tất cả đều bình đẳng trong sợ khổ và thích lạc

Mặc dù thân thể có khác, nhưng tất cả chúng sanh là một

Đều mong muốn đạt hạnh phúc như tôi

Những đau khổ vô vàn mà tôi trải qua

Bởi vì chấp ngã tạo nên

485 LSPW, trang 124.

486 Như trên.

487 Sūtra of the Past Vows of Earth Stove Bodhisattva, The Collected Lectures of Tripiṭaka, Hsuan Hua, tr. Bhiksu Heng Ching, Buddhist Text Translation Society, The Institute for Advanced Stud-ies of World Religious, NY, 1974, trang 20.

Xin đừng tổn hại đến người khác
Cũng thế, những đau khổ của người khác
Đừng xảy đến cho tôi
Tuy nhiên, bởi vì xem chúng sanh như bản thân tôi,
Nên nỗi khổ của họ là của tôi.
Nguyện cho tôi xoá sạch những đau khổ của người khác
Bởi vì nỗi khổ của họ là của tôi
Chúng sanh như chính bản thân tôi
Nên tôi sẽ làm lợi ích cho tất cả."[488]

Sau khi nỗ lực tu tập, có một trạng thái tâm quan trọng khác trong Bồ Tát-đạo sinh khởi là nhận thức bồ-đề-tâm. Ngài Tịch-thiên trong Bồ Tát đạo nói rằng:

'Ai mong muốn diệt trừ những đau khổ trong đời sống hiện tại
Ai mong muốn chúng sanh được nhiều an vui
Ai mong muốn được hạnh phúc vĩnh viễn
Vì không phát bồ-đề-tâm
Ngay khi bồ-đề-tâm khởi
Những phiền não trói buộc sanh tử không còn.'[489]
Những ai muốn giải thoát khỏi thế giới đau khổ
Phải mạnh mẽ trì giữ tâm bồ-đề này."[490]

Ngài Tịch-thiên giải thích rộng hơn về cách đối xử của Bồ Tát như:

'Súc vật, con mèo và tên ăn trộm
Di chuyển nhẹ nhàng và cẩn thận

488 GBWL, trang 104.
489 Như trên, trang 2.
490 Như trên, trang 3.

Sẽ hoàn thành những gì họ mong muốn
Bồ Tát cũng dịu dàng như thế
Với sự kính trọng, tôi vô cùng biết ơn.'
Sau những lời mạnh mẽ là sự lợi ích
Của người trí khuyên nhủ và dạy dỗ
Tôi luôn là học trò khiêm nhường của tất cả mọi người.[491]

Cũng thế, chúng ta có thể nói rằng khái niệm Bồ Tát là một lý tưởng hợp lý nhất, thích hợp với pháp thoại mà Đức Phật đã giảng trong kinh *Kālāma*[492] là chúng sanh không nên tin theo người khác một cách mù quáng, mà phải nỗ lực đạt giác ngộ bằng chính khả năng của mình chứ không lệ thuộc vào một ai.

Bồ Tát sẵn sàng trải qua đau khổ để giúp những chúng sanh khác, do thế, Bồ Tát đã thực hiện một công hạnh cao cả của sự tự nguyện trì hoãn nhập niết bàn của mình để trở lại ta bà nhiều lần độ sanh.[493]

Bồ Tát cũng thực hành hạnh vô thượng cúng dường (*Anuttara Pūjā*, 無上供養) đối với Phật (*Buddha,* 佛), pháp (*Dhamma*, 法) và tăng (*Saṅgha*, 僧) để góp phần tạo nên Bồ-đề-tâm.

Bồ-đề-tâm có hai: 1. Lợi tha (Lokārhitaṁ, 利他) và 2. Tự lợi (Ātmahitaṁ, 自利).[494]

Trước tiên, Bồ Tát nên đạt giác ngộ, rồi sau đó hướng dẫn người khác con đường giác ngộ ấy. Trong kinh Bồ Tát địa giải thích rất nhiều về hai lãnh vực lợi tha và tự lợi của bồ-đề-tâm.[495]

Sự tự nguyện là điểm trung tâm trong Bồ Tát đạo và tinh thần của sự tự nguyện được Ngài Tịch-thiên minh họa một cách sống động như:

---

491 Như trên, trang 46.

492 BGS, I, trang 171-2, cũng xem Chương I, trang 23-4.

493 Như trên.

494 DCBT, trang 218.

495 E.J. Thomas, Buddhism, London, 1934.

Nguyện cho tôi sẽ là bậc lương y, y tá
Trị bịnh cho bịnh nhân
Cho đến khi nào không còn một chúng sanh bịnh.
Nguyện tôi làm nước cam lồ
Dập tắt lửa đói khát nơi chúng sanh
Suốt trong thời hoại kiếp
Tôi sẽ thí thân mình làm thực phẩm, nước uống cho chúng sanh
Nguyện tôi là kho châu báu vô tận
Bố thí cho những ai nghèo khó
Nguyện tôi thành những gì mà chúng sanh cần
Để gần gũi với chúng sanh
Không có chút gì tiếc nuối
Tôi sẽ xả bỏ thân thể và niềm vui của mình
Và công đức tích tụ trong ba đời
Hồi hướng vì lợi ích cho tất cả chúng sanh
Nguyện cho những người mắng chưởi tôi
Ác ý hay bất cứ hành động vu khống nào
Mắng chưởi hoặc làm nhục tôi
Cầu cho họ hoàn toàn giác ngộ.
Nguyện tôi sẽ là người bảo vệ cho người cô thế
Người chỉ đường cho những kẻ lạc hướng
Cái cầu, chiếc thuyền cho những ai qua sông.
Nguyện tôi sẽ là hải đảo
Cho những ai đắm chìm,
Ngọn đèn sáng cho những ai tìm ánh sáng
Giường nằm cho những ai mõi mệt

Và nô lệ cho những ai cần hầu cận.[496]

Trong Phật-bản-hạnh Tập-kinh-dị-bản (Mahā-vastu,佛本行集經異本), bồ-đề-tâm này cũng được gọi là tâm (citta,心), mạt-na-thức (manas, mano-ratha, 末那識) hoặc tư duy (saṁkalpa, 思惟) và sự hiệu quả của bồ-đề-tâm đối với tâm nguyện bồ-đề. Bồ Tát đã diễn tả khát vọng trở thành Đức Phật tối thượng vì tất cả chúng sanh:

"Nguyện cho tôi được tái sanh nhiều lần để có thể giúp tất cả chúng sanh. Tôi giải thoát và có thể giải thoát người khác. Tôi thanh tịnh và có thể thanh tịnh người khác. Cuối cùng tôi giác ngộ và có thể giác ngộ người khác."

Theo mô tả chi tiết giây phút phát bồ-đề-tâm là sự kiện vô thượng siêu vượt các công đức khiến cho xuất hiện nhiều hiện tượng khác thường (*Adbhuta Dharma*) như trái đất chấn động, ánh sáng phát ra. Toàn thế giới trở nên vui tươi hơn vào những giây phút này.[497]

Từ một con người muốn trở thành một Bồ Tát, vị ấy nên phát nguyện tu tập theo mười hạnh nguyện Phổ hiền (*praṇidhānas*, 十種大願Thập chủng đại nguyện) như sau:

1. *Mahāpūjopasthānāya Prathamaṁ Mahāpraṇidhānam Abhinirharati.*

   Một là Kính lễ chư Phật (一者禮敬諸佛).

2. *Sarvatathāgatabhāṣitadharmanetrisaṁdhāraṇāya... Saddharmapari-grahāyadvitīyaṁ.*

   Hai là Tán thán công đức Như Lai. (二者稱讚如來).

3. *Tuṣitabhavanavāsaṁ ādim kṛtvā... yāvan mahāparinirvāṇopasamkramaṇāya tṛtīyam.*

   Ba là Rộng tu cúng dường. (三者廣修供養).

---

496 GBWL, trang 20-2.

497 E.J. Thomas, Buddhism, London, 1934.

4. *Sarvabhūmipariśodhanaṁ... cittotpādābhinirhārāya... caturthaṁ.*

   Bốn là Sám hối nghiệp chướng. (四者懺悔業章).

5. *Sarvasattvadhātuparipācanāya, Sarvabuddhadharmāvatāraṇāya, Sarvajñajñāna-pratisthāpanāya ... pañcamam.*

   Năm là Tùy hỉ công đức. (五者隨喜功德).

6. *Lokadhātuvaimātryāvatānāya, sastham.*

   Sáu là Thỉnh chuyển pháp luân. (六者請轉法輪)

7. *Sarvabuddhaksetrapariśodhanāya saptamam.*

   Bảy là Thỉnh Phật trụ thế. (七者請佛住世).

8. *Mahāyānāvataranāya astamam.*

   Tám là Thường theo học Phật. (八者常隨佛學).

9. *Sarvabodhisattvacaryācaranāya amoghasarvacestatāyai navamam.*

   Chín là Hằng thuận chúng sanh. (九者恒順眾生).

10. *Abhisambodhimahājñānābhijñābhinirharāya daśamam. Tāni ca Mahāpranidhānāni daśabhir nisthāpadair abhinirharati.*

    Mười là Phổ giai hồi hướng. (十者普皆迴向).

Bồ-đề-tâm (Bodhicitta, 菩提心) và nguyện bồ-đề (Praṇidhāna,菩提) là đánh dấu cho sự khởi đầu hạnh thứ hai Phát bồ-đề-tâm của Bồ Tát. Theo Đại thừa Đại-trang-nghiêm kinh luận (Mahāyāna-sūtrā-laṅkāra, 乘大莊嚴經論), nguyện (Praṇidhāna, 願) là nguyên nhân và kết quả của bồ-đề-tâm. Nơi chánh điện, trước chư Phật, Bồ Tát vì lợi ích và giải thoát cho tất cả chúng sanh mà khởi tâm nguyện bồ-đề (Abhīnīhārakaraṇa / Mūlapraṇidhāna, 願菩提) để trở thành một vị Phật và từ đây vị ấy bắt đầu hạnh nghiệp Bồ Tát Hạnh.

Trong kinh Đại thừa sau này, bổn nguyện (*abhinīhāra,* 本

願) (muốn trở thành vị Phật mà chưa tuyên bố với người khác về ý định của mình) có trước khi Bồ Tát khởi ý nguyện (*mano-praṇidhi*, 意 願). Bổn nguyện là nơi sanh bồ-đề-tâm.[498] Vị Bồ Tát phải đủ tám điều kiện (*Samodāna Dhamma*) thì bổn nguyện (*abhīnīhāra,* 根願) mới hoàn thành là:

1. *Manussottam: Một con người.*
2. *Liṅga Sampatti: Người nam.*
3. *Hetu: Có đủ khả năng sáng suốt có thể trở thành bậc Alahán trong đời này.*
4. *Satthāra Dassanam: Có khả năng làm bậc sa môn.*
5. *Pabbajjā: Lập nguyện trước Đức Phật.*
6. *Guṇa Sampatti: Chứng các tầng thiền.*
7. *Adhikāra: Sẵn sàng hy sinh ngay thân này.*
8. *Chandatā: Nguyện vững chắc.*[499]

Theo các nhà Nhất thiết hữu bộ (*Sarvāstivādas,* 一切有部者), ai đã đạt Bồ Tát quả (*Bodhisattvahood*, 菩薩果) phải có năm điều thuận lợi là:

1. Không sanh nơi cõi ác, mà chỉ ở cõi người hoặc trời.

2. Không sanh trong nhà nghèo hoặc giai cấp thấp.

3. Người nam đạo đức, chứ không phải là phụ nữ.

4. Sáu căn hoàn hảo không thiếu kém.

5. Nhớ những đời sống trước của chính mình mà không quên.[500]

Trong Sớ giải của Kinh-tập (*Sutta Nipāta Commentary,* 經集之疏解) viết rằng Bồ Tát trong thời gian hành Ba-la-mật không sanh vào 18 trạng thái xấu kém (*aṭṭhārasa abhabbaṭṭhānāni,* 十

---

498 BDBSL, trang 168.

499 Buddhavaṁsa, ed. by R. Morris, II, London, 1882, trang 59.

500 Bs, trang 3.

八法 不共) như:

1. *Không bao giờ bị mù*
2. *Điếc*
3. *Mất trí*
4. *Hay chảy nước dãi*
5. *Người man dã (milakkhesu)*
6. *Nô lệ*
7. *Dị giáo*
8. *Đổi giới tính*
9. *Không phạm trong năm trọng tội (ānantarika-kammas)*
10. *Người hủi*
11. *Thú (không nhỏ hơn cái giũa hoặc lớn hơn con voi)*
12. *Chưa bao giờ sanh trong cảnh giới ngạ quỷ*
13. *Không làm quỷ Kālakađjakas,*
14. *Không sanh trong địa ngục A-tỳ / Vô-gián (Av_ci)*[501]
15. *Không sanh trong địa ngục Thiết-vi (Lokantaraka)*
16. *Không làm ma Ba-tuần (Māra)*[502]
17. *Không sanh trong cảnh giới không có tình thức (asađđibhāva)*

---

501 Avīcī (S): A tỳ địa ngục, Avīci (P): Vô gián địa ngục. Địa ngục có naêm hình phạt: nghiệp xấu và hậu quả không dừng nghỉ, không thời gian, triền miên không ngưng trệ, khốn khổ không chỗ cùng, đầy ắp không ngưng. Bị đày địa ngục này do phạm một trong naêm trọng tội: giết hại cha, giết mẹ, giết hại a-la-hán, làm Phật đổ máu, phá hoại tăng đoàn.

502 Māra (S): Ma ba tuần. Thiên ma có tên riêng là Pàpman, hay Pàpiyas, thường được phiên là Ba Bỉ Duyên, Ba duyên, Ba huyện. Các bản kinh cổ nhất ghi tên là Ma Ba Huyện. Theo Nhất Thiết Kinh Âm Nghĩa, quyển 10, chữ Huyện với chữ Tuần giống nhau, chỉ khác là chữ Huyện được ghi bằng bộ Mục ở bên trái, nhưng do sao chép lầm chữ Mục thành chữ Nhật nên chữ Huyện bị đọc thành chữ Tuần. Do gọi sai thành thói quen, người ta bỏ luôn cả chữ Nhật bên cạnh chữ Tuần, chỉ còn chữ Tuần đơn như hiện nay.

18. Không sanh trong cõi trời Vô-nhiệt (Suddhāvāsas)[503]

19. Không sanh trong cõi trời Sắc giới (rūpa)

20. Cũng không sanh trong Tiểu thế giới (Cakkavāla).[504]

Theo Kinh Bổn-sanh Sarabhanga (*Sarabhanga-Jātakā*),[505] Bồ Tát nên từ bỏ điều lớn lao (*Mahāpari-ccāga*) là: Vợ, Con, Kinh thành, Đời sống và Thân thể.

Khi chư Phật quán thấy Bồ Tát lập lời nguyện (*abhīnīhāra*) thành Phật và quán biết Bồ Tát đó sẽ thành tựu hạnh nguyện trong tương lai nên đã tuyên bố vị ấy sẽ trở thành Phật. Lời tuyên bố này được gọi là thọ ký (*Veyyākaraṇa*, Skt.*Vyākaraṇa*, 受記). Các vị Phật tương lai mà Bồ Tát sẽ gặp trong thời kỳ hành Bồ Tát đạo cũng sẽ thọ ký như vậy cho Bồ Tát.[506]

Trong truyền thống kinh tạng *Pāli*, tâm nguyện bồ-đề (*Praṇidhāna,* 願) được chia làm hai phần. Đầu tiên, ý nguyện (*mano-panādhāna*, 意願) là khát ngưỡng bồ-đề, trạng thái này tương ứng với thiện tư duy (*Adhimukti* hoặc *Atimukti,* 善思惟) và biểu thị khởi đầu tiến trình tâm linh để cuối cùng đạt được kết quả tối hậu của giác ngộ, thành quả của bồ-đề-tâm. Sau khi Bồ Tát lập nguyện bồ-đề vững chắc, ở giây phút giao điểm thuần thục tâm bồ-đề thì trong tâm sẽ khởi lên một ước nguyện mạnh mẽ và chân thành để đạt giác ngộ. Tâm nguyện (*cetopanidhāna,* 願) cũng xảy ra, nhưng hầu như không có ý nghĩa đặc biệt như thọ ký đã thấy trong cùng trường hợp đó. Điều này phản ảnh một giai đoạn khi mà tiến trình tu tập vẫn chưa hoàn toàn vạch rõ hoặc chưa đạt được sự chứng đạt viên mãn.[507]

---

503 Śuddhāvāsa (S): Tác bình Thiên tử, Vô nhiệt thiên: Một vị trời hiện xuống dùng nhiều phương thiện khuyến khích thái tử Tất đạt đa xuất gia.

504 Trích trong G.P. Malalasekere, như trên, trang 323.

505 SBFB, V, Sarabhanga-Jātakā, số 552, trang 64.

506 E.J. Thomas, Buddhism, London, 1934.

507 E.J. Thomas, Buddhism, London, 1934.

Sự phát triển bồ-đề-tâm là điều kiện thiết yếu đầu tiên để xác định vị ấy là Bồ Tát và sau khi phát bồ-đề-tâm, vị ấy bắt đầu thực hành hạnh nguyện (*cariyā,* Skt. *caryā,*行) của một vị Bồ Tát.[508]

D.T. Suzuki nói rằng bồ-đề-tâm là một hình thức của pháp thân (*Dharmakāya*, 法身) mà mỗi người đều có, nhưng chúng sanh quên mất vì bị cuốn hút theo ngũ dục của cuộc đời:[509]

"Niết bàn (Nirvāṇa, 涅槃), Pháp-thân (Dharmakāya, 法身), Như-lai (Tathāgata, 如來), Như-lai tạng (Tathā-gatagarbha, 如來藏), Chân-đế (Paramārtha, 真諦), Đức-phật (Buddha, 佛陀), Bồ-đề-tâm (Bodhicitta, 菩提心) và Chân-như (Bhūtatathatā, 真如)...Tất cả đều chỉ cho những mặt đa dạng của một thực thể và bồ-đề-tâm là một tên được đặt cho pháp thân hoặc chân như hiển lộ nơi mỗi chúng sanh và thanh tịnh, buông xả các chấp thủ đó là trạng thái niết bàn."[510]

Trong kinh Bồ Tát-địa đã đưa ra bốn nhân duyên để phát bồ-đề-tâm như sau:

1. *Bốn duyên phụ (pratyayas, 緣): (a) Đức Phật thị hiện phép lạ; (b) Pháp thoại của Đức Phật như đã ghi trong Bồ Tát tạng (Bodhisattva-piṭaka, 菩薩藏); (c) Thương xót chúng sanh đau khổ và (d) Khi bị đau khổ (kaṣāya-kāla).*
2. *Bốn nhân chính (hetus, 因): (a) Chủng tánh Bồ Tát (Bodhisattva-gotra, 種性菩薩); (b) Bạn lành (kalyāṇamitra, 善 友); (c) Từ bi và (d) Giúp chúng sanh giảm khổ.*
3. *Bốn lực (bala, 力): (a) Tự lực; (b) Có năng lực khuyến người khác phát bồ-đề; (c) Năng lực thấy được Đức*

508 N. Dutt (ed.), Bodhisattvabhūmiḥ, Vol.II (Patna), K.P. Jayaswal Research Institute, 1978, trang 9.

509 D.T. Suzuki, Outlines of Mahāyāna Buddhism, NY, 1977, trang 302.

510 Như trên, trang 299.

Phật, nghe được pháp thoại của ngài, cùng bạn tốt hành thiện hạnh; (d) Có năng lực và ước muốn chuyển hoá khổ đau cho chúng sanh.

4. *Có bốn trạng thái làm suy giảm bồ-đề-tâm (Bodhicitta,* 菩提心*): (a) Hướng dẫn sai; (b) Không đủ từ bi thương chúng sanh; (c) Thờ ơ và lãnh đạm trong việc loại trừ khổ não cho chúng sanh; (d) Thiếu bốn nguyên nhân chính của bồ-đề-tâm (Bodhicitta).*[511]

Trong kinh Bồ Tát-địa cũng nói bồ-đề-tâm có hai loại:

1. *Bất thối chuyển Bồ-đề-tâm (Nairyāṇika,* 不退轉菩提心*) và*
2. *Thối chuyển Bồ-đề-tâm (Anairyāṇika,* 退轉菩提心*).*

Bất thối chuyển Bồ-đề-tâm sẽ có năng lực khiến Bồ Tát tuệ giác được bồ-đề, trong khi thối chuyển Bồ-đề-tâm khiến Bồ Tát không thể đạt được tuệ giác.

Thối chuyển Bồ-đề tâm có hai: (a) *Ātyantika* (thối chuyển bồ-đề vĩnh viễn) và (b) *Anātyantika* (thối chuyển bồ-đề tạm thời).[512] Trong Trung-Anh Phật-học tự-điển (中英佛學辭典), bất-thối-chuyển (*Avaivartika* hoặc *avinivartanīya*) nghĩa là luôn luôn tinh tấn, không lùi bước để thẳng đến niết bàn. Đây cũng là một tính ngữ của các Đức Phật.[513]

Ngài Tịch-thiên (*Śāntideva,* 寂 天) chỉ ra bồ-đề-tâm có hai — (1) Bồ-đề-tâm nguyện (*Bodhi-praṇidhi-citta,* 菩提心願), nguyện hướng đến tâm bồ-đề và (2) Bồ-đề-tâm hạnh (*Bodhi-prasthāna-citta,* 菩提心行), thực hiện để đạt bồ-đề. Công đức của bồ-đề-tâm nguyện sẽ bằng như công đức của Bồ-đề-tâm hạnh.[514]

---

511 N. Dutt, như trên, trang 10.

512 Như trên.

513 DCBT, trang 109.

514 GBWL, trang 145.

Bồ Tát nỗ lực thực hành thiện hạnh để hướng dẫn tất cả chúng sanh đạt giác ngộ. Ngài vẫn tiếp tục công hạnh Bồ Tát ngay cả có trì hoãn ước nguyện thành Phật (*Buddhahood,* 佛果) của ngài. Bao nhiêu công đức tu tập Ngài đều hướng về cho tất cả chúng sanh.

Từ thời gian còn là một vị khát ngưỡng bồ-đề cho tới khi Bồ Tát phát những lời nguyện chân thành gọi là giai đoạn đầu của Bồ-đề-tâm nguyện. Công đức của bồ-đề-tâm rất lớn và không thể nghĩ lường vì chính bồ-đề-tâm tạo nên 'Bồ Tát', do thế mà Thế thân Bồ Tát (*Vasubandhu,* 世親,天親) trong Luận kinh Bồ-đề-tâm (*Bodhicittotpāda-sūtra-śāstra,* 經論菩提心) đã ví bồ-đề-tâm như là biển cả:

"Trong khởi thuỷ biển cả rất lớn có khả năng chứa tất cả các loại châu báu, loại thấp, loại trung, loại vừa với những viên bảo ngọc vô giá. Bồ Tát tâm cũng vậy, từ khởi thuỷ bồ-đề-tâm đã có khả năng chứa giữ tất cả chư thiên, cõi người, Thanh văn, Bích chi Phật, Bồ Tát, công đức, thiền định và trí tuệ."

(Mahāsamudro yadādau sanudeti jñātavyaḥ so' dhamamadhyammottanmāṁ cintāmaṇiratnamuktā-phalā-nāmākaro bhavati. Bodhisattvasya cittotpāda apyenvaṁ... tad devamanuṣyāṇāṁ śrāvakapratyekabuddha-bodhisattvānaṁ dhyānasya prajñāyaścopaptallerrāharab).[515]

TU TẬP BA-LA-MẬT

Để phát triển bồ-đề-tâm và viên tròn Bồ Tát quả, Bồ Tát nên tu tập các ba-la-mật (*pāramitās*, 波羅密). Đây là giai đoạn thứ ba của Bồ Tát Hạnh. Nói một cách khác, phát khởi bồ-đề-tâm để khiến từ một chúng sanh thành một Bồ Tát và để hoàn toàn giác ngộ bồ-đề, Bồ Tát phải nỗ lực và kiên trì thực hành các ba-la-mật (*pāramitās*).[516]

---

515 EB, III, trang 184.

516 Gunapala Dharmasiri, Fundamentals of Buddhist Ethics, The Buddhist Research Society, Sin-gapore, 1986, trang 120.

Bồ Tát phải tu tập sáu hoặc mười ba-la-mật. Rất nhiều học giả đã diễn dịch thuật từ 'Ba-la-mật'. T. W. Rhys Davids và W. Stede dịch là 'sự hoàn hảo, hoàn thiện, tối thượng'.[517] Ba-la-mật cũng dịch là đức hạnh siêu vượt, sự thành đạt viên mãn...[518] H.C. Warren dịch như sự hoàn thiện.[519] J.S. Speyar,[520] M.S. Bhat, M.V. Talim[521] và P.V. Bapat để nguyên từ *Pāramitā* chứ không dịch ra.[522]

Pāramitā rút từ *parama* (chứ không phải từ *pāra* với căn gốc '*i*' nghĩa là đi) như kinh Bồ Tát-địa đã giải thích rõ. Tạm gọi là Ba-la-mật, bởi vì đòi hỏi Bồ Tát phải tu tập một thời gian dài (*paramena kālena samudāgatāḥ*) và phải thanh tịnh tâm (*paramayā svabhāva-viśuddhyā viśuddhāḥ*). Bồ Tát cũng phải vượt qua những phẩm hạnh của Thanh-văn (*Śrāvakās,* 聲聞) và Bích-chi-Phật (*Pratyeka-buddhas,* 辟支佛), để đạt đến trạng thái cao nhất (*paramaṁ ca phalam anuprāyacchanti*) của một Bồ Tát lợi tha vì người. Nguồn gốc của từ *Pāramitā* này là *parama* nghĩa là vượt qua sự nghi ngờ. Ý nghĩa đơn giản là 'Trạng thái cao nhất, đỉnh điểm và hoàn thiện'.[523] Từ Tây tạng tương đương là *pha-rol-tu-phyin-pa,* để đạt được Bồ Tát địa phải tu tập *pāramitā* này.[524]

Hình thức sớm hơn của *pāramī* cũng chỉ ra nguồn gốc từ *parama*. Hậu tố *tā* có thể thêm vào trong phép loại suy của những thực thể trừu tượng với vần cuối *tā*. Người ta đề nghị rằng hợp từ *dāna-pāramitā* có thể giải thích như 'Phẩm

517 PED, trang 77.

518 BDBSL, trang 165.

519 Buddhist Dictionary, Colombo, 1956, trang 116; H.C. Warren, Buddhism in Translation, Cam-bridge, 1922, trang 23.

520 Ed. by J.S. Speyar, The Jātakamālā (Tr.), Delhi 1971, trang 93.

521 M.S. Bhat, M.V. Talim, The Geneology of The Buddhas, translation of the Buddhavaṁsa, Bom-bay, 1969, trang 10.

522 P.V. Bapat, Vimuttimagga and Visuddhimagga, Poona, 1937, tr. 64- 80.

523 Như trên, trang 166.

524 Như trên.

chất hoặc nhân duyên của một người bố thí ba-la-mật (*dāna-pāramī*), người hành ba-la-mật (đỉnh cao nhất) của bố thí.' Trong trường hợp này, hậu tố *tā* có thể thêm vào hợp từ *bahu-vrīhi* (*dānasya pāramīr yasya*). Nhưng hai từ trong hợp từ *dāna-pāramitā* dường như ngược nhau và tốt hơn có thể giải thích là:

"Dānaṁ eva pāramitā dāna-pāramitā".[525] *(Bố thí đến bờ kia gọi là bố thí độ).*

Từ *pāramitā* chủ yếu là những nguyên lý đạo đức như là những phương tiện đúng đắn để dẫn đến mục đích tinh thần. Để đáp ứng lãnh vực này có một sự dịch thuật chính xác và thích hợp như (1) đức hạnh,[526] (2) phẩm hạnh[527] và (3) đạo đức căn bản.[528] Về mặt triết học, Plato nói *pāramitā* là đức hạnh căn bản hoặc 'mệnh lệnh tuyệt đối'[529] để Bồ Tát tu tập như Kant[530] đã đề nghị. Tương tự như vậy, R.A.P. Roger cho rằng đây là 'đạo đức tích cực' vì nó là nguyên lý cao nhất để xác định giá trị chân thật của những hoạt động liên quan với đời sống con người.[531]

Các ba-la-mật của Bồ Tát không những chỉ liên quan đến đạo đức (chứ không phải là một khái niệm), mà còn là một nguyên lý thực tiễn để xác định hoạt động của chúng ta trong đời sống hàng ngày.

Theo các nhà Đại thừa, công hạnh ba-la-mật sẽ đưa đến Bồ Tát quả (*Bodhisattvahood,* 菩薩果) và cuối cùng là Phật quả (*Buddhahood,* 佛果) ba-la-mật là phương pháp tu tập mới do các vị tổ Đại thừa sau này sáng tạo. Tuy nhiên, có hai khuynh hướng. Khuynh hướng đầu tiên coi công hạnh ba-la-mật là một trong những điểm nổi bật của Đại thừa (*Mahāyāna*) khi so

---

525 Như trên.

526 R.S. Hardy, A Manual of Buddhism, Varanasi, 1967, trang 49.

527 Như trên, trang 98.

528 Như trên, trang 101.

529 R.A. Rogers, A Short History of Ethics, London, 1962, trang 66.

530 Như trên, trang 194.

531 Như trên, trang 2.

sánh với Tiểu-thừa (*Hīnayāna*).[532] Khuynh hướng thứ hai là không có gì mới trong sáu ba-la-mật vì những ba-la-mật này đều được tìm thấy trong kinh điển Nguyên-thủy.[533] Theo ý kiến của họ, trong Phật giáo không có gì đổi mới cách tân, nhưng dường như chỉ có sự thích nghi tinh tế của những ý tưởng tồn tại trước đó. Rất đáng chú ý là có sự phát triển Phật giáo tương tục và sự truyền thừa chuyển giao pháp thoại của Đức Phật từ bậc đạo sư này sang đạo sư khác.[534]

Có sự khác nhau một tí giữa các ba-la-mật trong Pāli và Sanskrit. Tuy nhiên, chủ đề của chúng thì giống nhau đều là tu tập để tăng trưởng đạo đức.[535]

1. Mười Ba-la-mật trong Kinh điển Pali

Những kinh điển Pali thường đề cập đến ba-la-mật như (1) Kinh Thí-dụ (*Apadāna,* 譬喻經), (2) Kinh Bổn-sanh (*Jātaka*本生經), (3) Phật sử (*Buddhavaṁsa,* 佛史) và (4) Sở-hành tạng (*Cariyā-piṭaka,* 所行藏)...

Trong kinh Thí-dụ (*Apadāna*) tường thuật như sau:

'Bồ Tát bố thí (dāna) cho những ai cần. Rồi Bồ Tát trì giới băng nghiêm và tu tập ba-la-mật cho đến viên mãn. Cuối cùng ngài đạt được giác ngộ tối thượng, chánh đẳng chánh giác, đã vượt qua được và mất, lạc và khổ.'

(Datvā dattabbakaṁ dānaṁ sīlaṁ pūretva asesato, Nekkhamme pāramīṁ patvā patto sambodhī uttamaṁ. Labhālābhe sukhe dukkhe samāne ca vimānane,

---

532 D.T. Suzuki, Study in The Lankavatara Sūtra, Routledge and Kegan Paul, Ltd, London, 1975, trang 366.

533 BDBSL, trang 170-1.

534 E. Conze, A short History of Buddhism, George Allen & Unwin Ltd., London, 1980, cũng xem E. Conze, Thirty Years of Buddhist Studies, Bruno Cassier (Publisher) Ltd., Oxford, London, 1967, tr. 70.

535 BDBSL, trang 168.

Savatthe sāmako hutvā patto sambodhi uttamaṁ).[536]

Trong Thanh-tịnh-đạo-luận (*Visuddhimagga,* 清淨道論) (IX 124) nói bậc đại Bồ Tát (*Mahāsattvas*) vì lợi ích cho số đông, thấy chúng sanh đau khổ, muốn cho họ đạt được trạng thái an lạc mà nguyện tu tập ba-la-mật, khi bố thí ba-la-mật được hoàn thành thì tất cả các ba-la-mật khác được hoàn thành.

Mười Ba-la-mật trong kinh tạng Pali như sau:

1. ***Bố thí ba-la-mật** (Dāna-pārami,* 布施波羅密*): Bồ Tát bố thí bình đẳng cho tất cả chúng sanh mà không màng liệu chúng sanh đó có xứng đáng hay không. Trong kinh Bổn-sanh kể nhiều câu chuyện về Bồ Tát hoàn thành bố thí ba-la-mật. Như trong những kiếp trước của Đức Phật, lúc đó Ngài chỉ là một Bồ Tát dù bằng hình thức nhân hay phi nhân để thực hiện hạnh bố thí. Trong kinh Bổn sanh Đại-ca-pi (Mahākapi Jātaka)*[537] *kể Bồ Tát là chúa của loài khỉ bị quân lính của vua xứ Vārāṇasi tấn công. Để cứu đàn khỉ, chúa khỉ lấy thân mình giăng làm cầu cho đàn khỉ chạy thoát. Trong truyện Bổn sanh Sasa (Sasa Jātaka),*[538] *Bồ Tát là chú thỏ rừng. Để giữ trọn như lời đã hứa, thỏ hiến thân mình chết thay cho con thỏ khác. Trong truyện hoàng tử Thiện hữu (Vessantara Jātaka),*[539] *để thực hiện lời nguyện bố thí ba-la-mật, hoàng tử không chỉ bố thí lâu đài thành quánh mà ngay đến vợ đẹp, con thơ và cả thân thể tứ chi của ngài...*
2. ***Giới ba-la-mật** (Sīla-pārami,* 持戒波羅密*): Để ngăn ngừa những ác nghiệp, Bồ Tát tu tập trì giới ba-la-mật.*
3. ***Nhẫn nhục ba-la-mật** (Kṣānti-pārami,* 忍辱波羅密*): Bồ Tát tu tập nhẫn nhục ba-la-mật ngay cả khi tay và*

---

536 Ed. by Marry E. Lilley, Apadāna, London, 1925, trang 56.

537 SBFB, V, Mahākapi Jātaka, số 516, trang 37.

538 SBFB, III, Sasa Jātaka, số 316, trang 34.

539 SBFB, VI, Vessantara Jātaka, số 547, trang 246.

chân Bồ Tát có bị chặt đứt như câu chuyện Bồ Tát Nhẫn nhục trong kinh Bổn-sanh (Ksanti-vadi Jātaka).

4. ***Tinh tấn ba-la-mật*** *(Vīrya-pārami,* 精進波羅密*): Vì an lạc và hạnh phúc của người khác, Bồ Tát tu tập tinh tấn (Viriya). Tinh tấn không có nghĩa là sức mạnh của thân thể mà là sức mạnh của tinh thần siêu vượt, bền bỉ để thực hành thiện hạnh lợi ích người khác. Chính tinh tấn ba-la-mật này, Bồ Tát đã tự nỗ lực không mệt mõi. Đây là một trong những phẩm cách nổi bật của Bồ Tát. Trong kinh Bổn-sanh Đại Tái-sanh (Mahājanaka Jātaka)*[540] *đã mô tả có một chiếc tàu bị chìm ngoài biển bảy ngày, Bồ Tát nỗ lực kiên trì không từ nan, cuối cùng Ngài được thoát. Thất bại là bước thành công, nghịch cảnh làm gia tăng sự nỗ lực, nguy hiểm làm mạnh thêm ý chí kiên cường vượt qua những khó khăn chướng ngại (thường dễ làm giảm nhiệt tình và mất nhuệ khí của kẻ yếu đuối). Bồ Tát nhìn thẳng vào mục đích của mình, Ngài sẽ không bao giờ thối chuyển cho tới khi đạt được mục đích cao thượng.*

5. ***Xuất ly ba-la-mật*** *(Nekkhamma-pārami,* 出離波羅密*): Để phạm hạnh thanh tịnh, Bồ Tát từ bỏ gia đình sống đời sống xuất ly không nhà (Nekkhamma), an trú trong các thiền định (Jhānas) để loại trừ các phiền não chấp thủ (Nīvaraṇa). Bồ Tát có ích kỷ cũng không chấp thủ mà sống theo tinh thần vô ngã. Bồ Tát sẵn sàng hy sinh an lạc của chính mình để vì sự lợi ích của người khác. Mặc dù, nếu Bồ Tát sống trong đời sống xa hoa, khoái lạc ngũ dục, nhưng Ngài đã hiểu bản chất ngắn ngủi của nó và giá trị của sự xuất ly. Tuệ tri sự hão huyền trong dục lạc, Ngài tự nguyện rời bỏ những của cải trần thế, hoàng bào, vàng bạc, chỉ đắp một y phấn tảo đơn giản của sa môn và sống một đời sống phạm hạnh, giải thoát và vô*

---

540 SBFB, VI, Mahājanaka Jātaka, số 539, trang 16.

ngã. Không có tham đắm, liệu đó là danh tiếng, giàu có, danh dự và thành đạt trần thế hoặc bất cứ điều gì hấp dẫn mê hoặc Ngài làm điều trái ngược với phạm hạnh.

6. ***Trí tuệ ba-la-mật*** *(Pađđā-pārami,* 智慧波羅密*): Do tuệ giác nên biết được điều gì là lợi ích và điều gì là tổn hại chúng sanh, Bồ Tát liền thanh tịnh hóa trí tuệ của mình (pađđā).*

7. ***Chân thật ba-la-mật*** *(Sacca-pārami,* 真實波羅密*): Khi Bồ Tát đã chân thành (Sacca) hứa một việc gì thì Ngài sẽ thực hành cho bằng được. Vì vậy, chân thật ba-la-mật là một phẩm hạnh của Bồ Tát. Ngài sẽ hành động như Ngài nói và sẽ nói như Ngài hành động (Yathā vādi tathā kāri, yathā kāri tathā vādi). Trong truyện Bổn sanh Hi-ri (Hiri Jātaka)*[541] *và Ma-ha-su-ta-so-ma (Mahāsutasoma Jātaka)*[542] *kể về Bồ Tát tu tập chân thật Ba-la-mật (Viriya Pāramitā). Ngài rất thành tâm, tốt bụng và đáng tin cậy. Bồ Tát chỉ nói điều gì mà Ngài nghĩ. Lời nói, tư tưởng và hành động hoà hợp với nhau. Ngài không bao giờ nịnh bợ để cầu sự hỗ trợ của người khác, không ca tụng về mình để cầu người ngưỡng mộ, không ẩn dấu những khuyết điểm thiếu xót của mình. Ngài được tán dương là bậc từ bi, chân thật kính trọng lời hứa của người khác như lời hứa của chính mình.*

8. ***Nguyện ba-la-mật*** *(Adiṭṭhāna-pārami,* 願波羅密*):*

Adiṭṭhāna dịch là năng lực ý chí kiên cố*. Không có nguyện ba-la-mật này thì các ba-la-mật khác không thể hoàn thành được. Nguyện được xem như là nền móng của toà cao ốc. Chính năng lực ý chí này khiến Bồ Tát vượt qua tất cả chướng ngại như bịnh hoạn, đau khổ, tai nạn và Ngài không bao giờ lùi bước trên đường Bồ Tát Hạnh. Thái tử Sĩ-đạt-đa (Bodhisattva*

---

541 SBFB, III, Hiri Jātaka, số 363, trang 129.

542 SBFB, VI, Mahāsutasoma Jātaka, số 537, trang 246.

Siddhārtha) đã lập lời nguyện kiên cố từ bỏ các thú vui của hoàng gia và đi tìm giải thoát. Trải qua sáu năm dài tu tập và tranh đấu tâm linh, Ngài đã đối mặt với biết bao khổ đau và khó khăn, nhưng Ngài vẫn không lui sụt ý chí. Ngài là một người có ý chí sắt đá và chỉ rung chuyển bởi những ý tưởng cao thượng. Không ai có thể cám dỗ Ngài làm điều ngược với nguyên lý đạo đức. Tâm Ngài vững như đá nhưng cũng mềm mại và tốt đẹp như một bông hoa.

9. ***Từ tâm ba-la-mật*** *(Metta-pārami, 悲心波羅密): Với từ tâm vô lượng, Bồ Tát có thể giúp đỡ tất cả chúng sanh hết lòng mà không mệt mỏi. Trong tiếng Phạn (Sanskrit) metta là Maitrī nghĩa là nhân từ, thiện chí và thương tất cả chúng sanh mà không phân biệt. Chính từ tâm này, Bồ Tát có thể từ bỏ giải thoát cá nhân vì lợi ích cho những chúng hữu tình khác, không phân biệt giai cấp, tín ngưỡng, màu da và giới tính.Vì Bồ Tát là biểu tượng của từ tâm bao la, Ngài không làm ai sợ cũng không ai làm Ngài sợ. Ngài thương yêu tất cả với tình yêu vô bờ bến.*

10. ***Xả ba-la-mật*** *(Upekkhā-pārami, 捨波羅密): Xả tâm ba-la-mật hay còn gọi là bình tâm ba-la-mật. Bởi vì xả tâm (Upekkhā), nên Bồ Tát thi ân mà không cần đáp trả. Từ Pali Upekkha là bao gồm upa nghĩa là vô tư, công bằng và đúng đắn (yuttito) và ikkha nghĩa là thấy hoặc quan điểm. Theo từ nguyên học của từ này là quan điểm đúng đắn, vô tư, không chấp thủ hoặc thiên vị. Xả tâm ở đây không mang ý nghĩa là lạnh lùng hay trạng thái trung lập. Khó nhất và cần nhất cho các ba-la-mật khác là xả tâm này, đặc biệt đối với cư sĩ sống trong thế giới bất bình đẳng với những thay đổi bất thường. Sự khinh khi, xúc phạm, khen, chê, được, mất, buồn, vui thường xảy ra trong đời sống con người. Giữa những thăng trầm đó, Bồ Tát lặng tĩnh vững chắc như*

tảng đá và thực hành hạnh xả tâm ba-la-mật nhẹ nhàng.

Trong kinh tạng Pali, mười ba-la-mật này được xem là mười đức hạnh siêu vượt, mười năng lực mà Bồ Tát tu tập tích cực vì lòng từ cho số đông, chư thiên và loài người.

2. Mười Ba-la-mật trong Kinh tạng Sanskrit

Theo văn học tiếng Phạn (*Sanskrit*), khái niệm Ba-la-mật có hai loại: chính và phụ.

Có sáu Ba-la-mật chính như:

1. *Bố-thí ba-la-mật (Dāna,* 布施波羅密*),*
2. *Trì-giới ba-la-mật (Sīla,* 持戒波羅密*),*
3. *Nhẫn-nhục ba-la-mật (Kṣānti,* 忍辱波羅密*),*
4. *Tinh-tấn ba-la-mật (Vīrya,* 精進波羅密*),*
5. *Thiền-định ba-la-mật (Dhyāna,* 禪定波羅密*),*
6. *Trí-tuệ ba-la-mật (Prajñā,* 智慧波羅密*)*

Và bốn Ba-la-mật phụ như:

1. *Phương tiện ba-la-mật (Upāya,* 方便波羅密*),*
2. *Nguyện ba-la-mật (Praṇidhāna,* 願波羅密*)*
3. *Lực ba-la-mật (Bala,* 力波羅密*),*
4. *Trí ba-la-mật (Jñāna,* 智波羅密*)*[543]

Trong khi bốn Ba-la-mật phụ trong văn học Pali là:

1. *Nguyện ba-la-mật (Nekkhamma) thay cho Thiền định ba- la-mật (Dhyāna) trong kinh tạng tiếng Phạn.*
2. *Chân thật ba-la-mật (Sacca) thay Phương tiện ba-la-mật (Upāya/ Upāyakauśalya) trong kinh tạng tiếng Phạn,*
3. *Từ tâm ba-la-mật (Metta) thay cho Lực ba-la-mật (Bala) trong kinh tạng tiếng Phạn,*

543 BDBSL, trang 168.

4. *Xả ba-la-mật (Upekkhā) thay cho Trí ba-la-mật (Jñāna) trong văn học tiếng Phạn.*

Sáu Ba-la-mật chính này giống như sáu Ba-la-mật được đề cập trong các kinh tạng tiếng Phạn khác như Thần-thông Du-hí kinh (*Lalitavistara*, 神通遊戲經) (340.21 ff.), Phật-bản-hạnh Tập-kinh-dị-bản (*Mahāvastu,* 佛本幸集經異本) (III.226), Bát-thiên-tụng Bát-nhã Ba-la-mật kinh (*Aṣṭasāhaśrikā Prajñā-pāramitā,* 八千頌般若波羅密經) (194.15), Từ-bi Liên-hoa kinh (*Karuṇāpuṇḍarīka,* 慈悲蓮華經) (127.1), kinh Soạn-tập-bá-duyên (*Avadāna-Cataka,* 撰集百縁 經) (7.4), kinh Đại thừa Đại-trang-nghiêm (*Mahāyāna-sūtrālaṅkāra,* 大乘大莊嚴經) (99), kinh Pháp-số-danh tập kinh dị bản (*Dharma-saṅgraha,* 法 數 名 集經異本) (Sect.7), Tam-muội-vương kinh (*Samādhi-rāja Sūtra,* 三妹王經) (Fol.1129, 3), Bồ Tát-địa kinh (*Bodhisattva-bhūmika Sūtra,* 菩薩地經) (Fol. 47 a, 6)...[544] Mặt khác bốn Ba-la-mật phụ như thường thấy trong các kinh như Đại thừa Đại-trang-nghiêm kinh (*Mahāyāna-sūtralaṅkāra,*大乘大莊嚴經) (151.3), kinh Danh-nghĩa Đại tập (*Mahāvyutpatti,* 名義大集經) (Sect.34), kinh Pháp-số-danh tập kinh dị bản (*Dharmasaṅgraha,* 法數名集經異本) (Sect.18) và kinh Thập-địa (*Daśabhūmika Sūtra,* 十地經 (57).[545]

Điều này đã cho chúng ta thấy sáu Ba-la-mật được đề cập nhiều với các đoạn dài trong kinh tạng tiếng Phạn trong khi bốn Ba-la-mật phụ sau chỉ được ít kinh đề cập và không được giải thích nhiều.

Ông Har Dayal có ý kiến rằng ba Ba-la-mật cuối cùng là thừa, không cần thiết,[546] vì vậy ông đã để lại mà không giải thích chúng như bảy Ba-la-mật trên. Từ điều này, chúng ta cũng dễ dàng kết luận rằng các học giả hiện nay đã không xem trọng bốn Ba-la-mật phụ trong Văn học tiếng Phạn mà chỉ chủ tâm nghiên cứu sáu Ba-la-mật chính. Vì thế, trong hầu hết các trường hợp,

544 Như trên, trang 167-8, 356, chú thích 7.

545 Như trên.

546 Như trên, 169.

bốn Ba-la-mật phụ bị bỏ lơ trong danh sách các Ba-la-mật của Đại thừa và chỉ còn sáu Ba-la-mật chính mà thôi.

VAI TRÒ CỦA TÁNH KHÔNG TRONG BỒ TÁT HẠNH

Như Edward Conze đã nói có hai cống hiến lớn mà Đại thừa đã đóng góp cho tư tưởng nhân loại là việc sáng tạo lý tưởng Bồ Tát và chi tiết hoá Tánh-không.[547] Bây giờ, chúng ta bắt đầu tìm hiểu mối liên quan của Bồ Tát và Tánh Không trong kinh tạng Đại thừa. Hay nói cách khác là vai trò của Tánh Không (*Śūnyātā*, 空性) như thế nào để khiến các Bồ Tát nỗ lực thực hành mười ba-la-mật một cách không mệt mõi để thành tựu Bồ Tát Hạnh (*Bodhisattva-caryā,* 菩薩行).

Chúng ta sẽ đi thứ tự vào từng Ba-la-mật:

1. Bố-thí ba-la-mật

(*Dāna Pāramitā*, 布施波羅密)

Từ *dāna* (布施) trong hầu hết các dịch thuật là mang ý nghĩa 'cho'.[548] Trong Thanh-tịnh-đạo luận (*Visuddhimagga*), Ngài Phật-âm (*Buddhaghosa*) đã định nghĩa là 'thật lòng bố thí' (*Dānaṁ vuccati avakkhandhaṁ*) thì gọi là *Dāna,* mặc dù theo nghĩa đen *Dāna* có bốn ý: 1) bố thí, 2) rộng lượng, 3) của cứu tế và 4) hào phóng.[549]

Có ba loại bố-thí: tài thí (*Āmisadāna*, 財施), pháp thí (*Dharmadāna*, 法施) và vô uý thí (*Abhayadāna*, 無畏施). Tài thí là thí của cải, vật chất. Pháp thí là ban pháp thoại, khuyên người sống đúng đắn. Vô uý thí là ban cho người sự không sợ hãi, lo lắng bằng nhiều phương tiện thiện xảo.

i) *Tài thí* (*Āmisadāna*, 財施)

---

547 Edward Conze, Thirty Years of Buddhist Studies, Bruno Cassier (Publisher) LTD., Oxford, Lon-don, 1967, trang 54.

548 BDBSL, trang 172.

549 PED, trang 153.

Tài thí bao gồm nội thí và ngoại thí. Ngoại thí là bố thí kinh thành, của báu, vợ con... Bồ Tát là vị không chấp vào ngã, nên có thể cho cả kinh đô, của báu và vợ con... Thái tử Sĩ-đạt-đa là một vị hoàng tử giàu sang phú quý, nhưng ngài từ bỏ hết ngay cả vợ đẹp, con ngoan và hoàng cung lộng lẫy để trở thành một sa-môn không một xu dính túi. Nội thí là Bồ Tát có thể cho cả thân thể, đầu, mắt, tay chân, da thịt và máu xương của mình cho người xin.[550]

ii) *Pháp thí* (*Dharmadāna*, 法施)

Nếu Bồ Tát chỉ thỏa mãn trong việc bố thí vật chất mà không khiến cho chúng sanh tự chuyển hoá đau khổ và phiền triền miên của họ thì vị Bồ Tát đó chưa sử dụng đúng phương pháp hiệu quả (*anupāya*). Bởi vì, vật chất không thì cũng chưa đủ. Cách tốt nhất để giúp họ là phải thực hiện nghiệp tốt như Đức Phật đã dạy như sau:

"Này các tỳ-kheo, có hai món quà là quà vật chất và tinh thần. Trong hai món quà này thì quà tinh thần là tối thượng. Này các tỳ-kheo, có hai điều bố thí là tài thí và pháp thí. Trong hai điều này, pháp thí là hơn cả. Này các tỳ-kheo, có hai hành động tốt về tinh thần và vật chất. Hành động tốt thiên về tinh thần là tối thượng."[551]

Vì thế, pháp thí là mang lợi ích tinh thần đến cho chúng sanh, là đem pháp thoại của Đức Phật đến cho chúng sanh để họ có thể tự chuyển hoá nghiệp của họ. Đây là hạnh phúc vĩnh viễn. Thế nên, pháp thí là công đức tối thượng và lòng từ tối thượng:

"Từ bi là thấy sự đau khổ của chúng sanh và hướng dẫn khiến họ có thể chuyển đổi được nghiệp của họ." (Paradukke sati sadhunam hadayakampanam karoti' ti karuṇa).[552]

---

550 Như trên, trang 132.

551 Itivuttaka: As It Was Said, tr. F. L. Woodward, M.A., PTS, London: Oxford University Press, 1948, trang 185.

552 EB, IV, trang 201.

iii) *Vô uý thí* (*Abhayadāna*, 無畏施)

Thí thứ ba là vô-uý thí. Khi một người gặp tai họa làm khủng hoảng, chính giây phút ấy, Bồ Tát bằng phương tiện lời nói hay các phương pháp khác để người đó tự ổn định tâm lý.

Thí vô uý là cách tốt nhất mang không khí hoà bình và trạng thái an lạc cho mọi người, bởi vì trạng thái không sợ hãi được xem như đồng nghĩa với tự do, an lạc không có chiến tranh, hận thù, đấu nhau, giết nhau...

Đối với các nhà Đại thừa, món quà tốt nhất và quý nhất giữa ba món quà là pháp thí, các món quà khác được xem là thấp giá trị hơn như Đức Phật có lần đã dạy: «Pháp thí là tối thượng thí» (*Sabbedānaṁ Dhammadānaṁ jināti,* 法施是最上施) hoặc:

"Cái gì là phương tiện kém hiệu quả? Là khi Bồ Tát tu tập các ba-la-mật, nhưng chỉ thoã mãn trong việc cung cấp vật chất cho chúng sanh mà không đưa chúng sanh chuyển hoá khổ vĩnh viễn hoặc sanh vào cảnh giới lành. Đó là Bồ Tát sử dụng phương tiện kém hiệu quả. Tại sao? Bởi vì vật chất không đầy đủ, ví như đống phân dù là nhiều hay ít thì cũng có mùi hôi ngay cả có được che đậy bằng cách nào. Cũng thế, chúng sanh đau khổ bởi vì hành động và nghiệp của họ, không thể làm cho họ hạnh phúc bằng cách chỉ ứng dụng thuần vật chất. Cách tốt nhất để cứu họ là giúp họ tu tập thiện nghiệp."[553]

Trong Phẩm Tựa (品序)[554] của kinh Diệu-pháp Liên-hoa (*Saddharma-puṇḍarīka Sūtra,* 妙法蓮華經) đã trình bày Bồ Tát thực hành bố-thí ba-la-mật như sau:

Vào đầu kinh đã tường thuật Bồ Tát Di-lặc nói với Văn-thù Sư-lợi Bồ Tát rằng từ ánh hào quang sáng chói soi khắp một muôn tám nghìn cõi ở phương Đông của Như Lai, Bồ Tát Di-lặc đã thấy được chư Bồ Tát nhiều như số cát sông Hằng (Gangas, 恒河*) vì cầu tuệ giác mà đã bố thí vô số vàng, bạc, ngọc, san-*

553 Henri de Lubac, Aspects of Buddhism, trang 24.

554 LS, trang 3.

hô, trân châu, ngọc như ý, xà cừ, mã não, kim cương, các trân bửu, cùng tôi tớ, kiệu, cáng... cho những chúng sanh.

Chẳng những Bồ Tát bố thí xe tứ mã, xe báu, bao lơn che tàn đẹp mà còn bố thí cả vợ con, thân thể cùng tay chân, đầu mắt và thân thể như sau:

"Lại thấy có Bồ Tát
Bố thí cả vợ con
Thân thể cùng tay chân
Để cầu Vô-thượng đạo.
Lại thấy có Bồ Tát
Đầu, mắt và thân thể
Đều ưa vui thí cho
Để cầu trí tuệ Phật."[555]

(又見菩薩,身肉手足,及妻子施,求無上道.又見菩薩,頭目身體,欣樂施與,求佛智慧).[556]

Trong kinh Đại-bảo-tích (*Mahāratnakūṭa Sūtra,* 大寶積經, một trong những kinh Đại thừa sớm nhất) đã nói rằng chư Bồ Tát nào đã tuệ giác được lý Duyên-khởi của các pháp thì các ngài tinh tấn thực hành hạnh Bố-thí ba-la-mật không mệt mõi vì lợi ích an sinh của các chúng sanh.[557]

Lại nữa có những Bồ Tát thành tâm cúng dường tứ sự như thực phẩm, giường nằm, y phục và thuốc men lên Đức Phật và chư Bồ Tát. Thực phẩm mỹ vị trăm món thơm ngon, giường nằm bằng gỗ trầm hương quý giá, y phục tuyệt đẹp vô

555 Kinh Pháp-hoa, Thích Trí-tịnh, Phật học viện Quốc tế xuất bản, Phật lịch 2541-1997, trang 36-7.

556 妙法蓮華經, 佛教經典會, 佛教慈慧服務中心, 香 港, 一九九四,trang 16.

557 G.C.C. Chang (ed.) A Treasury of Mahāyāna Sūtras — Selections from the Mahāratnakūṭa Sūtra Tr. from the Chinese by the Buddhist Association of the United Sates, Pennsylvania & London, 1983, tr. 267.

giá và thuốc men hữu hiệu khi cần để dâng lên Phật, pháp và tăng để cầu tuệ giác tối thượng.

Cũng giống thế trong phẩm XII Đề-bà-đạt-đa (*Devadatta,* 提婆達多品),[558] Đức Phật đã tường thuật rằng trong vô lượng kiếp về thời quá khứ khi Ngài làm vị quốc vương phát nguyện cầu đạo vô thượng bồ-đề, lòng không thối chuyển. Vì muốn đầy đủ sáu pháp Ba-la-mật (*Ṣaṭ-pāramitās,* 六波羅密) nên siêng làm việc bố thí lòng không lẫn tiếc. Bố thí voi, ngựa, bảy báu, nước thành, vợ con, tôi tớ, bạn bè cho đến đầu, mắt, tuỷ, óc, thân, thịt, tay chân chẳng tiếc thân mạng.

Cũng trong chương này ở đoạn giữa, Trí-tích Bồ Tát (*Bodhisattva Prajñākūṭa,* 智積菩薩) nói rằng Ngài đã thấy Đức Thế-tôn trong vô lượng kiếp thực hành hạnh bố-thí để cầu tuệ giác vô thượng. Và trong vô số kiếp Thế-tôn vẫn không cảm thấy thỏa mãn với những công hạnh khó làm đó. Thế-tôn đã đi khắp mọi nơi, không nghỉ ngơi để thực hành hạnh nguyện phục vụ chúng sanh mà chẳng từ nan ngay cả chính bản thân Ngài như sau:

"Trí-tích Bồ Tát nói rằng: 'Tôi thấy Đức Thích-ca Như-lai ở trong vô lượng kiếp làm những hạnh khổ khó làm, chứa nhiều công đức để cầu đạo bồ-đề chưa từng có lúc thôi dứt: Ta xem trong cõi tam thiên, đại thiên nhẫn đến không có chỗ nhỏ bằng hạt cải mà không phải là chỗ của Bồ Tát bỏ thân mạng để vì lợi ích chúng sanh, vậy sao mới được thành đạo bồ-đề'."[559]

(智積菩薩言：我見釋迦如來，於無量劫難行，苦行，積功累德，求菩提道，未曾止息。觀三千大千世界，乃至無有如芥子許，非是菩薩，捨身命處，為眾生故然後得成菩提道).[560]

---

558 LS, trang 182.

559 Kinh Pháp-hoa, Thích Trí-tịnh, Phật học viện Quốc tế xuất bản, Phật lịch 2541-1997, trang 367.

560 妙法蓮華經, trang 177-8.

Trong chương XXIII Phẩm Dược-vương Bồ Tát Bổn sự (王菩薩本事品)[561] kể về chuyện Nhất-thiết Chúng-sanh Hỷ-kiến Bồ Tát (*Bodhisattva Sarvasattva Priyadarśana,* 一切衆生喜見菩薩) đã tự đốt thân để cúng dường Đức Phật Nhật-nguyệt Tịnh-minh và kinh Pháp-hoa (*Dharmaparyāya*).[562] Chư Phật đồng khen ngợi là chân pháp cúng dường Như-lai. Nếu dùng hoa hương, chuỗi ngọc hương đốt, hương bột, hương xoa, phan lọng bằng lụa cõi trời và hương hải thử ngạn chiên đàn, dùng các món vật cúng dường như thế đều chẳng bằng được. Giả sử quốc thành thê tử đều chẳng bằng được. Hy sinh thân thể cúng dường là tối thượng cúng dường vì điều này thể hiện đức tánh vô ngã.

Lửa tam muội đốt thân của Nhất-thiết Chúng-sanh Hỷ-kiến Bồ Tát Ma-ha-tát phải đến một ngàn hai trăm năm mới tắt. Sau đó ngài mạng chung sanh vào nước của Nhật-nguyệt Tịnh-minh Đức Phật, ở nơi lâu đài của vua Tịnh-đức bỗng nhiên ngồi xếp bằng hoá sanh ra. Trong đời này, Ngài đã xây tám mươi bốn ngàn ngôi tháp để thờ xá lợi của Nhật-nguyệt Tịnh-minh-đức Như-lai (*Tathāgata Candra-vimalasūrya-prabhāsaśrī,* 日月淨明德如來) và trước tháp này, Ngài đã đốt cánh tay trăm phước trang nghiêm, mãn bảy muôn hai nghìn năm để cúng dường. Khiến cho vô số chúng cầu Thanh-văn, vô lượng vô số (*Koṭis*)[563] người phát tâm vô thượng, chánh đẳng, chánh giác đều được an trụ trong 'Hiện-nhất-thiết-sắc-thân-tam-muội' *Sarvarūpa-sandarśana* (現一切色身三妹).

Trong chương XXIV 'Diệu-âm Bồ Tát' (*Bodhisattva Gadgadasvara,* 妙音菩薩),[564] Diệu-âm Bồ Tát đã hiện các thứ thân hình tuỳ theo căn cơ của từng chúng sanh mà thuyết pháp. Trong chương XXV 'Quan-thế-âm Bồ Tát Phổ-môn

---

561 LS, trang 281.

562 Pháp là lời nói của Phật. Môn là chỗ chung cho thánh nhân và chúng nhân. Phật đã dạy đến 84.000 pháp môn.

563 'Koṭis: A million. Also explained by 100,000; or 100 lakṣa, i.e. 10 millions. Trích trong DCBT, trang 261.

564 LS, trang 298.

phẩm', 觀世音菩薩普門品)) , Quan-thế-âm Bồ Tát, bậc chúa tể của lòng từ cũng vì thương tưởng các chúng sanh kêu khổ, nên biến đủ loại thân đồng sự với chúng sanh mà thuyết pháp. Đây tức là loại thứ hai của bố-thí tức Pháp thí.

Thêm vào đó, Quan-thế-âm Bồ Tát còn nổi tiếng trong hạnh ban thí vô-uý như sau:

"Các thiện-nam-tử, chớ nên sợ sệt, các ông phải nên một lòng xưng danh hiệu Quan-thế-âm Bồ Tát, vì vị Bồ Tát đó hay đem pháp vô-uý-thí cho chúng sanh. Thế nên cõi ta-bà, mọi người đều gọi Ngài là bậc ban pháp Vô-uý."[565]

(是觀世音菩薩摩訶薩於布畏急難之中能施無畏是故此娑婆世界皆號之為施舍無畏者).[566]

Thí có ba: người thí (我), người nhận (他) và vật thí (物施). Với tuệ giác Tánh Không (*Śūnyatā,* 空 性), Bồ Tát thấy được ba điều trên là không (tam luân không tịch). Tại đây, không có ngã là Bồ Tát cũng như pháp là người nhận và vật, thế nên Bồ Tát không cầu đáp trả. Bồ Tát tinh tấn thực hành bố-thí ba-la-mật hồi hướng về vô thượng bồ-đề nhưng không chấp thủ vào vô thượng bồ đề.[567] Đây gọi là tối thượng bố-thí ba-la-mật (最上布施波羅密). Vô số Bồ Tát như số cát sông Hằng (恒河沙) đã thực hành hạnh bố thí này như sau:

"Lại thấy các Bồ Tát

Bố thí nhẫn nhục thảy

Số đông như hằng sa

Đây bởi sáng Phật soi."[568]

(又見諸菩薩, 行施忍辱等, 其數如恒河,其由佛光

---

565 LS, trang 302.

566 妙 法 蓮 華 經, trang 287.

567 Edward Conze, Selected Sayings from the Perfection of Wisdom, Boulder, 1978, trang 66-7.

568 Kinh Pháp hoa, Chương I, Phẩm Tự, trang 54.

照).[569]

Bố-thí ba-la-mật được hiểu trong Đại thừa là không chấp thủ tức là trí tuệ Tánh Không điều khiển các hành động của Bồ Tát. Tánh Không này phủ nhận tất cả các tư tưởng: người thí, người nhận và vật thí. Giai tầng trí tuệ và từ bi khởi lên làm mất hiệu lực của 'ngã', điều mà khiến chúng sanh xoay sở đau khổ suốt đời.

Học thuyết vô-ngã (*Nairātmya*) là một sự diễn đạt siêu hình để minh họa nguyên lý đạo đức và nhân tố chính yếu đưa đến sự giải thoát. Mục đích của vô-ngã là buông xả mọi chấp thủ.

Vì thế, Bồ Tát với tuệ giác bản chất Tánh-không, vô ngã của các pháp, nên ngài hoan hỉ thí tất cả mà không nắm giữ một vật gì như kinh Kim-cang Bát-nhã Ba-la-mật (*Vajrachedikā prajñā-pāramitā Sūtra,* 金剛般若波羅密經) đã dạy:

"Lại nữa Tu-bồ-đề, Bồ Tát đối với pháp nên không có chỗ trụ mà bố-thí, gọi là chẳng trụ nơi sắc mà bố thí, chẳng trụ thanh, hương, vị, xúc, pháp mà bố thí. Này Tu-bồ-đề, Bồ Tát nên như thế mà bố thí, chẳng trụ nơi tướng. Vì sao? Vì nếu Bồ Tát bố thí mà chẳng trụ tướng thì phước đức không thể nghĩ lường."

- Này Tu-bồ-đề, ý ông nghĩ sao? Hư không ở phương đông có thể nghĩ lường được không?

- Bạch Thế-tôn, không thể nghĩ lường được.

- Này Tu-bồ-đề, hư không phương nam, tây, bắc, bốn hướng trên dưới có thể nghĩ lường được chăng?

- Bạch Thế-tôn, không thể nghĩ lường được.

- Này Tu-bồ-đề, Bồ Tát không trụ tướng mà bố-thí, phước đức cũng lại như thế, không thể nghĩ lường được. Này Tu-bồ-đề, Bồ Tát nên như thế mà trụ."

(若菩薩不住相布施，其福德不可思量。

569 妙 法 蓮 華 經, trang 18.

須菩提！於意云何？東方虛空，可思量不？
不也，世尊！
須菩提！南，西，北方，
思維，上，下虛空方，可思量不？
不也，世尊！
須菩提！菩薩無住相布施，福德亦復如是不可思量。
須菩提！菩薩但應如所教住!).[570]

2. Trì giới Ba-la-mật
(*Śīla Pāramitā*, 持戒波羅密)

Thứ hai là trì giới Ba-la-mật như trong kinh Pháp-hoa đã dạy:

"Cũng thấy đủ giới đức
Uy nghi không thiếu xót
Lòng sạch như bửu châu
Để cầu chứng Phật đạo."[571]

(又見具戒,威儀無缺,淨如寶珠,以求佛道).[572]

Điều này có nghĩa là Bồ Tát giữ gìn các giới luật đạo đức và bảo vệ chúng như đang giữ gìn các viên ngọc quý. Các Ngài nghiêm trì mà không có vi phạm dù là lỗi nhỏ nhất. Giới phẩm thanh tịnh và trong sáng của các Bồ Tát như bảo châu vô giá mà từ đó đưa các Ngài đến tuệ giác.

Các vị Bồ Tát Bất-thối-chuyển (不退轉菩薩) vâng giữ 10 giới là kim chỉ nam chính cho các hoạt động của các ngài. Không sát hại chúng sanh, không lấy của không cho, không tà hạnh, không uống rượu, không nói láo, không nói lời thô bạo, không nói chuyện nhãm nhí, không tham dục, không sân hận và

---

570 金剛般若波羅密經, 佛學業書, 台鸞, 一九九八,trang 112.
571 Kinh Pháp Hoa, Chương I, Phẩm Tự, trang 38.
572 妙法蓮華經, trang 18.

không tà kiến. Ngay trong giấc mơ, Bồ Tát còn không phạm 10 giới này, huống chi là trong lúc tỉnh, các điều này không có trong tâm ngài.[573]

Trong kinh Bồ Tát-địa (*Bodhisattvabhūmi,* 菩薩地)[574] có liệt kê ba loại đạo đức:

1. Không làm điều trái đạo đức

2. Tu tập đức hạnh

3. Hoàn thành những điều lợi ích cho chúng sanh.

Chấp thủ vào ba điều này được xem là khuynh hướng tư tưởng có nguồn gốc sâu sắc xảy ra đồng thời cố định để xây dựng khái niệm cụ thể hoá của một ngã thường hằng. Điều này được chẩn đoán như triệu chứng của thái độ không cân đối với khái niệm Tánh Không và đứng về mặt siêu hình, chúng giúp đỡ để giả mạo nối kết các móc xích với nhau khiến cho tâm vướng mắc trong vòng vô thuỷ của khổ đau.

Ngài Tịch-thiên (*Śantideva,* 寂天) trong tác phẩm nổi tiếng Đại thừa tập Bồ Tát học luận (*Śikṣāsamuccaya,* 大乘集菩薩學論) đã thuyết minh cho chủ nghĩa thực dụng của trì giới như sau:

"Bồ Tát trì giới với mong muốn loại trừ các ác nghiệp và phi đạo đức. Nếu hành động của điều ác nghiệp và phi đạo đức khiến cho tâm trở nên động loạn và ngược lại với tâm an tĩnh thì hành động như thế cũng xem là đối lập với thiền định (samādhi, 禪定*)."*[575]

Tâm an tĩnh có khả năng thâm nhập vào thiền định rồi từ đó mới thực tập thiền ở mức độ cao hơn như sự đạt được đại thủ ấn (*mahāmudrā,* 大首印). Và khi tâm ở mức không có chướng ngại và không sợ hãi thì có thể nhanh chóng nắm giữ được bản

---

573 Edward Conze, Selected Sayings from the Perfection of Wisdom, Boulder, 1978, trang 67.

574 BB, trang 140.

575 Ś, trang 66, 27-30.

chất sâu sắc của Tánh-không.

Không chấp thủ là nhu cầu căn bản để đạt đến trạng thái mà trong đó tâm như vậy được nhận thức rõ. Chủ đề này được Luận Đại-bát-nhã (*Mahā-prajñā-pāramitā-śāstra,* 大智度論) trình bày rõ như sau:

"Trạng thái cao nhất của trì giới là sự không chấp thủ như không chấp thủ vào tội lỗi hay công đức là một sự tuyệt đối. Bồ Tát tu tập thâm sâu Bát-nhã ba-la-mật, nên quán chiếu thấy bản chất của các pháp là không và thấy tội lỗi cũng như công đức không phải là tuyệt đối."[576]

Người trì giới ba-la-mật luôn luôn trầm tĩnh ở tư tưởng và hành động đối với người phạm giới và không có sự kiêu hãnh ưu đãi nào tán dương người công đức. Do tâm không chấp thủ nhìn vào các pháp đối đãi, nên tâm trong sáng lìa mọi thành kiến.

3. Nhẫn nhục Ba-la-mật
(*Kṣānti Pāramitā*, 忍辱波羅密)

Trong kinh Pháp-hoa diễn tả về nhẫn nhục ba-la-mật như sau:

"Hoặc lại thấy Bồ Tát

Mà hiện làm tỳ-kheo,

Một mình ở vắng vẽ

Ưa vui tụng kinh điển."[577]

(或見菩薩，而作毘獨處閑靜，樂誦經典).[578]

Chư Bồ Tát đã rời gia đình sống đời sống không nhà trở thành khất sĩ, sống trong rừng, núi non cô tịch... điều này thể hiện biết bao là sự nhẫn nhục. Nhẫn nhịn các thói quen trần thế,

---

576 The Mahā-prajñā-pāramitā-śāstra of Nāgārjuna (tr. Kumārajīva), T. 1509, Tập 25, trang 163c.

577 Kinh Pháp Hoa, Chương I, Phẩm Tự, trang 37.

578 妙 法 蓮 華 經, trang 17.

nhẫn nhịn các đấu tranh giằng co của tâm linh, nhẫn chịu sự sợ hãi của các thú rừng hung dữ... và tâm vẫn giữ sự bình thản, an lạc như kinh diễn tả:

"Và thấy hàng Phật tử

Trụ vào sức nhẫn nhục,

Bị kẻ tăng thượng mạn,

Mắng rủa cùng đánh đập

Thảy đều hay nhẫn được

Để cầu chứng Phật đạo."[579]

(又見佛子,住忍辱力,增上慢人,惡罵唾打,皆悉能忍,以求佛道)[580]

"Này Văn-thù Sư-lợi, cái gì là sự tu tập của Bồ Tát hay đại Bồ Tát (Mahāsattva)? Nếu Bồ Tát hay đại Bồ Tát trì giữ nhẫn nhục là sự hiền lành, mềm mỏng, không bạo động và gây rối loạn trong tâm. Đối với các pháp hiện tượng, Bồ Tát không vội hành động hoặc phân biệt mà quán thật tướng của hiện tượng. Đây gọi là Bồ Tát tu tập nhẫn nhục."[581]

(文殊師利!云何名:菩薩摩訶薩行處? 若菩薩摩訶薩住忍辱地? 柔和善順而不卒暴,心亦不敬,又復於法無所行,而觀諸法如實相,亦不行,不分別是名:菩薩摩訶薩行處).[582]

Bồ Tát Di-lặc (*Maitreya Bodhisattva,* 彌勒菩薩) nói với Văn-thù Sư-lợi Bồ Tát (*Mañjuśrī Bodhisattva*, 文殊師利菩薩) rằng một số các đệ tử của đức Thế-tôn đã tu tập nhẫn nhục ba-la-mật (*kṣānti Pāramitā,* 忍辱波羅密). Trong khi tu tập nhẫn nhục, Bồ Tát nhẫn chịu không giận dữ trước các phê bình, chỉ trích và hâm doạ của các tỳ-kheo kiêu mạn như trong kinh Kim-cang Bát-nhã Ba-la-mật (*Vajraccedikā Prajāñā Pāramitā*) chỉ dạy:

---

579 Kinh Pháp Hoa, Chương I, Phẩm Tự, trang 38.

580 妙 法 蓮 華 經, trang 18.

581 LS, trang 197.

582 妙 法 蓮 華 經, trang 185.

Này Tu-bồ-đề! Như Lai nói nhẫn nhục ba-la-mật không phải là nhẫn nhục ba-la-mật mới gọi là nhẫn nhục ba-la-mật. Vì cớ sao? Này Tu-bồ-đề như thuở xưa, Ta bị vua Ca-lợi (Kali) cắt đứt thân thể, Ta khi ấy không có tướng ngã, tướng nhân, tướng chúng sanh, tướng thọ giả. Vì cớ sao? Ta thuở xưa khi thân thể bị cắt ra từng phần nếu còn tướng ngã, tướng nhân, tướng chúng sanh, tướng thọ giả thì ta sẽ sanh tâm sân hận. Này Tù-bồ-đề! Lại nhớ thuở quá khứ năm trăm đời, ta làm tiên nhân nhẫn nhục vào lúc ấy ta cũng không có tướng ngã, tướng nhân, tướng chúng sanh, tướng thọ giả. Thế nên, Tu-bồ-đề! Bồ Tát nên lìa tất cả tướng mà phát tâm vô-thượng chánh-đẳng chánh-giác, chẳng nên trụ sắc sanh tâm, chẳng nên trụ thanh hương vị xúc pháp sanh tâm, nên sanh tâm không chỗ trụ. Nếu tâm có trụ ắt là không phải trụ. Thế nên Như-lai nói tâm Bồ Tát nên không trụ sắc mà bố thí. Này Tu-bồ-đề! Bồ Tát vì lợi ích tất cả chúng sanh nên như thế mà bố thí. Như Lai nói tất cả các tướng tức không phải tướng. Lại nói tất cả chúng sanh tức không phải chúng sanh".

(須菩提！忍辱波羅密，如來說非忍辱波羅密是名忍褥波羅密。何以故？須菩提！如我昔為歌利王害截身體，我於爾時，無我相，無人相，無眾生相，無壽者相。何以故？我於往昔支解時，若有我相，人相，眾生相，壽者相，應生瞋恨.須菩提又念過去於五百世，作忍仙人於所世，無我相，無人相，無眾生相，無壽者相。是故須菩提菩薩應離一切相發阿耨多羅三藐三菩提心。不應住色生，不應住聲，香，味，觸，法生心，應生無所住心，若心有住，即為非住，是故佛說菩提心，不應住色布施。須菩提！菩薩為利益一切眾生，應如是布施！如來說切諸相，即是非相。又說一切眾生，即非眾生)。[583]

Nhẫn nhục Ba-la-mật là quan trọng bởi chính nhẫn nhục mang chúng ta gần với sự thanh thản, trầm tĩnh của niết-bàn. Trong *Sangharakshita* dạy rằng: "Nhẫn nhục là một đức

583 金剛般若波羅密經, trang 120-1.

hạnh phức hợp, bởi bao gồm không chỉ nhẫn nhịn và chịu đựng mà còn tình thương, sự khiêm tốn, nhẫn nại, không có giận dữ và trả thù."[584]

Trong kinh Bồ Tát-địa (*Bodhisattvabhumi,* 菩薩地)[585] nói có ba loại nhẫn nhục:

Hai loại đầu được định nghĩa là không có ác cảm, như nhẫn nhục tha thứ cho chính người gây cho Bồ Tát sự thương tổn về thể xác cũng như tinh thần và kiên nhẫn để chịu đựng sự đau khổ không thể tránh được và phải chấp nhận. Thương tổn có thể là một sự ám chỉ cho bất cứ sự tàn nhẫn nào hoặc vô tình hay cố ý gây ra. Hai loại nhẫn nhục này có thể được thực hành như một đức hạnh xã hội với quan điểm rằng chấp có khái niệm 'ngã' và 'pháp' là hoàn toàn thích hợp và mặc dầu là vô hại cho mục đích tu tập này nhưng chúng trở thành nguy hại và tiêu cực khi được sử dụng 'ngã và pháp' cho việc điều hoà sân giận và oán thù.

Từ hai loại này nảy sanh loại nhẫn thứ ba là loại nhẫn không thực hành như một đức hạnh xã hội mà là một sự ứng dụng tu tập Tánh-không giải thoát. Cả hai loại nhẫn đầu cần thiết để Bồ Tát bước vào loại nhẫn thứ ba đó là 'vô sanh pháp nhẫn' (*anutpattikadharma-kṣānti,* 無生法忍) tức từ tự tánh bản chất Bồ Tát đã nhẫn chịu được các pháp vô thường thay đổi, không phải do nhân duyên mà hạnh nhẫn nhục phát sanh, đây là trình độ cao nhất của hạnh nhẫn nhục. Bởi hiểu được bản chất của các pháp, Bồ Tát không nắm giữ chấp thủ, không phân biệt (不作分别). Bản chất thế gian là điều kiện, không thật thay đổi, trong khi quan điểm xuất thế gian hiểu được Tánh-không bất nhị của các pháp. Mặt dù chúng không phải hai, nhưng chúng cũng không phải một. Do tuệ giác như vậy, Bồ Tát phát sanh lòng tịnh tín vào các pháp như thật và tín tâm bất thối (信心不轉).[586] Chính

584 Gunapala Dharmasiri, Fundamentals of Buddhist Ethics, Singapore, The Buddhist Research So-ciety, 1986, trang 207.

585 BB, trang 189.

586 The Mahā-prajñāpāramitā-śāstra of Nāgārjuna (tr. Kumārajīva), T. 1509,

khả năng vô sanh pháp nhẫn này (*Bodhisattva*'s *dharmakṣānti*, 法忍) đã duy trì sự hiểu các pháp như thật. Chính khả năng này để có lòng tín trong sự thanh tịnh và tính không lay chuyển được vào các pháp thoại của đức Thế-tôn về loại bỏ các quan điểm sai lầm và đạt được chân thật các pháp được gọi là Vô-sanh-pháp nhẫn.[587] Lòng tín thành vững chắc, tâm vượt khỏi lưỡng lự và xôn xao và khi năng lực của Bồ Tát càng vững mạnh, tâm Bồ Tát có thể chấp nhận và nắm giữ như thật các pháp. Đây gọi là pháp nhẫn.[588]

Do sức thiền định, tâm trở nên nhẹ nhàng, nhu nhuyến (柔軟) và thanh tịnh (清淨). Trong trạng thái này khi Bồ Tát nghe lời dạy về bản chất thật của các pháp, liền ứng tâm lãnh hội (應心與會), giữ lòng tin vững chắc (信著) và thâm nhập sâu bên trong và tự tạo giữa nghi ngờ và xôn xao trước hiện tượng và bản chất các pháp. Đây là pháp nhẫn.[589] Nhẫn với các pháp như thật. Với pháp nhẫn, Bồ Tát bước vào cửa trí tuệ (入智慧門) và quán (觀) vũ trụ thực tại không có bất thối (不退) và bất hối (不悔).[590] Sau khi thấy được bản chất của tuệ giác ba-la-mật, Bồ Tát không vọng tưởng, tâm của Ngài vẫn tự tại khỏi các chấp thủ và vì vậy Ngài có khả năng nhẫn chịu các pháp.[591] Do thế Vô-trước (*Asaṅga,* 無著) nhà triết học về Du-già luận (*Yogācāra,* 瑜伽論) đã nói: 'Nhẫn nhục (忍辱) là yếu tố quan trọng nhất để các Bồ Tát thức tỉnh' và nhẫn nhục này cũng có mối liên quan đến pháp thân (*Dharmakaya,* 法身).

Nhẫn nhục là nền tảng của cách sống dựa trên tuệ giác. Sau khi đạt được vô-sanh-pháp-nhẫn (*Anutpattika-dharma-kṣānti*), Bồ Tát tuệ giác được toàn thế giới này là Tánh Không và hoàn toàn tự tại buông xả. Bằng cách thiết lập bản chất chân thật của

---

Tập 25, trang 168 b.

587 Như trên, trang 170c.

588 Như trên, trang 171c.

589 Như trên.

590 Như trên, trang 172a.

591 Như trên, trang 172a, 97b, 168b trở đi, 415b & 417c.

các pháp, Bồ Tát không nắm giữ và tham luyến thế giới.

4. Tinh tấn Ba-la-mật
(*Vīrya Pāramitā*, 精進波羅密)

Tinh tấn Ba-la-mật là nguồn năng lực để bắt đầu sự nghiệp Bồ Tát và tiếp tục nỗ lực cho đến ngày đạt giác ngộ hoàn toàn.

Tinh tấn có ba:

1. *Năng lực và khả năng chịu đựng được xem như áo giáp bảo vệ khi gặp những khó khăn và là nền tảng cổ vũ cần thiết để tránh sự thất vọng tiêu cực.*
2. *Năng lực để hỗ trợ sự nhiệt tình và ý chí vững mạnh.*
3. *Năng lực không mệt mõi để hoàn thành sự lợi ích an lạc cho tất cả chúng sanh.*[592]

Ngài Tịch-thiên (*Śāntideva*) đã phân tích rộng thêm từ của tinh tấn ba-la-mật như sau:

"Cái gì là tinh tấn? Ý chí kiên quyết theo đuổi mục đích tốt. Và cái gì là ngược lại với tinh tấn? – Làm biếng, uể oải, chấp thủ, thất vọng và tự coi rẽ mình."[593]

Cũng thật thú vị nếu ở đây ta trích dẫn thêm ý kiến của Mahatma Gandhi - nhà lãnh đạo phong trào đấu tranh tự do cho dân Ấn khỏi thực dân Anh:

"Nỗ lực không dừng nghĩ (dù đứng về mặt đạo đức hay tôn giáo) để đạt sự tự thanh tịnh và có thể phát triển thành tính nhẫn nhục trong chúng ta."[594]

Vì vậy, Bồ Tát tinh tấn tràn đầy năng lực cầu sự thanh tịnh. Kinh Diệu-pháp Liên-hoa (*Saddharma Puṇḍarika Sūtra,* 妙法蓮花經) đã mô tả chi tiết Bồ Tát tu tập tinh tấn ba-la-mật bằng

---

592 BB, trang 200 trở đi.

593 EE, trang 73.

594 R.K. Prabhu and U. R. Rao, The Mind of Mahatma Gandhi, Navajivan publishing House, Ah-medabad, 1969, trang 31.

cách không ăn và ngủ để tinh tấn chuyên nghiên cứu Phật pháp. Bồ Tát đã tự tiết chế trong ăn uống, sống trong rừng sâu, núi thẳm để nỗ lực cần cầu Phật quả. Tại đây Bồ Tát cũng thấy có chư Bồ Tát khác chưa từng bao giờ ngủ. Nếu có mệt, họ ngồi và thiếp đi một chút thôi.

"Nếu có những chúng sanh chú tâm theo Đức Phật, bậc Thế-tôn để nghe pháp, tin và chấp nhận pháp; rồi tinh tấn, tìm cầu tuệ giác, huệ Phật, trí tuệ đến từ tự nó tức trí vô sư, năng lực và giải thoát khỏi sợ hãi, Bồ Tát thương xót và an ủi vô số chúng sanh, mang lợi ích đến cho chư thiên và loài người và cứu tất cả chúng sanh. Những vị Bồ Tát như vậy được gọi là Đại thừa. Bởi vì, chư Bồ Tát tìm cầu Đại thừa như vậy được gọi là Đại Bồ Tát."[595]

(若有眾生從佛世尊聽法信受,勤修精進,求一切智,佛智,自然智,無師智,如來知見,力無所畏,愍念安樂無量眾生,利益天人,度說一切,是名大乘;菩薩求此乘故,名為摩訶薩如彼諸子為求鹿車,出於火宅.)[596]

"Này A-dật-đa! Có những thiện nam tử không thích ở trong đại chúng và tham gia vào các cuộc tán gẫu. Chư thiện nam tử đó chỉ thích ở nơi yên tĩnh, chuyên tu tinh tấn, không từng nghỉ ngơi; cũng không thích sống ở cõi người hoặc trời, mà chỉ thích an trụ vào trí tuệ thâm sâu, giải thoát khỏi các chướng ngại. Hoan hỉ với pháp của Đức Phật, một lòng tinh tấn để cầu trí tuệ tối thượng."[597]

(阿逸多!是諸善南子等不樂在眾,多有所說,樂靜處,勤行精進,未曾休息,亦不依止人天而住.樂智,無有障礙,亦樂於諸佛之法,一念精進,求無上慧).[598]

---

595 LS, trang 61.

596 妙 法 蓮 華 經, trang 65-6.

597 LS, trang 219.

598 妙 法 蓮 華 經, trang 205-6.

Theo Ngài Tịch-thiên (*Śāntideva*) có ba lãnh vực để tu tập tinh tấn:

1. *Tự tin khả năng chủ động của chính mình mà điều này phát triển trực tiếp từ pháp thoại của Đức Phật.*
2. *Tự kính trọng như một sự ngăn chặn các tai họa từ chấp thủ, ác cảm và vọng tưởng.*
3. *Năng lực của lòng tự tin không bị bẻ gãy hay lay chuyển bởi ý kiến sai lầm của người khác.*[599]

Tinh tấn không đơn giản chỉ là năng lực của sức mạnh ý chí trong việc tu tập, mà còn là năng lực cần thiết để duy trì sự tác ý tương tục và để quán sát tất cả lãnh vực của kinh nghiệm với sự kiên nhẫn và chăm chú tột độ.

Đầu tiên, tinh tấn được cho là xuất phát từ lòng tin hay tùy tín hành (*śraddhānusārin,* 隨信行) của Tánh-không. Tuệ giác được bản chất thật của Tánh-không, Bồ Tát tinh tấn liên tục cho đến ngày đạt giác ngộ như kinh *The Large Sūtra on Perfect Wisdom* (kinh Bát-nhã Ba-la-mật) mô tả:

"Điều đầu tiên tu tập của Bồ Tát là tinh tấn tuệ giác Tánh-không. Khi Bồ Tát thâm nhập Tánh-không, Bồ Tát đã không theo hạnh Thanh văn hay Bích-chi Phật mà là tu tập theo phương pháp của Đức Phật, Bồ Tát và nhanh chóng đạt được tuệ giác. Giữa những tinh tấn của Bồ Tát, thì tinh tấn cầu trí tuệ hoàn hảo là cao nhất, tốt nhất, được lựa chọn nhất, xuất sắc nhất, đầu tiên, không trội hơn, vô song và siêu phàm nhất. Và tại sao? Bởi vì không gì cao hơn 'tinh tấn' đó là 'tinh tấn' về trí tuệ hoàn hảo, về Tánh-không, về vô tướng và vô nguyện."[600]

Do tinh thần không chấp thủ, Bồ Tát tu tập tinh tấn ba-la-mật. Tinh chuyên tinh tấn sẽ tăng trưởng năng lực tinh thần làm

599 EE, trang 74.

600 LSPW, trang 65.

nền tảng để tu tập thiền cũng như trí tuệ.[601] Tinh tấn (精進) cũng được gọi là dục như-ý-túc và sự vắng mặt của bất phóng dật (*apramāda,* 不放逸). Quyết tâm đến trước, rồi theo đó là tinh tấn, nỗ lực tiến tu và tại đây không có yếu tố của tinh thần bạc nhược làm trì trệ sự vươn lên.[602] Bồ Tát từ lúc đầu với ý chí theo lời Đức Phật dạy, đã tu tập tất cả thiện hạnh và từ từ đạt được tinh tấn ba-la-mật. Chính tinh tấn này đã thúc đẩy đưa Bồ Tát đạt được Phật đạo, cho nên gọi là tinh tấn ba-la-mật.[603]

5. Thiền định Ba-la-mật
(*Dhyāna Pāramitā,* 禪定波羅密)

Thiền định là phương pháp chuyển hoá vượt thoát khỏi những tập khí tư tưởng thô và tế của cả ý chí lẫn tri thức ngang qua sự tiến triển của tuệ giác nhìn sâu vào bản chất của tiến trình nhận thức luận và khái niệm như chúng đã ảnh hưởng trong thực nghiệm mỗi ngày. Mục đích cứu cánh của việc thực tập thiền như thế không tách rời mình khỏi thế giới bên ngoài mà tạo ra một tâm lý vững chắc và tác ý có thể làm nền tảng hoạt động cho việc đánh giá ý nghĩa của bất kỳ thực nghiệm nào theo pháp thoại của Đức Phật. Trong các mối quan hệ, cảm giác được nắm giữ, không xem nhẹ, và vì đây là sự cần thiết tuyệt đối để làm suy yếu bản ngã và chấp thủ vào những khái niệm hoặc quan điểm của bất cứ pháp nào.

Dòng hiện hữu được xem như là tác động biến đổi có tính cách sinh động và liên tục giữa sáu căn và sáu trần – tác động được kinh qua trên nền tảng của sự không tồn tại vững chắc. Hiểu được điều này, tiến trình sinh hoạt diễn ra hàng ngày chẳng những sẽ không phát sinh vọng tưởng mà còn tăng trưởng sự hiểu biết triết lý cuộc sống. Cuộc đời vẫn hiện hữu như chúng đang là, nhưng

---

601 The Mahā-prajñāpāramitā-śāstra of Nāgārjuna (tr. Kumārajīva), T. 1509, Tập 25, trang 172 b. 602 Như trên, trang 173c.

602 Như trên, trang 173c.

603 Như trên, trang 174c.

với sự hiểu triết lý tinh tế chín chắn và sự ứng dụng trực tiếp của những khái niệm này, Bồ Tát tuệ giác được ý nghĩa của Tánh Không phơi bày như một khuynh hướng mới trong quy trình cũ của các pháp – một sự cảm nhận mới và tự nhiên là '(Tánh-không) dường như nổi lên từ chính các pháp'.

Sự an định bên trong của Bồ Tát là đồng nghĩa với tuệ giác được Tánh-không, không có sự cụ thể hoá tư tưởng và do thế giải thoát khỏi sự xuyên tạc của tự ngã trung tâm, thiên về tình cảm. Nội không được mô tả như năng lực biểu trưng cho sự giác ngộ chân như tức Tánh Không (*Śūnyatā,* 空性) tại hiện hữu thực nghiệm mỗi ngày, khả năng thấy tự mình và các pháp thế giới với 'tuệ giác như thị' về các mối liên quan của chúng với nhau. Sự an tịnh của chứng nghiệm cao nhất, chánh định (*samyak-samādhi,* 正定) liên quan với sự biến đổi và hoà hợp hoá toàn thể cá nhân từ đó thái độ và đời sống của Bồ Tát là hoàn hảo tương ứng với tuệ giác đạt được ngang qua sự quán chiếu như trong kinh *The Large Sūtra on Perfect Wisdom* đã mô tả sống động sự quán chiếu (觀) các pháp như:

"... Bồ Tát không trụ nơi bất cứ pháp nào, quán chiếu bản chất thực của các pháp, khuyên nhủ các chúng sanh khác cũng quán chiếu tất cả các pháp, nhưng không bao giờ Bồ Tát chấp thủ bất cứ pháp nào...

Lại nữa, này Tu-bồ-đề, Bồ Tát Đại thừa, bậc đại nhân quán thấy Tánh Không của chủ thể cũng tức là thấy Tánh Không của đối thể."

Cái gì là Tánh Không của chủ thể? Các pháp dựa trên chủ thể là mắt, tai, mũi, lưỡi, thân và ý. Chính tại mắt là không mắt, bởi vì nó không có không chuyển cũng không huỷ diệt. Tại sao? Bởi vì như thế là bản chất thật của mắt. Cũng giống thế, tai, mũi, lưỡi, thân và ý.

Cái gì là Tánh Không của đối thể? Các pháp dựa trên chủ thể là sắc, thanh, hương, vị, xúc và pháp. Chính tại sắc là không sắc, bởi vì nó không có không chuyển cũng không huỷ diệt. Tại sao? Bởi vì như thế là bản chất thật của mắt. Cũng giống thế, thanh, hương, vị, xúc và pháp.

Cái gì là Tánh Không của Tánh-không? Tánh Không của tất cả các pháp là không của Tánh Không đó, bởi vì nó không có không chuyển cũng không huỷ diệt. Và như thế là bản chất thật của nó...

Cái gì là Tánh Không vô tận? Đó là Tánh Không của vô cùng không chấm dứt, vô tận đó là không của vô tận, bởi vì nó không có không chuyển cũng không huỷ diệt. Và như thế là bản chất thật của nó...

Cái gì là Tánh Không của vô thủy và vô chung? Đó là Tánh Không của không có khởi thủy và khởi chung và vì thế khởi trung cũng không tồn tại. Và Tánh Không của không có đoạn đầu, cũng không có đoạn giữa, cũng không có đoạn cuối, bởi vì không có gì đến hoặc đi. Đầu, giữa và cuối cũng không có đầu, giữa và cuối, bởi vì chúng không có không chuyển cũng không huỷ diệt. Và như thế là bản chất thật của chúng...

Cái gì là Tánh Không của các pháp? Tất cả các pháp nghĩa là năm uẩn, mười hai xứ, sáu thức, sáu xúc, sáu thọ, các pháp hữu vi và vô vi. Chính tất cả các pháp là không tất cả các pháp, bởi vì chúng không có không chuyển cũng không huỷ diệt. Và như thế là bản chất thật của chúng...

Đây gọi là Bồ Tát Đại thừa, bậc đại nhân."[604]

Kinh Diệu-pháp Liên-hoa (*Saddharma puṇḍarika Sūtra*) cũng mô tả Bồ Tát tu tập thiền định ba-la-mật để cầu đạo giác ngộ như sau:

"Lại thấy hàng Bồ Tát

sâu vào các thiền định

thân tâm lặng chẳng động

---

604 LSPW, trang 143-6.

Để cầu đạo vô thượng."[605]

(又見諸菩薩,入諸禪定,身心寂不動,以求無上道.)[606]

Trong chương XV "Tùng địa dũng xuất" (從地勇出品) của kinh Diệu-pháp Liên-hoa dạy rằng chư Bồ Tát không chỉ một kiếp mà nhiều kiếp tu tập thiền ba-la-mật như sau:

"Từ lúc thành đạo nhẫn đến nay, kỳ thực chưa bao lâu, mà các đại chúng Bồ Tát đó, đã ở nơi vô lượng nghìn muôn ức kiếp, vì Phật đạo nên siêng tu tinh tấn, khéo nhập xuất trụ nơi vô lượng nghìn muôn ức tam muội, được thần thông lớn, tu hạnh thanh tịnh đã lâu, khéo hay thứ đệ tập các pháp lành, giỏi nơi vấn đáp, là báu quý trong loài người, tất cả thế gian rất là ít có."[607]

(佛亦如是, 得道以來, 其實未久, 而此大眾諸菩薩等, 以於無量千萬億劫, 為佛道故, 勤行精進善入出住無量百千萬億三妹,得大神通, 久修梵行, 喜能次第習諸善法巧於問答, 人中之寶, 一切世間甚為希有).[608]

Vì lòng từ bi thương tưởng các chúng sanh muốn chuyển hoá họ mà Bồ Tát nguyện tu tập thiền quán, từ bỏ các thú vui thế gian để chuyên tâm trú thiền. Chính tinh thần không chấp thủ của Tánh Không đã khiến Bồ Tát buông xả không cầu không đắm (不受味,不求報), an tịnh trong thiền vị và tâm trở nên mềm mại nhu nhuyến.[609] Xuất thiền, Bồ Tát bước vào cõi dục giới dùng thiện xảo phương tiện của Tánh Không để có thể giúp các chúng sanh vượt qua cõi sanh tử. Đó chính là thiền ba-la-mật.[610] Bồ Tát sau khi đạt được thiền định ba-la-mật, ngài tự tại không phân biệt trạng thái tâm định tĩnh hay náo loạn

---

605 Kinh Pháp-hoa, Chương I, Phẩm Tự, trang 54.

606 妙 法 蓮 華 經, trang 26.

607 Kinh Phap-hoa, Chương XV, Phẩm Tùng Địa Dũng Xuất, trang 380.

608 妙 法 蓮 華 經, trang 207.

609 The Mahā-prajñāpāramitā-śāstra of Nāgārjuna (tr. Kumārajīva), T. 1509, Tập 25, trang 187c.

610 Như trên.

như tuyệt đối hay hữu vi bởi lẽ Ngài đã hiểu được thực tánh thật của các pháp. Bản chất thật của các pháp hiện tượng cũng là bản chất thật của tâm thiền định an tĩnh.[611] Thiền bão hoà với tuệ giác về chân lý tuyệt đối đã đạt được sự hoàn hảo của nó.

6. Trí tuệ Ba-la-mật

(*Prajñā Pāramitā*, 智慧波羅密)

Kinh Diệu-Pháp Liên-hoa trong phẩm 'Tự' mô tả các Bồ Tát tu tập trí tuệ ba-la-mật như sau:

"Lại thấy các Bồ Tát,
Trí sâu chí bền chắc
Hay hỏi các Đức Phật
Nghe rồi đều thụ trì.
Lại thấy hàng Phật tử
Định tuệ trọn đầy đủ
Dùng vô lượng tỉ-dụ
Vì chúng mà giảng pháp
Vui ưa nói các pháp
Dạy bảo các Bồ Tát
Phá dẹp chúng binh ma
Mà đánh rền trống pháp."[612]

(復見菩薩,智志固能問諸佛,聽悉受按,又佛子,定慧具足,以無量喻,為眾稱法,欣樂說無法,化諸菩薩破魔兵眾,而學法鼓).[613]

Điều này có nghĩa là trí tuệ của các Bồ Tát rất thâm sâu và ý chí của các Ngài cũng rất kiên cố. Các Bồ Tát thường thưa

611 Như trên, trang 189 b, c.

612 Kinh Pháp Hoa, Chương I, Phẩm Tự, trang 38.

613 妙 法 蓮 華 經, trang 18.

với Đức Phật về các nghi vấn về pháp và thực hành theo giải nghi của Đức Phật. Nói cách khác đó cũng là nhận, trì giữ và tu tập ba-la-mật. Tương ứng với pháp, cũng có các pháp khác như thiền định và trí tuệ ba-la-mật. Các Bồ Tát đã dùng vô số các thí dụ, so sánh và lý thuyết để vì lợi ích cho số đông mà thuyết pháp. Các Bồ Tát rất hỉ lạc trong hạnh thuyết pháp và pháp thoại các Ngài thuyết rất thâm sâu, vi tế và tuyệt diệu như kinh Diệu-pháp Liên-hoa đã minh họa như sau:

"Lại có vị Bồ Tát
Giảng nói pháp tịch diệt
Dùng các lời dạy dỗ
Dạy vô số chúng sanh
Hoặc thấy vị Bồ Tát
Quan sát các pháp tịnh
Đều không có hai tướng
Cũng như khoảng hư không
Lại thấy hàng Phật tử
Tâm không chỗ mê đắm
Dùng món diệu tuệ này
Mà cầu đạo Vô-thượng."[614]

(或有菩薩,說寂滅法種種教詔,無數眾生,有菩薩,觀諸法性,無有二相,猶如虛空,又見佛子,心無所著,以此妙慧,求無上道).[615]

Pháp trí tuệ mà các Bồ Tát giảng ở đây cũng có nghĩa là 'Thường tịch diệt pháp' (常寂滅法) nghĩa là tất cả pháp luôn luôn mang nghĩa không tịch của Tánh-không. Bồ Tát dùng nhiều phương tiện và cách thức để thuyết pháp nhằm mục

614 Kinh Pháp hoa, Chương I, Phẩm Tự, trang 40.
615 妙 法 蓮 華 經, trang 19.

đích khiến chúng sanh:

1. Từ mê muội đến tuệ giác
2. Hiểu biết chân chánh và thức tỉnh
3. Tuệ giác sự thật cuộc đời là khổ.

Các Bồ Tát này thấy các pháp là bất nhị. Đệ tử của chư Bồ Tát cũng không chấp thủ vào các pháp và dùng trí tuệ siêu việt để đạt giác ngộ.

Bản chất của trí tuệ Ba-la-mật này là trí bất-nhị (*advāyajñana,* 智不二) nghĩa là Tánh Không là nguyên lý cơ bản mối liên hệ của nó với các ba-la-mật khác. Theo Phật giáo Đại thừa, Bồ Tát phải tu tập năm ba-la-mật đầu trong nhiều kiếp suốt trong thời gian Bồ Tát thanh tịnh trí tuệ ba-la-mật và thanh lọc các đối tác liên đới với khái niệm cụ thể hoá của 'tác nhân', 'hành động' hoặc 'người nhận'. Kết hợp với tuệ giác về Tánh Không của tất cả các pháp, sự tu tập này sẽ khiến Bồ Tát giải thoát từ những vọng tưởng cụ thể hoá và phiền não tình cảm. Tuệ giác Tánh Không khiến Bồ Tát thoát khỏi sự chấp chặc vào ngôn ngữ quán sát và diễn dịch văn tự là những điều hữu dụng trong chính chúng, nhưng chướng ngại trong lãnh vực tinh thần khi đặt chúng ngược lại với chân lý giải thoát. Qua sự chuyển hoá tất cả sáu ba-la-mật khiến Bồ Tát ngộ được thân Phật tức là pháp thân. Chỉ tới đây, chúng ta mới gọi trí tuệ ba-la-mật là thượng thủ trong các ba-la-mật khác. Cùng với trí tuệ ba-la-mật, mỗi ba-la-mật khác cũng dự phần vào việc tăng trưởng sự an lạc trong tâm, như bản đối chiếu đầy hiệu quả trực tiếp tuệ giác tục đế như bản chất tương đối theo ngữ cảnh.

Trí tuệ không tích luỹ qua sự tăng dần các công thức lý thuyết hoặc qua sự quan hệ đối với bất cứ thực thể vi tế, siêu hình hay huyền bí nào. Chính tâm uyển chuyển và trong sáng đã phơi bày ngang qua lộ trình tu tập, Bồ Tát hoàn toàn giải thoát khỏi khuynh hướng nắm giữ các nội dung của khái niệm hoá và nhận thức luận mặc dù một số hoặc tất cả chúng đặt nền tảng trong chân lý hoặc thực tại. Trí tuệ là vấn đề của cả hai nhận thức về tri thức và hành động. Bồ Tát không chỉ khai quang nền dày vô minh của các khái niệm cụ thể hoá mà còn phải thâm nhập vào thực chất nơi mà khái niệm của Tánh Không được thực hiện hoá qua thái độ và hành động trong thế giới này như kinh Đại-Bát-nhã minh họa:

"Này Xá-lợi-phất: Thế nào là vị Bồ Tát, bậc đại nhân người đã thâm nhập vào trí tuệ ba-la-mật?

Đức Thế-tôn: Này Xá-lợi-phất, Bồ Tát, bậc đại-nhân đã thâm nhập vào Tánh Không của sắc thì gọi là thâm nhập. Và như thế, Bồ Tát gia nhập vào Tánh Không của thọ v.v.....; cho đến Tánh Không của nhãn căn, sắc trần, nhãn thức v.v..... cho đến ý thức; Bồ Tát gia nhập vào Tánh Không của Khổ, Khổ tập, Khổ diệt, Con đường của Khổ diệt; Tánh Không của vô minh v.v..... biến hoại và chết. Bồ Tát thâm nhập vào Tánh Không của các pháp nên gọi là 'thâm nhập'. Tại nơi các pháp hữu vi và vô vi, Bồ Tát có thể hình thành một khái niệm, thâm nhập vào Tánh Không của các pháp là Bồ Tát được gọi là thâm nhập. Hơn nữa, này Xá-lợi-phất, Bồ Tát, bậc đại nhân, người đang đạt được trí tuệ ba-la-mật nên gọi là 'thâm nhập' vì ngài thâm nhập vào Tánh Không của thực chất nguyên bản. Do thế, này Xá-lợi-phất, Bồ Tát, bậc đại nhân thâm nhập vào trí tuệ ba-la-mật là thâm nhập vào bảy loại Tánh-không, gọi là thâm nhập. Do thế, này Xá-lợi-phất, Bồ Tát thâm nhập vào Tánh Không bằng phương tiện của bảy loại Tánh-không, bởi vì thế ngay cả không gọi là 'thâm nhập' hoặc 'không thâm nhập'. Tại sao? Bởi vì Bồ Tát không phân biệt đây là sắc... như là 'thâm nhập' hay 'không thâm nhập'."[616]

Cũng trong bài kinh này nhưng đoạn khác nói rằng:

"Này Xá-lợi-phất, làm thế nào mà Bồ Tát, bậc đại nhân thâm nhập vào trí tuệ Ba-la-mật?

Đức Phật dạy: Tại đây Bồ Tát, bậc đại nhân thâm nhập vào trí tuệ ba-la-mật. Thật ra, Bồ Tát không phải là Bồ Tát, cũng không

616 LSPW, trang 60.

có từ 'Bồ Tát', cũng không có tiến trình Bồ Tát, cũng không có trí tuệ ba-la-mật, cũng không có từ 'trí tuệ ba-la-mật'.

Bồ Tát không phân biệt 'Bồ Tát đang thâm nhập' cũng không có 'Bồ Tát không thâm nhập'. Bồ Tát không phân biệt sắc, thọ, tưởng, hành và thức. Tại sao? Bởi vì Bồ Tát, bậc đại nhân là không cả chính bản thân Bồ Tát. Tại sao? Đó chính là thực tánh chân thật của Bồ Tát. Vì thế ngang qua Tánh-không, sắc... là không. Cũng không có là không, không khác sắc..."[617]

Vì thế, trí tuệ ba-la-mật cũng hiểu là Tánh-không. Như chúng ta đã nói ý nghĩa Tánh Không trong chương trước,[618] ở đây chúng ta chỉ nói gọn Tánh Không được xem như con đường Trung đạo giữa các cực đối đãi giữa hiện hữu và phi hiện hữu tuyệt đối.

Trong kinh Lăng già (*Laṇkāvatāra-sūtra*, 楞伽經) đã chỉ ra hiện hữu và phi hiện hữu tuyệt đối như là những thuật từ đối đãi, từ này chứng minh sự cần thiết của từ khác.[619] Ngài Long thọ đã biện luận quan điểm của Ngài trong cách ngôn của Bát bất là tóm gọn các lời dạy về Tánh Không mà Tánh Không này đã thật sự phơi bày hệ thống nguyên lý xa xưa của Đức-phật về lý Duyên-khởi (*Paṭicca-samuppāda,* Skt. *Pratītya-samutpāda,* 緣起). Tánh Không đã chỉ ra sự vắng mặt của cơ sở tự hiện hữu tuyệt đối trong tất cả các pháp hoặc hiện tượng (*dharma-natrātmya,* 法空).[620] Điều này cũng ám chỉ sự không hiện hữu của bất cứ hiện tượng và thực thể tự tạo và không tự tạo.

Các nhà triết học đi xa hơn và giải thích Tánh Không như phi hữu tuyệt đối (*abhāva,* 非有). Nhất-Bách-Thiên-tụng Bát-nhã Ba-la-mật (*Satasāhasrikā Prajñā-pāramitā,* 一百千頌般若波羅密經)[621] dạy rằng:

---

617 Như trên, trang 56.

618 Chapter VI.

619 Laṇkāvatāra-sūtra, ed. by B. Nanjio, Kyoto, 1923, trang 54.

620 Như trên, I & Mahāyāna- sūtrālaṇkāra, Pari, 1907, 1911, trang 149.2.

621 The Śata-sāhasrikā Prajñā Pāramitā, ed by P. Ghosa, Calcuta, 1902- 13,

"Vô minh là không hiện hữu, luân hồi là không hiện hữu; thức, danh-sắc, sáu căn, sáu căn, xúc, thọ, khát ái, chấp thủ, hữu, sanh, già, bịnh, chết là không hiện hữu (avidyamāna)... Bồ Tát không phân biệt nguồn gốc hay tiêu diệt, ô nhiễm hay thanh tịnh, bên này hay bên khác của các pháp hiện tượng. Nếu một nhà ảo thuật tài giỏi tạo ra đám đông trong quãng trường và đem trí tuệ ba-la-mật vì họ mà thuyết giảng để an trụ tất cả chúng sanh trong đó, nhưng thật ra không có an trụ bất cứ chúng sanh nào trong trí tuệ ba-la-mật, bởi vì tất cả các pháp và chúng sanh là cùng bản chất, chúng như mộng ảo (māyā-dharmatā)... Tất cả các pháp tồn tại trong sự không tồn tại. Các pháp không chỉ không mà đồng nghĩa với Tánh-không. Các pháp là ngắn ngủi, đau khổ, không bản thể, trống không, vô tướng, vô mục đích, không tạo và không kết. Tại đây không có sắc, thọ, tưởng, hành và thức; không có mắt, tai, mũi, lưỡi, thân và ý; không có sắc, thanh, hương, vị, xúc và pháp; không có khổ, nguyên nhân của khổ, khổ diệt và con đường đi đến khổ diệt; không có quá khứ, hiện tại và tương lai; không có các thành tố; không Bồ Tát, không Phật và không giác ngộ... Chính Bồ Tát cũng giống như bóng vang của vọng tưởng (māyā-purusa)."

Tóm lại, Nhất-Bách Thiên-tụng Bát-nhã Ba-la-mật đã mở rộng chủ thuyết của phủ định và đưa nó đến phạm vi tối cao. Kinh Kim-cang Bát-nhã Ba-la-mật (*Vajracchedikā Prajñā Pāramitā,*金剛般若波羅密經) cũng mô tả giống như vậy rằng nơi đây không có cá nhân, không có chất lượng, không có ý tưởng, không có học thuyết, không có chúng sanh để giải thoát, không tạo, không diệt, không Bồ Tát, không Phật và không bồ đề.[622]

Nói một cách khác, trí tuệ và Tánh Không là những nguồn khởi đầu cho sự nghiệp Bồ Tát Hạnh.

---

trang 842, 1216, 1360, 136, 141, 1197, 1643 & 1440.

622 Xem BDBSL, 245 & 金 剛 般 若 波 羅 密 經, như trên, trang 21.5, 441. ii, 42.8, 43.16, 23.7, 38.9, 37.13.

7. Phương tiện Ba-la-mật

(*Upāya Pāramitā*, 方便波羅密)

Đây là ba-la-mật quan trọng nhất trong bốn ba-la-mật phụ. *Upāya* (方便) dịch là phương tiện, kế hoạch hay dụng cụ. Ứng dụng trong việc thuyết pháp là tùy theo khả năng người nghe mà dùng phương pháp (dụng cụ, kế hoạch) thích hợp để có hiệu quả và lợi ích cho thính giả. Đại thừa tuyên bố rằng Đức Phật dùng phương tiện hoặc phương pháp ban pháp thoại từng phần (phần đơn giản thấp như lý của kinh A-hàm, Phương-đẳng...) cho tới khi thấy khả năng thuần thục của thính giả rồi, Ngài mới thuyết đầy đủ chân tánh cao siêu khó hiểu (qua các kinh như Bát-nhã, Pháp-hoa, Niết-bàn...)

Ngài Thiên-Thai thánh giả bên Trung Quốc đã phân chia cuộc đời thuyết pháp của Đức Phật theo bài kệ như:

Hoa-Nghiêm tối sơ tam thất nhật.

A-Hàm thập nhị, Phương-Đẳng bát,

Nhị thập nhị niên Bát-nhã đàm,

Pháp-Hoa, Niết-bàn cộng bát niên.

Tạm dịch:

Hoa-nghiêm trước nhất hai mốt ngày,

A-Hàm mười hai, Phương-đẳng tám,

Hai mươi hai năm bàn Bát-Nhã,

Pháp-Hoa, Niết-bàn cộng tám năm.

Trong kinh Diệu-pháp Liên-hoa chương IV, phẩm ‘Tín giải’ (信解品)[623] tường thuật một câu chuyện rất hay về việc sử dụng phương tiện thiện xảo như sau:

Có một người đàn ông nghèo thất lạc đứa con thơ đáng yêu. Đứa con thơ bé bỏ cha trốn đi qua một nước xa khác. Sau này, người cha trở nên giàu có, người con đi lang thang khắp

623 LS, trang 80.

nơi để xin thức ăn. Người cha bất thình lình gặp lại con, biết là con mình, nhưng không dám nhận; người con thấy vị này có thế lực lớn, giàu có, đầy binh lính canh gát liền sanh lòng khiếp sợ, hối hận về việc đến lầm nhà giàu này, nên hoảng sợ định bỏ chạy. Người cha biết nếu nhận mình làm cha, chàng cùng tử này sẽ không tin và khiếp sợ, nên dùng phương tiện thiện xảo (Upāya-kauśalya, 方便*) sai người hầu chạy đuổi theo chàng cùng tử đó nói rằng nơi đây cần thuê chàng làm người hốt phân trong nhà, rồi sau đó từ từ tiết lộ sự thật. Chàng cùng tử đồng ý làm thuê. Người cha đem quần áo rách rưới, thùng phân đến gần con nói rằng: "Người thường làm ở đây, đừng lại đi nơi khác, ta sẽ trả thêm giá cho ngươi... Nên phải an lòng, ta như cha của ngươi chớ có sầu lo." Bằng cách này, người cha đã tìm được cơ hội gần gũi và nói chuyện với con của mình và người con hạnh phúc được sống và làm việc tại đây cho đến mười hai năm. Cuối cùng, vào một ngày nọ người cha bịnh và biết ngày chết gần kề, nên gọi người con và cả thân tộc, quốc vương, quan đại thần, dòng Sát-lợi, hàng cư sĩ đến nói rằng: "Các Ngài nên rõ, người này là con ta, của ta sinh ra... Nay ta có tất cả bao nhiêu của cải, đều là của con ta." Chàng cùng tử nghe nói rất vui mừng được điều chưa từng có.*

Trong câu chuyện này, cha là Đức Phật, con là các Phật tử thuần thành. Lao động hốt phân là pháp thoại thấp về Niết-bàn. Tuyên bố về mối quan hệ ruột thịt cha con là pháp thoại cao của Đại thừa.

Có nhiều nơi trong kinh Pháp-hoa này nói rằng Đức Phật Cồ-đàm thật sự đã giác ngộ cách đây nhiều kiếp và Ngài vẫn còn sống mãi. Ngài chỉ thị hiện giả sanh như một con người và đạt giác ngộ dưới cây bồ-đề. Đây là phương tiện độ sanh của Đức Thế-tôn. Đặc biệt trong chương II phẩm "Phương tiện"[624] ý nghĩa phương tiện được sáng tỏ qua học thuyết Ba thừa (*Triyānas*) là Thanh-văn thừa (*Śrāvaka-yāna,* 聲文乘),

---

624 LS, trang 23.

Duyên-giác thừa (*Pratyekabuddha-yāna,* 辟支佛乘 hoặc 緣覺乘) và Bồ Tát thừa (*Boddhisattva-yāna,* 菩薩乘) để tương ứng với trình độ của người nghe:

"Bồ Tát thuyết pháp không mỏi mệt, trình bày các hạnh nghiệp của thế gian và theo tâm ý của chúng sanh mà ngài hiển lộ thân. Ngài không bao giờ chấp thủ vào các hành động và buông xả tất cả, thỉnh thoảng ngài thị hiện như một người vô minh hoặc như một bậc thánh, thỉnh thoảng thị hiện như đang ở ta-bà, hoặc trong trạng thái niết-bàn."

Phương tiện là cách thức trong đó Bồ Tát thực hiện để độ sanh cho có hiệu quả. Phương tiện ba-la-mật cũng gắn liền lòng từ bi và công đức (*puṇya,* 功德). Các tổ Đại thừa có lòng tin vững mạnh trong thực hành phương pháp thiện xảo để đạt trí tuệ tối thượng.

8. Nguyện Ba-la-mật

(*Praṇidhāna Pāramitā*, 願波羅密)

William Jamesin trong tác phẩm '*The Varieties of Religious Experience*' (Phương pháp Tu tập Đa dạng) đã trình bày tính chất tâm lý của thực nghiệm Nguyện (*Praṇidhāna,* 願) như sau:

"Như thể đó là trong ý thức con người, trong tri giác của thực tại, một cảm giác của sự hiện hữu khách quan, một khái niệm của điều mà chúng ta gọi là 'một cái gì đó' sâu lắng hơn và phổ biến hơn bất cứ cái gì đặc biệt hay đặc thù 'Những tri giác với tâm lý hiện hành tin rằng có những thực thể hiện hữu để hoàn thành ước nguyện'."[625]

Thật ra, những người có lòng tín dường như đã chứng minh rằng lòng tín nguyện như thế là có thể xảy ra ở mỗi tôn giáo tín ngưỡng khác nhau. Và nguyện như thế chẳng những là cần thiết mà còn tạo ra lòng tín thành. Trong tác phẩm của

---

625 William Jamesin, The Varieties of Religious Experience, Longmans, Green and Co., 1941, trang 58.

mình, nhã lãnh tụ Ấn-độ Mahatma Gandhi đã nói: *"Nguyện là chìa khoá của buổi sáng và là dây đai trong buổi tối"*[626] nghĩa là chúng ta hãy bắt đầu một ngày với lời nguyện thì lời nguyện sẽ là nguồn suối của hy vọng và cổ vũ giải quyết các hạnh nghiệp hàng ngày. Cũng thế vào cuối ngày cũng bắt đầu với lời nguyện sẽ có thể khiến chúng ta dừng các lo lắng về cái gì chúng ta đã làm và để lại những gì chúng ta chưa làm. Một mặt, nguyện giúp chúng ta thánh hóa công việc hàng ngày như một sự cúng dường lên chư Phật và mặt khác giúp hoàn thành các lời nguyện. Vì thế, nguyện là 'những nguyên lý tinh thần cần thiết.'[627]

Bởi lẽ nguyện không chỉ là tuyệt đối cần thiết cho việc tu tập chân lý và bất hại (*ahiṁsā,* 不害) mà còn giúp trong việc thực hành những lời nguyện.

Theo Gandhi, điều cốt yếu của nguyện là đưa đến hoà bình và trật tự trong từng đời sống cá nhân và xã hội như: "Không cầu nguyện thì không có hoà bình bên trong", "Người cầu nguyện tự vị ấy sẽ có hoà bình nơi vị ấy và toàn thế giới... Cầu nguyện không chỉ là phương tiện mang trật tự, an lạc mà còn ảnh hưởng đời sống hàng ngày của chúng ta."[628]

Khi lòng tin thuần thục, nguyện đạt được sự an lạc bên trong, tạo ra tư tưởng cao thượng rồi hiển hiện nơi lời nói và hành động của tình thương và chân lý cũng như hành động của vô ngã. Tất cả điều này tăng sự thanh tịnh trong tâm. Gandhi nói:

"Cầu nguyện không phải là độc nhất. Cầu nguyện không giới hạn trong cộng đồng hay giai cấp của người khẩn cầu mà bao gồm tất cả mọi giai cấp. Điều này có nghĩa cầu nguyện sẽ là sự thiết lập cảnh giới thiên đường trên trái đất."[629]

---

626 Gandhi, M. K., In Search of the Suprems, tập I, Navajivan publishing House, Ahmedabad, 1962, trang 173.

627 Như trên, trang 176.

628 Như trên.

629 Gandhi, M.K., Prayer, Navajivan publishing House, Ahmedabad, tr. 20.

Ngài Tịch-thiên trong Đại thừa tập Bồ Tát học luận (*Śikṣāsamuccaya*) đã giải thích sự cần thiết của nguyện (*Praṇidhāna*) như giai đoạn đầu tiên thiết yếu trong tu tập Bồ Tát Hạnh (*Bodhisattva-caryā*) như sau:

"Bạch đức Thế-tôn, lời nguyện chân thật là cội nguồn phẩm chất của Đức Phật. Người mà không có nguyện thì không có phẩm hạnh của Đức Phật. Bạch Đức Thế-tôn, khi Bồ Tát lập lời nguyện, ngay cả lúc đó không có chư Phật hiện hữu, nhưng pháp âm từ hư không, từ các cây đầy hoa đã vang đến. Khi Bồ Tát lập nguyện, tất cả những pháp âm từ nguồn tâm của Bồ Tát tuôn ra."[630]

Nguyện của Bồ Tát xuất phát từ sự giác tỉnh của Bồ Tát về thế giới đau khổ. Tuy nhiên, đứng về quan điểm cao hơn của chân lý, lời khẩn nguyện đến những đối tượng mà đối tượng ấy không tồn tại hiện hữu trên đời là lời vô lý tột bực. Nhưng lòng từ bi của Đức Phật không thể cảm ứng đạo giao mà không có quan điểm rõ ràng về mối quan hệ giữa tục đế và chân đế. Trí tuệ của Bồ Tát được tu tập ngang qua sự phản chiếu của triết lý và sự tĩnh lặng của thiền định, nơi mà thế giới cảm ứng đến lời nguyện này, cầu cho trí tuệ cao hơn được khai sáng bằng cách hiển lộ bản năng Tánh-không, hiển lộ bí mật thâm sâu nhất của tinh thần ẩn bên trong chính từng hoạt động của đời sống hàng ngày. Sự truy tìm chân lý của Bồ Tát lên đến cực điểm trong sự thực nghiệm trực tiếp của khái niệm triết lý mà Bồ Tát nhận thức qua việc nghiên cứu và quán chiếu. Đồng thời, từ bi xuất phát từ lời nguyện chân thành của Bồ Tát và từ bi được tăng trưởng cùng với trí tuệ, thành một tổng thể khẳng định của sự đồng nhất Tánh Không và sắc, lên đến tột bậc trong tánh vị tha thương yêu tất cả chúng sanh còn đang ngụp lặn trong vòng vọng tưởng của thế giới hiện hữu.

Với tuệ giác vào Tánh Không và lý Duyên-khởi như nhánh cầu nối giữa quy luật tất yếu của tục đế với trí tuệ soi thấy bản

---

630 EE, trang 100.

chất vọng ảo, Bồ Tát đạt được trí tuệ và lực ba-la-mật khiến tâm Bồ Tát tràn trề ý tưởng thương yêu đồng cảm cho vô số chúng sanh đang đắm chìm trong vòng sợ hãi và đau khổ. Sự thương yêu tràn trề đối với các chúng hữu tình đang đau khổ như một tình cảm tự nhiên của sự hoà hợp hoàn hảo giữa tình và lý. Từ bi thì sâu sắc tương ứng với trí tuệ đạt được qua sự quán chiếu triết học. Ngược lại, tình yêu thương vô bờ trở thành sự biểu hiện lãnh vực vận hành tích cực của *'trí tuệ như một hiệu quả'* đã tìm thấy sự hiện thân của trí tuệ trong một lực đẩy cuối cùng để mang sự hạnh phúc và niết-bàn cho tất cả chúng sanh, những người mà từ khởi thuỷ đã đồng nghiệp không chỉ bởi sự vô minh và đau khổ trong thế giới mà còn bởi bản chất bên trong thân tâm, mà bản chất này là không có bất cứ nền tảng siêu việt nào cho sự nhận thức, khái niệm hoá hoặc chấp thủ. Lời nguyện của Bồ Tát là lời nguyện của tình thương trong sáng và tao nhã được khởi lên và nuôi dưỡng trong trí tuệ mà trí tuệ đó vượt xa hơn bất cứ những lời khẳng định nào.

Có bốn hoằng thệ nguyện (*Praṇidhāna*) nổi tiếng của Bồ Tát mà hầu hết các tông phái thuộc các nước Đông-nam-á chấp nhận. Bốn hoằng thệ nguyện này xuất phát từ kinh Bát-thiên-tụng Bát-nhã (Fasc.8),[631] Diệu-pháp Liên-hoa (chương III), kinh Trang-Nghiêm Bồ Tát (*Bodhisattva Ornament,* tập I trong 2 tập)...[632] Bốn hoằng thệ nguyện[633] như sau:

1. Nguyện cho con cứu độ chúng sanh, người mà không thể vượt qua được đau khổ.

2. Nguyện cho con cứu độ chúng sanh, người không hiểu

---

631 Aṣṭasāhassrikā-prajñāpāramitā Sūtra (八千頌般若波羅密經).

632 菩薩瓔珞本業經 (The Sūtra on the Original Action of the Garland of the Boddhisattva (2 fasc.) Translated by Buddhasmṛti (Chu-fo-nien) in 376-378. Taisho. 24 (no. 1485), 1010 ff. 'Gar-land' (mālā) mentioned in the title is the jewel-ornament consisting of crown, necklet, and brace-lets of the Boddhisattvas. This Sūtra was composed to manifest the original Action of the Bod-dhisattvas.

633 The Mochizuki Bukkyo Daijjten, Tập 2, trang 1755b (四弘誓願) Su hung shih yuan or shigu-seigan).

được lýù Duyên-khởi.

3. Nguyện cho con cứu độ chúng sanh, người không vững chải trên đạo lộ.

4. Nguyện cho con cứu độ chúng sanh, người không tuệ giác được Niết-bàn.

Từ bốn lời nguyện này, cuối cùng tạo ra một công thức Bốn hoằng thệ nguyện (四弘誓願) khác tương tự và khá nổi tiếng và đặc biệt trong các chùa Đại thừa thường tụng ở mỗi khoá lễ như sau:

"Chúng sanh vô biên, thệ nguyện độ;

Phiền não vô tận, thệ nguyện đoạn;

Pháp môn vô lượng, thệ nguyện học;

Phật đạo vô thượng, thệ nguyện thành."

(眾生無邊誓願度,煩惱無盡誓願斷,法門無量誓願學,佛道無上誓願成)[634]

Theo truyền thống Đại thừa, có ba vị Bồ Tát lớn là Bồ Tát Quan-thế-âm (*Avalokiteśvara,* 觀世音菩薩) tượng trưng cho lòng từ, Bồ Tát Văn-thù (*Mañjuśri*, 文殊師利菩薩) tượng trưng cho trí tuệ và Bồ Tát Phổ-hiền (*Samantabhadra,* 普賢菩薩) tượng trưng cho lời thệ nguyện. Trong những nguyện của chư Bồ Tát đã thể hiện tột đỉnh lý tưởng của Bồ Tát là chỉ thương yêu quan tâm đến chúng sanh đau khổ và chuyển hóa họ giác ngộ theo pháp thoại của chư Phật.

Bồ Tát là người khát khao đạt được trí tuệ ba-la-mật tại thế giới của chúng sanh vô minh vọng tưởng không biết giải pháp thoát khổ. Bồ Tát có trí tuệ hoàn hảo trong thế giới hữu vi này và vì lòng từ bi vô lượng, nhẫn chịu vô biên nên phát đại nguyện thệ độ chúng sanh vô tận. Độ chúng sanh vô tận mà không có chúng sanh nào được độ, đó là nguyện ba-la-mật.

---

634 Shohei Ichimura, Buddhist Critical Spirituality: Prajñā and Śūnyatā, Delhi: Motilal Banarsidass, 2001, trang 112.

9. Lực Ba-la-mật
(*Bala Pāramitā*, 力波羅密)

Sự tu tập của Bồ Tát đến trình độ này bao gồm chủ yếu sự củng cố những năng lực mạnh mẽ như thành quả quan trọng của tinh thần thuần thục. Những năng lực này đóng vai trò trong sự thúc đẩy Bồ Tát phát tâm mạnh mẽ đến độ sanh trong thế giới của tất cả chúng hữu tình. Bồ Tát không những chỉ hiểu nội dung của học thuyết và khái niệm của tất cả pháp thoại của Đức Phật về Tánh-không, mà còn có khả năng chuyển hoá tri và kiến cho mọi người trong vô số cách và phương tiện.

Có lẽ yếu tố có ý nghĩa nhất trong bốn ba-la-mật phụ là lực ba-la-mật, bởi lẽ chính lực ba-la-mật chuyển Bồ Tát đến thực hành hạnh nguyện. Mặc dù, trước kia Bồ Tát đã nỗ lực rất nhiều trong việc tu tập kiến tri các khái niệm trung tâm của Đại thừa, kiến tri này không khiến Bồ Tát từ bỏ thế giới và an tĩnh niết-bàn, huống hồ trong sự vô ích của khái niệm thuần lý tưởng hoặc lý luận. Bồ Tát đã sống và ban pháp thoại đầy uy tín và danh thơm vang trong thế giới này. Những hạnh nghiệp của Ngài đều thành tựu tốt đẹp, Bồ Tát không phí phạm năng lực trong những rối loạn hay mục đích không rõ ràng. Toàn thể thực nghiệm mỗi ngày của Bồ Tát là phản chiếu sức mạnh của lời hoằng thệ nguyện để phổ biến tuệ giác của Đức Phật và đưa chúng giải thoát khỏi đau khổ.

10. Trí Ba-la-mật
(*Jñāna*, 智波羅密)

Sự chiếu sáng của hành trình tâm linh và trí tuệ của Bồ Tát qua đến Trí Ba-la-mật, từ đây tức thời làm tiền đề cho Ngài chuyển thành bậc tuệ giác hoàn toàn. Sự kiện ý nghĩa nhất của trình độ này và biểu tượng cao nhất của thành tựu tối thượng của Bồ Tát là bước vào trạng thái thiền định của tâm cân bằng được khởi lên từ Trí-tuệ bất nhị của Tánh-không. Đây cũng là bước nhập môn của Bồ Tát vào cổng Nhất thiết trí của Đức Phật, tức trí tuệ tinh hoa nhất.

Thật là khó để phân biệt giữa Trí-tuệ Ba-la-mật (*Prajñā Pāramitā,* 智慧波羅密) và Trí Ba-la-mật (*Jñāna Pāramitā,* 智波羅密). Đây là một bằng chứng trí bất nhị (Tánh-không) là không tách rời thực nghiệm của Bồ Tát đối với tất các các mặt khác của nó. Chính thực nghiệm này trong cả hai lãnh vực khái niệm và nhận thức luận. Trí là tri giác trong sáng và hoàn hảo của tâm, nơi mà không nắm giữ bất cứ khái niệm cụ thể hoá nào. Đây là sự thức tỉnh trực giác và duy trì chân lý cho một Bồ Tát, ý nghĩa và sự hiện hữu không chỉ tìm thấy trên mặt phân giới giữa những thành tố không bền chắc và liên tục chuyển đến mạng lưới phức tạp của các mối quan hệ trong đời sống hàng ngày, trong khi trí là sức mạnh của tuệ giác đưa đến trạng thái của năng lực giải thoát, dụng cụ chính xác có khả năng uyển chuyển vượt qua các chướng ngại của hình thức ô nhiễm và các chấp thủ thâm căn cố đế di truyền trong tư tưởng và hành động. Trí ba-la-mật có một định tính phân tích như một đặc tính đặc thù của trí bất nhị phát khởi khi Bồ Tát đạt được trí ba-la-mật. Nói một cách khác, trí ba-la-mật giống với trí tuệ ba-la-mật, nhưng trí ba-la-mật thì nghiêng về phần khả năng tri giác, còn trí tuệ ba-la-mật nghiêng về phần khả năng trực giác.

Đã giải thích xong quan điểm của Đại thừa về vai trò của Tánh Không trong mười ba-la-mật. Bây giờ chúng ta đến khảo sát về ba-la-mật.

Ba-la-mật có ba loại: thấp, giữa và cao.

1. *Dāna Pāramī*: Bố thí bậc thấp (下分布施) Do khởi tâm từ bi, bố thí cho thân quyến, vợ, con gọi là bố thí bậc thấp. (*Karuṇopāya kosalla paritahitā putta dārassa paricāgo dāna Pāramī nāma*).
2. *Dāna Uppapāramī*: Bố thí bậc trung (中分布施) Do khởi tâm từ bi mà bố thí tứ chi gọi là bố thí bậc trung. (*Karuṇopāya kosalla paritahitā aṅga paricāgo dāna ūpapāramī nāma*).

3. *Dāna Paramattha pāramī*: Bố thí bậc thượng (上分布施) Do khởi tâm từ bi mà bố thí sinh mạng gọi là bố thí bậc thượng. (*Karuṇopāya kosalla paritahitā jīvita paricāgo dāna paramattha pāramī nāma*).

Mỗi mười ba-la-mật có ba bậc nên thành ba mươi ba-la-mật. Cũng chú ý rằng tuỳ theo thời gian tu tập Bồ Tát Hạnh mà mỗi Bồ Tát có chức năng khác nhau như:

1. Trí-tuệ Bồ Tát (*Paññādhika Bodhisatta,* 智慧菩薩): nghĩa là Bồ Tát tu tập trí tuệ và ngài trải qua ít nhất bốn a-tăng-kỳ kiếp (*asaṅkheyyas,* 阿增祇劫) và một trăm ngàn kiếp (*kappas,* 劫) để thực hành các ba-la-mật.
2. Tín tâm Bồ Tát (*Saddhādhika Bodhisatta,* 信心菩薩) nghĩa là Bồ Tát tu tập tín tâm và ngài trải qua ít nhất tám a-tăng-kỳ kiếp (*asaṅkheyyas*) và một trăm ngàn kiếp (*kappas*) để thực hành các ba-la-mật.
3. Tinh tấn Ba-la-mật (*Viriyādhika Bodhisatta*, 精進菩薩): nghĩa là Bồ Tát tu tập tinh tấn và ngài trải qua ít nhất mười sáu a-tăng-kỳ kiếp (*asaṅkheyyas*) và một trăm ngàn kiếp (*kappas*) để thực hành các ba-la-mật.[635]

Người bình thường thì muốn sống hiền hoà vì muốn hiện đời và kiếp sống tương lai được hạnh phúc. Cao hơn một tầng, hành giả tu tập theo lý tưởng Thanh-văn thừa để giải thoát khỏi vòng vô tận của sanh tử và an hưởng niết-bàn. Cao nhất là Bồ Tát tu tập theo Đại thừa, trì hoãn sự giải thoát của cá nhân, lưu lại trần thế, đồng sự với chúng sanh hành Ba-la-mật khiến chúng sanh giải thoát trước, rồi Bồ Tát là người cuối cùng.

Trí tuệ Bồ Tát (*Intellectual Bodhisattvas,* 智慧菩薩) ít nghiêng về lòng tin mà nghiêng về nỗ lực, trí tuệ (*Paññā*, 智慧). Tín tâm Bồ Tát ít thiên về nỗ lực nhưng thiên về lòng tin. Tinh tấn Bồ Tát ít nghiêng lòng tin, nhưng thiên về nỗ lực. Ít ai có đủ ba tánh cách đầy đủ một lúc, chỉ trừ đức Như Lai.

---

635 Ven. Narada Maha Thero, Vision of the Buddha, Singapore, Singaspore Buddhist Meditation Centre, trang 289-96.

Bậc tín tâm Bồ Tát (*Saddhā*, 信 心) có thể đạt giác ngộ trong thời gian ngắn. Bậc tín tâm Bồ Tát thì trải qua thời gian dài hơn trong khi bậc tinh tấn (*Vīriya*, 精進) thì dài hơn hai vị trên.

Bồ Tát trí-tuệ chỉ tập trung tu tập trí tuệ và tăng trưởng thiền định hơn là quán sát các đối thể bên ngoài để kính ngưỡng. Bồ Tát luôn hành động theo lý trí chứ không bị dẫn dắt hoặc nô lệ bởi lòng tin. Các Bồ Tát này thích thiền định. Mặc dù im lặng nhưng năng lực an lạc của tuệ giác Tánh-không từ tâm toả ra khiến chuyển hoá chúng sanh bớt khổ.

Tóm lại, lý tưởng Tánh Không (*Śūnyatā*, 空性) ứng dụng trong sự tu tập tất cả các ba-la-mật (*Pāramitās,* 波羅密). Các ba-la-mật được thanh tịnh hoá và được thực hành trong một tiềm năng cao nhất. Vì vậy, Bồ Tát nên tu tập mười ba-la-mật tuần tự và tất cả ngã, nhân, pháp, chúng sanh Bồ Tát gặp trên con đường thực hành Bồ Tát Hạnh đều là mộng ảo, không thật. Đây là cách tốt nhất để hiển lộ các đức hạnh ba-la-mật trong thành tựu hạnh của Bồ Tát. Nói cách khác, Tánh Không và ba-la-mật là những suối nguồn làm tăng trưởng đạo đức của Bồ Tát. Từ tuệ giác bản chất thật của Tánh-không, lý tưởng Bồ Tát tương ứng với mười ba-la-mật sẽ đưa đến những thành tựu như bảng đồ minh họa sau:

Bảng X

Vai Trò Của Tánh Không Trong Mười Ba-La-Mật

	Bản chất	Đặc tính	Thành tựu	Ba-La-Mật
1	Bố-thí ba-la-mật 布施波羅密 (Dāna Pāramitā)	Tinh thần buông xả, không chấp thủ hòa hợp với Tánh-không	Cho ra (Không nắm giữ)	Vô ngã (Nairātmya)
2	Trì-giới ba-la-mật 持戒波羅密 (Śīla Pāramitā)	Thanh tịnh, trong sáng và thanh cao	Trì giữ giới luật	Đối xử đúng đắn (Kuśala-kar-ma-patha)
3	Nhẫn-nhục ba-la-mật 忍辱波羅密 (Kṣānti Pāramitā)	Vắng mặt của sân hận và lòng tham muốn trả thù, oán hận	Từ bi và chịu đựng	Mềm mại và nhu nhuyến

4	Tinh-tấn ba-la-mật 精進波羅密 (Vīrya Pāramitā)	Diệu dụng linh động và tích cực của Tánh-không	Nhiệt tình nỗ lực	Chuyển ác nghiệp thành thiện nghiệp, không giãi đãi, buông lung, thất vọng, tự nỗ lực cho đến ngày đạt giác ngộ.
5	Thiền-định ba-la-mật 禪定波羅密 (Dhyāna Pāramitā)	Trạng thái an tĩnh thâm trầm của Tánh-không	Tư tưởng đúng đắn tự do, cân bằng tâm lý, không chấp thủ vào ngã	Nội lạc và phát triển trí tuệ
6	Trí-tuệ ba-la-mật 智慧波羅密 (Prajñā Pāramitā)	Sáng suốt trực giác	Biết Tánh-không như thật của các pháp, nên tự tại giữa các pháp, không có sợ hãi	Giải thoát
7	Phương tiện ba-la-mật 方便波羅密 (Upāya Pāramitā)	Ứng dụng uyển chuyển của Tánh-không	Trí tuệ sáng suốt có hiệu quả tốt	Thuyết pháp độ sanh cho đủ mọi tầng lớp chúng sanh

8	Nguyện ba-la-mật 願波羅密 (Praṇdhāna Pāramitā)	Nhu hòa và tín tưởng	Bắt đầu sự ng-hiệp mới từ Nguyện này	Duy trì liên tục Bồ-đề tâm nguyện cho đến ngày thành Phật đạo
9	Lực ba-la-mật 力波羅密 (Bala Pāramitā)	Hoạt động tích cực và đầy nhuệ khí	Biến thành hiện thực	Chuyển nhận thức hay nguyện thành thực tại
10	Trí ba-la-mật 智波羅密 (Jñanā Pāramitā)	Khả năng tri giác tánh bất nhị (Tánh-không)	Sáng suốt không sai lầm	Trí biết tất cả pháp

GIỚI-ĐỊNH-TUỆ

Sáu ba-la-mật (波羅密) cũng được tìm thấy trong công thức giới (śīla, 戒), định (samādhi, 定) và tuệ (paññā, 慧), còn gọi là tam môn vô lậu học (Śikṣās).[636] Do giới mà có định, do định mà có tuệ nên đây là một đỉnh ba chân không tách rời nhau.

Trong *Mahā Vyutpatti*[637] gọi là thiện giới (*adhi-śīla,* 善戒), thiện tâm (*adhi-citta*, 善心) và thiện tuệ (*adhi-prajñā,* 善慧). Tiếp đầu ngữ *adhi* đứng đầu để chỉ sự quan trọng và tiên quyết của 'thiện'. Tâm (*Citta,* 心) đồng nghĩa với định. Thiện tâm và thiện tuệ giống như thiền ba-la-mật và trí ba-la-mật. Giới cùng với nhẫn từ từ được kết hợp với nhau như một yếu tố quan trọng. Cả hai ba-la-mật này thường đi đôi với nhau ngay cả trước khi công thức cuối cùng của sáu ba-la-mật này được hình thành.

Tinh tấn được chia ở ba thiện: thiện giới (thường thích hợp với cư sĩ tu tập), thiện tâm và thiện tuệ (cho bậc xuất thế tu tập). Bố thí ba-la-mật vào thời gian đầu đi riêng rẽ một mình, sau đó bố thí được đi cùng với trì giới. Bố thí và trì giới được xem như sự tu tập của cư sĩ để cầu hạnh phúc cho tương lai tái sanh. Một pháp thoại mà Đức Phật thường nói:

"Đức Phật thường thuyết pháp về bố thí trước, rồi trì giới và cõi trời." (Dāna-kathaṁ Śīla-kathaṁ sagga-kathaṁ.)[638]

Đây là cẩm nang hoàn toàn cho người tại gia. Đối với bậc xuất thế ẩn cư không nhà, Đức Phật khuyên phải tu tập:

"Các phiền não thấp kém và sự nguy hiểm của dục lạc." (Kāmānaṁ Ādinavaṁ okāraṁ samkilesaṁ.)[639]

Vì vậy, bố-thí là bước đầu cho người bình thường được đặt trước giới như một bổn phận riêng biệt mặc dù về mặt lô-gíc nó

---

636 Śiksās: học (Learning, study) trích trong DCBT, trang 212.

637 Phần 36.

638 D, Ambaṭṭha sutta, VII, trang 220.

639 D, I, trang 110-112, 148-9.

cũng bao gồm hạnh đạo đức (giới luật).[640]

Bố thí và trí tuệ được thêm vào đầu và cuối mà chính giữa là giới và định và sáu ba-la-mật cũng phản ảnh sự ảnh hưởng của Bà-la-môn giáo. Ngài Thế-thân (*Vasubandhu*, 世身) nhấn mạnh trong Trung luận rằng sáu ba-la-mật là nền tảng liên quan đến tam-vô-lậu học. Ba ba-la-mật đầu (bố thí, trì giới và nhẫn nhục) tương ứng với thiện giới; ba-la-mật thứ tư là tinh tấn được xem là thuộc cả ba thiện (thiện giới, thiện tâm và thiện tuệ); ba-la-mật thứ năm là thiền định tương ứng với thiện tâm và ba-la-mật thứ sáu là trí tuệ tương ứng với thiện tuệ như biểu đồ minh họa:

Bảng XI

Thiện giới	Thiện-tâm	Thiện-tuệ
(Adhi-śīla, 善戒) ↓ Bố thí / Trì giới / Nhẫn nhục (布施, 持戒, 忍辱)	(Adhi-citta, 善心) ↓ Thiền định (禪定)	(Adhi-prajñā, 善慧) ↓ Trí tuệ (智慧)
Tinh tấn (精進)		

Cũng có sự phân chia các ba-la-mật thành hai nhóm (tinh tấn như nhóm trung lập) dựa trên học thuyết tư lương (*sambhāra,* 資糧) của Bồ Tát. Tư lương nghĩa là 'cái mang theo riêng' như 'vật chất và những thành phần yêu cầu', 'những điều kiện cần thiết' và 'vật trang bị'. Theo Trung-anh Phật-học Tự-điển,[641] tư lương nghĩa là sự cung cấp cho thân thể hoặc tinh thần như thực phẩm, thức ăn, trí tuệ, giải trí v.v..... Tư lương bao gồm phước đức *puṇya* (功德) do những thiện hạnh trong đời sống hàng ngày và trí (*jñāna,* 智) đạt được do thiền và trí tuệ. Công đức đưa đến phước báu, hạnh phúc, giàu sang và an lạc trên cõi trời và người,

640 BDBSL, trang 166.

641 DCBT, trang 413.

trong khi trí tuệ đưa đến giải thoát vĩnh viễn. Sự tích tụ công đức như mục đích của cư sĩ trong khi sự tu tập trí tuệ là nơi hướng đến của các bậc chân tu xuất thế.

Theo Ngài Thế-thân, hai ba-la-mật đầu (bố thí và trì giới) là đưa đến công đức; ba-la-mật cuối (trí tuệ) thuộc về trí huệ và ba ba-la-mật còn lại (nhẫn nhục, tinh tấn và thiền định) thuộc về tư lương như bản biểu đồ minh họa sau đây:

Bảng XII

Bố thí / Trì giới	→	Công đức
Trí tuệ		Trí huệ
Nhẫn nhục / Tinh tấn / Thiền định	→	Tư lương
	→	

Tuy nhiên, sự ứng dụng các kết quả của tất cả ba-la-mật cho việc đạt giác ngộ thật ra không cần phân biệt giữa phước đức trần thế và trí tuệ siêu việt và tất cả các ba-la-mật được coi như giúp cho Bồ Tát thành tựu ước nguyện. Trong cách này, ngài Thế thân đã cố gắng thống nhất và thăng hoa các hoạt động xã hội và thiền định xuất thế trong mục đích duy nhất của Bồ Tát truy tìm bồ-đề (*Bodhi,* 菩提).

Vì vậy, sáu ba-la-mật liên quan với vài khái niệm căn bản của Phật giáo thời kỳ đầu. Thật ra, không có gì mới trong công thức của sáu ba-la-mật: tất cả mục này được tìm thấy trong kinh tạng Nguyên-thủy, nhưng sau này được các nhà Đại thừa đối chiếu để làm nổi bật những điểm khác nhau giữa các ba-la-mật của Đại thừa với 37 phẩm trợ đạo -(三十七助道品) của Tiểu-thừa và để so sánh lý tưởng Bồ Tát của Đại thừa với lý tưởng A-la-hán của Tiểu-thừa. Thật là ngạc nhiên khi thấy các ba-la-mật của bố thí, trì giới và nhẫn nhục không có trong bổn phận tu tập của chư tăng Tiểu-thừa, dường như rằng không bao gồm những phục vụ lợi tha và đồng cảm xã hội.[642]

Giai đoạn đầu, Đại thừa Phật giáo đã có công trong việc kết hợp các đức hạnh xã hội của cư sĩ Phật tử với lý tưởng ẩn sĩ an tu của chư tăng trong công thức ba-la-mật. Vì thế, Đại thừa làm nhánh cầu để nối chỗ cách khoảng giữa quần chúng xã hội và đời sống tu viện. Các nhà Đại thừa đã đưa ra mẫu Bồ Tát lý tưởng không dừng tu tập bố-thí và nhẫn nhục trong đời sống xã hội khi Bồ Tát đang tiến đến các tầng nấc cao của thiền định và trí tuệ. Sáu ba-la-mật này không mới, nhưng cách thức của vị trí kề nhau được các nhà Đại thừa xếp đặt lại. Các nhà Đại thừa thích công thức mới này hơn là công thức 37 phẩm trợ đạo, bởi lẽ 37 phẩm trợ đạo được xem là quá tu viện, không hoà xã hội trong phạm vi và khuynh hướng của họ. Bố thí và trì giới có thể chỉ đưa Phật tử đến cổng của cõi trời thọ hưởng phước báu, niềm vui (như Tiểu-thừa đã chủ trương) mà không được xem trọng như thiền định và trí tuệ. Tất cả các ba-la-mật được phân chia và được xem là những thành tố không tách rời cho việc đạt giác ngộ.

Nhiều kinh đã tán dương các ba-la-mật như là *'đại dương lớn cho tất cả các nguyên lý tốt đẹp và đức hạnh thanh cao'* và mang an lạc, hạnh phúc đến cho chúng sanh. Ba-la-mật là những người bạn tốt của Bồ Tát. Ba-la-mật là *'đạo sư, con đường và ánh sáng'*. Ba-la-mật là *'nơi quy y và trú ẩn, là nơi ủng hộ và thiêng liêng'*. Ba-la-mật thật sự là *'cha mẹ của tất cả chúng sanh'*, ngay cả chư phật cũng là *'con của ba-la-mật'*.[643]

Những tánh cách chung nào đó được quy cho tất cả các ba-la-mật như là một nhóm. Ba-la-mật tế nhị, vô tư, tối thượng, quan trọng và bất diệt. Ba-la-mật có thể đưa đến an lạc, tái sanh an lành, thanh thản, không ngừng tu tập tinh thần, thiền định và trí tuệ cao nhất. Ba-la-mật là sự giải thoát khỏi ô nhiễm của dục

---

642 Gunapala Dharmasiri, Fundamentals of Buddhist Ethics, Singapore, The Buddhist Research So-ciety, 1986, trang 21.

643 BDBSL, trang 245.

vọng, thiên kiến, vô minh và tự mãn. Ba-la-mật được đặt trong thứ tự và hình thành một sự phối hợp tiến triển của các hạnh nghiệp. Sự tu tập ba-la-mật này không thể không có sự tu tập của ba-la-mật trước đó.

PHẨM HẠNH CỦA BỒ TÁT

Bên cạnh tu tập các ba-la-mật, cũng có những đặc tánh chính của Bồ Tát đã toát lên trong quá trình tu Bồ Tát đạo:

i) Bồ Tát lưu chủng tử (留種子) như một nguyên nhân cho các hạnh nghiệp Bồ Tát.

Nghĩa là Bồ Tát hy vọng tái sanh lại cõi người nhiều lần để độ sanh, muốn như vậy Bồ Tát phải thị hiện lưu chủng tử tái sanh như luận Duy thức (*Vijñaptimātratā-siddhi*, 唯識) đã trình bày:

"Bồ Tát lưu các phiền não chướng (kleśāvaraṇa) để nguyện thọ sanh vào cõi tà-bà (saṁsāra)".[644]

(留煩惱障,助願受生).

Bồ Tát tái sanh với đầy đủ tâm và thức biết nơi mà Ngài chọn để tái sanh. Thật ra, Bồ Tát không ô nhiễm bởi các phiền não, nhưng chỉ thị hiện lưu chủng tử để tạo nguyên nhân sanh trong vòng Duyên-khởi (緣 起), đây gọi là 'trì giữ phiền não'.

ii) Đại từ bi (大慈悲)

Bồ Tát nên tu tập theo bốn mẫu tâm-vật lý của cách sống như từ (*maitrī*, 慈), bi (*karuṇā*, 悲),hỷ (*muditā*, 喜) và xả (*upekṣā*, 捨). Bốn đức hạnh này không đứng riêng rẽ hoặc rời rạc nhau và lòng từ có thể coi là trung tâm với ba hạnh khác tương quan nhau. Bi là nền tảng của từ (*karuṇā*) tượng trưng cho tình thương, kính trọng và quan tâm tất cả chúng sanh. Chính sự cụ thể của tình thương, tình cảm cho rằng đời sống quý giá đối với chúng ta và ngược lại cũng quý giá đối với chúng sanh khác,

---

644 Chen Wei Shi Lun, Shindo Edition, chương 9, trang 31, dòng 10.

nên yêu thương tất cả như chính bản thân mình. Hỷ (*Muditā*) là niềm vui đồng cảm với việc thiện. Hỷ là sự hạnh phúc trong tất cả sự hạnh phúc, là hệ quả của lòng từ. Xả (*Upekṣā*) là điều kiện tiên quyết của lòng từ, tượng trưng cho lòng từ đến tất cả chúng sanh và cũng có nghĩa là sự trầm tĩnh, vô tư.

Trong tự điển Pali-Anh đã định nghĩa lòng từ (*Karuṇā*) như sau:

"Ước muốn mang lợi ích và an lạc đến cho chúng sanh (ahita-dukkha-apanayakammata) hoặc muốn loại bỏ phiền não và đau khổ cho chúng sanh. Lòng Từ cũng chỉ một trạng thái cao thượng thương yêu tất cả chúng sanh (paradukkhe sati sadhunam hadaya-kampanam karoti)."[645]

Lòng đại từ là động cơ chính của Bồ Tát, người đã hy sinh sự an tĩnh của bản thân vì an lạc cho số đông và vì lòng từ thương xót thế giới đau khổ này. Lòng đại từ là đặc tính chính của lý tưởng Bồ Tát để phục vụ xã hội như Peter Harve đã nói:

"Lòng từ là động cơ chính và được nhấn mạnh nhiều trong phẩm hạnh của Bồ Tát. Theo Phật giáo (ở phương đông và bắc) sau khi thọ giới xong, lập hạnh nguyện Bồ Tát, như một lời hứa nghiêm trang để diễn tả lòng từ bi nỗ lực giúp tất cả chúng sanh. Lòng từ này được biểu hiện qua sự tu tập liên tục về các hạnh bố thí ba-la-mật, trì giới ba-la-mật, nhẫn nhục ba-la-mật, tinh tấn ba-la-mật, thiền định ba-la-mật và trí tuệ ba-la-mật. Phật giáo (ở phía Nam) trì giữ mười ba-la-mật như những phẩm hạnh cao thượng để trợ duyên cho lợi ích của chúng sanh."[646]

Trong kinh Diệu-pháp Liên-hoa, Đức Phật nói rằng bởi vì chúng sanh đau khổ trong sáu cảnh khổ, Bồ Tát phát khởi lòng từ vô lượng để dẫn dắt chúng đến một đạo lộ tốt đẹp hơn như sau:

---

645 PED, trang 197.

646 Peter Harvey, An Introdution to Buddhism, Delhi: Munshiram Manoharlai, 1990, trang 200.

"Ta dùng mắt Phật xem
Thấy sáu đường chúng sanh
Nghèo cùng không phước huệ
Vào đường hiểm sanh tử
Khổ nối luôn không dứt
Sâu tham nơi ngũ dục
Như trâu 'mao' mến đuôi
Do tham ái tự che
Đui mù không thấy biết
Chẳng cầu Phật thế lớn
Cùng pháp dứt sự khổ
Sâu vào các tà kiến
Lấy khổ muốn bỏ khổ
Phật vì chúng sanh này
Mà sanh lòng đại bi."[647]

(我以佛眼觀,見六道眾生,貧窮無福慧,入生死險道,相續苦不斷,深著於五欲,如犛牛愛尾,以貪愛自蔽,盲瞑無所見,不求大世佛,乃與斷苦法,入諸邪見,以苦求捨苦為是眾生故,而起大悲心).[648]

Đức Phật cũng khẳng định rằng phát triển lòng đại từ nghĩa là phát triển tâm và ngược lại phát triển tâm là phát triển lòng từ:

"Này La-hầu-la, tăng trưởng tâm là tăng trưởng sự thân thiện. Này La-hầu-la vì tăng trưởng tâm là tăng trưởng sự thân thiện nên ác cảm bị tan đi. Này La-hầu-la, tăng trưởng tâm là tăng trưởng lòng từ. Này La-hầu-la vì tăng trưởng tâm là tăng trưởng lòng từ nên sự hãm hại biến mất."[649]

---

647 Kinh Pháp Hoa, Chương II, Phẩm Phương tiện, trang 94-5.

648 妙法蓮華經, trang 47.

649 MLS, II, trang 95.

Trong chương XXIV, phẩm "Diệu-âm Bồ Tát" (Bodhisattva Gadgadasvara, 妙音菩薩) tường thuật từ sự nhập định của Hiện-nhất-thiết-sắc-thân-tam-muội (*Sarvarūpasandarśana,* 現一切色身三昧), Bồ Tát Diệu-âm vì lòng đại bi hiện đủ thứ thân hình vì chúng sanh mà ban pháp thoại. Các thân tướng như thân Phạm-vương, Đế-thích, Đại-tự-tại-thiên...Tỳ-kheo, tỳ-kheo-ni, ưu-bà-tắc, ưu-bà-di, đồng nam, đồng nữ, hoặc hiện thân trời, dạ-xoa, càn-thát bà...

Bồ Tát Quan-thế-âm tượng trưng cho chúa tể của lòng từ cũng được diễn tả trong chương XXV, phẩm "Quán-thế-âm Bồ Tát Phổ môn" của kinh Pháp-hoa như sau:

"Diệu âm, Quán-thế-âm
Phạm-âm, Hải-triều-âm
Tiếng hơn thế gian kia
Cho nên thường phải niệm
Niệm niệm chớ sanh nghi
Quan-âm, bậc tịnh thánh
Nơi khổ não nạn chết
Hay vì làm nương cậy
Đủ tất cả công đức
Mắt lành trông chúng sanh
Biển phước lớn không lường
Cho nên phải đãnh lễ!"[650]

(妙音,觀世音,梵音海潮音,勝彼世間音是故常修念,念念物生疑,觀世音淨聖,於苦煩死危,能為作依估,具一切功德,慈眼現眾生福眾海無量,是故應頂禮).[651]

iii) Địa vị Bất thối chuyển (地位不退轉)

---

650 Kinh Pháp Hoa, Chương XXIV, Phẩm Diệu-âm Bồ-tát, tr. 603-4.

651 妙 法 蓮 華 經, trang 290.

Bồ Tát là bậc tu tập theo lý tưởng của Đại thừa (*Mahāyāna,* 大乘) chứ không theo thừa khác. Đại thừa là đại pháp (大法). Nếu Bồ Tát tin vào đại pháp, tức Bồ Tát tin vào cửa pháp của Đại thừa. Bồ Tát cần có lòng tin rộng lớn, bởi vì Phật pháp rộng lớn như biển cả và chỉ có thể bước vào (法門) bằng lòng tín (信心). Lòng tin là mẹ của công đức và đức hạnh cho Bồ Tát tu tập. Vì thế, lòng tín bất thối chuyển trong Đại thừa (không lui sụt xuống Tiểu-thừa hay Duyên-giác thừa) là một trong những đặc tính của hạnh Bồ Tát:

"Bồ Tát gọi là những bậc cởi bánh xe lớn (Đại thừa, 大乘), bởi vì Bồ Tát tu tập theo thừa này nên gọi là đại Bồ Tát (mahāsattvas, 摩訶薩)."[652]

(...是 名:大 乘; 菩薩求此乘故, 名為摩訶薩, 勤行精進).[653]

iv) Tư tưởng Bất-thối-chuyển (思想不退轉)

Tư tưởng của Bồ Tát cố định và an trụ bất thối chuyển trong việc thực hành Bồ Tát đạo, tức tu tập các ba-la-mật và hàng ngàn công hạnh khác.

v) Bất thối chuyển trong Tu tập (修習不退轉)

Bồ Tát chỉ tiến tới chớ không lùi lại, nên còn gọi là bất thối chuyển Bồ Tát. Tuy nhiên không phải tất cả Bồ Tát đều được bất thối chuyển, một số đạt, một số không như kinh Large Sūtra on Perfect Wisdom minh họa:

"Hơn nữa, Bồ Tát biết rằng 'Những Bồ Tát này được thọ ký sẽ đạt giác ngộ nhưng có những Bồ Tát thì chưa được. Những Bồ Tát này được bất thối chuyển nhưng những vị khác thì chưa được. Những Bồ Tát này sở hữu đầy đủ trí tuệ siêu việt nhưng những vị khác thì chưa được. Những Bồ Tát này được đầy đủ trí tuệ đi mỗi trong mười hướng, tới vô số hệ thống thế giới như số cát sông Hằng và tại đó Bồ Tát tôn kính, đãnh lễ và tôn thờ chư Như-lai; và có những Bồ Tát chưa được trí tuệ siêu việt,

---

652 LS, trang 61.

653 妙 法 蓮 華 經, trang 65-6.

chưa đi tới vô số Phật sát để tôn kính, đãnh lễ và tôn thờ chư Như-lai. Có vị Bồ Tát dễ lĩnh hội trí tuệ siêu việt, nhưng có vị khác thì không. Bồ Tát này đạt an lạc khi Ngài bỏ xuống những ý tưởng như sắc... là vọng, không ngã, trống không, vô tướng và vô nguyện.'"[654]

vi) Chuyển Pháp luân Bất thối **(法輪不退轉)**

Chư Bồ Tát chuyển pháp luân bất thối để dạy và cảm hoá chúng sanh bằng lời dạy của Đức Thế-tôn. Vì vậy, có một pháp thoại là 'Bánh xe pháp chuyển mãi', nghĩa là Bồ Tát vì lòng từ thương xót chúng sanh mà chuyển pháp luân bất thối.

vii) Bồ Tát trồng công đức thâm sâu **(種功德根)**

Trong nhiều đời, Bồ Tát đã trồng công đức thâm sâu. Căn thâm sâu này được gọi là 'cội công đức' và chúng là cội nguồn của mọi đức hạnh. Cội nguồn này là vô hạn và vô bờ bến.

Như kinh Kim-cang Bát-nhã Ba-la-mật dạy rằng những vị trồng cội lành không chỉ nơi một Đức Phật, hai, ba, bốn hoặc năm Đức Phật mà đến hàng triệu chư Phật không thể đếm được. Đại Bồ Tát đã trồng cội công đức nơi vô số chư Phật nhiều như số cát sông Hằng (*Gangas*, 恒河) của trăm ngàn, mười ngàn sông Hằng. Vì thế, chư Bồ Tát rất hoàn hảo ở những cội nguồn thâm sâu như kinh Diệu-pháp Liên-hoa đã đề cập:

"... Chúng đó từ lâu nhẫn lại, ở nơi vô lượng vô biên các Đức Phật, trồng các cội lành, thành tựu đạo Bồ Tát thường tu phạm hạnh. Thế tôn! Việc như thế đời rất khó tin."[655] **(其等久遠已來,於無量無邊諸佛所,殖諸善根,成就菩薩道,修梵行,世尊!如所之事,世所難信)**.[656]

Những vị Bồ Tát này trải qua vô số kiếp đã ở trước vô số chư Phật trồng cội nguồn công đức bằng cách cúng dường Tam bảo hoặc chuyển bánh xe bất thối và được các chư Phật tán dương

---

654 LSPW, trang 78.

655 Kinh Pháp Hoa, Phẩm XV, Tùng Địa Dũng Xuất, trang 435.

656 妙 法 蓮 華 經,trang 207.

khen ngợi.

viii) Trí tuệ của Bồ Tát (智慧)

Trí tuệ là kết quả của tâm bồ-đề rộng lớn. Do tâm bồ-đề rộng lớn, nguyện độ tất cả chúng sanh mà không thấy chúng sanh được độ. Kinh Kim-cang Bát-nhã Ba-la-mật, Đức Phật đã nói với Tu-bồ-đề, Bồ Tát khởi đầu với Bồ Tát thừa đều phải tuệ giác:

"... Có tất cả các loài chúng sanh hoặc loài sanh bằng trứng, hoặc loài sanh bằng thai, hoặc sanh chỗ ẩm ướt, hoặc hoá sanh, hoặc có hình sắc, hoặc không hình sắc, hoặc có tưởng, hoặc không tưởng, hoặc chẳng có tưởng chẳng không tưởng, ta đều khiến vào vô dư Niết-bàn mà được diệt độ đó. Diệt độ như thế vô lượng, vô số, vô biên chúng sanh mà thật không có chúng sanh nào được diệt độ."

(所有一切眾生之類若卵生,若胎生,若濕生,若化生,若有色,若無色,若有想若無想,若非有想,若非無想,我皆令入無餘涅槃而亦度之.如是亦度無量無數無邊眾生,實無眾生得亦度者)[657]

Mặc dù Đức Phật độ vô số chúng sanh, thật ra không có chúng sanh nào được độ, không chấp thủ vào bất cứ tướng hạnh nào.

ix) Nguyên lý thành Phật (成佛的原理)

Tất cả chúng sanh vốn tự là Phật và đồng với Phật không khác. Đây là chính nguyên lý, mỗi trong chúng ta là một vị Phật mà trong chương XX của Kinh Diệu-pháp Liên-hoa, phẩm 'Thường Bất Khinh Bồ Tát' (*Bodhisattva Sadāparibhūta,* 常不輕菩薩) thường tán dương. Công đức đặc biệt của Bồ Tát Thường-bất-khinh là Ngài luôn kính trọng mọi người. Bồ Tát trải đời mình du hành khắp nơi, tiếp cận với tất cả chúng sanh, bất kể là Bồ Tát biết người đó hay không, Ngài đều cung kính chấp tay trước họ mà nói lời rằng:

"Tôi không bao giờ dám khinh các ngài, vì các Ngài sẽ làm

---

657 金剛般若波羅密經, trang 111.

Phật."[658]

(我不敢輕於汝等，汝等皆當作佛).[659]

Bồ Tát không buồn khi người nào đó chửi mắng hoặc xỉ nhục Bồ Tát khi nghe Bồ Tát nói câu khó hiểu đó. Ngài vẫn bình thản thực hành hạnh nguyện kính trọng đó bởi vì Bồ Tát biết chắc rằng tất cả chúng sanh tương lai sẽ thành Phật.

x) Tu tập Đại Công hạnh (修習大功行)

Bên cạnh tu tập sáu hoặc mười ba-la-mật (*Pāramitās,* 波羅密) Bồ Tát cũng tu tập bốn Nhiếp-pháp (*Catuḥ-saṁgraha-vastu,* 四攝法)[660] như: bố thí (*Dāna*, 布施), ái ngữ (*Priyavacana,* 愛語), lợi hành (*Arthakṛtya*, 利行) và đồng sự (*Samānārthatā*, 同事):

1. Bố thí: Bồ Tát từ bi ban bố tài thí, pháp thí và vô uý thí cho chúng sanh để đưa họ đến tình thương và nhận được chân lý.
2. Ái ngữ: Bồ Tát phải tu tập nói lời mềm mỏng, thương yêu và vô ngã (dễ mà khó làm liên tục). Bồ Tát thấy tất cả chúng sanh như đồng thể thân với Bồ Tát. Vì lợi ích giải thoát cho họ, Bồ Tát dùng phương tiện lời lẽ êm dịu để cảm hoá và đưa chúng trở về với chánh pháp.
3. Đồng-sự: Để dễ dàng hoá độ chúng sanh, Bồ Tát phải đồng sự cùng công việc với họ để dễ gần gũi rồi từ từ chỉ cho họ con đường giải thoát.
4. Lợi hành: Bồ Tát có thể thị hiện dùng trăm ngàn thân hình. Khi thấy chúng sanh đau khổ thì thị hiện thân đau khổ như họ mang điều lợi ích đến cho họ, rồi từ từ chỉ con đường an lạc.
5. Bốn phương pháp cảm hoá này là phương tiện thiện xảo cho Bồ Tát trên đường hành Bồ Tát Hạnh.

---

658 LS, trang 167.

659 妙 法 蓮 華 經,trang 253-4.

660 DCBT, trang 175.

***xi)* Bồ Tát phải tu tập trong nhiều kiếp (劫)**

Một kiếp nhỏ (小劫) là 16,800,000 năm. Một kiếp (*kalpa,* 劫) là 336,000,000 năm và một đại kiếp (*māhākalpa,* 大劫) là 1,334,000,000 năm.[661] Một ngàn kiếp nhỏ thành một trung kiếp (中劫). Bốn trung kiếp thành một đại kiếp. Mỗi đại kiếp chia thành bốn a-tăng-kỳ-kiếp (阿僧祇劫: hoại kiếp (壞劫), diệt kiếp (滅劫), thành kiếp (成劫) và trụ kiếp (住劫). Bồ Tát phải tu tập ba a-tăng-kỳ-kiếp như vậy. Tùy thuộc vào thời gian Bồ Tát tu tập các ba-la-mật và đức hạnh mà Bồ Tát từ từ chứng được các địa trong thập địa (*Bhūmis,* 地), do thế có nhiều tầng bậc Bồ Tát khác nhau. Tuy nhiên, nói chung trong kinh Đại thừa thường tuyên bố rằng Bồ Tát phải tu tập một thời gian rất dài khó đếm được, khó tưởng tượng được với số kiếp không thể nghĩ bàn, vô tận và vô hạn lượng[662] và kinh Diệu-pháp Liên-hoa minh họa như sau:

"...mà các đại chúng Bồ Tát đó, đã ở nơi vô lượng nghìn muôn ức kiếp, vì Phật đạo, nên siêng tu tinh tấn"[663]

(而此大眾諸菩薩等,已於無量千萬億劫,為佛道故,精進修習).[664]

xii) Vô thượng Chánh đẳng Chánh giác (*Anuttarā Samyaksambodhi,* 無上正等正覺)

Kết quả của Vô-thượng Chánh-đẳng Chánh-giác (*Anuttarā Samyaksambodhi,* 阿耨多羅三藐三菩提/ 無上正等正覺) là kết quả cao nhất, quan trọng nhất của tuệ giác, là sự chứng ngộ Phật quả.

Kinh Đại thừa đã chứng minh những đức hạnh và phẩm cách cũng như nhiều các công hạnh vi tế khác mà Bồ Tát tu tập. Tuy nhiên, tùy sự tu tập khác nhau mà địa vị của Bồ Tát khác nhau.

---

661 Xem chú thích 82, trang 31, chương II.

662 LS, trang 14.

663 Kinh Pháp Hoa, Phẩm XV, Tùng Địa Dũng Xuất, trang 436.

664 妙 法 蓮 華 經,trang 207.

Sau khi bàn về phẩm chất của Bồ Tát hoặc đại Bồ Tát, cũng rất hữu dụng nếu có danh sách các Bồ Tát mà các kinh Đại thừa thường đề cập. Điều này sẽ cung cấp các dấu vết và ý tưởng để hiểu bản chất, chất lượng của Bồ Tát hoặc đại Bồ Tát trong Đại thừa. Thỉnh thoảng, ngay cả chỉ là danh hiệu nhưng có sự gợi ý cao. Thật ra, chúng ta cũng nên ghi nhớ rằng bản chất hay tính cách của các Bồ Tát là biểu tượng của thuộc tính và đức hạnh của Thích-ca Mâu-ni, đạo đức của Ngài đã trở thành mục đích cho chúng sanh thuần tâm hướng đến tu tập. Đó là lý do tác giả đã liệt kê danh sách của chư Bồ Tát ở cuối tập sách.[665]

MỐI LIÊN QUAN GIỮA MƯỜI BA-LA-MẬT VÀ MƯỜI ĐỊA

Trong Đại thừa, có một yếu tố quan trọng nữa là địa (*Bhūmi*, 地) hoặc tiến trình chứng ngộ của Bồ Tát. 'Địa' thường được đề cập trong Phật-bản-hạnh Tập kinh dị bản (*Mahāvastu,* 佛本幸集經異本), kinh Bồ Tát-địa (*Bodhisattva-bhūmi,* 菩薩地經), kinh Thập-địa (*Daśabhūmika Sūtra,* 十地經), kinh Thủ-lăng-nghiêm (首楞嚴經)... Nhưng theo Har Dayal, N. Dutt và nhiều học giả khác nói rằng hình như lúc đầu chỉ có bảy địa như trong kinh Bồ Tát-địa, kinh Lăng-già (*Lankāvatāra Sūtra,* 楞伽經) và cuối cùng hình thành mười địa trong Bát-nhã Ba-la-mật (*Prajñā-pāramitā,* 般若波羅密), Phật-bản-hạnh Tập kinh dị bản và kinh Thập-địa, kinh Thủ Lăng nghiêm... đã thêm vào ba Địa sau giống như trường hợp đã thêm ba Ba-la-mật cuối vào danh sách thành mười Ba-la-mật. Trong Bách-khoa Toàn-thư Phật-học[666] đã nói lộ trình tiến triển tâm linh của Bồ Tát (địa) là một trong những đặc điểm độc đáo để phân biệt giữa Đại thừa và Tiểu-thừa.

Sáu địa đầu là của các nhà Tiểu-thừa, nhưng bốn phần sau do các nhà Đại thừa sáng tạo. Và Har Dayal[667] đã đề

---

665 Xem cuối sách, trang 347-9.

666 EB, III, trang 74-5.

667 BDBSL, trang 270-1.

nghị rằng bảy địa trong Đại thừa có thể coi giống như Phật giáo nguyên có ba *Vihāras* và bốn quả chứng là Tư-đà-hoàn (*Sotāpanna,* 入流,七來), Tu-đà-hoàn (*Sakadāgāmi,* 一來), A-na-hàm (*Anāgāmi,* 不來) và A-la-hán (*Arahanta,* 阿羅漢). Hoặc Radhakishman trong *Indian philosophy* (Triết học Ấn-độ) đã nói rằng Bồ Tát tu tập Bát chánh đạo để cần cầu Phật quả như Phật giáo Nguyên-thủy chủ trương đã được chi tiết hóa thành mười địa trong Đại thừa.

Chúng ta cũng có thể suy luận như trong kinh tạng Pali khi Bồ Tát tu tập sẽ đạt được chín tầng thiền (*Jhānas*, 禪)[668] và sau đó thành Phật, Phật quả có thể xem là tầng thứ mười và tầng cuối cùng của giải thoát như đến tự nhiên mà không cần dụng công, nên Phật giáo Nguyên-thủy chỉ có chín tầng thiền. Có thể chăng khái niệm mười địa trong Đại thừa là liên quan tương ứng với chín tầng thiền trong kinh tạng Pali.

Nói chung khi nói về ý tưởng ba-la-mật (*Pāramitā*) liên quan đến địa (*Bhūmi*) nghĩa là khi Bồ Tát tu tập mỗi một địa tương ứng với chứng một địa. Khi Bồ Tát chuyển từ tầng bậc này đến tầng bậc khác, cho đến cuối cùng tại nấc thang thứ mười, Bồ Tát hầu như trở thành đồng với Đức Phật sở hữu những năng lực siêu nhiên. Sau khi đạt được Pháp-vân-địa (*Dharma-megha,* 法云地), Bồ Tát vì lòng từ bi ban bố mưa pháp để rửa sạch các tham dục phiền não và khiến tâm điền trong sạch để gieo trồng ruộng phước.

Địa (*Bhūmi*, 地) nghĩa là 'đất, nơi, vùng' và nghĩa bóng là nấc thang, trình độ và tầng cấp của tâm. Khái niệm này của địa cung cấp cho ta ý nghĩa của tiến trình tâm linh chứng ngộ của Bồ Tát. Trong khi các ba-la-mật liên quan đến khía cạnh thực tiễn của đời sống tinh thần, thì các địa chỉ ra nấc thang thành quả dần dần. Đó là đời sống lý tưởng trong Đại thừa. Khi Bồ Tát từ từ tiến đến một lãnh vực của đức hạnh nào đó, trạng thái chuyển tiếp từ tầng bậc này đến tầng bậc khác tương ứng.

---

668 Xem chương III, trang 73.

Trong kinh Thập-địa (*Dasa-Bhūmika-sūtra,* 十地經) đã nâng địa lên đến mười vì tương ứng với mười địa.[669]

"Yo' asyām pratisṭhito bodhisattvo bhūyastvena jambudvīipeśvaro bhavati mahaisryādhipata pratilabdho dharmānupaksī krtī prabhuh satyvāh mahātyāgena sangrahītukuśalah sattvānūm mātsaryamalavinir-vrttay paryanto mahātyāgārambhaih. Tatasarvamavirahitam buddha manasikārairdharma manasikāraih, samghamanasikārairbodhisattva manasikārair-bodhisattva-caryā manisikāraih pāramitā manisikārairbhūmi manisikārair..."[670]

Khi Bồ Tát đạt được địa này là vị ấy siêu xuất khỏi cõi diêm-phù-đề (*Jambudvīpa,* 閻浮提). Những hạnh nghiệp của vị ấy là bố thí, ái ngữ, lợi hành và đồng sự. Bố thí ba-la-mật là một trong những hoàn thành đầu tiên của địa này. Nhưng có thể rằng số của ba-la-mật và địa được tăng tới mười như kết quả sáng tác của hệ thống máy tính thập phân trong khoa học sách số học của thế kỷ thứ III-IV tây lịch.

Mối liên quan của Mười Ba-la-mật và Mười Địa được minh hoạ như sau:

669 BDBSL, trang 167.

670 P.L.Vaidya, DasaBhumikasūtra Buddhist Sanskrit Texts No.7, Darbhanga, Mithila Institute of Post-graduate Studies & Research in Sanskrit Learning, 1967, trang 3.

Bảng XIII

MỐI LIÊN QUAN CỦA MƯỜI BA-LA-MẬT VÀ MƯỜI ĐỊA[671]

	TU TẬP	THÀNH TỰU	CHỨNG ĐẠT HIỆN HỮU
1	Bố thí Ba-la-mật 布施波羅密 (Dāna Pāramitā)	Hoan hỉ địa 歡喜地 (Pramuditā Bhūmi)	Có tri kiến Phật, mười lực giải thoát, diệt trừ được những pháp tướng phi mê, phi giác tức là trung đạo; bình đẳng với bất bình đẳng cũng đều bình đẳng, bản lai tự tính viên dung vô ngại hiện tiền; giác ngộ cùng tột với Như Lai, cùng tột với cảnh giới của Phật, pháp lạc hiện tiền.
2	Trì giới Ba-la-mật 持戒波羅密 (Śīla Pāramitā)	Ly cấu địa 離垢地 (Vimalā Bhūmi)	Mười Sở y (Āśaya) của vị Bồ Tát trở nên chân thật, nhu nhuyến, thanh tịnh, lìa các phiền não.Vị ấy được đầy đủ mười nhân lành. Những sai biệt đều là chung cùng, tánh chung cùng cũng không chung cùng, chỉ là giả danh hợp lại của các dị biệt.
3	Nhẫn nhục Ba-la-mật 忍辱波羅密 (Kṣānti Pāramitā)	Pháp quang địa 法光地 (Prabhākarī Bhūmi)	Đạt được mười Tác ý (Manaskārā) trên mười Tâm sở (Cittāśaya). Bồ Tát quán sát các pháp hữu vi (Saṁskāra/Saṁskrita) là vô thường, khổ, xấu xa, không đáng tin và bị sanh diệt trong mỗi sát na. Hơn nữa, chúng không thể quay trở lại về quá khứ, không thể đi vào trạng thái khác ở tương lai và cũng không thể phân biệt trong hiện tại, vị ấy đạt được thanh tịnh cùng tột và tính sáng suốt phát sinh.

671 BDBSL, trang 284-291.

4	Tinh Tấn Ba-la-mật 精進波羅密 (Vīrya Pāramitā)	Diệm tuệ địa 焰慧地 (Arcişmatī Bhūmi)	Đạt được mười trụ, mười giới hạnh khiến tuệ phát sanh và tu tập Ba mươi bảy Phẩm trợ đạo (Bodhipākşika Dharma) để mở đường đi đến giác ngộ. Trí tuệ được sáng suốt tột bậc và tuệ giác viên mãn.
5	Thiền định Ba-la-mật 禪定波羅密 (Dhyāna Pāramitā)	Nan thắng địa 難勝地 (Sudurjayā Bhūmi)	Đạt mười Thanh tịnh tâm (Cittāśayavisuddhi-samatā), thông suốt lý tứ đế (Ārya-Satya), biết rõ các loại chân lý khác nhau và tất cả đồng, dị... không thể đến được. Chân đế và tục đế viên dung không hai. Thực chứng các pháp hữu vi là trống không, huyễn ảo, lòng từ bi trở nên vô hạn lượng đối với chúng sanh.
6	Trí tuệ Ba-la-mật 智慧波羅密 (Prajñā Pāramitā)	Hiện tiền địa 現前地 (Abhimukhī Bhūmi)	Quán chiếu mười tâm như như của các pháp, đạt được Nhu thuận nhẫn (Anulomikī-Kşānti),[672] tuy nhiên vẫn chưa đạt được Vô sanh pháp nhẫn (Anulomikī-Dharma-Kşānti)[673] Bản tánh thanh tịnh vô vi chân như không nhiễm, không tịnh, thường hiện tiền và tự tính chân như tỏ lộ.

672 Đức nhẫn về sự vâng theo. (Nghiên cứu Kinh Lăng Già, Daisetz Teitaro Suzuki, Thích Chơn Thiện và Tuấn Mẫn dịch, GHPGVN, Ban Giáo dục Tăng ni, năm 1992, trang 475).

673 Đây là sự chứng thực không có gì được sanh ra hay được tạo ra trong thế giới này, khi các sự vật được thấy đúng như chính chúng là (yathābhūtam-như thực). Theo quan điểm của trí tuệ tuyệt đối, thì chúng chính là Niết Bàn, không bị ảnh hưởng bởi sinh và diệt chút nào cả (Nghiên cứu Kinh Lăng Già, Daisetz Teitaro Suzuki, Thích Chơn Thiện và Tuấn Mẫn dịch, GHPGVN, Ban Giáo dục Tăng ni, 1992, trang 473).

7	Phương tiện Ba-la-mật 方便波羅密 (Upāya Phậtāramitā)	Viễn hành địa 遠 行 地 (Dūraṇgamā Bhūmi)	Đạt được tri kiến, trí tuệ và phương tiện thiện xảo để bắt đầu đưa đến mười nhân của một giai đoạn mới. Tâm trở nên tinh tế quan sát tương tục ba pháp: Không (śūnyatā), vô tướng (animittatā), vô nguyện (apraṇihitatā) và chơn như hiển lộ, không gì không phải chơn như, cùng tột bờ bến chân như.
8	Nguyện Ba-la-mật 願波羅密 (Praṇdhāna Pāramitā)	Bất động địa 不 動 地 (Acalā Bhūmi)	Do đạt Vô-sanh Pháp nhẫn (Anulomikī-Dharma-Kṣānti) và Mười lực, nên vượt khỏi mọi sự hạn chế trói buộc, đạt được một tâm chân như, thường trụ không thay đổi.
9	Lực Ba-la-mật 力波羅密 (Bala Pāramitā)	Thiện tuệ địa 善 慧 地 (Sādhumatī Bhūm)	Phát ra diệu dụng của chân như, biết như thật tất cả các pháp hiện tượng và bản chất, hiện ra vô số thân hóa độ chúng sanh, đầy đủ bốn trí vô ngại (Pratisaṁvids) và được các Đà-la-ni (dhāraṇis)[674] bảo trì.

674 Dhāraṇī (S): Đà la ni, Trì cú, Tổng trì, Năng trì, Năng già. Một câu trì, một câu đà la ni, một câu chơn ngôn, một câu chú: Darani (J). Có nhiều câu thì gọi là Chân ngôn (Dharani), nếu chỉ một câu gọi là Chú (Mantra). Man trà la (ý mật) cùng với thần chú (dharini) là ngữ mật và ấn là thân mật nếu được khéo học và thực hành thì hành giả sẽ là một với chư Phật, thân ngữ ý mình là thân ngữ ý của chư Phật. Chân ngôn có năm loại: Như Lai chân ngôn, Bồ tát chân ngôn, Kim Cang chân ngôn (chân ngôn bậc thánh), Nhị thừa chân ngôn và Chư thiên chân ngôn (chân ngôn bậc thần). Chân ngôn có bốn pháp: Tiêu tai, Hàng phục, Nhiếp triệu và Tăng ích. Chân ngôn có ba loại: Nhiều chữ gọi là Đà la ni (Dharani), một chữ gọi là chân ngôn, không chữ gọi là Thật tướng.

10 *	Trí Ba-la-mật 智波羅密 (Jñanā Pāramitā)	Pháp vân địa 法云地 (Dharma-meghā Bhūmi)	Bước vào ngôi vị Điểm đạo (abhiṣeka)[675] và Nhất thiết trí (Sarvajñajñānaviśasābhiseka), các công hạnh tu tập đã được hòan mãn, công đức viên tròn; Từ bi trí tuệ phát sinh, đủ sức che chở vô lượng chúng sanh. Từ đây bóng từ, mây diệu, trùm khắp Niết Bàn. Sự giác ngộ được xuất hiện. Bồ Tát được ngồi vào tòa Đại bảo vương (Mahāratnarājapadma). Chư phật xuất hiện trước vị ấy và tán thán là Bậc Chánh đẳng Chánh giác (Samyak-sambodhi).

675 Abhiṣeka (S) Điểm đạo, Abhiseca (P), Abhisecanam (P), Abhisecani, Wang (T): Tục lấy nước rưới lên đầu biểu lộ sự chúc tụng. Nghi thức trong Phật giáo để chuẩn bị tiếp nhận những giáo pháp bí mật.

Chương 8
ĐỨC PHẬT QUA KHÁI NIỆM PHẬT THÂN

Mục đích hướng đến cao nhất của khái niệm Tánh Không (空性) và Bồ Tát (菩 薩) là Như-lai (如 來), bậc tượng trưng cho sự hoàn hảo của tất cả các đức hạnh và trí tuệ. Làm thế nào Bồ Tát đạt được vị trí và sự chuyển hoá như thế là vấn đề cho chúng ta lưu tâm. Bậc Đại Bồ Tát (*Bodhisattvas* Mahasattvas, 菩 薩 摩 訶 薩) là bậc thánh trong nhiều trường hợp cũng được kính trọng như bậc 'Chánh đẳng giác'(*Samyak-sambodhi*, 正等覺). Như trong kinh Trang-nghiêm (*Kāraṇḍavyūha* Sūtra, 莊嚴經), Bồ Tát Quan-thế-âm (*Avalokiteśvara*, 觀世音菩薩) được xưng tán là bậc Chánh đẳng giác. Thế nên, thật là lợi ích để bàn bạc về các tướng hảo (*Lakṣaṇas*, 好 相), tướng phụ (*Anuvyañjanas*) của Như-lai cũng như khái niệm Phật thân theo quan điểm của các trường phái Phật giáo như sau:

KHÁI NIỆM PHẬT THÂN TRONG KINH TẠNG PALI

Nghiên cứu nguồn gốc và sự thăng hoa của khái niệm Phật thân (*Buddha-kāya*, 佛身), chúng ta sẽ thấy trong kinh điển Pali đề cập nhân cách của Đức Phật Thích ca (*Śākyamuni*, 釋迦牟尼佛), vị đạt Phật quả (*Buddhahood*, 佛果) sau nhiều năm khổ hạnh. Phật Thích ca là một con người bình thường, con người lịch sử với chính nghiệp (karma, 業) của Ngài như các chúng sanh khác, nhưng với nỗ lực và quyết tâm loại trừ nghiệp xấu, đau khổ, đạt được giải thoát tối hậu trở thành bậc giác ngộ khi tuổi vừa 35.[676] Sau đó, Đức-Phật thành lập một hệ thống triết lý và đạo đức được gọi là Phật giáo.

Trong Trường-bộ kinh đã giải thích khái niệm Đức Phật như sau:

"Đức Phật được gọi là bậc A-la-hán, Như lai, Ứng cúng, Chánh biến tri, Minh hạnh túc, Thiện thệ, Thế gian giải, Vô thượng sĩ, Điều ngự trượng phu, Thiên nhân sư, Phật, Thế-tôn. Ngài biết xuyên suốt các thế giới của trời, ma vương, ẩn sĩ, bà-la-môn và cõi người. Ngài thuyết pháp mà pháp đó siêu xuất ở chặng đầu, giữa và cuối."[677]

(Bhagavā arahaṁ sammasambuddho vijjācaraṇasampanno lokavidūanuttaropurisadhammasārathisatthādevamanussānam buddho bhagavā. So imaṁ lokaṁ sadevakaṁ sabrahmakaṁ sasamaṇa-brāhmaṇaṁ pajaṁ sadevaṁ sayaṁ abhiññā sacchi katvā pavedeti. So dhammseti adikalyāṇaṁ, etc) .

Sự mô tả như vậy thì không cho rằng Đức Phật vốn là hơn một con người. Trong vũ trụ học của Phật giáo, có các chư thiên ở các cõi trời khác nhau, cao nhất các cõi trời là Phạm thiên (*Brahmaloka*, 梵天)[678] là những chúng sanh có nhiều phước đức và năng lực, nhưng lại thấp trong năng lực chứng đạt các quả thánh hoặc A-la-hán (*Arahata*, 阿羅漢). Vì thế, các nhà Tiểu thừa không gán bất cứ các yếu tố thần thánh hay trừu tượng nào vào Phật thân. Tất cả cho là Đức Phật Thích ca là bậc tu tập tinh thần thanh tịnh và đơn giản trong chính đời này và như là kết quả kết tập công đức của những đời trước, đưa đến tiến trình cao nhất của hoàn hảo và đạt được không những chỉ trí tuệ và năng lực cao hơn bất cứ thiên, nhân nào mà còn đạt

---

676 Sn, trang 76 trở đi; M, I, trang 166 trở đi & 246 trở đi.

677 D, I, trang 87-8; LS, trang 144, 376; trích trong Lalitavistara ed. P.L.Vaidya, BST, I, 1958, trang 3.

678 Trong kinh Đại-thừa chẳng hạn như kinh Thập địa nói rằng Bồ-tát có thể trở thành một Đại thiên (Mahābrahma) trong địa thứ chín nếu Ngài muốn.

được trí tuệ và năng lực siêu việt nhất.

Trong Trung bộ, tôn giả A-nan giải thích tại sao Đức Phật được coi là cao hơn A-la-hán mặc dù cả hai có mục tiêu đạt đến cùng giống nhau. Tôn giả A-nan nói rằng không một tỳ-kheo nào được xem là có đầy đủ tất cả ưu tú trong các hình tướng của họ như Đức Phật. Hơn nữa, Đức Phật là người khởi đầu của con đường mà trước đó không có hoặc bị quên lãng, bậc thiện thệ hoặc bậc công bố về một đạo lộ mà các bậc Thanh-văn theo tu tập (*Śrāvakas*, 聲聞).[679]

Tại một nơi mà khuynh hướng thánh hoá quá mạnh khiến các nhà Tiểu thừa thời kỳ đầu chỉ giữ nổi tánh cách con người của Đức Phật một hoặc hai thế kỷ sau khi Đức Phật tồn tại, khi các kinh điển được coi như thành hình rõ ràng. Nhưng thật ra, Đức Phật là một nhân cách lớn, trong lúc Đức Phật tại tiền, tăng chúng đã xem Ngài như bậc siêu nhân:

(Dvāttimsimāni bhikkhave, mahāpurisassa mahāpurisa lakkhanāni yehi samannāgatassa mahāpurisassa dveca gatiyo bhavanti anaññā: sace kho pana agāpasma anagāriyam pabbajati, araham hoti sammāsambuddho loke vicattacchado. idha bhikkhave mahāpuriso suppatitthita pādo hoti...)[680]

Kinh Phật cũng nói rằng Đức Phật có ba mươi hai tướng của thánh nhân và thân Như-lai được làm bằng kim cương có mười lực và bốn vô uý. Vì vậy, đệ tử của Ngài tin tưởng tuyệt đối vào Đức Phật Thích ca và vô cùng kính ngưỡng Ngài.

Chính Đức Phật nói Ngài là bậc Thế gian giải và Như Lai và biết rằng tương lai bản chất siêu phàm của Ngài sẽ được mở rộng và làm rộng lớn hơn. Mặc dù sự nhập niết bàn của Ngài đã cho thấy sự giới hạn của con người bị chi phối bởi luật vô thường, nhưng các đệ tử của Ngài cũng luôn luôn xem Ngài là một nhân cách phi phàm. Đoạn văn dưới đây đã mô tả:

---

679 M, III, trang 8.

680 D, Lakkhana Sutta, ix, trang 236.

"Này A-nan nếu ngươi muốn, Như-lai có thể sống một kiếp hoặc hơn một kiếp."

(Ramaniyam Ānanda rājagaham ramaniyo gijjhakūto pabbato. yassa kassaci Ānanda cattāro iddhipādā bhāvitā bahulīkatā yānikatā vatthukatā anutthitā paricitā susamāraddhā, so ākankamano kappam vā tiṭṭheyya kappāvasesam vā tathāgatassa kho Ānanda cattāro idddhipādā bhāvitā bahulīkatā,... so Ākankhamāno Ānanda tathāgato kappam vā tiṭṭheyya kappāvasesam vā ti.)[681]

Và kinh Đại Niết-bàn cũng tường thuật: "Đức Phật đã đưa chân Ngài ra khỏi quan tài" (để chờ Ngài Đại Ca-diếp về đảnh lễ) cũng là một yếu tố cho các đệ tử Phật tin rằng Đức Phật Thích ca là một siêu nhân, bất tử. Và bản chất siêu phàm của Đức Phật được truyền qua nhiều thế hệ sau này và được mở rộng ra với nhiều đoạn kinh cuối cùng đã tạo nên các truyền thuyết về Đức Phật như trong truyện Bổn sanh. Theo những kinh điển như vậy, sự giác ngộ Đức Phật đạt được không chỉ bằng phương pháp thực hành khổ hạnh, mà còn mang dấu vết của vô số hạnh nghiệp Ngài đã làm trong những đời sống trước trong vô số kiếp không thể đếm được và Đức Phật Thích-ca được mô tả như một siêu nhân, người có ba mươi hai hảo tướng và tám mươi tướng phụ đặc thù khác.

Theo lý thuyết Tiểu thừa sau này và Đại thừa, những đệ tử Phật đã xem Đức-Phật như bậc thiên nhân sư và dĩ nhiên đã gán những phẩm chất phi phàm cho Ngài, không chỉ sau khi Ngài nhập niết-bàn mà ngay cả khi Ngài còn sống. Những phẩm chất này gồm cả mặt trí tuệ và đạo đức và ngay cả thân vật lý cũng tạo cho Ngài chuyển hoá từ vị trí con người đến vị trí của một thực thể tối hậu trong thế giới.

---

681 D, Mahāparinibbāna Sutta, xiii, trang 182.

QUAN ĐIỂM PHẬT THÂN TRONG THỜI KỲ PHÂN CHIA BỘ PHÁI

Quan điểm về Phật thân (*Buddha-body*, 佛身) như vậy là đặc tánh của thời kỳ truyền thống Phật giáo. Phái Thượng-toạ-bộ (*Sthaviravādin*, 上坐部) và Đại-chúng-bộ (*Mahāsāṅghika*, 大衆部) đã phát triển những quan điểm này.

Trong kinh Thánh-cầu (*Ariyapariyesana Sutta*) của Trung-bộ đã nói Đức Phật đạt được Nhất-thiết trí và Ngài không tìm kiếm niết-bàn (涅槃), mà chỉ tìm Chánh đẳng giác (*Samyak Sambuddhahood*, 正等覺)[682] và thuyết pháp thâm sâu, công bố một chân lý trước đó chưa biết hoặc bị bỏ quên. Đức Phật trở thành nhà tiên tri và thấy được chân lý thâm sâu. Lúc đầu, Đức Phật cũng ngần ngại để giảng pháp đó cho số đông sợ rằng chúng sanh chưa đủ căn cơ để hiểu thì sẽ không đem lại sự lợi ích hữu hiệu, chỉ làm nhọc lòng Như-lai thôi. Ngài tuyên bố như sau:

(Sabbobibho sabbavido'hamasmi, sabbesu dhammesu anopalitto. ahaṁ hi arahā loke, ahaṁ satthā anuttaro, eko'mhi sammāsambuddho sitibhūto 'smi nibbuto).[683]

Những khái niệm Phật như vậy là căn bản của phái Đại-chúng-bộ. Sau khi hứa khả với Phạm thiên đã thỉnh Đức Phật vì lợi ích của chúng sanh mà thuyết pháp, Đức Phật đồng ý ban bố pháp thoại. Pháp được Đức Phật thuyết bao gồm Tứ-diệu-đế (*Ariya saccas*, 四妙諦), Bát-chánh-đạo (Aṭṭhāṅ-gikamagga, 八正道) và lý Duyên khởi (*Paticca-samuppāda*, 緣起). Những nhà Đại thừa dựa vào quyết định trên của Đức Phật để thiết lập học thuyết của họ rằng chỉ có Đức Phật Nhất-thiết-trí có thể giác ngộ chân lý cao nhất và năm ẩn sĩ Kiều-trần-như nghe bài pháp đầu tiên 'Kinh Chuyển pháp luân' (*Dhamma-cakkappavattana-sutta*, 轉法輪經) được biết là Thanh-văn (*Śrāvakas*, 聲聞), người có thể đạt quả A-la-hán (*Arahathood*, 阿羅漢果) chỉ bằng cách quán sát pháp thoại của Đức Phật, tu tập tuệ tri ngã

---

682 DCBT, trang 337.

683 M, Ariyapariyesana Sutta, I, trang 171.

không (*anatta-pudgalanairātmya*, 我空), pháp không (*dharma-suñyatā*, 法空) ở tất cả các chủ thể và khách thể hiện tượng.

Những nhà Nguyên thủy và Thượng-toạ-bộ cùng với những phái chi nhánh khác đã xem Đức Phật như một con người, người đã đạt được Phật quả tại Bồ-đề-đạo-tràng (*Bodhgayā*), nhưng còn mang thân người nên Ngài vẫn bị chi phối bởi sự mõng manh, ngắn ngủi vô thường như tất cả con người khác. Đại-chúng-bộ không tán thành quan điểm này làm thế nào một bậc thánh nhân giữa các thánh nhân có đầy đủ trí và hạnh trong đời này chỉ khi sanh như thái tử Sĩ-đạt-đa (*Siddhārtha*, 士達多) lại trở thành một con người bình thường? Thế nên, họ cho rằng sự xuất hiện của Ngài trong thế giới trần gian chỉ là một sự thị hiện để chỉ ra con đường giải thoát cho thế giới (lokadhātu)[684] này và Ngài đã thành tựu đủ các ba-la-mật trong những kiếp trước khi còn là một vị Bồ Tát.

Thế nên, Đại-chúng-bộ (大眾部) cho là Đức Phật không chỉ là một thực thể siêu phàm mà còn có tất cả sự hoàn hảo, nhất-thiết-trí từ khi kiếp thị hiện trong bào thai của hoàng hậu Ma-da, chớ không phải sau khi đạt giác ngộ dưới gốc cây bồ-đề. Cũng chú ý rằng Đại thừa cho rằng không chỉ có một Đức Phật Cồ-đàm (瞿曇佛) của thế giới ta-bà (*Saha lokadhātu*, 娑婆世界) mà còn có vô số chư Phật từ nhiều vô số các thế giới khác nữa.

Các nhà Đại thừa và các phái chi nhánh đề cập rằng:

Thân Phật là toàn thực thể siêu xuất thế gian (*lokottara*, 出世間). Tám mươi giới (*dhātus*, 界) biến mất sự bất tịnh. Âm thanh và thân thể không kết hợp với pháp bất tịnh. Thân

684 Loka (S) Cảnh giới, Laukka (S): Thế, Thế gian; Thế giới, cảnh giới. Mỗi thế giới nhỏ có: Tu di sơn, Mặt trời, Mặt trăng, Tứ thiên hạ chung quanh núi Tu di, Tứ thiên vương, Đao lợi thiên, Dạ ma thiên, Đâu suất thiên, Hóa lạc thiên, Tha hóa thiên và Sơ thiền thiên. Mỗi thế giới đều qua bốn kỳ: thành, trụ, hoại và không. Bốn kỳ ấy là bốn Trung kiếp, hiệp thành một Đại kỳ kiếp. 1.000 thế giới nhỏ và moät đệ nhị thiền thiên hiệp thành Tiểu thiên thế giới. 1.000 tiểu thiên thế giới và moät đệ tam thiền thiên hiệp thành Trung thiên thế giới. 1.000 trung thiên thế giới và moät đệ tứ thiền thiên hiệp thành Đại thiên thế giới.

thể không thuộc về trần gian (laukika), thanh tịnh, vô lậu (*āsrava-visamyukta*, 無漏) và không huỷ diệt được.

Sắc thân (tức là báo thân) (*Rūpakāya*, 色身) của Đức Phật là vô hạn như kết quả vô lượng công đức của Ngài đã gieo. Chân đế (*Paramārtha*, 真諦) được giải thích là 'vô tận', 'không đo lường' và 'không liệt kê' được. Nó có thể hoặc lớn hoặc nhỏ và cũng có thể là của bất cứ số nào. Trong ứng thân (Nirmāṇa-kāya, 應身) của ngài, Ngài có thể ứng hiện bất cứ nơi nào trong vũ trụ này.

Theo phái Vetulyakas trong Luận Biện-giải (*Kathāvatthu*, 論辯遲)[685] đã nói rõ hơn về quan điểm này rằng Đức Phật không chỉ sống trong thế giới của con người, cũng không an trụ ở bất cứ nơi nào mà đó chỉ là ứng thân thị hiện (abhinimmito jino) để thuyết pháp. Các nhà nguyên thủy cho rằng sự sai khác này là do diễn dịch sai nghĩa đen của đoạn kinh.[686]

(Bhagavā loke jāto loke sambuddho lokaṁ abhibhuyya viharati anūpalitto lokenā ti).[687]

Phái Navattabbam cũng bổ sung thêm như:

- *"Không thể nói Đức Phật sống trong thế giới con người." (xviii. 1); (Buddho bhagava manussaloke aṭṭhāsī ti)*
- *"Đức Phật có thể tồn tại bất cứ chỗ nào trên thế giới này." (xi.6) (sabbā disā Buddhā tiṭṭhantā ti).*
- *"Những pháp thoại được giảng từ ứng thân của Đức Phật." (xviii.2) (abhinimmitena desito ti).*

Điều này đã chỉ ra rằng theo các nhà Đại thừa, Đức Phật là

---

685 Kathāvatthu, ed. A.C. Taylor, London: PTS, 1894-95, XVII, 1 & 2. Kathavatthu (P) Biện giải, Thuyết sự, Luận sự. Một tập trong bảy tập của bộ Thắng Pháp Tạng, gồm 23 phẩm, 217 bài luận. Sách này tương truyền do chính tay Mục Kiền Liên Đế Tu, làm thượng thủ trong kỳ kiết tập kinh điển tại thành Hoa thị, năm 250 trước Tây lịch, do vua A Dục triệu tập.

686 N. Dutt, Buddhist Sects in India, Delhi: Motilal, rpt. 1998, trang 105.

687 S, III, trang 140.

có mặt ở khắp nơi và như thế vượt khỏi phạm trù định cư ở bất cứ nơi chỗ hay hướng nào cụ thể, tất cả pháp thoại được thuyết từ ứng thân của ngài.

Với nhận xét vô tư, Ngài Phật-âm (Buddhaghosa, 佛音) (đã hiểu phái Vetulyakās – thuộc Đại-chúng-bộ) khi khư khư cho rằng Đức Phật luôn luôn ở cõi trời Đâu-suất (*Tuṣita*, 兜率天) trước khi giáng xuống cõi ta-bà này. Trong luận Biện giải (*Kathāvatthu*, 論辯邂), tổ Hoà-tu-mật-đa (*Vasu-mitra*, 和須密多)[688] không nghi ngờ Đại-chúng-bộ, đặc biệt các phái chi nhánh như Vetulyaka và Thuyết-Xuất-thế bộ (*Lokottaravāda*, 說 出世部) đã xem Đức Phật là siêu việt như trong luận Biện-giải (*Kāthāvatthu*)[689] chứng minh: "Liệu chư Phật có khác lẫn nhau." (atthi buddhanaṁ buddhehi hinātirekatā ti).

Phái Án-đạt-la (*Andhakas*, 按達羅,[690] một chi nhánh khác của Đại-chúng-bộ) cho rằng Đức Phật Thích-ca mang báo thân (*Sambhogakāya*, 報身) chứ chưa đạt đến pháp thân (*Dharmakāya*, 法身).

Ngài Phật-âm nói rằng phái Án-đạt-la chủ trương chư Phật có các phẩm chất khác nhau như là việc đạt Tứ niệm xứ (*Satipatthāna*, 四念處) và Tứ chánh cần (*Sammappadhāna*, 四正勤) v.v... Trường phái Chính thống (*Nguyên thủy*, 佛教原始) cho rằng Đức Phật có thể khác về thân (*sarīra*,身), thọ mạng (*āyu*, 壽命) và phát quang (*prabhāva*, 發光). Trong luận Biện-giải (*Kathāvatthu*, 論辯邂)[691] đã cho thấy phái Uttarāpathakas chủ trương chư Phật có thể không có từ

---

688 Vasumitra (S) Bà tu mật, Thế Hữu, Thiên Hữu, Hoà tu mật đa?. Có hai nghĩa: 1) Vị tổ thứ bảy, một trong 28 vị tổ Phật giáo ở Ấn độ, thế kỳ thứ I, một vị đại luận sư trong số Tứ luận sư. Là Thượng thủ của 500 hiền thánh kết tập kinh điển vào năm 400 sau khi Phật nhập diệt. 2) Tên vị thiện tri thức thứ 25 mà Thiện Tài đồng tử có đến tham vấn.

689 Kathāvatthu, XXI, trang 5.

690 Andhaka (S) án đạt la phái. Một bộ phái Tiểu thừa. Phái này có boán bộ: Đông sơn trụ bộ, Tây sơn trụ bộ, Vương sơn trụ bộ và Nghĩa thành bộ.

691 Kathāvatthu, XXVII, trang 3.

bi (*karunā*, 慈悲) và thân Phật được tạo từ những thành tố thanh tịnh (*anāsrava dharma*, 清淨法).[692]

Thọ mạng của Đức Phật (*āyu*) thì vô tận bởi công đức vô lượng từ nhiều kiếp quá khứ của ngài. Nhưng ngài thị hiện có thọ mạng như những chúng sanh khác.

Năng lực của Đức Phật (*tejas, prabhāva,* 能力) là vô tận. Ngài có thể thị hiện trong cùng một lúc ở nhiều thế giới trong vũ trụ này.

Đức Phật không bao giờ mệt mỏi trong việc giác ngộ chúng sanh và chỉ con đường tuệ giác (*viśuddha-sraddhā*) cho họ. Các luận giả Trung-hoa đã giải thích rằng lòng từ (*karunā*, 慈悲) của Đức Phật là vô hạn lượng và có thể vì độ hết tất cả chúng sanh mà trì hoãn việc nhập niết-bàn.

Tâm của Đức Phật luôn an trụ trong thiền định. Ngài không bao giờ ngủ hoặc mơ.

Đức Phật có thể chỉ trong một sát na (*eka-ksaṇikacitt*, 刹那) hiểu được tất cả các pháp. Tâm Ngài như đài gương sáng. Ngài có thể trả lời tức khắc bất cứ câu hỏi nào mà không lưỡng lự. Trong luận Biện-giải (*Kathāvatthu*),[693] phái Án-đạt-la (*Andhakas*, 按達羅) đã chủ trương rằng Đức Phật có trí tuệ đối với tất cả các pháp hiện tiền (*sabbasmiṁ paccuppanne ñānam atthīti*).

Đức Phật luôn luôn biết rằng nơi Ngài không còn các tướng bất tịnh (*kṣaya-jñāna*,不淨諸相) và Ngài không còn bị tái sanh (anutpādajñāna, 無再生) nữa.

Những gì trình bày ở trên như được bổ sung làm vững thêm trong lời văn hoa mỹ của Phật-bản-hạnh Tập-kinh-dị-bản (*Mahāvastu*, 佛本行集經異本) như sau: Bồ Tát trong kiếp cuối cùng là thái tử Sĩ-đạt-đa (*Siddhārtha Gautama*) tự sanh (*upapāduka*, 自生) (bên hông mẹ chun ra) chứ không phải sinh ra từ cha mẹ như những chúng sanh khác. Ngài ngồi kiết

692 N. Dutt, Buddhist Sects in India, Delhi: Motilal, 1998, trang 106-0.

693 Kathāvatthu, XXVII, V.9.

già trong thai tạng, từ cõi trời Ngài nhập vào thai, Ngài hành động như bậc bảo hộ. Trong khi ở trong thai, Ngài vẫn thanh tịnh không bị ô uế bởi đờm giải và những chất nhơ khác trong bụng mẹ và ngài bước ra khỏi thai mẹ từ hông bên phải, vì Ngài không có nghiệp tham ái và con trai của thái tử Sĩ-đạt-đa là La-hầu-la (*Rāhula*, 羅候羅) cũng tự sanh như vậy.

Những thành tựu của Đức Phật là siêu xuất thế gian (*lokottara*, 出世間) và không thể so sánh với bất cứ pháp thế gian nào khác. Sự tu tập của Ngài là xuất thế và vì thế, công đức và thân thể Ngài ngay cả những hoạt động như đi, đứng, nằm, ngồi cũng là xuất thế. Ăn uống, đắp y và tất cả cử chỉ khác cũng là siêu việt. Chính vì chỉ tạm thị hiện theo cách thế gian như chân Ngài vốn sạch, nhưng Ngài vẫn rửa. Miệng Ngài thơm ngát như hoa sen xanh, nhưng Ngài vẫn đánh răng. Thân Ngài không bị ảnh hưởng bởi mặt trời, gió và mưa, nhưng Ngài vẫn đắp y và sống dưới mái che. Ngài vốn vô bịnh nhưng vẫn thị hiện uống thuốc.

A-tỳ-đạt-ma Câu-xá-luận tụng (*Abhidharma-kośa*, 阿毘曇俱舍論頌) và Vyākhyā nói rằng Đại-chúng-bộ chủ trương chư Phật có thể xuất hiện cùng một lúc trong nhiều thế giới và các Ngài có nhất-thiết-trí biết tất cả các hiện tượng đồng thời. Trong luận Biện-giải và Câu-xá không nói gì đặc biệt về khái niệm Bồ Tát như Đại-chúng-bộ.

Đức Phật thị hiện theo những cách của thế giới nhiều như sự tu tập theo những phương pháp xuất thế gian. Không có gì chung giữa Ngài và chúng sanh trong thế giới. Nếu sự siêu việt của Đức Phật được chấp nhận, thì mạng sống của Đức Phật phải vô tận và Ngài không bị chi phối bởi ngủ, mơ khi mà Ngài đã không mệt mỏi. Khi Ngài đã từng thức tỉnh thì làm sao có mơ?

Khái niệm xuất thế gian (*lokottara*) chỉ xuất hiện trong phần giới thiệu của Phật-bản-hạnh Tập kinh dị bản (*Mahāvastu*) và do thế bằng chứng bài kinh này là của các nhà Tiểu thừa và theo dòng thời gian phái Thuyết-Xuất-thế-bộ (*Lokottaravāda*) đã thêm vào những chương giới thiệu. Những giáo lý chủ yếu được đề cập trong các tác phẩm Tiểu thừa là Tứ-diệu-đế (Ariya saccas, 四 妙 諦), Bát-chánh-đạo (*Āṭṭhāṅgika-magga*, 八正道), lý Duyên-khởi (*Pratītyasamutpāda*, 緣起), các uẩn (蘊) cấu thành một ngã, vô ngã (Anātman, 無我), nghiệp (*karma*, 業), 37 Phẩm trợ đạo (*Bodhipakṣīkadharmas*, 三十七(助)道品)... Tại đây, không có đề cập đến sự không hiện hữu của các pháp hiện tượng tức Pháp không (*Dharma-śūnyatā*, 法空), tam thân (*Trikāya*, 三身) và hai chướng (*āvaraṇas*, 障) là phiền não chướng (kleśa, 煩 惱 障) và sở tri chướng (*jñeyā*, 所知障). Chỉ trong các học thuyết của Đại thừa có Bồ Tát hạnh (*Bodhisattva-Caryās*, 菩薩行), mười địa (*Dasa Bhūmi*, 十地), vô số chư Phật và vô số Phật sát (*Ksetras*, 佛 剎) được xem là những phần thêm vào sau này hơn là những phần trước đó.[694] Nhất-thiết-hữu-bộ cùng với Thượng-toạ-bộ đồng ý rằng thân Phật có chứa những yếu tố bất tịnh trong khi Đại-chúng-bộ tranh luận rằng thân Phật thoát khỏi các tướng bất tịnh.

Theo Dị-bộ-tông-luân luận (*Samayabhedopara-canacakra*, 異部宗輪論) cho rằng quan điểm của Đại-chúng-bộ (*Mahāsāṅghika*, 大眾部), Nhất-thuyết-bộ (*Ekavyāvahārika*, 一說部), Thuyết Xuất-thế (*Lokuttaravādi*n, 說出世部) và Kê-dẫn bộ (*Kurukulaka*, 計引部) cho rằng thân Phật là thanh tịnh với sự mô tả như sau:

1. Thân Như-lai là siêu việt trên tất cả thế giới
2. Như-lai không có thực thể của thế gian (*Laukikadharma*)
3. Tất cả lời của Như-lai là nhằm mục đích thuyết pháp
4. Như-lai giải thích rõ ràng hiện tượng của các pháp
5. Như-lai dạy tất cả các pháp như chúng đang là
6. Như-lai có sắc thân
7. Khả năng của Như-lai là vô tận

694 N. Dutt, Buddhist Sects in India, Delhi: Motilal, 1998, trang 81.

8. Thọ mạng của Như-lai là vô hạn
9. Như-lai không bao giờ mệt mỏi trong việc độ sanh
10. Như-lai không ngủ
11. Như-lai vượt lên khỏi nhu cầu nghi vấn
12. Như-lai thường thiền định không nói, tuy nhiên Ngài chỉ dùng ngôn ngữ cho phương tiện thuyết pháp
13. Như-lai hiểu liền tất cả các vấn đề
14. Như-lai với trí tuệ hiểu liền hoàn toàn các pháp chỉ trong một sát na
15. Như-lai có tận trí (*kṣaya-jñāna*, 盡智) và vô sanh trí (*anutpāda-jñāna*,無生智) cho đến khi đạt được niết-bàn.[695]

Sự khẳng định của Đại-chúng-bộ rằng thân Phật là siêu nhân, không có phiền não và một đoạn văn trong Đại-tỳ-bà-sa luận (*Abhidharma-mahāvibhāṣā-śāstra*, 大毘婆沙論)[696] rằng: "Mặc dù Như-lai còn ở thế giới, nhưng ngài siêu việt và không bị ô nhiễm bởi các pháp phiền não."

Và một đoạn văn trong A-hàm ghi rằng:

"Dù sắc thân của Đức Phật bị huỷ diệt, nhưng mạng sống của Ngài rất dài, bởi vì pháp thân (dharmakāya) của Ngài vẫn tồn tại mãi."

Điều này cũng ủng hộ cho quan điểm của Đại-chúng-bộ. Theo quan điểm này, không phải thân Phật diệt lúc 80 tuổi, tánh cách phi phàm tức thân thật của Đức Phật, còn sắc thân chỉ là một sự biểu hiện diệu dụng thân thật của ngài. Quan điểm như vậy có thể coi như sự phát triển học thuyết của bản chất siêu nhân với ba mươi hai tướng hảo và tám mươi tướng phụ. Học thuyết về Phật thân này có thể xem là có trước khi Đại thừa có mặt.

---

695 EB, III, trang 424.

696 Đại-tỳ-bà-sa luận (*Abhidharma-mahāvibhāṣā-śāstra*), tập 76.

Theo Phật-bản-hạnh Tập kinh dị bản (*Mahā-vastu*) nói:

"Không có gì trên thế giới này có thể bằng với Đức Phật. Tất cả các tướng gắn liền với Ngài đều siêu việt khỏi thế giới này."

(Na hi kimcit samyaksambuddhanam lokena samam. atha khalu sarvam eva mahesinam lokottaram.)

Theo như luận Biện giải và sớ giải của luận do Ngài Phật-âm biên soạn cũng giống ý kiến với phái Án-đạt-la (Andhaka), Uttarāpathaka and Vetulyaka. Ngược lại với lý thuyết trên, phái Thượng-toạ-bộ (*Sthaviravādins*, 上座部) và Nhất thiết hữu bộ (*Sarvāstivādins*, 一切有部) nhấn mạnh thân Phật còn phiền não nghĩa là sắc thân của Đức Phật với phiền não kéo dài 80 năm là sắc thân thật và khi Ngài đạt trạng thái Niết-bàn và giác ngộ pháp thân thì mới thoát khỏi phiền não.

Theo ý kiến của Nhất-thiết-hữu-bộ, mặc dù Đức Phật có ba mươi hai tướng tốt và tám mươi tướng phụ, sắc thân Ngài như thân của người bình thường do nghiệp (*karma*, 業) tạo thành. Theo như Dị-bộ-tông-luân luận (*Samayabhedoparacanacakra*, 異部宗輪論), những nhà Nhất-thiết-hữu-bộ dạy rằng:

"Như-lai chưa từng thuyết pháp, Như-lai chưa từng giải thích rõ ràng các pháp như chúng đang là; tất cả các kinh điển chưa từng được diễn thuyết."

Nhất-thiết-hữu-bộ khẳng định rằng pháp thân là kết quả của sự thành tựu đạo đức, quán chiếu, trí tuệ, giải thoát và giải thoát tri kiến. Pháp thân không gì ngoài một Đức Phật lý thuyết, tịch tĩnh và trừu tượng đã hình thành nền tảng cho sắc thân vật lý.

Trong Đại-chúng-bộ ủng hộ quan điểm không có phiền não trong sắc thân Phật, như một đoạn trong A-hàm đã diễn tả:

"Mặc dù Như-lai vẫn còn ở thế giới này, nhưng ngài phi phàm và không bị ô nhiễm bởi các pháp thế gian."

Nhưng Nhất-thiết-hữu-bộ trong Đại-tỳ-bà-saluận[697] (*Abhidharma-mahāvibhāṣā-śāstra*, 大毘婆沙 論). đã dịch cùng đoạn kinh đó cho rằng bởi sắc thân Phật là Như-lai vẫn còn ở thế giới này và pháp thân Ngài thì phi phàm và không bị ô nhiễm. Sự diễn dịch như vậy đã làm rõ quan điểm của Nhất-thiết-hữu-bộ nhận ra tính trừu tượng của Pháp thân trong sắc thân của Đức Phật. Quan điểm khác nhau về Phật thân giữa Đại-chúng-bộ và Nhất thiết hữu bộ dường như rút ra từ sự kiện rằng Đại-chúng-bộ nghiêng về duy tâm hoá sắc thân Phật trong khi Nhất-thiết-hữu-bộ nghiêng về thực tại hoá sắc thân Phật.[698] Các trường phái Tiểu thừa, Nhất-thiết-hữu-bộ ít nói về những khái niệm thân. Đối với họ, Đức Phật là một con người thật sự sống trong thế giới này như bất cứ con người nào khác và bị chi phối bởi những trạng thái yếu đuối của thân thể. Bằng phép ẩn dụ, thỉnh thoảng họ nói Đức Phật là đồng với pháp, không có bất cứ ám chỉ siêu hình nào nhưng những điểm này đã cho một cơ hội để Nhất-thiết-hữu-bộ và Đại thừa phát triển lý thuyết về pháp thân (*Dharmakāya*, 法身) của Đức Phật.

Nhất-thiết-hữu-bộ bắt đầu bình luận về thân Phật, nhưng chính trường phái Đại-chúng-bộ đề cập đến vấn đề 'thân' trong thái độ nghiêm chỉnh và lót đường cho sự nghiên cứu của các nhà Đại thừa.

Tại một nơi mà khuynh hướng thánh hoá quá mạnh khiến các nhà Tiểu thừa thời kỳ đầu chỉ giữ nổi tánh cách con người của Đức Phật một hoặc hai thế kỷ sau khi Đức Phật tồn tại, khi các kinh điển được coi như thành hình rõ ràng.

Và khi đối diện với những mô tả về Đức Phật như đã nói trên, cũng thật khó cho những trường phái Tiểu thừa sau này thăng hoa tánh cách người trong Đức Phật, không có những sự diễn tả chắc chắn của các tác phẩm trước kia để minh chứng cho những sự diễn dịch khác vay mượn chúng. Một số những diễn dịch này như:

---

697 Như trên, tập 76.

698 EB, III, trang 423-6.

1) *"Đức Phật nói với tôn giả A-nan trước khi Ngài nhập Đại niết-bàn (Parinibbāna): 'Sau khi Như-lai nhập diệt, hãy lấy giới và luật làm thầy'."*

(Yo vo Ānanda mayā dhammo ca vinayo ca desito paññatto so vo maṁ accayena satthā.)[699]

Pháp (*Dhamma*, 法) và luật (*Vinaya*, 律) rõ ràng là sự sưu tập về các pháp thoại và giới luật. Đây cũng là bằng chứng về cuộc đàm thoại giữa tôn giả A-nan (*Ānanda*) với Gopaka-Moggallāna trong kinh Gopaka-Moggallāna[700] của Trung-bộ. Trong đó, tôn giả A-nan giải thích tại sao các tỳ kheo cảm thấy không nơi nương tựa (*appatisarana*, 無處歸依) sau khi Đức Phật nhập Niết-bàn. A-nan nói rằng các tỳ kheo nên nương tựa nơi pháp (*dhammapatisarana*, 歸依法) và tôn giả chỉ ra cái gì là pháp và luật của Đức Phật.

2) *"Vì thế, Như-lai (Śākyaputtīyasamana) có thể nói Ngài được sanh ra như bậc Thế-tôn (Bhagavā), từ kim khẩu, pháp được sanh, pháp được thành lập... Mặc dù trong đoạn kinh này, pháp (Dhamma) là đồng với Phạm thiên (Brahmā). Bối cảnh này chỉ ra không có ý nghĩa tâm lý trong đó, chỉ có sự cân bằng giữa Phạm thiên và Như-lai nghĩa là pháp thân đồng với thân Phạm thiên.*

(Bhagavato'mhi putto oraso mukhato jāto dhammajo dhammanimmito dhammdāyādo iti. tam kissa hetu? tathāgatassa h'etam adhivacanam. dhammakayo iti pi brahmakāyo iti pi, dhammabhūto it pi ti.)

"Như một Bà-la-môn nói vị ấy sanh ra như mộtt Phạm thiên, do miệng Phạm thiên sanh".

(Brāhmano putto oraso mukhato jāto brāhmajo brāhmanimmito brāhmadāyādo).[701]

---

699 D, Mahāparinibbāna Sutta, trang 242.

700 M, III, trang 7 trở đi.

701 N. Dutt, Mahāyāna Buddhism, Calcutta, 1976, trang 159.

3) *Vakkali trên giường bịnh tha thiết muốn gặp Thế tôn, vì vậy Thế-tôn đến và nói:*

Này Vakkali bằng chánh kiến ngươi hãy thấy rõ thân bất tịnh. Người nào thấy pháp thì người đó thấy Ta; người nào thấy Ta là người đó thấy pháp.

(Alam vakkali kim te pūtikāyena diṭṭhena. yo kho vakkali dhammaṁ passati so maṁ passati. yo maṁpassati so dhammaṁ passati).[702] *Chỉ sau khi nói điều này, Đức Phật mới nói Pháp thoại vô thường (anicca, 無常). Có nhiều đoạn cùng nội dung này trong kinh tạng Pali có thể coi như là tiền thân của những khái niệm Đại-thừa sau này và có thể hình thành nền tảng nghiên cứu của họ. Nhưng có nhiều đoạn đọc, thấy không có biểu trưng hoặc mang bất cứ ý nghĩa tâm lý nào cả. Trong đoạn văn này, Đức Phật chỉ thân Ngài như bất tịnh (pūtikāya, 不淨) và được nhấn mạnh trong pháp thoại của ngài. Ngoài ra, Ngài còn dạy thêm nên kính trọng pháp thoại của Ngài như chính bản thân ngài.*

4) *Trong Tăng chi bộ kinh, Đức Phật nói Ngài không phải là chư thiên, không phải là Càn-thát-bà, không phải con người... Điều này đã cho thấy có dấu vết của những khái niệm thân của Đại-thừa. Không thể không có ý nghĩa siêu hình trong những kinh này, mặc dù người biên soạn kinh này không có ý truyền đạt chúng. Bà-la-môn Drona thấy có dấu bánh xe (chuyển luân xa) dưới chân Đức Phật, liền hỏi Đức Phật liệu Ngài là chư thiên, Càn-thát-bà (gandhabba, 乾 撻 婆), Dạ-xoa (yakkha, 夜 叉) hoặc con người? Đức Phật trả lời Ngài không phải là những hữu tình như đã nêu vì Ngài đã thoát khỏi bất tịnh (āsavas) mà chư thiên, Càn-thát-bà, Dạ-xoa hoặc con người có. Giống như hoa sen trong nước, dù thân trong nước nhưng vươn lên khỏi bùn; cũng thế Đức Phật sanh trong thế giới này, trưởng thành trong thế giới này nhưng vượt lên khỏi nó (abhibhuyya) và sống mà không bị ô nhiễm. Vì thế, Đức Phật nói với vị bà-la-môn*

702 S, Vakkalia sutta, III, trang 110 trở đi.

đừng xem Ngài là gì hết ngoại trừ là một vị Phật.

Ngay cả có thể giả định rằng ý tưởng Đại thừa tiềm ẩn trong lời diễn tả ở trên, mặc dù không diễn tả tương xứng, nhưng sự đàm luận trong luận Biện-giải (*Kathāvatthu*) đã thiết lập sự hiện hữu lịch sử của Đức Phật như đối lại với những người phủ nhận quan điểm này và tánh cách trong đó giới thiệu các dữ kiện đời của Đức Phật như đã được mô tả trong kinh tạng Pali rõ ràng ý kiến của những nhà nguyên thủy đề cập đến thân Phật.

Mặc dù từ sắc thân (*Rūpakāya*, 色身) và pháp thân (*Dharmakāya*, 法身) được tìm thấy trong các tác phẩm Pali sau này của Đại thừa hoặc bán-Đại thừa, nhưng những điều này không mang bất cứ ý nghĩa thực tiễn nào cả.

Ngài Phật-âm vào thế kỷ thứ V đã nói về thân Phật như sau:

"Thế-tôn, người sở hữu sắc thân sáng chói, được tô điểm với tám mươi tướng phụ và ba mươi hai tướng hảo của thánh nhân. Thế-tôn cũng sở hữu pháp thân thanh tịnh mọi mặt và được tô điểm với giới, định v.v... đầy quang minh và đức hạnh, không thể so sánh được và hoàn thiện."

(Yo pi so bhagavā asiti anuvyañjana-patimandita-dvattimsamahāpurisalakkhaṇa-vicitra-rūpakāyo sabbākāraparisuddha silakkhandhādigunaratana samiddha-dhammakāyo samahattapuññamahatta...appatipuggalo araham sammāsambuddho).[703]

Mặc dù khái niệm của Ngài Phật-âm là thực tiễn, Đức Phật đã thoát khỏi các thành trì tôn giáo gán cho Ngài những năng lực siêu nhiên. Trong Luận Thù-thắng-nghĩa (*Aṭṭhasālinī*, 論殊勝義),[704] Ngài Phật-âm nói rằng suốt ba tháng Đức Phật vắng mặt ở thế giới ta-bà là Đức Phật đang giảng luận A-tỳ-đạt-ma cho mẫu hậu ở cung trời Đâu-suất (*Tuṣita*, 兜率), Đức Phật đã

703 PP, trang 234.

704 Atthasalini (P) Pháp tụ luận chú, Luận Thù Thắng Nghĩa. Bộ luận đầu tiên của Tạng luận.

tạo một số tâm ảnh giống Ngài y hệt. Những tâm ảnh này như thật, giống Đức Phật như đúc ngay cả âm thanh, lời nói hay vầng hào quang toả từ thân ngài. Tâm ảnh Phật này được chư thiên ở thượng giới bảo vệ, chứ không phải chỉ có cõi người và trời bình thường.

Tóm lại, những nhà Tiểu thừa đã cho là sắc thân Phật (*Rūpakāya*, 色身) là giống như thân của chúng sanh và pháp thân (*Dhammakāya*, 法身) Ngài là sự kết tập của pháp thoại, giới và luật.[705]

Kinh Thần-thông Du-hí (*Lalitavistara*, 神通遊戲 經) đã mô tả hình ảnh về Đức Phật siêu việt hơn bất cứ con người nào và ngược lại với khái niệm báo thân (*Sambhogakāya*, 報身) và pháp thân (*Dhamma-kāya*, 法身) của Đại thừa, mặc dù hai chương cuối là nói về học thuyết chân như (*Tathatā*, 真如). Kinh Thần-thông Du-hí đã thần thánh hoá Đức Phật, nhưng không thấy có dấu vết khái niệm về Tam thân Phật (*Trikāya*, 三身). Nhiều đoạn trong kinh nói Đức Phật đã xuất hiện trong thế giới con người theo cách thức loài người (lokānuvartana) và nếu Ngài muốn, Ngài có thể không ở một trong các cõi trời và đạt giác ngộ trong trạng thái đó.[706]

Có đoạn, Đức Phật giải thích với tôn giả A-nan rằng không giống như loài người, Đức Phật không sống trong sự nhơ nhớp của thai mẹ mà an trụ trong một bảo tạng (*ratnavyūha*, 寶藏) đặt trong thai. Bảo tạng ấy cứng như kim cương nhưng mềm mại như phía dưới của con chim Ca-chiên-lân-đà (*Kācilindika*, 迦亶鄰陀)[707] và chính đời sống này cũng như các sự kiện khác của đời này đều là tánh cách siêu phàm. Cùng lúc đó, Đức Phật tiên đoán tại nơi đây, trong tương lai con người không tu tập thân, khẩu và ý, vô minh, bất tín, kiêu hãnh, không tin vào sự giải

---

705 N. Dutt, trang 142.

706 Như trên, trang 144.

707 Kacilindika (S) Ca chiên lân đà, Ca chiên lân đề, Ca già lân địa điểu, Thật khả ái điểu. Một loài chim.

thoát và nhân cách phi phàm của Đức Thế-tôn.

Qua những thơ ca tán dương của Thần-thông Du-hí kinh (神通遊戲經) cho là Đức Phật lịch sử được gán cho tướng hảo và tướng phụ, một con người trên tất cả con người, người mà kiếp trước làm nhạc sĩ trên cõi trời và nguyện sẽ thành Phật để cứu độ chúng sanh và đã từ bỏ thế giới để hoàn thành ước nguyện. Một câu chuyện khác, chư thiên đã cúng bảo tạng cho Bồ Tát để Ngài có thể an trú trong đó khi Ngài đương trong thai mẹ, Ngài đã biến ra nhiều hình tướng từ Đại-trang-nghiêm định (Mahāvyūha *Samādhi*, 大莊嚴定). Điều này rõ ràng không phản ảnh bất cứ ý tưởng gì về ứng / hoá thân (*Nirmāṇakāya*, 應身/化身) mà chỉ giống như các phép lạ thần thông như đã đề cập trong kinh tạng Pali. Trong chương cuối của kinh Thần-thông Du-hí nói về các vật tượng trưng như Đức Phật được gọi là Trống lớn (*mahādruma*, 大鼓) bởi vì ngài sở hữu Pháp thân trí (*Dharma-kāya-jñāna*, 法身智).

Chương này có thể là sự thêm vào của Đại thừa (大乘佛教), chúng ta có lý do để nói rằng kinh Thần-thông Du-hí trong hình thức nguyên thủy là luận của Nhất-thiết-hữu-bộ (*Sarvāstivāda,* 一切有部), chủ trương Đức Phật như một con người với các thuộc tính siêu nhiên.

KHÁI NIỆM PHẬT THÂN TRONG ĐẠI THỪA

Học thuyết của các nhà Đại thừa thời kỳ đầu hầu hết chủ yếu là được tìm thấy trong Thập-bát-thiên-tụng Bát-nhã Ba-la-mật (*Aṣṭādasasāhasrikā Prajñāpāramitā*, 十八千頌般若波羅密), cùng với trường phái Trung luận (*Mādhyamika*, 中論) của đại sư Long-thọ (龍樹). Cả hai kinh và luận này đã đưa ra quan điểm về hai thân như sau:

Sắc thân (*Rūpa-kāya,* 色身 hoặc ứng thân, Nirmāṇa-kāya, 應身) là chỉ cho thân thể, tướng thô và tướng tế. Nói chung là thân của con người.

Pháp thân (*Dharma-kāya*, 法身), có hai nghĩa: 1) Thân

pháp, do con người giác ngộ thành Phật và 2) Nguyên lý siêu hình của vũ trụ tức Chân như (*Tathatā*, 真如).

Phái Du-già (*Yogācāra,* 瑜伽論) phân biệt sắc thân thô với sắc thân tế và đặt tên là sắc thân (*Rūpa-kāya*) hay ứng thân (*Nirmāṇa-kāya,* 應身) và báo thân (*Sambhoga-kāya*, 報身).

Kinh Diệu-pháp Lăng-già (*Saddharma Lankāvatāra Sūtra,* 妙法楞伽經) trình bày giai đoạn đầu tiên của Du-già (*Yogācāra,* 瑜伽論), đã xem báo thân như Đẳng-lưu Phật hay Pháp Đẳng-lưu (*Nisyanda-buddha / Dharmanisyanda-buddha*, 等流佛, 法等流) nghĩa là thân do pháp tạo thành.

Kinh Lăng-già (*Sūtrālaṁkāra*, 楞伽經), đã dùng từ báo thân cho đẳng-lưu Phật (*Nisyanda-buddha,* 等流佛) và tự-tánh thân (*Svābhāvika-kāya*, 自性身) cho pháp thân.[708]

Trong Hiện-quán-trang-nghiêm luận (*Abhi-samayālaṅkārakārikā*, 現觀莊嚴論) và kinh tóm gọn của Nhị-vạn Ngũ-thiên tụng Bát-nhã Ba-la-mật kinh (*Pañca-viṁśati-sāhasrikā Prajñāpāramitā*, 二萬五千頌般若波羅密經) đã chỉ ra thân tế mà chư Phật dùng để thuyết pháp cho chư Bồ Tát và pháp thân thanh tịnh do tu tập Bồ-đề phần (*bodhi-pākṣika*) và các pháp khác tạo nên Đức Phật. Các kinh này đã dùng từ tự tánh thân (*Svabhāva / Svābhāvika-kāya*, 自性身) để chỉ Pháp thân siêu hình.

Trong Duy-thức luận (*Vijñaptimātratāsiddhi,* 唯 識論) vẫn có khái niệm thân nhưng bằng cách chấp nhận từ mới Tự-thọ-dụng thân (*Svasambhogakāya*,自受用身) để chỉ cho pháp thân và Tha-thọ-dụng thân (*Parasambhogakāya*, 他受用身) cho báo thân.

Kinh Bát-nhã Ba-la-mật (*Prajñā-pāramitās*, 般 若波羅密經) cũng duy trì khái niệm rằng pháp thân do pháp tạo thành, mà theo ý kinh là trí tuệ Ba-la-mật giúp cho Bồ Tát đạt được pháp không (*Dharma-Śūnyatā,* 法空). Thập-bát-thiên tụng Bát-nhã

---

708 N. Dutt, trang 136-7.

Ba-la-mật (*Aṣṭādasasāhasrikā Prajñā-pāramitā Sūtra*, 十八千頌般若波羅密經) tiếp tục đưa vấn đề, liệu là sự kính trọng xá-lợi của Như-lai (*Tathāgata-kāya*, 如來身) thì có nhiều công đức hơn sự kính trọng bằng cách viết chép hoặc copy kinh Bát-nhã Ba-la-mật (tức kinh Trí-tuệ hoàn hảo). Câu trả lời rằng xá lợi tùy thuộc thân do Bát-nhã Ba-la-mật làm thanh tịnh và chính Bát-nhã Ba-la-mật là cội nguồn của chư Phật. Cội nguồn này xứng đáng được kính trọng hơn là xá lợi của Như-lai được tạo ra từ nguồn đó và vì thế kính trọng Bát-nhã Ba-la-mật có công đức hơn xá lợi. Cũng thêm vào đây là tất cả lời dạy của Đức Phật đều từ Bát-nhã Ba-la-mật và pháp sư (Dharmabhāṇaka, 法師) nên duy trì và ban trải khắp, vì thế các pháp sư phải kính trọng Bát-nhã Ba-la-mật và bảo vệ như là bảo vệ pháp thân của Như-lai.

Nhất-thiết-trí (*Sarvajñatā*, 一切智) do trí Bát-nhã Ba-la-mật mà có, từ Nhất-thiết-trí mà thân Như-lai được sanh ra và cuối cùng xá lợi của thân Như-lai được kính thờ, vì thế Bát-nhã Ba-la-mật xứng đáng được kính trọng tôn thờ.[709]

Trong Đại thừa thân thật của Như-lai là Tánh Không vô vi, nghĩa là thân vũ trụ siêu việt hơn chính sắc thân của Như-lai. Từ thân vũ trụ hoặc vô vi phơi bày chính diệu dụng của nó là sắc thân vật lý tạm thời hiển hiện vì lòng từ bi đem thông điệp thoát khổ đến với mọi người. Quan điểm như vậy được rút ra từ quan điểm lý tưởng của Đại-chúng-bộ đã xem sắc thân của Đức Phật là siêu nhân. Tuy nhiên, đặc điểm trong học thuyết Đại thừa là Đại thừa thấy thân thật của Như-lai trong Tánh Không hoặc chân lý tuyệt đối, không bị giới hạn bởi ý tưởng pháp thân siêu xuất không phiền não như thân thật của Như-lai mà Đại-chúng-bộ chủ trương.

Kinh Kim-cang Bát-nhã Ba-la-mật (*Vajra-chedikā-prajñā-pāramitā Sūtra*, 金剛般若波羅密經) dạy như sau:

"Ai dùng sắc mà thấy Như-lai, dùng âm thanh mà tìm Như-

709 N. Dutt, trang 145.

lai là đi con đường tà, không thể thấy Như-lai." (若以色見我, 以音聲我 , 是人行邪道, 不能見如來).[710]

Và trong Thập-bát-thiên tụng Bát-nhã Ba-la-mật (*Aṣṭādasasāhasrikā Prajñāpāramitā*, 十八千頌般 若波羅密經) trình bày rằng:

"Thật ra, không thể thấy Như-lai bằng sắc thân, mà bằng pháp thân."

(Na hi tathāgato rūpa-kāyato draṣṭavyaḥ dharmakāyas tathāgata).

Trong kinh Diệu-pháp Liên-hoa (*Saddharma-puṇḍarīka Sūtra*, 妙法蓮花經) dạy rằng: "Như Lai là Đức Phật bất diệt vĩnh viễn, thọ mạng vô tận và đã hiển hiện vô thường ngắn ngủi. Đây chỉ là một phương tiện."

Điều này cho thấy quan điểm Phật thân của Đại thừa rằng Đức Phật là đồng với chân lý tuyệt đối hay Tánh Không. Như ở trên Như Lai đã nói: "Ai thấy pháp là thấy Ta" và pháp là đồng với Tánh Không, chân lý tuyệt đối, trí tuệ của Tánh Không không thể nhận thức được hay là trí tuệ Ba-la-mật. Và Đại thừa nhấn mạnh rằng pháp thân, thực thể vô tận của tuệ giác là siêu việt hơn sắc thân của Đức Phật, là đồng nghĩa với dị thục thân (*Vipāka-kāya, Nisyanda-kāya*, 異熟身) tức kết quả thuần thục thành tựu những lời nguyện và sự tu tập từ nhiều kiếp trước của ngài. Lý thuyết này đến từ truyền thuyết của Đức-Phật trong đó nói về bản chất phi phàm của Đức Phật Thích-ca Mâu-ni. Cũng giống như trong Vô-lượng-thọ kinh (*Sukhāvatīvyūha*, 無量壽經), A-súc-phật-quốc kinh (*Akṣobhyatathāgata-syavyūha*, 阿畜佛國經)[711] đã mô tả Đức Phật A-di-đà (*Amitābha*, 阿彌陀佛) và A-súc-bệ Phật (*Akṣo-*

---

710 金剛般若波羅密經, 佛學業書, 台鸞, 一九九八, trang 130.

711 Akobhya-tathāgatasya-vyūha sūtra (S): A súc Phật quốc Kinh, Kinh A súc, Kinh A súc Phật quốc Sát Chư Bồ tát Học Thành Phẩm và Kinh Đại bảo tích Bất động Như lai Hội.

bhiya, 阿畜坒佛) cùng vô số chư Phật như những pháp thân nhưng báo thân với hình sắc tốt đẹp và đức hạnh tinh khiết là xuất phát từ thành tựu mỹ mãn những lời nguyện và tu tập. Vì thế, trong Đại thừa có nhiều lý thuyết về Phật thân:

Hai thân: a) pháp thân kết hợp báo thân; b) hoá thân;

Tam thân: pháp thân, báo thân và hoá thân;

Bốn thân: pháp thân, báo thân, sắc thân và hoá thân;

Năm thân: pháp thân, báo thân, sắc thân, hoá thân và ứng thân.

Thật ra chỉ có ba vì sắc thân là báo thân, thân do phước báu mà tạo thành sắc tướng; và hoá thân tức là ứng thân tức thân do Như-lai hiển hiện ứng hoá. Nếu ứng hiện như thân Phật thì gọi là ứng thân, nếu hiện khác thân Phật gọi là hoá thân.

Trong kinh Kim-quang-minh (*Suvarṇaprabhāsa*, 金光明), Diệu-Đổng (*Ruciraketu,* 妙懂) và bà-la-môn Kiều-trần-như (*Kauṅḍinya*, 橋陳如) đóng vai trò tà kiến. Ruciraketu hỏi bà-la-môn Kiều-trần-như tại sao Đức Phật Thích-ca thành tựu vô lượng công đức mà mạng sống ngắn ngủi chỉ có 80 tuổi. Bà-la-môn Kiều-trần-như trả lời ai thờ phượng xá lợi của Như-lai sẽ được sanh lên cõi trời. Ruciraketu hỏi chư Phật ở khắp thế giới không biết bất kỳ người nào hay chư thiên nào có thể đếm được thọ mạng của Như-lai. Chư Phật trả lời có thể đếm được các giọt nước trong biển cả nhưng không thể biết được thọ mạng của Như-lai. Bà-la-môn Kiều-trần-như chỉ giả vờ không biết, Litcchavikumāra trả lời rằng thật là vô lý để trông mong có những quả dừa từ cây táo, cũng thế thật phi lý nếu hy vọng xá lợi từ thân Phật (*Buddha-kāya*, 佛身). Như-lai vốn không có gốc, Ngài chưa từng tồn tại và được nhận biết. Sự có mặt của Ngài cũng chỉ là ứng thân. Làm thế nào để có một thân không xương, không máu, rời tất cả xá lợi. Chư phật chỉ có pháp thân và pháp thân đó tức là pháp giới (*Dharma-dhātu*, 法界).

1. Ứng thân

(*Nirmāṇakāya*, 應身)

Một mặt các kinh điển Đại thừa cố gắng chỉ ra rằng các nhà Tiểu thừa đã sai lầm khi tin rằng Thích-ca Mâu-ni là con người bằng xương thịt và xá lợi còn tồn tại, mặt khác họ giới thiệu hai khái niệm là ứng thân và Phật thân. Bất cứ điều gì được nói là do Đức Phật Thích ca thực hiện thì do ứng thân của Phật thân hiện ra theo cách thế gian (*lokānuvartana*), để có thể minh chứng với mọi người rằng đạt Phật quả là điều có thể con người làm được. Chư Phật có Thành-sở-tác-trí (*kṛtyānusthānajñāna*, 成所作智) biết tất cả các pháp. Chư Phật có thể hiện bất cứ hình tướng nào các Ngài muốn vì sự giác ngộ cho tất cả chúng sanh. Khái niệm Đại thừa về ứng thân giống như khái niệm của Nhất-thiết-hữu-bộ.

Kinh Bát-nhã Ba-la-mật đã đặc biệt chỉ ra ứng thân hoặc sắc thân. Kinh Nhị-vạn Ngũ-thiên tụng Bát-nhã Ba-la-mật (*Pañcavimśati-sāhaśrikā Prajñā-pāramitā*, 二萬五千頌般若波羅密經) nói rằng Bồ Tát sau khi tu tập các pháp cần thiết và trí tuệ ba-la-mật liền trở thành Chánh-đẳng-giác. Sau đó, bằng ứng thân Phật, các ngài phục vụ chúng sanh ở tất cả các cảnh giới (*lokadhātus*, 世界) mười phương trong tất cả thời bằng Ứng-hoá-vân (*Nirmāṇamegha*, 應化云). Đây gọi là Nairmāṇikakāya.

Theo nguồn Trung-hoa, Ngài Long-thọ trong cuốn Đại-trí-độ luận bàn về kinh Bát-nhã Ba-la-mật do ngài biên soạn nói có hai thân là sắc thân và pháp thân. Sắc thân là thân do cha mẹ tạo ra, có những thuộc tính như những chúng sanh khác và bị chi phối bởi những luật vô thường. Sắc thân Phật sanh ra tại Kiều-tát-la (*Kosala*, 橋薩羅, Xá-vệ thành) trong khi pháp thân sanh tại thành Vương-xá (*Rājagrha*, 王舍). Sắc thân thì cần cho tục đế. Chính vì giải thoát cho chúng sanh mà Ngài hiện nhiều sắc thân, nhiều danh hiệu, nhiều nơi sanh và nhiều phương pháp giác ngộ. Sự diễn dịch thân và pháp thân này cũng theo Bát Niết-bàn kinh (*Parinirvāṇa Sūtra*, 般涅槃經) và Thâm-mật kinh (*Sandhi-nirmocana Sūtra*, 深密經).

Một số luận Du-già (Yogācāra, **瑜伽論**) dạy về khái niệm ứng thân như sau:

(a) Kinh Lăng-già (Sūtrālaṁkāra) giải thích chư Phật thị hiện nhiều ứng thân để phục vụ chúng sanh trong nhiều thế giới. Để thị hiện thân người, Đức Phật đòi hỏi phải có nghệ thuật và phương cách như một người bình thường, sống đời sống có gia đình, rồi xuất ly và cuối cùng tu tập giác ngộ.

(b) Trong Duy-thức luận (Vijñāptimātratāsiddhi, 唯識論*) nói rằng Ứng thân để độ con người (Pṛthagjanas,* 人*), Thanh-văn (Śrāvakas,*聲聞*), Bích-chi-Phật (Pratyeka-buddha,* 辟支佛, 緣覺*), Bồ-tát (Bodhisattva,* 菩薩*) là những người chưa đạt được một của mười địa (Bhūmis,* 地*). Ừng thân nơi tất cả cảnh giới dù tịnh hay bất tịnh.*

(c) Những cuốn luận Trung-hoa về Pháp thành tựu (Siddhi, 法成就*) đề cập trong nhiều cách Đức Phật có thể chuyển hoá thân, tâm hay âm thanh của Ngài hoặc của thân khác cho mục đích độ sanh. Ngài không chỉ chuyển hoá thân, tâm hay âm thanh của Ngài hoặc của thân khác cho mục đích độ sanh; không chỉ chuyển hoá thân Ngài thành Thích-ca Mâu-ni (Śākyamuni,* 釋迦牟尼佛*), hoặc tôn giả Xá-lợi-phất thành cô gái trẻ mà còn có thể tạo ra một thân thể mới, sống động và có tình thức. Thường Ngài biến ra âm thanh của Phạm thiên hoặc qua âm thanh của tôn giả Xá-lợi-phất hoặc Tu-bồ-đề nhưng để diễn đạt ý Như-lai. Và đây chính là lý do ta thấy nhiều khi tôn giả Xá-lợi-phất (*舍利弗*) hoặc Tu-bồ-đề (*須 菩 提*) giải thích một số lời dạy khó hiểu của Đại-thừa, trong đó bản thân tôn giả Xá-lợi-phất hoặc Tu-bồ-đề hình như cũng không hiểu hết ý nghĩa. Cách thứ ba trong đó Đức Phật có thể chuyển hoá âm thanh của Ngài như thiên âm trổi lên. Tư tưởng của Ngài là siêu việt (lokottara,* 出世界*) và thanh tịnh (anāsrava,* 清 淨*). Đức Phật có thể nhập tâm với bất cứ tư tưởng nào Ngài thích. Thật ra, Ngài xuất hiện với ứng thân như Thích-ca Mâu-ni với tâm thích hợp với thế giới con người, nhưng Ngài cũng có thể tạo tư tưởng Ngài trong tâm của người khác.*

(d) Kinh Diệu-pháp Lăng-già (Saddharma Lankāvatāra Sūtra, 妙法楞伽經) giải thích mối liên quan giữa ứng thân và pháp thân. Ứng thân không phải do hành động tạo ra, Như-lai cũng không phải trong hoặc ngoài ứng thân:

"Sarve hi nirmitabuddhā na karmaprabhavā na tesu Tathāgato na cānyatra tebhya Tathāgato".

Điều này chỉ có thể được khi Thích tử của Thiền na Phật (*Jina*, 禪那) tuệ giác được thế giới hữu hình không tách rời tâm và họ có thể đạt được ứng thân giải thoát từ tác (*kriyā*, 作) và hành (*saṁskāra*, 行), lực (*bala*,力), thắng trí (*abhijđā*, 勝智)và sống (*vaśita*, 生). Giống như pháp thành tựu, Như-lai đã tạo ra ứng thân để thực hiện các sứ mệnh của Như-lai (*Tathāgatakṛtya*, 如來使命). Và các Kim-cang Thủ Bồ Tát (*Vajrapāṇi*, 金剛首菩薩)[712] đã phục vụ như là thị giả cho các ứng thân Phật và chứ không phụng sự cho các Đức Phật thật và chức năng của Đức Phật như vậy là để ban pháp thoại và giải nghĩa những đặc tính của bố thí (*dāna*, 布施), trì giới (*sīla*, 持戒), thiền định (*dhyāna*, 禪定), giải thoát (*vimokṣa*, 解脫) và duy tâm (*vijđāna*, 惟心).

Ứng thân thường được dịch như thân do Đức Phật ứng hiện để thành tựu lời nguyện độ sanh. Sự biểu hiện của báo thân trong thế giới thực nghiệm như Đức Phật Cồ-đàm và những vị trước đó và nối tiếp Như-lai là ứng thân của Đức Phật.[713] Sự giáng sanh của Đức Phật xuống thế giới ta-bà không phải là một sự ngẫu nhiên mà là một may mắn lớn cho loài người biết đạo lộ đến niết-bàn. Đây là sự giáng xuống của một bậc thánh, hoá

---

712 Vajrapāni (S) Kim Cang Thủ Bồ tát. Channa Dorje (T), Vajirapāni (P): Chấp Kim cang Bồ tát, Bí Mật Chủ Bồ tát, Kim Cang Thủ Dược Xoa Tướng, Kim Cang Lực sĩ, Kim Cang Mật tích, Chấp Kim cang, Chấp Kim cang thần, Mật Tích Lực sĩ, Kim Cang Tát đõa.

713 Yena Śākyamuni-tathāgatādirūpeṇāsaṁsāraṁ sarvaloka-dhātuṣu sattvānāṁ samīhitara arthaṁ samaṇkaroty asau kāyaḥ, prabandhatayānuparato nairmāṇiko buddhasya bhagavataḥ... tathā coktam: karoti yena citrāṇi hitāni jagataḥ samam; ābhavāt so'nupacchinnaḥ kāyo nairmāniko muneḥ. Abhisamay Ālaṁkār Āloka of Haribhadra, G.O.S., Baroda, trang 532.

thân thành một con người; những sự kiện khác từ khi sanh đến nhập niết-bàn là những hạnh nghiệp hiện thực trước mắt thật sự đáng tin, gần gũi với chúng sanh.[714] Đức Phật Cồ-đàm là một vị Phật trong vô số chư Phật; và chư Bồ Tát là những hình thức bậc thánh khác được chọn để độ sanh, như Haribhadra đã nói:

"Khi một số chúng sanh cần cầu nghe pháp hoặc các nhu cầu khác, Đức Phật vì hoàn thành đại nguyện trước đó của ngài, và vì mục đích độ sanh nên hiển hiện thân Ngài trong hình thức này hay hình thức khác."[715]

Trong Tiểu thừa, Đức Phật Cồ-đàm là một con người cao thượng, nổi bật trong nhân loại bởi sự chứng đạt tối thượng của ngài. Ngài không phải là chư thiên trước khi đạt bồ-đề. Lịch sử của Đức Phật Thích-ca tuyệt đối cần thiết trong Phật giáo. Trong Đại thừa, mặc dù Đức Phật Cồ-đàm là một nhân vật lịch sử, nhưng Ngài không phải là vị Phật duy nhất và sự xuất hiện của Ngài là một trong vô số lần hiển hiện của ngài. Đại thừa đã khéo tránh được những điều khẳng định trước đó cho rằng có sự tùy thuộc chấp thủ vào nhân vật lịch sử nào đó cũng như nhà thành lập tôn giáo đó.

2. Báo thân

(*Sambhogakāya*, 報身)

Sắc thân hoặc ứng thân là để độ chúng sanh (*Pṛthagjanas*人,), Thanh-văn (Śrāvaka, 聲聞), Bích-chi-Phật (*Pratyekabuddhas*, 辟支佛，緣覺) và Bồ Tát (*Bodhi-sattvas*, 菩薩) là những vị mà chưa đạt được một trong mười địa, vì thế một thân khác được sáng tạo ra để sử dụng, một thân thích hợp cho lợi ích của tất cả Bồ Tát. Đây gọi là Tha-thọ-dụng thân (*Parasambhogakāya*, 他受用身) khác với Tự-thọ-dụng thân (*Svasambhogakāya*, 自受用身) là thân chỉ tự chư Phật có thể sử dụng.

---

714 Xem Buston, trang 133 trở đi. Uttaratantra of Asaṅga, trang 245 trở đi (Obermiller's Trans. Acta Orientalia, Tập IX, 1931).

715 AbhisamayĀlaṁkārĀloka of Haribhadra, G.O.S., Baroda, trang 525.

Chính Tự-thọ-dụng thân đóng vai trò pháp sư của vô số kinh Đại thừa, hầu như thường xảy ra ở đỉnh Linh-thứu (*Gṛdhrakūṭa*, 靈鷲) nơi duy nhất trong ba cõi được xem là thanh tịnh và thích hợp cho báo thân (*Sambhogakāya*, 報身) xuất hiện.

Từ mô tả ở trên về sự xuất hiện của Đức Phật và cách thuyết giảng pháp thoại của Đức Phật đã cho thấy các nhà Đại thừa cũng không thể quên hoặc vượt lên khái niệm con người của Đức Phật mà các nhà Tiểu thừa chủ trương. Họ vẫn cho Đức Phật Thích-ca vai trò chúa tể của vũ trụ mà chúng sanh vô cùng kính trọng, cúng dường với đầy hoa hương... Tất cả Bồ Tát, Thanh-văn, chúng sanh ở các thế giới khác nhau trong mười phương đến để nghe Đức Phật giảng về kinh Bát-nhã Ba-la-mật (*Prajñā-paramitā,* 般若波羅密經), Diệu-pháp Liên-hoa (*Saddharma-pundarīka*, 妙法蓮花經) hoặc kinh Hoa-nghiêm (*Gandavyūha/Avaṁsaka-sūtra*, 華嚴經)...[716]

Theo thuyết siêu hình của Đại thừa, các Bồ Tát lại có chư Phật giám hộ của chính họ và chư phật đó chứng được pháp thân giống như pháp thân của Đức Phật Thích-ca. Các Bồ Tát cũng đến hoặc thỉnh thoảng do chư Phật gởi đến để chào đón và cúng dường hoa hương lên Đức Phật Thích ca, mà Phật sát (*cõi Phật trụ*) là ta-bà thế giới (Saha lokadhātu, 娑婆 世界). Thỉnh thoảng những mô tả này đi quá xa khi nói rằng chư Phật đến chỗ Đức Phật Thích-ca để nghe pháp thoại và quá nhiều vô số chư Phật và Bồ Tát đến nỗi ta bà thế giới phải san bằng các đại dương, núi non, biển cả, sông ngòi, thành phố cũng như chư thiên, con người và các sinh vật khác.

Khi chúng ta đọc các kinh điển Tiểu thừa, ta thấy chư tăng thường đến gặp Đức Phật và đi cùng với họ là một hay hai sa-di (*sāmaneras*, 沙彌). Cũng thế, khi chúng ta đọc kinh Diệu-pháp Liên-hoa tường thuật về sự không đủ khoảng trống cho vô số chư Phật, nên chư phật không thể mang theo họ các Bồ Tát đóng vai trò như thị giả (*upasthāpakas*, 持者).

---

716 N. Dutt, trang 157.

Theo Nhất-bách-thiên Tụng Bát-nhã Ba-la-mật kinh (*Satasāhasrikā Prajñāpāramitā*, 一百千頌般若 波羅密經) và Nhị-vạn Ngũ-thiên tụng Bát-nhã Ba-la-mật (Pañcavimśati-sāhaśrikā Prajñāpāramitā, 二萬五千頌般若波羅密經) dạy rằng chính là thân cực kỳ chói lọi, từ mỗi lỗ chân lông chiếu ra vô số hào quang rực rỡ, chiếu khắp các thế giới (lokadhātus, 世界) nhiều như số cát sông Hằng. Khi lưỡi kéo ra rộng dài, từ đó cũng vô số tia sáng toả ra và mỗi vầng sáng là hoa sen ngàn cánh trong đó ứng thân của Như Lai an tọa (Tathāgatavigraha: một loại ứng thân của Như Lai - Nirmāṇakāya) đang ban pháp thoại bao gồm các Ba-la-mật cho chư Bồ Tát, Thanh-văn và chúng sanh. Sau khi đạt được Sư-tử Du-hí Tam-muội (*Simhavikrīdita samādhi*, 師子遊戲三昧), thân Ngài chiếu sáng tam thiên đại thiên thế giới (*Trisāhasra-mahāsāhasra lokadhātu*, 三千大千世界) giống như ánh sáng của mặt trời, mặt trăng chiếu khắp thế giới. Đức Phật chỉ ra chân tự tánh (*Prakṛtyātmabhāva*, 真自性) của tất cả các pháp. Một số tầng lớp chư thiên cũng như loài người của bốn cõi, Diêm-phù-đề (*Jambudvīpa,* 閻浮提), Tây-ngưu-hoá châu (*Aparagodāna,* 西牛化) v.v... thấy chân tự tánh (*Prakrtyātmabhāva*) và suy nghĩ Như-lai đang ngồi trước họ ban pháp thoại. Từ thân này lại phóng ra vô số tia sáng khiến tất cả chúng sanh từ các cảnh giới khác thấy Đức Phật Thích-ca thuyết pháp Bát-nhã Ba-la-mật cho tăng chúng và hội chúng tỳ-kheo.

Kinh Diệu-pháp Lăng-già (*Saddharma Lankāvatāra Sūtra*, 妙法楞伽經) đầu tiên trình bày khái niệm đẳng lưu (*Nisyanda*, 等流法) hoặc pháp tánh đẳng lưu Phật (*Dharmatānisyanda Buddha*, 等流佛) và dường như từ báo thân chưa hiện hữu. Chúng ta cũng có thể thấy các tác phẩm Tiểu thừa chỉ ra thân siêu việt của Đức Phật với tướng hảo và tướng phụ của bậc thánh nhân. Đây là kết tụ công đức vô lượng do ngài tu tập trong nhiều kiếp quá khứ.

Trung-hoa dịch 'Sambhogakāya' là Pao shen (報身). Pao (報) nghĩa là kết quả và thành quả đáp lại; thân (報身) là thân thể. Báo thân cũng có nghĩa là thành quả dị thục (*vipāka*, 異熟, quả chín muồi) hoặc đẳng lưu (*nisyanda*, 等流, dòng chảy). Những nhà Du-già luận sau này gọi là tha-thọ-dụng thân khác với tự-thọ-dụng thân. Mặc dù Bát-thiên tụng Bát-nhã Ba-la-mật kinh đã không phân biệt báo thân với ứng thân, nhưng kinh chỉ ra thân siêu việt của Đức Phật như là kết quả công đức từ vô số kiếp trước. Kinh Lăng-già (*Lankāvatāra,* 楞伽經) đã dùng từ ngữ 'dị thục' hoặc 'đẳng lưu' để chỉ sự chuyển tiếp từ khái niệm Dị thục thân (*Vipākajakāya,* 異熟身)của Tiểu thừa đến khái niệm 'Tha-thọ-dụng thân' (Parasambhogakāya, 他受用身) của Đại thừa.

Gọi là báo thân bởi vì biểu hiện cho thân tồn tại là hiện hữu của sự hưởng thọ đầy đủ chân lý của Đại thừa như kinh dạy: 'hưởng thụ hoàn toàn chân lý hoặc từ khi tuệ giác chân lý'.[717] Báo thân là diệu dụng hiển hiện của pháp thân trong thế giới thực nghiệm trong hình thức hữu hình. Đức Phật đã xuất hiện ở đây như một chư thiên tối thượng, cư ngụ ở cõi Sắc-cứu-cánh thiên (*Akaniṣṭha*, 色究竟天) và chung quanh là vô số các Bồ Tát. Ngài được ban cho ba mươi hai tướng tốt và tám mươi tướng phụ.[718] Thân này là kết quả kết tụ của vô lượng công đức của các kiếp trước. Những mô tả về báo thân của Đức Phật trong kinh Đại thừa. Nhất-bách-thiên Tụng Bát-nhã Ba-la-mật cũng nói rất hay về báo thân như từ mỗi phần của thân Phật, từ đỉnh đầu, bàn tay, bàn chân ngay cả các ngón tay... các tia hào quang chiếu ra đến tận cùng của thế giới.[719] Chỉ có những Bồ Tát đạt được địa thứ mười mới có thể thấy được báo thân phước tướng của Đức Phật mà những vị khác thì không thể thấy được. Đây là ý tưởng của các luận sư Trung quán (Mādhyamika, 中論).[720]

---

717 Buston, tập I, trang 129.

718 Dvātriṁśal lakṣaṇāsitivyañjanātmā muner ayam; Sāmbhogiko mataḥ kāyo mahāyānopabhogataḥ. Abhisamay Ālaṁkār Āloka of Haribhadra, G.O.S., Baroda, trang 526.

719 Śata Sāhasrikā, trang 2 trở đi.

720 Đây là quan điểm của luận sư Pháp-tú (Dharmamitra), (Mādhyamika,

3. Pháp thân

(*Dharmakāya*, 法身)

Thân thứ ba hoàn toàn thuộc cảnh giới trần gian (*Samvṛti*) và siêu việt và như thế những nhà Đại thừa thời kỳ đầu bao gồm cả ngài Long thọ đã xem thân này như là sắc thân hoặc ứng thân. Chỉ có Đại thừa cho là thân thật duy nhất của Đức Phật là thực tại và không khác từ các pháp trong vũ trụ này. Mặc dù nỗ lực để định nghĩa pháp thân bằng những từ, ngữ đang hiện hành, nhưng sẽ không chỉ không đúng mà còn đưa đến sai lầm. Kinh điển Đại thừa đã cố gắng đưa ra ý tưởng này trong khả năng ngôn ngữ cho phép.

Kārikā[721] và Pháp đẳng lưu (*Siddhi,* 等流法) gọi pháp thân là tự tánh thân (*Svabhāvika / Svabhāva-kāya,*自性身), vì thân này không thể đo lường được và vô hạn. Pháp thân tràn đầy khắp hư không. Pháp thân là căn bản của báo thân và ứng thân. Pháp thân lìa tất cả đại mãn tướng (*mahāpūrṇalaksanas,* 大滿相) và hí luận (*niṣpra-pañca*, 戲論). Pháp thân là chân thật, bất diệt và công đức (*guṇas*, 功德) vô lượng. Pháp thân cũng không phải là tâm cũng không phải là sắc và lại nữa chư Phật có thể có riêng báo thân nhưng tất cả chư Phật đều đồng giống nhau chỉ có một pháp thân. Điều này có thể tự mình chứng biết (*pratyātmavedya*, 自證) mà không thể mô tả được, vì nếu diễn tả thì tựa giống như cố diễn tả mặt trời thế nào cho người mù nghe mà người này chưa từng biết mặt trời ra sao.

Trong Bát-thiên tụng Bát-nhã Ba-la-mật và những kinh Bát-nhã Ba-la-mật khác mặc dù liên tục phủ định những điều khẳng định về thực thể, nhưng chưa bao giờ quả quyết chân như (*Tathatā*, 真如) hoặc Tánh Không (*Śūnyatā*, 空性)

Buston, tập I trang 131 trở đi). Tác phẩm của Ngài Pháp-tú được gọi là Prasphuṭapāda và hiện nay đang lưu giữ tại Tây-tạng.

721 Kārikā (kāraka): Lời ngắn gọn, súc tích, học thuyết (concise statement in verse of, doctrine); trích trong A Sanskrit English Dictionary, Etymologically and Philologically Arranged with Special reference to Cognate Indo-European Languages, print 14 times, Delhi: Motilal Banarsidass, 1997, trang 274.

hoặc pháp thân (*Dharma-kāya*, 法身) trong ý nghĩa thật của nó là cũng không tồn tại. Văn kinh diễn tả như sau: *"Như thị là không biến đổi, không thay đổi vượt khỏi khái niệm và phân biệt."*

(*Tathatāvikārā nirvikārāvikalpā nirvikalpā*).

Điều này đã chỉ ra khái niệm tích cực của thực tại hơn là sự hoàn toàn phủ định. Bát-thiên Tụng Bát-nhã Ba-la-mật cũng tuyên bố giống như vậy về pháp thân như sau:

"Như-lai biết tất cả các pháp tồn tại trong thế giới hoặc Như Lai đã từng ban pháp thoại rằng các hiện tượng tồn tại chỉ là một giấc mơ và không cần hỏi liệu khi nào Như-lai đến và nơi nào Như-lai sẽ đi, hãy giác ngộ Như-lai trong các pháp."

Có người nói Phật thân khởi lên ngang qua nguyên nhân và kết quả (lý Duyên-khởi) giống như âm thanh của ống sáo tùy điều kiện mà có nghe hay không. Ai chạy theo sắc tướng và âm thanh của Như-lai để tìm Như Lai có mặt hay không là đi xa với chân lý. Cũng không có nghĩa gì hơn là chính thân đó do thực tại biến hiện nhưng đó lại là hí luận (*prapadca*) nữa.

Khi Thập-bát thiên tụng Bát-nhã Ba-la-mật khẳng định rằng Như-lai không tồn tại. Điều này ám chỉ rằng ai đọc tụng kinh điển Đại thừa có thể thấy Như-lai. Ngay cả chư Bồ Tát, trừ khi và cho tới khi nào đạt đến địa thứ mười mới thấy thân Như-lai, tuy nhiên ý nghĩa vi tế nghĩa là Tự-thọ-dụng thân. Bồ Tát vẫn còn trong vòng vọng tưởng và khởi niệm rằng vận dụng trí Bát-nhã Ba-la-mật để loại trừ sự chấp thủ nơi đây không có Như-lai. Cũng giống Thập-bát thiên tụng Bát-nhã Ba-la-mật và kinh Kim-cang Bát-nhã (*Vajracchedikā Prajđā-pāramitā*), kinh Bồ Tát tạng (*Bodhicaryāvatāra*, 菩薩藏經)[722] trình bày như sau:

"Ai dùng sắc để thấy Ta và dùng âm thanh để tìm Ta thì không thể thấy Ta, bởi vì chỉ có thể thấy Như-lai trong ý nghĩa của tự tánh pháp (dharmatā), vì tất cả bậc đạo sư chỉ có một là pháp

---

722 GBWL, trang 42.

thân. Tự tánh pháp không thể nhận biết và đó cũng là Như-lai."

(*Dharmato buddha draṣṭavya dharmakāya hī nayakāyah, dharmatā cāpy avijñeyā na sā sakyā vijānituṁ*).

Những nhà Du-già luận đặc biệt rất quan tâm đến khái niệm pháp thân. Kinh Lăng-già dạy rằng Đức Phật (tự tánh pháp, *Dharmatā,* 自性法) không có bất cứ cơ sở nào (*nirālamba*), vượt khỏi các sắc căn, hình tướng và vì thế vượt khỏi nhãn quan của hàng Thanh-văn, Bích-chi Phật hoặc không phải Đại thừa, mà pháp thân chỉ có thể tự giác ngộ trong chính vị đó.

Kinh Lăng-già gọi là Tự tánh pháp thân (*Svābhāvika-dharmakāya*, 自性身). Tự tánh pháp thân này vi tế, thậm thâm, bất diệt và là một và cùng thân với tất cả chư Phật. Duy-thức Tam-thập luận tụng (*Trimśikā,* 惟識三十論頌) giải thích pháp thân chuyển từ sở y (*āsraya,* 所依), a-lại-da-thức (*ālayavijñāna,* 阿賴耶識) thành trí (*jñāna,* 成智) và chuyển tan hai chướng (*dausṭhulyas*, 二障) là phiền não chướng (*kleśāvaraṇa,* 煩惱障) và sở tri chướng (*jñeyāvaraṇa*, 所知障).

Hiện-quán Trang-nghiêm luận (*Abhisamayā-lankārakārikā*, 現觀莊嚴論) cũng giải thích tương tự về pháp thân. Có hai loại pháp thân là:

菩提分 真智 戲 論 所依 自性身 Mục đích của các Bồ Tát là giác ngộ pháp thân. Mỗi chúng sanh có pháp thân hoặc pháp thân tạo ra tất cả chúng sanh trên thế giới, nhưng chúng ta bị vô minh che mờ, không thấy được sự thật. Mục đích mà Bồ Tát đạt đến là chuyển hoá vô minh (*avidyā*, 無明) và tuệ giác sự thật là vị ấy có pháp thân cùng với tất cả.

Bồ Tát hoàn toàn giác ngộ tính đồng nhất của Ngài với Tánh Không (*dharmata, śūnyatā*, 性空) và rộng lớn (*samatā*, 大) với tất cả các pháp. Pháp thân là một với tuyệt đối có thể khiến cho Đức Phật trực giác vào chân lý, chính chức năng diệu dụng này của Đức Phật đã phơi bày các pháp hiện tượng.

Đây là nguồn suối sức mạnh tiềm tàng để từ đó Đức Phật hiển hiện cụ thể hoá trong cảnh giới hạn chế. Báo thân là biểu hiện cụ thể của chính Đức Phật (tự-thọ-dụng thân) và tha-thọ dụng năng lực tỏa sáng khắp chư thiên. Hơn nữa vì đại nguyện độ tất cả chúng sanh, Đức Phật thỉnh thoảng hoá thân trong vô số ứng thân để đạt mục đích cứu khổ này.

Kinh Bát-nhã Ba-la-mật liên tục nhắc chúng ta hãy xem Đức Phật như pháp thân và pháp thân đó ẩn tàng trước chúng ta.[723] Pháp thân là thực chất, thật tại của vũ trụ. Pháp thân thoát khỏi các quan niệm đối đãi hai bên. Vì là bản chất của vũ trụ nên gọi là tự tánh thân (*svābhāvika-kāya*)[724] nhưng pháp thân[725] vẫn là một con người với vô số công đức và năng lực ở đó.[726]

Mối Liên quan giữa Ứng thân, Báo thân và Pháp thân

Ba thân của ứng thân, báo thân và pháp thân đã phát triển thành một hình thức tiến bộ trong kinh tạng Đại thừa. Ứng thân là thân hiển hiện, một hình thức đích thực của Đức Phật lịch sử được kính trọng (trong khi hoá thân là các thân khác với hình tướng Đức Phật). Quá tôn kính ngài, các đệ tử đã tôn xứng Ngài 'chúa tể của lòng từ' như một bậc siêu lịch sử và

---

723 Ye māṁ rūpeṇa cādrākṣur ye māṁ ghoṣeṇa anvayuḥ mithyāprahāṇa-prasṛtā na māṁ drakṣyanti te janāḥ dharmato Buddhā draṣṭavyā dharmakāya hi nāyakāḥ dharmatā cāpy avijñeyā na sā śakyā vijānitum. Vajracchedikā, trang 43, trích trong MKV, trang 448; Bodhicaryāvātāra, Ācārya Śāntideva, trang 421. uktaih hy etad Bhagavata: dharmakāya Buddhā Bhagavantaḥ mā khalu punar imaṁ bhikṣavaḥ satkāyaṁ kāyaṁ manyadhvaṁ dharmakāya pariniṣpattito māṁ bhikṣavo drakṣyanty eṣa ca Tathāgatakāyaḥ. Aṣṭa Sāhasrikā Praj Nāpāramitā, (Bib.Indica), trang 94. mukhyato dharmakāyas tathāgataḥ. Abhisamay Ālaṁkār Āloka of Haribhadra, G.O.S., Baroda. trang 181. Cũng xem trang 205 & 521 trở đi.

724 Sarvākārām viśuddhiṁ ye dharmāḥ prāptā nirāsravāḥ; svābhāviko muneḥ kāyas teṣām prakṛti-lakṣaṇaḥ. Abhisamay Ālaṁkār Āloka of Haribhadra, G.O.S., Baroda, trang 523.

725 Outlines of Mahāyāna, trang 223-4.

726 Abhisamay Ālaṁkār Āloka of Haribhadra, G.O.S., Baroda, trang 523 trở đi.

không rời bỏ chúng sanh. Thân ứng hoá của bậc giác ngộ là vượt thời gian, không gian, không hình tướng, màu sắc hoặc kích cỡ, không giới hạn bởi phạm vi và cơ sở. Thân siêu lịch sử của Đức Phật biểu hiện vô số thân vì lòng từ cứu chúng sanh ra khỏi thế giới tà bà.

Ứng thân của Đức Phật xuất hiện trong hai thân khác là báo thân và pháp thân. Báo thân là thân phước báu, thân thọ hưởng không chỉ thọ hưởng hạnh phúc của thân thể tốt đẹp mà còn hưởng công đức của vô lượng đức hạnh tu tập. Theo tinh thần, hóa thân cũng được biết là vô tướng và vô sắc.

Thân thường trụ của Đức Phật gọi là pháp thân là thân chân thật. Đó chính là pháp. Như chân lý, pháp thân cũng được biết là vô tướng và vô sắc.

Để có thể hiểu học thuyết trên, chúng ta có thể theo trình tự ngược lại. Không có pháp thân làm nền tảng thì cả hai báo thân và ứng thân không thể có. Tương tự không có báo thân và ứng thân thì pháp thân khó thể hiểu nổi.

Bậc giác ngộ trong ứng thân của Đức Phật lịch sử vẫn là một thân với pháp thân vô tướng và ứng thân không thể thấy được. Đại thừa đặt thành phương trình pháp thân là đồng với Tánh Không. Đây là chân lý và trí tuệ đó là hoàn hảo. Nhận thức đúng đắn rằng Tánh Không không phải là trạng thái phủ định hoặc tĩnh lặng, mà Tánh Không là hoạt động tích cực và diệu dụng liên tục liên quan đến chân lý (pháp). Báo thân được hoàn thành do phước báo thành tựu đầy đủ các pháp. Tuy sắc thân vật lý nhưng cứu cánh bản chất thì nó vẫn là vô tướng và vô sắc. Pháp thân là chân lý tối hậu là ngay pháp thân cũng không và vô tận.

Chương 9
KẾT LUẬN

TÍNH ĐỒNG NHẤT TRONG KINH TẠNG PALI VÀ ĐẠI THỪA

Sự khác nhau giữa khái niệm Bồ-tát (*Bodhisatta* / *Bodhisattva,* 菩薩) và Tánh-không (*Suññatā* / *Śūnyatā,* 空性) trong kinh tạng Pali (杷厘經藏) và Đại-thừa (大乘經典) không chỉ bằng ngôn ngữ mà cả trong tu tập. Trong kinh tạng Pali, Phật giáo được trình bày trong một phương cách đơn giản khiến mọi người dễ hiểu. Ngược lại, trong Đại-thừa diễn tả trong chi tiết và ngôn từ hoa mỹ, có tính chất lập luận triết lý khó hiểu và hình thức không phổ biến cho Phật tử phổ thông. Những cách đơn giản của kinh tạng Pali dường như rất gần với phương pháp truyền khẩu trong thời kỳ sơ khởi của Phật giáo. Vấn đề đáng quan tâm là liệu kinh điển Pali có gần gũi hơn với những pháp thoại nguyên thủy của Đức Phật?

Nhưng rõ ràng những tác phẩm Đại-thừa là thuộc giai đoạn phát triển sau này với những lý luận siêu hình được nói đến rất nhiều. Sự mô tả phủ định của Tánh-không (*Śūnyatā*) trong văn học Bát-nhã Ba-la-mật (*Prajñā-Pāramitā,* 般若波羅密經) và các học thuyết khác trong văn học Đại-thừa đã tạo ra một loại kinh điển sâu sắc hơn với những biện luận theo cách thức triết lý và làm nền tảng cho các trường phái tư tưởng phát triển sau này.

Tuy nhiên, mặt khác nói chung cũng có nhiều sự đồng nhất trong kinh tạng Pali và Đại thừa như sau:

- Pháp thoại (法話) trong các kinh điển Đại-thừa, cùng với kinh điển Pali về cơ bản được xem là giống nguồn gốc (同原), bản chất (同本質) và mục đích (同目的) bởi vì những gì thường được nói trong các kinh Bát-nhã Ba-la-mật (*Prajñā pāramitā*, 般若波羅密經), kinh Diệu-pháp Liên-hoa (*Saddharma-Puṇḍarīka*, 妙法蓮花經), kinh Lăng-già (*Laṅkāvatara*, 楞伽經), kinh Thần-thông Du-hí (*Lalitavistara*, 神通遊戲經), kinh Tam-muội-vương (*Samādhirāja*, 三妹王經), kinh Thập-địa (*Daśabhūmi*, 十地經), kinh Vô-lượng-thọ (*Sukhāvatī*, 無量壽 經), kinh Duy-ma-cật (*Vimalakīrti*, 維摩詰經)... cũng thường được thấy trong kinh tạng Pali.

- Học thuyết Tánh-không (*Śūnyāta*, 空性) trong Đại-thừa thật sự có hạt giống của 'không' (*Suññatā*, 空) trong kinh tạng Pali và 'không' là bài học căn bản đầu tiên về Vô-ngã (*anātman*, 無我) và lý Duyên-khởi (*Pratītya-samutpāda*, 緣 起). Vì thế, 'không' nghĩa là Vô-ngã, Duyên-khởi, Tứ-đế (四諦) và Giới-định-tuệ (戒定慧) là những điều rất căn bản và là nguồn gốc cho tất cả các pháp thoại khác trong Phật-giáo. Tất cả những lý tưởng Phật giáo khác xuất phát hoặc phát triển từ học thuyết này đều bởi lẽ để thích ứng với căn cơ, tính khí của tất cả chúng sanh và bối cảnh lịch sử tôn giáo lúc đó.

- Vô-ngã và Duyên-khởi trong kinh tạng Pali là biểu thị cho thật tại của tất cả hiện tượng trong kinh điển Đại-thừa.

- Phương pháp Bồ-tát tu tập mười ba-la-mật (十波羅密) trong Đại-thừa tương đối giống với mười ba-la-mật trong kinh điển Pali. Nói cách khác, sáu ba-la-mật (六波羅密) của Bồ-tát hạnh (菩薩行) mà hầu hết các kinh Đại-thừa đề cập và chủ trương thì không gì hơn là phương pháp truyền thống giới-định-tuệ với ba mươi bảy phẩm trợ đạo (三十七助道) trong kinh Pali.

- Khái niệm mười địa (十地) của Đại-thừa là có tương quan với tiến trình phát triển tâm linh của chín thiền (九禪) trong kinh Pali.

Nguồn gốc của các học thuyết Đại-thừa chủ yếu nằm

trong kinh điển Pali. Vì thế, không đúng để khẳng định rằng Bồ-tát thừa (菩薩乘) là cao hơn hay siêu việt hơn Thanh-văn-thừa. Sự so sánh khuynh hướng giải thoát mở rộng trong Đại-thừa với sự giải thoát cá nhân ích kỷ của Thanh-văn-thừa (聲聞乘) là nên loại bỏ tức khắc. Những gì được chấp nhận là pháp thoại của Đức Phật là tùy theo khả năng, căn cơ và tính khí của từng cá nhân mà thu nhận có khác. Ngài không bao giờ xếp tất cả với nhau vào một loại trí tuệ đặc thù nào đó. Và điều này đã không để lại sự hoài nghi trong ý nghĩa cao thượng của hai ý thức hệ Tiểu và Đại-thừa. Kinh điển Đại-thừa thâm sâu và trong sáng cũng giống như triết lý giải thoát trong kinh điển Pali.

Thật ra, pháp thoại được giảng bởi đức Thế-tôn thì không phải là giáo nghĩa của triết lý, hay không là gì tất cả, mà pháp chỉ như một dụng cụ chữa bịnh để rửa sạch cấu uế thô tế bên trong chúng ta. Cũng giống như bịnh nhân được chữa bịnh, khi bịnh lành thì thuốc mất tác dụng; khi chúng ta giải thoát khỏi phiền não, thì pháp trở thành vô dụng và bỏ lại đằng sau như chiếc bè thả trôi, sau khi người đã đến bờ:

"*Giống như chiếc bè, sau khi do nhiều cỏ, gậy, nhánh và lá kết thành, phục vụ để đưa người qua bờ kia rồi bỏ lại. Cũng thế pháp là những phương tiện để vượt qua bờ sanh và tử. Khi đến bờ niết-bàn bên kia rồi thì không còn gì theo chúng ta, tất cả đều để lại phía sau.*"

"*Này các tỳ kheo, nên biết pháp thoại do Như lai thuyết cũng giống như chiếc bè. Ngay cả pháp còn phải bỏ, huống chi phi pháp.*" (汝等毘丘! 知我說法, 如筏喻者, 法常應捨, 何況非法).[727]

Thế nên, dù Đại-thừa hay Tiểu-thừa chỉ là những phương pháp trị bịnh, phương tiện (*Upāya-kauśalya*, 方便) để phát triển tinh thần đến tuệ giác cao nhất và tất cả pháp thoại của Đức Phật chỉ có một mục đích giải thoát duy nhất như biển cả rộng lớn bao la chỉ có một vị duy nhất là vị mặn, nên không có gì thấp

727 金剛般若波羅密經, 佛學業書, 台鸞, 一九九八, trang 113-4.

hơn hay cao hơn. Trong mối liên quan này, chúng tôi cũng mạo muội đề nghị rằng nên chăng trong giới học thuật Phật giáo đổi thuật từ 'Tiểu-thừa' (*Hīnayāna,* 小乘) và 'Đại-thừa' (*Mahāyāna,* 大乘) trở thành 'Truyền thống Phật giáo thời kỳ đầu' (初期傳統佛教) và 'Truyền thống Phật giáo Phát triển' (後期/發展傳統佛教).

ỨNG DỤNG KHÁI NIỆM BỒ TÁT

1. Bồ-tát trong sự Cải thiện Cá nhân và Xã hội

Mẫu hình chung của Bồ-tát trong kinh tạng Pali và Đại-thừa là tánh cách cao thượng, nỗ lực nâng đỡ và giúp người khác sống có ý nghĩa. Nguyện vọng cao cả của cả hai hệ thống là cùng ý tưởng, Bồ-tát phải tự nương tựa chính mình, tự kiểm soát, tự thức tỉnh và tự trách nhiệm. Tinh tấn hành Bồ-tát hạnh, thuần thành, sâu sắc và từ bi, lân mẫn đến tất cả chúng sanh.

Lý tưởng Bồ-tát hiện hữu liên tục và làm sống động các hạnh nghiệp của Bồ-tát cho đến khi đạt được mục đích tuệ giác. Chính lý tưởng đã tạo một sức mạnh tinh thần và giác tỉnh để Bồ-tát vượt qua bể khổ.

Bồ-tát là bậc từ bi vô lượng. Ngài dạy chúng ta phải tăng trưởng lòng tốt và vị tha, bởi tập khí lâu đời của con người là ích kỷ, vô minh và tính tự phụ đã phá huỷ sự thánh thiện trong lòng mỗi người. Chính vì không hiểu phương cách gỡ rối tự mình khỏi vũng bùn của phiền não, vọng tưởng khiến chúng ta ngả quỵ thành nạn nhân và nhiều lần chúng ta trở thành vô dụng trong việc tự giải thoát mình khỏi trạng thái khổ đau và phiền não. Nếu chúng ta thấm nhuần lý tưởng Bồ-tát trong đời sống hàng ngày, chúng ta sẽ thức tỉnh năng lực ẩn tàng bên trong, nỗ lực thăng tiấn tâm linh. Chính chúng ta là người có thể tự điều ngự tâm, vận dụng diệu dụng của tâm Bồ tát để hiện tại và tương lai chúng ta và mọi người đồng giải thoát an lạc.

2. Học thuyết Bồ-tát trong sự nghiệp Hoằng pháp

Hiểu biết về kinh tạng Pali và Đại thừa cần thiết nhiều trong việc nâng cao lý tưởng Bồ-tát, cũng như nghĩa lý Đại-thừa bát-nhã ba-la-mật là rất thâm sâu, một nghiên cứu đơn giản không thể đáp ứng được nhu cầu người tham học. Chúng ta có thể nghiên cứu những chủ đề Bồ-tát và Tánh-không này từ mọi phía của phân tích ngữ nghĩa, biểu tượng và thâm nhập chứng nghiệm (tri hành hợp nhất). Điều này đòi hỏi Bồ-tát phải dấn mình vào sự nghiệp hoằng pháp và đồng sự.

ỨNG DỤNG HỌC THUYẾT TÁNH-KHÔNG

1. Học thuyết Tánh-không và Quan điểm Cá nhân cũng như Xã hội

Pháp thoại Tánh-không do Đức Phật dạy nằm ở học thuyết Vô ngã và Duyên khởi. Điều này đã cho chúng ta một quan điểm hoàn hảo về cá nhân và thế giới. Vì thế, một sự thật không thể phủ nhận được là Phật giáo không bao giờ bi quan và yếm thế ở bất cứ thời đại nào, chế độ nào dù quá khứ, hiện tại hoặc tương lai, trong văn hoá phương tây hay châu á.

Theo học thuyết Tánh-không, Phật giáo luôn mở con đường giải thoát. Phật giáo không hứa đưa con người lên cõi trời hoặc thăng hoa thiên đàng hay đoạ xuống cảnh giới địa ngục. Phật giáo không chỉ hướng dẫn con người biết rõ chính mình là ai, tại sao vị ấy đau khổ mà còn chỉ ra con đường giải thoát nếu vị ấy muốn đi. Theo Phật giáo, giải thoát không có nghĩa là giúp con người trốn khỏi cuộc đời này mà là hướng dẫn con người đối mặt với đời sống hàng ngày, đối mặt với vị ấy, với năm uẩn phản chiếu và đối mặt với hình tướng của thật tại như thị. Điều này có nghĩa là giải thoát được xây dựng trên tuệ giác và sự thấu hiểu của trí tuệ chân thật. Với tuệ giác như vậy, Bồ-tát thoát khỏi các trói buộc, đạt được bồ đề kiên cố, nỗ lực, thành tâm tu tập và phụng sự nhân loại không mong cầu, ước muốn sự đền ơn.

Đứng về mặt tiến bộ của văn minh vật chất, con người có thể bay lên mặt trăng, sao hoả hoặc chìm dưới đáy đại dương, sáng tạo ra bom nguyên tử, kỹ thuật khoa học, kỹ thuật vệ tinh nhân tạo... Càng nhiều thành đạt đạt được trong thế giới này, thì càng nhiều khủng hoảng mà con người phải đối mặt.

Chính lịch sử nhân loại là lịch sử truy tìm đối tượng của chân lý an lạc và hạnh phúc, thì học thuyết Tánh-không chính là đối tượng cho mục đích cao thượng đó.

Tin tưởng vững chắc học thuyết Tánh-không là nền tảng, không chỉ cho thế kỷ XXI mà còn ở những thế kỷ kế tiếp với mục đích xây dựng, thăng hoa và cải thiện con người và xã hội cũng như ngược lại con người và xã hội phải xây dựng, thăng hoa và cải thiện những gì mà vô tình hay cố ý họ làm mất đi.

Tánh-không là cánh cửa cho chúng ta hành động đúng với bản chất chân thật.

2. Học thuyết Tánh-không và Khoa học

Cũng thật thú vị chú ý rằng những nghiên cứu pháp thoại Tánh-không trong Phật giáo, các nhà khoa học đã đi đến kết luận rằng Tánh-không là tương ứng với khoa học, bởi cả hai khoa học và Tánh-không có nhiều điểm tương đồng.[728]

Người ta nói rằng những nhà khoa học nguyên tử đã khám phá ra nguyên lý rằng vật chất được khai thác thành năng lượng và năng lượng cùng vật chất đó xuất hiện như hai, nhưng thật ra chúng chỉ là một đơn vị giống như chân lý theo Phật giáo là Tánh-không. Đó là chứng minh của sự vô thường.

Nghiên cứu so sánh học thuyết Tánh-không và một vài sắc thái đặc thù của khoa học đã chứng tỏ những điểm nổi bật giống nhau. Đây là thành công lớn của nhà khoa học hiện đại đã đối phó phong trào và thay đổi để tiến hoá nguyên lý trao đổi vật

---

728 Xem Buddhism and Science, Buddhasa P. Kirthisinghe ed., Delhi: Motilal Banarsidass, Rpt. 1996, trang 8-11, 17, 40, 92, 103 & 146 trở đi.

chất thành năng lượng. Điều này giống như sự khẳng định của Tâm kinh (*Hṛdaya Sūtra*) đã phân tích nguyên nhân 'sắc' không khác với 'vô sắc' hoặc 'không'; sắc và không thì đồng nhau như sau: "*Sắc chẳng khác với không và không chẳng khác với sắc. Sắc đồng với không và không đồng với sắc.*" (色不異空, 空不異色.色即是空, 空即是色).[729]

Khoa học hiện đại chấp nhận 'sắc' như 'năng lượng' và 'năng lượng' nghĩa là 'sắc'. Đây là minh hoạ bằng phép ẩn dụ trong ví dụ năng lượng của thác nước chạy tua-bin[730] để sản xuất điện. Điện cung cấp một số năng lượng cho động cơ ứng dụng điện. Nguyên lý này trong thành ngữ Phật giáo đã chứng minh mạnh mẽ rằng một cách tự nhiên nhờ thực tại của Tánh-không, chúng ta hàm ơn sự hiện hữu của chúng ta trong thế giới này như ngài Long-thọ đã khẳng định:

"Với Tánh-không, tất cả có thể sanh; không có Tánh-không, tất cả không thể sanh."[731]

Đại-thừa cho rằng tất cả hiện tượng có hai: 1) bên trong 2) bên ngoài. Bên ngoài mở cho năm căn bên trong. Giác quan thứ sáu phơi bày tính chất bên trong. Khuynh hướng và sự đa dạng bao la trong phạm vi thế giới có bản chất cố hữu của thực tại chân như (*Tathātā*). Khi chúng ta ứng dụng điều này trong sự tương tác của điện, chúng ta thấy trong bản chất căn bản không có xuất hiện cũng không có biến mất, nhưng vẫn xuất hiện và biến mất tương quan theo nguyên lý Duyên khởi.

Những giai đoạn kế tiếp trong tiến trình khoa học từ thời đại của Anaxagoras, thì trong kinh Phật đã mô tả sinh động vô số các ngôi sao và hệ thống vũ trụ. Khoa học mới đã đồng ý khái

---

729 般若波羅密多心經, 佛學業書, 台鸞, 一九九八, trang 134.

730 Máy hoặc động cơ chạy bằng bánh xe quay bởi dòng nước, hơi nước, không khí hoặc hơi.

731 The Middle Treatise (T 1564 tập 30 do ngài Cưu-ma-la-thập [Kumārajīva] dịch năm 409), xxiv: 14; Nāgārjuna's Twelve Gate Treatise, viii, Boston: D. Reidel Publishing Company, 1982; cũng xem Empty Logic, Hsueh Li Cheng, Delhi: Motilal Banarsidass, 1991, trang 43.

niệm động lực của vật chất dựa trên luật tĩnh của vật lý học cổ điển xa xưa. Quan điểm thuyết sức sống trong khoa học đối ngược lại với giả thuyết của Darwin đi đến chủ trương rằng tất cả những tiến trình thuyết tiến hóa đi từ giai đoạn thấp nhất đến cao nhất đã minh họa sự mở ra từ từ trong thế giới giác quan có năng lực tồn tại trước đó của tâm.[732]

3. Học thuyết Tánh-không trong sự Trao đổi lẫn nhau giữa các Tôn giáo

Tất cả tôn giáo thần học đều cho là có thực thể tối hậu trong Thượng-đế, Chúa trời...Trong Do-thái gọi là đấng Yahweh; trong đạo Hồi gọi là đấng Allah; trong đạo Hindu gọi là thần Śiva, Vișnu và Phạm-thiên. Thiên chúa giáo gọi là Thượng đế hay Chúa-trời. Đây là những điều bắt nguồn từ Đức Phật Nguyên thủy hoặc nguyên lý nền tảng của đời sống (báo thân đạt được Thực tại tối hậu).

Điều này đã thừa nhận rằng chân lý tuyệt đối trong tất cả quy luật tôn giáo trong vũ trụ này được định danh bởi những tên khác nhau trong hệ thống của họ là vô sắc, vô hạn không có màu sắc hoặc Tánh-không (*Śūnyatā*).

Nghiên cứu những hệ thống thần học đa dạng và pháp thoại Tánh-không, như trong Phật giáo Đại-thừa đã giúp chúng ta hiểu nền tảng chung của tánh đồng nhất sống động của đa tôn giáo ngay cả không loại bỏ chủ nghĩa tuyệt đối (chúa trời) trong mỗi hệ thống tôn giáo đa thần.

Tánh-không tuyệt đối chẳng những không phủ định mà còn cho phép mỗi tôn giáo tuyên bố đấng tối thượng dưới dạng chúa trời. Điều này đã trả lời rằng đa tôn giáo sẽ thấu triệt hiểu nhau hơn khi có sự hiểu hiện của Tánh-không tuyệt đối phơi bày.

Phương cách thật dễ để phá vỡ nền tảng chấp thủ vào hình thức truyền thống của một đấng Sáng tạo duy nhất – Thượng

---

732 C. Egerton, Buddhism and Science, Sarnath, 1959, trang 9.

đế của sự đồng nhất vũ trụ sống động của tất cả tôn giáo là chúng ta nên chấp nhận Tánh-không như một nguyên lý nhất thể ẩn tàng dưới đời sống của các bậc như Phạm thiên, Thượng đế... Thay vì tranh nhau về chủ nghĩa hình thức, thì chúng ta phải có lý trí biết rằng cần phải phát triển và thăng hoa sự hiểu biết về văn hoá và lịch sử để đánh tan những mâu thuẫn giữa các tôn giáo.

Học thuyết Tam thân Phật đã đưa ra một lời đề nghị về nguyên lý Tánh-không tuyệt đối như pháp thân, phát triển lý tánh này sẽ thật sự giúp ích trong sự hiểu biết hỗ tương giữa các tôn giáo.

Triết học Phật giáo ngày nay có khuynh hướng giúp tất cả chúng ta nhận thức để giải quyết những khác biệt bề ngoài của đa tôn giáo, hình thức chủ nghĩa truyền thống và chia sẻ quan điểm tương đối của thực thể bên trong và biểu hiện hình thức bên ngoài để đẩy mạnh sự đoàn kết tinh thần và sự hiểu biết tốt hơn trên trái đất này.

Danh hiệu Bồ Tát trong tiếng Phạn và Trung Hoa

An-lập-hạnh Bồ Tát	Supratisṭhita-cariora Bodhi-sattva	安立行菩薩	An li xing pu sa
Bất-hưu-tức Bồ Tát	Aniksiptadhura Bodhisattva	不休息菩薩	Bu xiu xi pu sa
Bảo-chưởng Bồ Tát	Ratnapāṇi Bodhisattva	寶掌菩薩	Bao zhang pu sa
Bảo-nguyệt Bồ Tát	Ratnacandra Bodhisattva	寶月菩薩	Bao yue pu sa
Bảo-quang Bồ Tát	Ratnaprabha Bodhisattva	寶光菩薩	Bao guang pu sa
Bảo-tích Bồ Tát	Ratnākara Bodhisattva	寶積菩薩	Bao ji pu sa
Bảo-tịnh Bồ Tát	Ratnaviśuddha Bodhisattva	寶淨菩薩	Bao jing pu sa
Diệu-âm Bồ Tát	Gadgadasvara Bodhisattva	妙音菩薩	Miao yin pu sa
Di-lặc Bồ Tát	Maitreya Bodhi-sattva	彌勒菩薩	Di lie pu sa
Dược-thượng Bồ Tát	Bhaiṣajyasa-mudgata Bodhi-sattva	藥上菩薩	Yao shang pu sa

Dược-vương Bồ Tát	Bhaiṣajyarāja Bodhisattva	藥王菩薩	Yao wang pu sa
Dõng-thí Bồ Tát	Pralānaśūra Bodhisattva	勇施菩薩	Yong shi pu sa
Hiền-thủ Bồ Tát	Bhadrapāla Bodhisattva	賢首菩薩	Hsien Tu pu sa
Hoa-đức Bồ Tát	Padmaśrī Bodhisattva	華德菩薩	Hua de pu sa
Hư-Không-tạng Bồ Tát	Ākāśagarbha Bodhisattva	虛空藏菩薩	Xu kong zang pu sa
Kiên-mãn Bồ Tát	Dhṛtiparipūrna Bodhisattva	堅滿菩薩	Jian man pu sa
Kim-cương-thủ Bồ Tát	Vajrapāṇī Bodhisattva	金剛手菩薩	Jin gang shou pu sa
Mãn-nguyệt Bồ Tát	Pūrṇacandra Bodhisattva	滿月菩薩	Man yue pu sa
Đa-bảo Bồ Tát	Prabhūtaratna Bodhisattva	多寶菩薩	Duo bao pu sa
Đại-lực Bồ Tát	Mahāvikrāmin Bodhisattva	大力菩薩	Da li pu sa
Đại-Nhạo-thuyết Bồ Tát	Mahāpratibhāna Bodhisattva	大樂說菩薩	Da yue pu sa
Đại-thế-chí Bồ Tát	Mahāsthāmaprāp-ta Bodhisattva	大勢至菩薩	Da shi zhi pu sa

Nhất-thiết Chúng sanh Hỉ-kiến Bồ Tát	Sarvasattvapriyadarśana Bodhisattva	一切眾生喜見菩薩	Yi qie zhong sheng xi jian pu sa
Địa-tạng Bồ Tát	Kṣitigarbha Bodhisattva	地藏菩薩	Di zang pu sa
Phật-âm Bồ Tát	Buddhaghosa Bodhisattva	佛音菩薩	Fo yin pu sa
Phổ-hiền Bồ Tát	Samantabhadra Bodhisattva	普賢菩薩	Pu xian pu sa
Quang-chiếu-trang-nghiêm-tướng Bồ Tát	Vairoca-narāśmip-ratimaṅḍit-adhvajarājan Bodhisattva	光照莊嚴相菩薩	Guang zhao zhuang yan xiang pu sa
Quán-thế-âm Bồ Tát	Avalokiteśvara Bodhisattva	觀世音菩薩	Guang shi yin pu sa
Thượng-hạnh Bồ Tát	Viśiṣṭacāritra Bodhisattva	上行菩薩	Shang xing pu sa
Thường-Bất-khinh Bồ Tát	Sadāparibhūta Bodhisattva	常不輕菩薩	Chang bu qing pu sa
Tinh-tiến Bồ Tát	Nityodyukta Bodhisattva	精進菩薩	Chang jing pu sa
Tịnh-hạnh Bồ Tát	Viśusshacāritra Bodhisattva	淨行菩薩	Jing xing pu sa
Tịnh-nhãn Bồ Tát	Vimalanetra Bodhisattva	淨眼菩薩	Jing yan pu sa

Tịnh-tạng Bồ Tát	Vimalagarbha Bodhisattva	淨藏菩薩	Jing zang pu sa
Trì-địa Bồ Tát	Dhācaṅimdhara Bodhisattva	持地菩薩	Chi de pu sa
Trí-tích Bồ Tát	Prajđākūṭa Bodhisattva	智積菩薩	Zhi ji pu sa
Tú-vương-hoa Bồ Tát	Nakṣatrarā-jasaṁkusuin-itābhijña Bodhi-sattva	宿王華菩薩	Su wang hua pu sa
Văn-thù-sư-lợi Bồ Tát	Mañjuśri Bodhi-sattva	文殊師利菩薩	Wen su shi li pu sa
Việt-tam-giới Bồ Tát	Trailok-yarikrāmin Bodhisattva	越三界菩薩	Yue san jia pu sa
Vô-biên Bồ Tát	Anantacāritra Bodhisattva	無邊菩薩	Wu bian pu sa
Vô-lượng-lực Bồ Tát	Anantavikrāmin Bodhisattva	無量力菩薩	Wu liang li pu sa
Vô-Tận-ý Bồ Tát	Akṣayamati Bodhisattva	無盡意菩薩	Wu jin yi pu sa

Xem 妙 法 蓮 華 經, 佛 教 經 典 八, 佛 教 慈 悲 復 務 中 心 , 香 港 ,一 九 九 四.

SÁCH THAM KHẢO

I. NGUỒN CHÍNH

1. *A Commentary on the Twelve Gate Treatise,* Shih-erh-men-lun-su, Chi-Tsang, (T 1825).

2. *A Treasury of Mahāyāna Sūtras* – Selections from the Mahāratnakūṭa Sūtra, ed. by G.C.C. Chang, Tr. from the Chinese by the Buddhist Association of the United Sates, Pennsylvania and London, 1983.

3. *Aṣṭasāhasrikā-prajñāpāramitā-sūtra* or *The Eight Thousand Verse Prajñā Sūtra* (八千頌般若波羅密經) extant in the following three translations:

    - 1) Hsiao-pi'n-pan-jo-po-lo-mi-ching (小品般若波羅密經) translated by Kumārajīva from *Aṣṭasāhasrikā-prajñāpāramitā-sūtra* (8000 Verse prajñā sūtra) in 408; Taisho. 8. (No. 227); Taisho. 8. (No. 227);
    - 2) Mo-ho-pan-jo-po-lo-mi-ching (大品般若經) (The Large Prajñā Text) or (般若波羅密經) translated by Kumārajīva from (27 fascs.) translated by Kumārajīva from the *Pañcaviṁśatisāhasrikā - prajñāpāramitā - sūtra.* Taisho.8, (No. 223) in the year of 409 simultaneously with 大智度論.
    - 3) *Pañcaviṁśatisāhasrikā - prajñāpāramitā - sūtra* (The Twenty-five thousand Verse Prajñā text, 二萬五千頌般若波羅密經).

4. *Aṅguttara Nikāya*, ed. R. Morris & E. Hardy, 5 vols., London: PTS, 1885-1900; ed. Mrs. Rhys Davids, tr. by F.L. Woodward, *The Book of the Gradual Sayings,* London: PTS,

rpt. 1955-1970.

5. *Apadāna*, ed. by Marry E. Lilley, London, 1925.

6. *Aṣṭasāhasrikāprajñapāramitā,* ed. R. Mitra, Calcutta, 1888.

7. 般若波羅密多心經, 佛學業書, 台灣, 一九九八, tr. into Chinese from Sanskrit by Hsuan Tsang, tr. into English by Upasaka Lu Kuan-yu, *The Heart Sūtra* (*The Prajñā-pāramitā Hṛdaya Sūtra*), Taiwan: Buddhist Culture Service, 1994.

8. 菩薩瓔珞本業經 or the Sūtra on the Original Action of the Garland of the Boddhisattva (2 fasc.) translated by Buddhasmṛti (Chu-fo-nien) in 376-378.

9. *Bodhisattva Vows,* Isitituto Lama Tzong Khapa, Education Departement, The Presevation of the Mahāyāna Tradition International Office, September 1997.

10. *Bodhicaryāvātāra* (Ācārya Śāntideva), Tr. by Stephen Batchlor, *A Guide to the Bodhisattva's Way of Life,* New Delhi, 1998.

11. *Bodhisattvabhūmiḥ,* ed. by N. Dutt, Vol. II, K.P. Jayaswal Research Institute, Patna 1978.

12. *Bodhisattvabhūmi*, Skt. Ed. Wogihara, 1971, Eng. tr. (of part 1:4 Tattvārthapaṭalam), Willis, 1979.

13. *Buddhavaṁsa*, ed. by R.Morris, II, London, 1882.

14. *Chung-kuan-lun-su (A Commentary on the Middle Treatise*), Chi-Tsang, T 1842.

15. *Dīgha Nikāya*, 3 vols, ed. T.W. Rhys Davids & J.E. Carpenter, London: PTS, 1890-1911; Tr. T.W. & C.A.F. Rhys Davids, *The Dialogue of the Buddha,* 3 vols, Motilal, 2000.

16. *Dhammapada* (Pāli text and Translation), tr. Ven. Nārada Maha Thera, Maha Bodhi Information and Publications Division, Maha Bodhi Society of India, Isipatana Deer Park,

Sarnath Centre, 2000.

17. 妙 法 蓮 華 經, 佛 教 經 典 會, 佛 教 慈 慧服務中心, 香港, 一九九四 , Tr. by Burton Watson, *The Lotus Sutra,* Colombia University Press, New York, 1993.

18. Divyāvadāna, ed. E.B. Cowell & R.A. Neil, Cambridge, 1886.

19. Existence and Enlightenment in the Laṅkāvatāra-sūtra (A Study in the Ontology and Epistemology of the Yogācāra School of Mahāyāna Buddhism), Florin Giripescu Sutton, Sri Satguru publications, Delhi-7, 1992.

20. Kathāvatthu, I-II, ed. A.C. Taylor, London: PTS, 1894-95.

21. 金 剛 般 若 波 羅 密 經, 佛學業書台鸞一九九 八, tr. into Chinese from Sanskrit by Kumarajiva , tr. into English by Upasaka Lu Kuan-yu, *The Diamond Sūtra* (*The Vajracchedikā Prajñā-pāramitā Sūtra*), Taiwan: Buddhist Culture Service, 1994.

22. Laṇkāvatāra-sūtra, ed. by B. Nanjio, Kyoto, 1923.

23. Lalitavistara, ed. P.L.Vaidya, BST, I, 1958.

24. Lankāvatāra-sūtra, ed. B. Nanjio, tr. D.T. Suzuki, Kyoto, 1956.

25. Mādhyamika Kārikās of Nāgārjuna, ed. by L. de la V. Poussin, (Bib. Budd. Iv).

26. Mūlamadhyamakakarika of Nāgārjuna, Skt. ed., tr. David J. Kalupahana, *The Philosophy of the Middle Way*, Delhi, 1996.

27. Mūlamādhyamika-kārikā of Nagārjuna, David J. Kalupahana, Delhi: Motilal Banarsidass, 1996.

28. Mādhyamikavṛtti, ed. L. de la Vallee Poussin, Bibliotheca Buddhica, Vol. IV, 1902-13.

29. Madhyānta-vibhaṅga, Tr. Th. Stcherbatsky, Leningrad, 1937.

30. *Mahāprajñā-Pāramitā Sūtra,* Skt. ed., tr. Edward Conze, *The Large Sūtra on Perfect Wisdom,* Delhi: Motilal Banarsidass, rpt. 1990.

31. *Mahāvastu*, I-III, ed. E. Senart, Paris, 1882-97.

32. *Mahāyāna Sūtrālaṅkāra of Asaṅga* (*A Study in Vijñānavāda Buddhism*), Yajneshwar S. Shastri, Sri Satguru publications, Delhi-7, 1989.

33. *Mahāyāna Sūtrālaṇkāra*, edité et traduit par S. Lévi, Pari, 1907, 1911.

34. *Majjhima Nikāya,* 4 Vols, ed. V. Trenckner, R. Chalmers & Mrs. Rhys Davids, London: PTS 1888-1925; ed. Mrs. Rhys Davids, tr. by F.L. Woodward, *The Middle Length Sayings,* 3 vols. 1995-1994 & 1993, London: PTS.

35. *Milindapañha,* ed. V. Trenckner, London: PTS, 1962.

36. *Nāgārjuna's Philosophy as presented in the Mahāprajñāpāramitā Śāstra,* by K. Venkata Ramanan, Bharatiya Vidya Prakashan, Varanasi 1, 1971.

37. *Nāgārjuna's Twelve Gate Treatise,* viii, Boston: D. Reidel Publishing Company, 1982.

38. - 佛學業書, (*Bilingual Buddhist Series*), Buddhist Culture Service, 台鸞, 一九九八.

39. *Prajñāpāramitāpiṇḍārtha*, I-II, ed. G. Tucci (Minor Sanskrit Texts on the Prajñāpāramitā), Journal of Royal Asiatic Society, 1947.

40. *Ratana Sutta* (*Great Book of Protections*), with translation by Lionel Lokuliyana, published by Ven. Weragoda Sarada Maha Thero, Singapore, Singapore Meditation Centre, 1993.

41. *Saṁyutta Nikāya,* ed. M. L. Feen & Mrs. Rhys Davids, 5 vols., London: PTS: 1884-1898; ed. Mrs. Rhys Davids, tr. by F.L. Woodward, *The Book of the Kindred Sayings,* London: PTS, rpt. 1950-1956.

42. *Selected Sayings from the Perfection of Wisdom*, Edward Conze, Boulder, 1978.

43. *Sūtra of the Past Vows of Earth Bodhisattva*, The Collected Lectures of Tripitaka Master Hsuan Hua, tr. Bhiksu Heng Ching, Buddhist Text Translation Society, The Institute for Advanced Studies of World Religious, NY, 1974.

44. *Sutta Nipata*, V. Fausboll, London: PTS, reprint Delhi: Motilal Banarsidass, 1992; Tr. K. R. Norman, *The Group of the Discourses,* London: PTS: 1984.

45. *Śikṣāsamuccaya*, Śāntvideva, Skt. ed., Vaidya 1961, Eng. tr. C. Bendall & W.H.D. Rouse, 1922.

46. *Ta-chih-tu-lun* (大智度論 , 100 fasc.s), translated by Kumārajīva from the Mahāprajñāpāramitopadeśa-śāstra ascribed to Nāgārjuna. Taisho, 25, (No. 1509). The treatise was Nāgārjuna's commentary on the *Pañcaviṁśatisāhasrikā-prajñāpāramitā-sūtra* (the 25,000 Śloka Text), and Kumārajīva produced both the text and this treatise in 409.

47. *The Bodhisattvapiṭaka (Its Doctrines, Practices and their Position in Mahāyāna Literature),* Ulrich Pagel, The Institude of Buddhist Studies, Tring, U.K., 1995.

48. *The Complete Enlightenment*, Trong. & Com. By Cha'n Master Sheng-yen, London, 1999.

49. *The Diamond that cust through Illusion,* Thich Nhat Hanh, California: Parallel Press: 1991.

50. *The Geneology of The Buddhas*, Translation of the Buddhavaṁsa, M.S. Bhat, M.V. Talim, Bombay, 1969.

51. *The Itivuttaka*, ed. E. Windish; London: PTS, 1889, Tr. F.L.Woodward; Ivivuttaka: *As It Was Said*, London: Oxford University Press, 1948.

52. *The Jātaka,* ed. V. Fausboll, London: PTS, 1962; ed. E. B. Cowell, tr. by Robert Chalmers, *Stories of the Buddha's Former Births,* 6 Vol., Low Price Publications, Delhi 52,

rpt. 1993.

53. *The Mahā-prajñā-pāramitā-śāstra of Nāgārjuna* (tr. Kumārajīva), T. 1509, Vol.25

54. *The Meaning of the Twofold Truth,* Erh-ti-i, Chi-tsang, T 1854.

55. *The Prajnāpāramitā Literature*, Edward Conze, Tokyo, 1978.

56. *The Sata-sāhasrikā Prajñā Pāramitā,* ed. P. Ghose, Calcutta, 1902-13

57. *Thera-gāthā,* ed. H. Bendall, Journal of Royal Asiatic Society, 1883.

58. *Theri-gātha,* ed. R. Pischel, London: PTS, 1883.

59. *Vigrahavyāvartanī of Nāgārjuna,* Skt. ed., tr. Kamaleswar Bhattacharya et al., *The Dialectical methhod of Nāgārjuna,* Delhi, 1990.

60. *Vinaya-piṭaka*, ed. H. Oldenberg, vol. I, London, 1879.

61. *Visuddhimagga*, ed. Henry Clarke Warren and Dharmānanda, Delhi: Motilal Banarsidass, 1989; tr. Bhikku Ñānamoli, *The Path Of Purification,* Bhadantācariya Buddhaghoṣa, Ch. XX, Singapore Buddhist Meditation Centre, Singapore, reprint by The Corporate Body of the Buddhist Educational Foundational, Taiwan.

II. NGUỒN PHỤ

1. Albert Einstein, *Ideas and Opinions*, Rupa & Co., London, 1973.

2. Alfonso Verdu, *Early Buddhist Philosophy,* Delhi: Motilal Banarsidass, 1995.

3. Bapat, P.V., *2500 Years of Buddhism*, Ministry of Information and Broadcasting Government of India, 1919.

4. Bapat, P.V., *Vimuttimagga and Visuddhimagga,* Poona,

1937.

5. Beatrice Lane Suzuki, *Mahayana Buddhism*, London, Fourth edition 1980.

6. Bhandarkar, R.G., *Sects*, (*Vaiṣṅnavism, Śaivism and Minor Religious Systems*), Strassburg, 1913.

7. Bimal Krishna Matilal, *Epistemology, Logic, and Grammar in Indian Philosophical Literature*, Paris: Mouton, 1971.

8. Bimala Chum Law, *A History of Pāli Literaturere,* Vol. I, Indological Book House, 1983.

9. Buddhadasa P. Kirthisinghe ed., *Buddhism and Science*, Delhi: Motilal Banarsidass, 1996.

10. C. Egerton, *Buddhism and Science*, Sārnātha, 1959.

11. Charles Elliot, *Buddhism and Hinduism,* Vol. II, London, 1968.

12. Chatterjee, S., and Datta, D.M., *An Introduction to Indian Philosophy*, Calcutta, 1954.

13. Choong Mun-Keat, *The Notion of Emptiness in Early Buddhism,* Delhi: Motilal Banarsidass, 2000.

14. Chopra, N., *Contribution of Buddhism to World Civilization and Culture*, Delhi: S. Chand & Co. 1983.

15. Daisetz Teitaro Suzuki, *Outlines of Mahayana Buddhism,* New York, sixth reprint: 1977.

16. Daisetz Teitaro Suzuki, *Studies in the Lankavatara Sutra* (*One of the most important Texts of Mahāyāna Buddhism in which almost all its principal Tenets are presented, including the teaching of Zen*), Delhi: Motilal Banarsidass, 2000.

17. Damien Koewn, *The Nature of Buddhist Ethics*, London: The Machillan Press, 1992.

18. Dasgupta, S. N., *A History of Indian Philosophy,* Vol. I, Cambridge, 1963.

19. Davids, T. W. Rhys, *Buddhist India,* Delhi: Motilal Banarsidass, rpt.1993.

20. Davids, T.W. Rhys, *The History and Literature of Buddhism*, Susil Gupta Ltd, Calcutta, 1952.

21. Dutt, N., *Aspects of Mahayana Buddhism and Its Relation to Hinayana,* London: Luzac & Co: 1930.

22. Dutt, N., *Mahayana Buddhism*, Delhi, 1978.

23. Ed. Donald S. Lopez, Jr., and Steven C. Rockefeller, *The Christ and the Boddhisattva,* Sri Satguru Publications, Delhi-7, 1992.

24. Edmunds, A.J., *Gospels* (*Buddhist and Christian Gospels*), Tokyo, 1905.

25. Edward Conze ed., *Buddhist Scripture*, England, 1959.

26. Edward Conze, *A short History of Buddhism*, George Allen & Unwin LTD, London, 1980.

27. Edward Conze, *Buddhism: Its Essence and Development,* Delhi, 1994.

28. Edward Conze, *Text, Sources, and Bibliography of the Prajñā-pāramitā-hṛdaya,* Journal of Royal Asiatic Society, 1948.

29. Edward Conze, *Thirty Years of Buddhist Studies*, Bruno Cassier (Publisher) LTD, Oxford, London, 1967.

30. Edward J. Kormondy, *Concept of Ecology*, Prenticehall of India, Private Limited, New Delhi: 110001, 1991.

31. Ehrlich, Paul R. and Ehrlich, Anna H., *Population Resources Environmental*, San Francisco: Freeman, 1972.

32. Fernando Tola Carmen Dragonetti, *On Voidness* (*A Study of Buddhist Nihilism*), Delhi: Motilal Banarsidass, 1995.

33. Fritjof Capra, *The Turning Point*, London: Flamingo, 9th rpt. 1982.

34. Fukui, Bunyū: *A Historical Study on the Prajñā Heart Sūtra*, Tokyo: Shunjūsha, 1987.

35. G. Sutton, *Existence and Enlightenment in the Lankavatara Sutra*, New York, 1991.

36. Gandhi, M.K., *In Search of the Suprems*, vol. I, Navajivan publishing House, Ahmedabad, 1962.

37. Gandhi, M.K., *Prayer*, Navajivan publishing House, Ahmedabad.

38. Garbe, R., *Christentum*, (*Indien und das Christenthum*), Tubingen, 1914.

39. Garma C.C. Chang, *Buddhist Teaching of Totality*, Great Britain: The Pennsylvania State University, 1972.

40. Gunapala Dharmasiri, *Fundamentals of Buddhist Ethics*, The Buddhist Research Society, Singapore, 1986.

41. Hajime Nakamura, *Indian Buddhism, A Bibliographical Survey*, Delhi: MLBD, rpt. 1983.

42. Har Dayal, *The Bodhisattva Doctrine in Buddhist Sanskrit Literature*, Delhi: Motilal Banarsidass, rpt. 1999.

43. Hardy, R. S., *A Manual of Buddhism,* Varanasi, 1967.

44. Henepola Gunaratana, *The Path of Serenity and Insight*, Delhi: Motilal Banarasidass, 1985.

45. Hsueh Li Cheng, *Empty Logic*, Delhi: Motilal Banarsidass, 1991.

46. Huntington, C.W. with Geshe Namgyal Wangchen, *The Emptiness of Emptiness*, Delhi: Motilal Banarsidass, 1992.

47. Huntington, C.W., *An Introduction to Early Indian Mādhyamika*, London, 1957.

48. I-Ching, '*Śūnyatā and Paradigm-Shift*: *Dialogue between Buddhism and Science'* included in Śramaṅa Vidyā Studies in Buddhism, Prof. Jagannath Upadhyaya Commemoration Volume I, Sarnath, Varanasi, India: Central Institute of

Higher Tibetan Studies, 1987, pp. 81-100.

49. Isaline, B. Horner, *The Early Buddhist Theory of Man Perfected: A Study of the Arahanta,* London: Williams & Northgate Ltd., 1979.

50. Jayatillaka, K.N., *Early Buddhist Theory of Knowledge*, Delhi: Motilal Banarsidass, 1963.

51. Junjiro Takakusu, *The Essentials of Buddhist Philosophy,* Honolulu, 1947.

52. K'uei-chi (632-682), *Suttle Complement on the Mahāprajñāpāramitā-hṛdaya-sūtra*, Taisho. 33 (No. 1710).

53. Kanai Lal Hazra, *The Rise and Decline of Buddhism in India*, Munshiram, M.Publishers, 1995.

54. Karunaratane, W.S., *The Theory of Causality*, Colombo, 1978.

55. Karunaratne, W.S., *Buddhism: its Religion and Philosophy*, Buddhist Research Society, Singapore, 1988.

56. Kern, H., *Manual of Indian Buddhism*, published in Karl J. Trubner's Classical Research Series-Strassburg 1898, ed. C.Mani, Bharti Ya Kala Prakashah, Delhi, rpt. 1992.

57. Kimura Taiken, Japanese ed., tr. by T. Quang Do, *Dai thua Phat giao Tu tuong luan*, Sai gon, 1969.

58. Kimura Taiken, Japanese ed., tr. by T. Quang Do, *Tieu thua Phat giao Tu tuong luan*, tap II, Sai gon, 1979.

59. Kogen Mizuno with a foreword by J.W. de Jong, *Essentials of Buddhism,* Tokyo, 1996.

60. Kogen Mizuno, *Basic Buddhist Concepts,* tr. Charles S. Terry and Richard L. Gage, Tokyo, 4th rpt. 1994.

61. Krishnamurti, J., *Education and the Signification of Life*, Krishnamurti Foundation India, 1994.

62. L. A. de Silva, *The Four Essential Doctrines of Buddhism*, Colombo, 1948.

63. La Vallee Poussin, L. de, *Bodhisattva.* Encyclopedia of religion and ethics 2: 739-753, 1916.

64. Leslie S. Kawamura ed. & introduced, *The Boddhisattva Doctrine in Buddhism,* Sri Satguru Publications, Delhi-7, 1997.

65. M. Mc. Govern, *An Introduction to Mahayana Buddhism,* London, 1922.

66. Marion L. Matics (Tr.), *Entering the Path of Enlightenment,* London, George Allen and Unwin, 1970.

67. Masao Abe, *Buddhism and Interfaith Dialogue*, Ed. Steven Heine, Hong Kong, 1995.

68. McMrindle, J.M., *India (Ancient India)*, London, 1877.

69. Minh Chi Ha Thuc Minh, *Dai Cuong Triet Hoc Dong Phuong*, Truong Dai hoc Tong Hop, TPHCM, 1993.

70. Mittal, K. K., *Vijñavada (Yogacara) and its Tradition*, Delhi, 1993.

71. Mittal, K.K., *Sunyavada*, Delhi, 1993.

72. Murti, T.R.V., *The Central Philosophy of Buddhism: A Study of the Mādhyamika System*, Delhi: Harper Collins, 1998.

73. Musashi Tachikawa, *An introduction to the philosophy of Nāgārjuna*, Delhi, 1997.

74. Myers, P.V.N., *General History,* Boston, 1919.

75. Nakamura, H., *Indian Buddhism,* Delhi: Motial Banarsidass, rpt. 1996.

76. Nalinaksha Dutt, *Buddhist Sects in India,* Motilal Banarsidass, 2nd rpt. 1978.

77. Nathan Katz, *Buddhist Images of Human Perfect*, Motilal Banarsidass, 1982.

78. Obermiller, E., *A Study of the Twenty Aspects of Śūnyatā,* Idian Historical Quarterly, Vol. IX, 1933.

79. Pande, Govind Chandra, *Studies in the Origins of Buddhism*, Delhi: Motilal Banarsidas, 1995.

80. Paul Williams, *Mahāyāna Buddhism-The Doctrinal Foundation,* New York, 4th rpt. 1998.

81. Paul Williams, *Studies on the philosophy of the Bodhicaryavatara: Altruism and Reality,* Delhi: Motilal Banarsidas, 2000.

82. Peter Harvey, *An Introdution to Buddhism*, Delhi: Munshiram Manoharlal, 1990.

83. Prabhu, R.K. and Rao, U.R., *The Mind of Mahatma Gandhi*, Navajivan publishing House, Ahmedabad, 1969.

84. Radhakrishnan, *Indian Philosophy*, 2 Vols., Delhi, 1993.

85. Rahula, S. Walpola, *What the Buddha taught,* Buddhist Cultural Centre, Srilanka, 1996.

86. Ramanan, V., *Nagarjuna's philosophy*, Delhi, 1978.

87. Richard F. Gombrich, *How Buddhism Began,* Munshiram Manoharlal Publishers Pvt. Ltd. 1997.

88. Richard, G., *Sunyata: Objective referent or via negative*? Religious studies 14 (2): 251-260, 1978.

89. Rogers, R.A., *A Short History of Ethics,* London, 1962.

90. S Rinpoche, C. Mani ed. with Introduction by T.R.V. Murti, Mādhyamika *Dialectic and the Philosophy of* Nāgārjuna, (The Dalai Lama Tibetan Indology Studies vol. I), Sarnath, 1977.

91. Sangharakshita, *The Eternal Legacy*, Tharpa Publications, London, 1985.

92. Sharma, T. R., *An Introduction to Buddhist Philosophy*, Delhi: Eastern Book Linkers, 1994.

93. Shohei Ichimua, *Buddhist Critical Spirituality: Prajñā and Śūnyatā,* Delhi: Motilal Banarsidass, 2001.

94. Sir Charles Eliot, *Hinduism and Buddhism,* Routledge & Kegan Paul LTD, London, rpt.1971.

95. Sorensen, S., *An Index to the Names in the Mahābhārata*, London, 1904.

96. Sorokin, Pitirim A., *Social and Cultural Dynamics,* 4 vols., New York: American Book Company, 1937-41.

97. Stcherbatsky, *Madhyānta-vibhāga, Discrimination between Middle and Extremes,* Calcata, 1971.

98. Streng, F., *Emptiness: A Study in Religious Meaning*, Nashville, 1967.

99. Sue Hamilton, *Early Buddhism: A New Approach, The I of the Beholder*, Great Britain: 2000.

100. Suzuki, D.T., *Mahayana Buddhism*, London, 1956.

101. Suzuki, D.T., *Outlines of Mahayana Buddhism*, New York, 1977.

102. Suzuki, D.T., *Studies in The Laṇkāvatāra Sutra,* Routledge & Kegan Pual LTD., London, rpt. 1975.

103. Thomas, E.J., *Buddhism*, London, 1934.

104. Toynbee, A. Daisaku Ikeda, *Man Himself Must Choose,* Koddansha. I. Ltd., Tokyo & Usa, 1976.

105. Trevor Ling, *Buddha, Marx and God,* The Macmillan Press LTD, London: 1979.

106. Ty kheo Thich Minh Chau (tr.), *Chuyen Tien Than Duc Phat,* Vien Nghien Cuu Phat Hoc Viet Nam, 1991.

107. Vaidya, P.L., *Dasānvhikasūtra Buddhist Sanskrit Texts No.7*, Darbhanga, Mithila Institute of Post-graduate Studies & Research in Sanskrit Learning, 1967.

108. Ven. Dr. K. Sri Dhammananda, *Buddhism as a Religion*, Malaysia, 2000.

109. Ven. K. Sri Dhammananda, *What Buddhists*

Believe, Malaysia, 1999.

110. Ven. Narada Maha Thero, *Vision of the Buddha*, Singapore, Singapore Buddhist Meditation Centre.

111. Ven. Narada Mahathera, *The Buddha, in 'Gems of Buddhist Wisdom',* The Corporate Body of the Buddha Educational Foundation, Taiwan, 1996.

112. Ven. Sumangala Thera, *Buddhism in Analysis*, Colombo, 1979.

113. Venkatramanan K., *Nāgārjuna's Philosophy,* Delhi, 1978.

114. Walpola Rahula, *Zen and The Taming of The Bull*, London, 1978.

115. Wang Chi Buu*, A Scientist's Report on Study of Buddhist Scripture*, Corporate Body of the Buddha Education Foundation, Taipei, Taiwan, R.O.C.

116. Warder, A.K., *Indian Buddhism*, Delhi: Motilal Banarsidass, rpt. 1997.

117. Warren, H.C., *Buddhism in Translation,* Cambridge, 1922.

118. Watanabe, H.B., *Philosophy and its Development in the Nikāyas and Abhidhamma,* Delhi, 1996.

119. William James, *The Varieties of Religious Experience*, Longmans, Green and Co., 1941.

III. TỰ ĐIỂN, BÁCH KHOA VÀ BÁO CHÍ

1. A Dictionary of Chinese Buddhist Terms (中英佛學辭典), with Sanskrit and English Equivalents, Compiled by William Edward Soothill and Lewis Hodous, Taiwan, 1994.

2. A Sanskrit English Dictionary, Etymologically and Philologically Arranged with Special reference to Cognate Indo-European Languages, 14th rpt., Delhi: Motilal

Banarsidass, 1997.

3. *Dictionary of Buddhist Hybrid Sanskrit,* Edgerton Franklin, New Haven: Yale University Press, 1953.
4. *Dictionary of Pāli Proper Names,* G. P. Malalasekera, 2 vols, London: Pāli Text Society, vol. II, 1960.
5. *Encyclopaedia of Buddhism,* ed. G.P. Malalasekera, Government of Ceylon, Colombo, 1971.
6. *Journal of Dharma,* Dharma Research Association, Bangalore, 1997.
7. *Journal of the Royal Asiatic Society*, London, 1906.
8. *Manual of Buddhist Terms and Doctrines*, Nyanatiloka, The Corporate Body of the Buddha Educational Foundation, Taiwan, 1970.
9. *Oxford Advanced Learner's Dictionary*, A.P. Cowie (ed.), Oxford University Press, Great Britan, 4th rpt. 1991.
10. *Pāli-English Dictionary* by T.W. Rhys Davids and William Stede, Motilal Banarsidass Publishes, Pvt, Ltd. Delhi, 1993.
11. *The Encyclopaedia of Religion,* Mircea Eliade, Vol. II, Collier Macmillan Publishers, London, 1987.
12. *The Journal 'The Maha Bodhi'*, vol. 80 –Oct. & Nov., Delhi, 1972.
13. *Tu Dien Phat Hoc Han Viet,* (Dictionary of Vietnamese-Chinese Buddhist Terms) Phan vien phat hoc xuat ban, Viet Nam: Ha Noi, 1992.
14. *Tuyển Tập Tự điển Từ ngữ Phật học Thường Dùng*, Minh Thông, 1-2002 trong Website: buddhismtoday.com

TỦ SÁCH BẢO ANH LẠC

do Ni Sư Tiến Sĩ TN Giới Hương biên soạn

1.1. SÁCH TIẾNG VIỆT

1. *Bồ-tát và Tánh Không Trong Kinh Tạng Pali và Đại Thừa*
2. *Ban Mai Xứ Ấn* (The Dawn in India) - *Tuyển tập các Tiểu Luận Phật Giáo* (3 tập).
3. *Sārnātha - Vườn Nai – Chiếc Nôi Phật Giáo*
4. *Quy Y Tam Bảo và Năm Giới*
5. *Vòng Luân Hồi*
6. *Hoa Tuyết Milwaukee*
7. *Luân Hồi trong Lăng Kính Lăng Nghiêm*
8. *Nghi Thức Hộ Niệm, Cầu Siêu*
9. *Quan Âm Quảng Trần*
10. *Nữ Tu và Tù Nhân Hoa Kỳ*
11. *Nếp Sống Tỉnh Thức của Đức Đạt Lai Lạt Ma Thứ XIV*
12. *A-Hàm: Mưa pháp chuyển hóa phiền não, 2 tập.*
13. *Góp Từng Hạt Nắng Perris*
14. *Pháp Ngữ của Kinh Kim Cang*
15. *Tập Thơ Nhạc Nắng Lăng Nghiêm*
16. *Nét Bút Bên Song Cửa*
17. *Máy Nghe MP3 Hương Sen* (Hương Sen Digital Mp3 Radio Speaker): Các Bài Giảng, Sách, Bài viết và Thơ Nhạc của

Thích Nữ Giới Hương (383/201 bài).

18. *DVD Giới Thiệu về Chùa Hương Sen,* USA
19. *Ni Giới Việt Nam Hoằng Pháp tại Hoa Kỳ*
20. *Tuyển Tập 40 Năm Tu Học & Hoằng Pháp của Ni sư Giới Hương,* Thích Nữ Viên Quang, TN Viên Nhuận, TN Viên Tiến, and TN Viên Khuông.
21. *Tập Thơ Nhạc Lối Về Sen Nở*
22. *Nghi Thức Công Phu Khuya – Thần Chú Thủ Lăng Nghiêm*
23. *Nghi Thức Cầu An – Kinh Phổ Môn.*
24. *Nghi Thức Cầu An – Kinh Dược Sư.*
25. *Nghi Thức Sám Hối Hồng Danh*
26. *Nghi Thức Công Phu Chiều – Mông Sơn Thí Thực*
27. *Khóa Tịnh Độ – Kinh A Di Đà*
28. *Nghi Thức Cúng Linh và Cầu Siêu*
29. *Nghi Lễ Hàng Ngày - 50 Kinh Tụng và các Lễ Vía trong Năm*
30. *Hương Đạo Trong Đời 2022* (Tuyển tập 60 Bài Thi trong Cuộc Thi Viết Văn Ứng Dụng Phật Pháp 2022)
31. *Hương Pháp 2022* (Tuyển Tập Các Bài Thi Trúng Giải Cuộc Thi Viết Văn Ứng Dụng Phật Pháp 2022)
32. *Giới Hương - Thơm Ngược Gió Ngàn, Nguyên Hà.*
33. *Pháp Ngữ Kinh Hoa Nghiêm, 2 tập*
34. *Tinh Hoa Kinh Hoa Nghiêm*
35. *Phật Giáo – Tầm Nhìn Lịch Sử Và Thực Hành,* Hiệu đính: Thích Hạnh Chánh và Thích Nữ Giới Hương.
36. *Nhật ký Hành Thiền Vipassana và Kinh Tứ Niệm Xứ*
37. *Nghi cúng Giao Thừa*
38. *Nghi cúng Rằm Tháng Giêng*
39. *Nghi thức Lễ Phật Đản*

40. Nghi thức Vu Lan

41. Lễ Vía Quan Âm

42. Nghi cúng Thánh Tổ Kiều Đàm Di

43. Nghi thức cúng Tổ và Giác linh Sư trưởng

44. Nghi Lễ Chẩn Tế Mười Hai Loại Cô Hồn

45. Kỷ Yếu Lễ Tưởng Niệm Thánh Tổ Kiều Đàm Di tại Chùa Hương Sen năm 2024

46. Nghi Thức Cầu Siêu Chư Hương Linh Thai Nhi

47. Kim Quang Minh Kinh Sám Trai Thiên Khóa Nghi

48. Phật Giáo và Thánh Tích Sri Lanka

49. Đấu Tranh Bất Bạo Động Là Nền Tảng Xây Dựng Hòa Bình Toàn Cầu

50. Vũ Trụ Luận dưới lăng kính Khoa học và Phật Giáo,

51. COVID-19: Vai trò Phật Giáo trong Việc Chữa Lành

52. Đại Dịch Coronavirus trong Thế Kỷ XXI

53. Đóng góp của Phật Giáo cho Hòa Bình Thế Giới và Hòa Hợp Xã Hội

54. Phật Giáo Toàn Cầu - Đặc Biệt Liên Kết Với Sri Lanka

55. Phật Giáo Sri Lanka từ Thế Kỷ 19-21

56. Ngày Nhà Giáo Việt Nam 20/11 – Tri Ân Người Khai Trí

57. Lịch Sử Giáo Dục Phật Giáo ở Sri Lanka: Sự Phục Hồi của Ni Đoàn Tỳ-kheo-ni

58. Sự Tiến Hóa của Vũ Trụ, Con Người và Nghiệp Báo

59. Vũ Trụ Luận dưới lăng kính Khoa Học và Phật Giáo

1.2. SÁCH TIẾNG ANH

1. *Boddhisattva and Sunyata in the Early and Developed Buddhist Traditions.*
2. *Rebirth Views in the Śūraṅgama Sūtra.*
3. *Commentary of Avalokiteśvara Bodhisattva.*
4. *The Key Words in Vajracchedikā Sūtra.*
5. *Sārnātha-The Cradle of Buddhism in the Archeological View.*
6. *Take Refuge in the Three Gems and Keep the Five Precepts.*
7. *Cycle of Life.*
8. *Forty Years in the Dharma: A Life of Study and Service—Venerable Bhikkhuni Giới Hương.*
9. *Sharing the Dharma -Vietnamese Buddhist Nuns in the United States.*
10. *A Buddhist Nun and American Inmates.*
11. *Daily Monastic Chanting.*
12. *Weekly Buddhist Discourse Chanting.*
13. *Practice Meditation and Pure Land.*
14. *The Ceremony for Peace.*
15. *The Lunch Offering Ritual.*
16. *The Ritual Offering Food to Hungry Ghosts.*
17. *The Pureland Course of Amitabha Sutra.*
18. *The Medicine Buddha Sutra.*
19. *The New Year Ceremony.*
20. *The Great Parinirvana Ceremony.*
21. *The Buddha's Birthday Ceremony.*
22. *The Ullambana Festival (Parents' Day).*
23. *The Marriage Ceremony.*

24. *The Blessing Ceremony for The Deceased.*
25. *The Ceremony Praising Ancestral Masters.*
26. *The Enlightened Buddha Ceremony.*
27. *The Uposatha Ceremony (Reciting Precepts)*
28. *Buddhism: A Historical and Practical Vision.* Edited by Ven. Dr. Thich Hanh Chanh and Ven. Dr. Bhikṣuṇī TN Gioi Huong.
29. *Contribution of Buddhism for World Peace & Social Harmony.* Edited by Ven. Dr. Buddha Priya Mahathero and Ven. Dr. Bhikṣuṇī TN Gioi Huong.
30. *Global Spread of Buddhism with Special Reference to Sri Lanka.* Buddhist Studies Seminar in Kandy University. Edited by Dr. Ven. Kahawatte Sumedha Thero and Dr. Bhikṣuṇī TN Gioi Huong.
31. *Buddhism In Sri Lanka During the Period of 19th to 21st Centuries.* Buddhist Studies Seminar in Colombo. Edited by Prof. Ven. Medagama Nandawansa and Dr. Bhikṣuṇī TN Gioi Huong.
32. *Diary: Practicing Vipassana and the Four Foundations of Mindfulness Sutta.*
33. *Prayer for the Souls of Unborn Babies.*
34. *Nonviolent Struggle - The Foundation for Building Global Peace*
35. *History of Buddhist Education in Sri Lanka: Revival of The Bhikkhuni Sangha*
36. *The Essential Teachings of Avataṃsaka Sūtra*

1.3. SÁCH SONG NGỮ (VIETNAMESE-ENGLISH)

1. *Bản Tin Hương Sen: Xuân, Phật* Đản, *Vu Lan (*Hương Sen Newsletter: Spring, Buddha Birthday and Vu Lan, annual/ Mỗi Năm).
2. *Danh Ngôn Nuôi Dưỡng Nhân Cách* - Good Sentences Nurture a Good Manner.
3. *Văn Hóa Đặc Sắc của Nước Nhật Bản* - Exploring the Unique Culture of Japan.
4. *Sống An Lạc dù Đời không Đẹp như Mơ* - Live Peacefully though Life is not Beautiful as a Dream.
5. *Hãy Nói Lời Yêu Thương*-Words of Love and Understanding.
6. *Văn Hóa Cổ Kim qua Hành Hương Chiêm Bái* - The Ancient- Present Culture in Pilgrim.
7. *Nghệ Thuật Biết Sống* - Art of Living.
8. *Dharamshala - Hành* Hương *Vùng Đất Thiêng, Ấn Độ, Dharamshala - Pilgrim*age to the Sacred Land, India.
9. *The Great Contribution to World Peace and Social Harmony of Emperor Ashoka and Emperor Trần Nhân Tông* - Sự Đóng Góp cho Hòa Bình Thế Giới và An Toàn Xã Hội của Hoàng Đế A-Dục và Vua Trần Nhân Tông.

1.4. SÁCH CHUYỂN NGỮ

1. *Xá Lợi Của Đức Phật* (Relics of the Buddha), Tham Weng Yew.
2. *Sen Nở Nơi Chốn Tử Tù* (Lotus in Prison), many authors.
3. *Chùa Việt Nam Hải Ngoại* (Overseas Vietnamese Buddhist Temples).
4. *Việt Nam Danh Lam Cổ Tự* (The Famous Ancient Buddhist Temples in Vietnam).
5. *Hương Sen, Thơ và Nhạc* – (Lotus Fragrance, Poem and

Music).

6. *Phật Giáo - Một Bậc* Đạo *Sư, Nhiều Truyền Thống* (Buddhism: One Teacher – Many Traditions), Đức Đạt Lai Lạt Ma 14th & Ni Sư Thubten Chodren.
7. *Cách Chuẩn Bị Chết và Giúp Người Sắp Chết - Quan* Điểm *Phật Giáo* (Preparing for Death and Helping the Dying – A Buddhist Perspective)

2. ALBUMS NHẠC

Từ Thơ Thích Nữ Giới Hương

1. *Đào Xuân Lộng Ý Kinh* (The Buddha's Teachings Reflected in Cherry Flowers).
2. *Niềm Tin Tam Bảo* (Trust in the Three Gems).
3. *Trăng Tròn Nghìn Năm* Đón *Chờ Ai* (Who Is the Full Moon Waiting for for Over a Thousand Years?).
4. *Ánh Trăng Phật Pháp* (Moonlight of Dharma-Buddha).
5. *Bình Minh Tỉnh Thức* (Awakened Mind at the Dawn) (*Piano Variations for Meditation*).
6. *Tiếng Hát Già Lam* (Song from Temple).
7. *Cảnh Đẹp Chùa Xưa* (The Magnificent, Ancient Buddhist Temple).
8. *Karaoke Hoa Ưu Đàm Đã Nở* (An Udumbara Flower Is Blooming).
9. *Hương Sen Ca* (Hương Sen's Songs)
10. *Về Chùa Vui Tu* (Happily Go to Temple for Spiritual Practices)
11. *Gọi Nắng Xuân Về* (Call the Spring Sunlight)
12. *Đệ Tử Phật* (Buddhist Disciples)
13. *Hoa Pháp Cú* (Dhammapada Flower)

14. Vu Lan Báo Hiếu (The Filial Piety on Vu Lan Season).

15. Nương Bóng Từ Quang (Refuge in the Buddha)

Mời xem: http://www.huongsentemple.com/index.php/kinh-sach/ tu-sach-bao-anh-lac

www.ingramcontent.com/pod-product-compliance
Lightning Source LLC
LaVergne TN
LVHW100420051026
849518LV00004B/1328

* 9 7 8 6 3 2 0 1 0 1 7 4 0 *